छत्रपति शिवाजींची ओवीबद्ध गाथा

छत्रपति श्री शिवाजी महाराजांच्या अद्भुत लीलांचे
मनोरम संगीतमय समूळ काव्य

Hindu Ratna Award Recipient
Prof. Ratnakar Narale

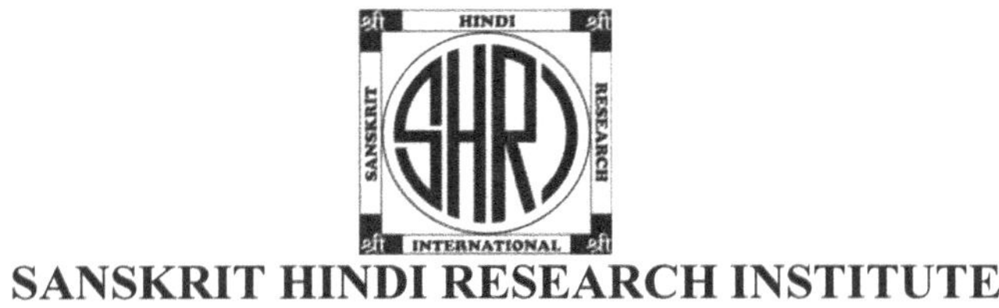

SANSKRIT HINDI RESEARCH INSTITUTE

Composition : Dr. Ratnakar Narale, Prof. Hindī, Ryerson University, Toronto.
Editor-in-Chief : Pustak Bharati Research Journal, ISSN 9006788
email : pustak.bharati.canada@gmail.com * web : www.pustak-bharati-canada.com

Book Title : छत्रपति शिवाजींची ओवीबद्ध गाथा

शिव अवतार छत्रपति शिवाजी महाराजंच्या अद्भुत इतिहासाची राष्ट्रभक्ति गीतांनी ओतप्रोत भरलेली ही मनोरम संगीतमय कविता वर्तमान मराठी भाषेत पुरातन ओवी छंदामध्ये प्रस्तुत आहे. मराठ्यांचे अनुसंधानात्मक समूळ पूर्ववृत्त हे ह्या गाथेचे एक खास वैशिष्ट्य आहे.

Marathi and Sanskrit Fonts : Designed and Created by Ratnakar Narale.

Published by : PUSTAK BHARATI (Books India),
for Sanskrit Hindi Research Institute, Toronto, Ontario, Canada, M2R 3E4.

ISBN 978-1-897416-31-0

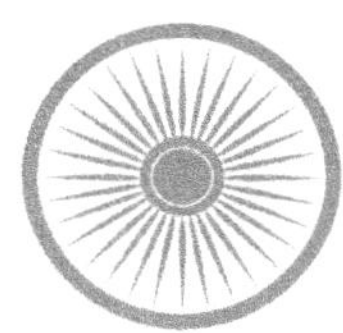

समर्पण

महावीर बाप्पा रावळपासून आज पर्यंतच्या
सर्व स्वातंत्र्य सेनानी, हुतात्मा आणि प्रस्तुत सैनिकांच्या
परम त्याग व बलिदानास सादर समर्पित.

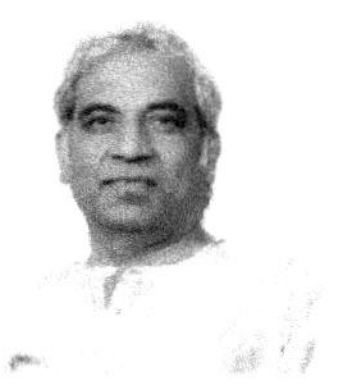

ABOUT THE AUTHOR :

Designer and Creator of the well known Sarasvati Font, Dr. Ratnakar Narale has Ph.D. from IIT, Kharagpur and Ph.D. from Kalidas Sanskrit University, Nagpur, India. He is an author, lyricist and musician. Ratnakar is Prof. of Hindī at Ryerson University, Toronto, Canada. He is living in Toronto since last 50 years.

He has studied **Sanskrit, Hindi, Marathi, Bengali, Punjabi, Urdu** and **Tamil** languages and has written books for learning these languages. He has written excellent and unique books on Gītā, Rāmāyan, Shivājī and Music. His books can be viewed at <u>www.books-india.com</u> and they are available at <u>amazon.com</u> and other international book distributors.

His writings have been applauded by such organizations as the World Hindi Secretariat, Mauritius, Sangit natak Akademi, New Delhi; Indian Council for Cultural relations (ICCR), New Delhi; Strings N Steps, New Delhi; ATN News Channel, OMNI News Channel, Hindi Times, The Hitwad, The Tarun Bharat, the Lokmat, The Sakal, Des Pardes, Nav Bharat Times, Sahitya Amrit, The Voice, The Indian Express, ... etc.

He has received citations from some of the most prominent people as, **Hon. Atal Vihari Vajpai,** *Prime Minister of India;* **Hon. Basdeo Panday,** *Prime Minister of Trinidad and Tobaggo;* **Dr. Murli Manohar Joshi,** *Federal HRD Minister of India;* **Ashok Singhal,** *President, VHP, New Delhi;* **Shri Mohan Bhagavat,** *Sarsanghachalak, Rashtriya Swayamsevak Sangh, Nagpur, India,* etc.

His music compositions are endorsed by such great Indian music Maestros as *Bharat Ratna* **Dr. Ustad Bismillah Khan Trust,** New Delhi; *Padma Vibhushan* **Amjad Ali Khan,** New Delhi; *Padmashri* **Ustad Ghulam Sadiq Khan,** New Delhi; *Music Maestro* **Rashid Mustafa Thirakwa,** New Delhi; *Padmabhushan* **Ustad Sabri Khan,** New Delhi; *Padmabhushan* **Pandit Debu Chaudhuri,** New Delhi; *Pundit* **Birju Mahataj,** New Delhi; etc.

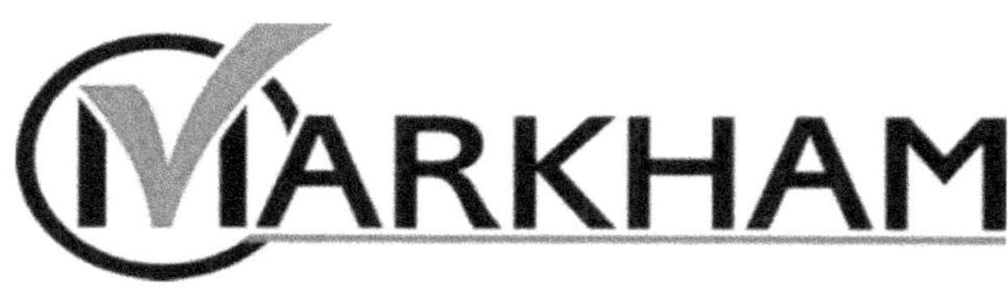

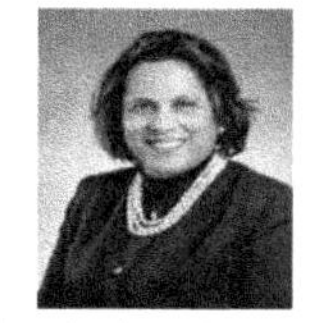

Nirmala Armstrong
Regional Councillor

October 18th, 2017

Dr. Ratnakar Narale
Hindu Institute of Learning
2411 Dundas Street West
Toronto, Ontario
M6P1X3

HINDU-RATNA AWARD

Dear Dr. Narale,

As a Regional Councillor for the City of Markham and a Honourary Co-Chair of the Markham Hindu Heritage Month Committee, it is my pleasure to request your presence at the Markham Hindu Heritage Month Celebrations and to inform you that you have been selected to receive a ''Hindu Ratna Award'' on the day of this event.

This event has been organized by members of the Hindu Canadian Community who formed the Markham Hindu Heritage Month Committee in partnership with the City of Markham. As such, this event will commemorate the proclamation that was made by the Markham City Council on December 12, 2016. On this day, a motion was passed to proclaim the month of November as Hindu Heritage Month in the City of Markham. This proclamation goes on to recognize the many ways that Hindu Canadians have contributed to Markham's growth and success and reaffirms the city's commitment to celebrating Markham's diversity.

During this event, the 'Hindu Ratna Award' will be graciously presented to you for your service to the Hindu Canadian Community. Please do inform whether you will be able to attend this event to receive your award in person.

Event: Hindu Heritage Month Celebrations - ''Come Celebrate with us Hindu Heritage Month''

Date: November 12th, 2017

Time: 5:00 pm – 7:30 pm

Location: Markham Civic Centre, 101 Town Centre Blvd., Markham ON L3R 9W3

Sincerely,

Nirmala Armstrong
Regional Councillor

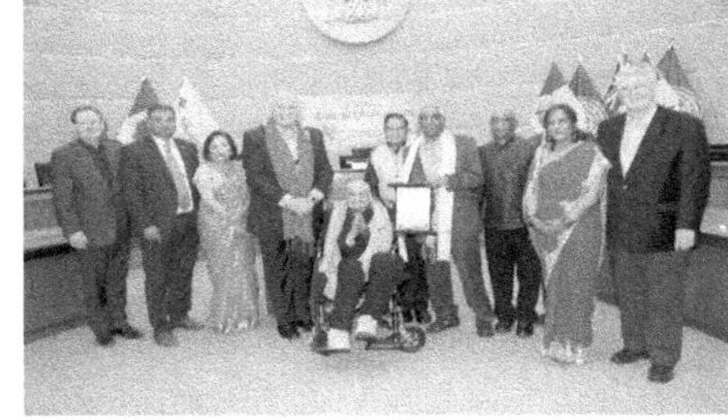

The Corporation of the City of Markham, Anthony Roman Centre, 101 Town Centre Boulevard, Markham, ON L3R 9W3 Canada
T: 905-415-7534 • M: 416-509-2037 • F: 905-479-7763 • narmstrong@markham.ca • www.markham.ca

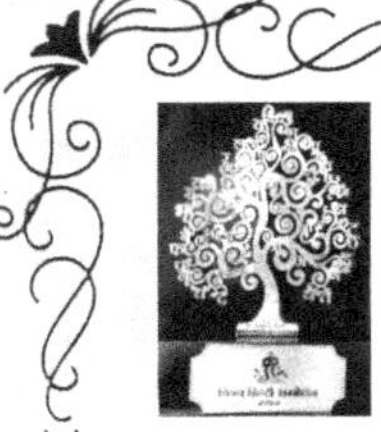
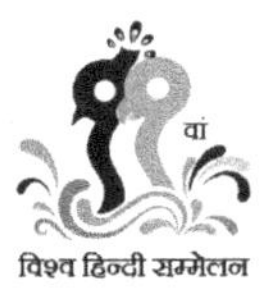
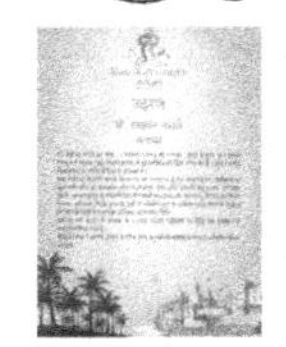

विश्व हिन्दी सम्मेलन

11वां विश्व हिन्दी सम्मेलन
18-20 अगस्त, 2018
मॉरीशस

विश्व हिन्दी सम्मान

यह सम्मान पत्र डॉ. रत्नाकर नराले को विश्व में हिन्दी भाषा के

प्रचार-प्रसार और विकास के प्रति उनके अमूल्य योगदान के लिए प्रदान किया जाता है।

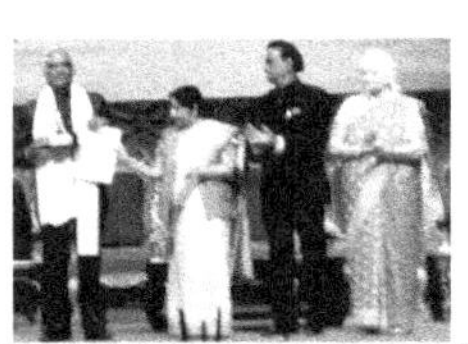

सुषमा स्वराज

अध्यक्ष, 11वां विश्व हिन्दी सम्मेलन

20 अगस्त, 2018

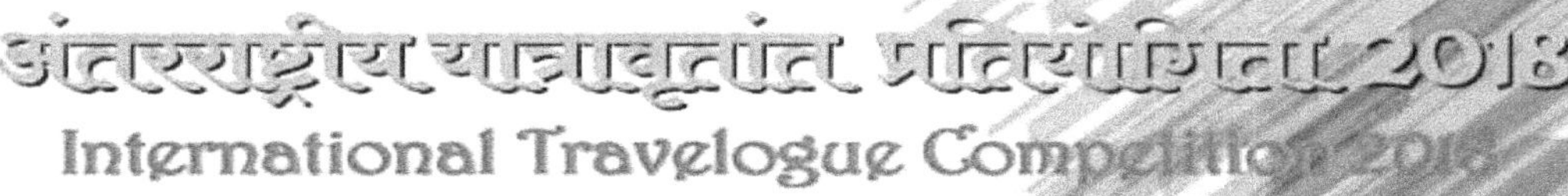

प्रस्तावना

हर हर महादेव!

जी झळ मागोमाग आफ्रिका, अरबस्थान, इराक, इराण, अफगाणिस्थानला दावाग्नीच्या वणव्याप्रमाणे लागत गेली, ती झळ आता हिंदुस्थानला लागेल काय असे वाटतांच, ती लागली. ती टोळधाड थांबविण्याचे आटोकाट प्रयत्न सिंधच्या महाराजा चाच व दाहीर प्रभृतिंनी केले, पंजाब आणि वायव्येच्या हिंदुशाही राजांनी केले, राजस्थानच्या महाराव बापा रावळ, राणासंग व महाराणा प्रताप ने केले, दिल्लीच्या पृथ्वीराज चव्हाण ने केले, पण हिंदुएकीच्या अभावामुळे, हिंदू लोकांच्या गुलामी लालचीपणामुळे आणि "नवरा मेला तरी चालेल, पण सवत विधवा व्हायलाच हवी" ह्या स्वतःच्या पायावर दगड पाडून घेण्याच्या जयचंदी आत्मघाती वृत्तीमुळे उत्तर-पश्चिमेचा सिंध गेला, पंजाब गेला, राजस्थान गेला. पूर्वेचा बिहार गेला, बंगाल गेला. दक्षिणेत ती झळ महाराष्ट्र, कर्नाटक, तमिळदेशात पसरली व सर्वत्र अराजकता, व्यभिचार, विध्वंस व भ्रष्टाचार माजला.

शेवटी, महाराष्ट्रात एक वीर स्त्री उभी झाली व तिने स्वातंत्र्यतंत्राचे बीज पेरले. तिने आपल्या मुलाला स्वातंत्र्यसंग्रामात झोकले. परंतु त्यांना ही परदेशीपेक्षा स्वदेशी गुलामीवृत्तीचे शत्रूच अधिक घातक होते. परदेशी-स्वदेशी दोन्हीं रिपुआघाड्यांना तोंड देत शिवअवतार महाप्रतापी शिवरायाने घोर प्रयत्नांनी अखंड कष्ट करून हिंदवी स्वराज्य स्थापन केलेच. त्या आदिछत्रपति वीर श्री शिवाजी महाराजांची ही ओवीबद्ध समूळ संक्षिप्त गाथा. जय भवानी!

रत्नाकर

अनुक्रमणिका

अनुक्रमणिका

पार्श्वभूमि प्रकरण

श्री शिवाजी इतिहास प्रकरण

बाल शिवाजी प्रकरण

किशोर शिवाजी प्रकरण

तरुण शिवाजी प्रकरण

वीर शिवाजी प्रकरण

छत्रपति शिवाजी प्रकरण

वंदना

1. मातृभूमि महाराष्ट्र वंदना

1. मातृभूमि महाराष्ट्र वंदना

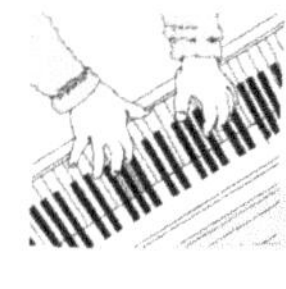

🎵 <u>संगीत श्री शिवाजी चरित्र राग-छंद माला, पुष्प 44</u>

भुजंगप्रयात छंद

। ऽ ऽ, । ऽ ऽ, । ऽ ऽ, । ऽ ऽ

♪ सारे–ग़– मप–म– ग़रे–म– ग़रे–सा– ।

(जय महाराष्ट्र)

शिवाजी मराठा जयाचा पुढारी ।

महाराष्ट्र देशा! तुझा मी पुजारी ।।

मराठी जिथे मायबोली सुखारी ।

मुलें वीर, योगी, शहाणे, विचारी ।।

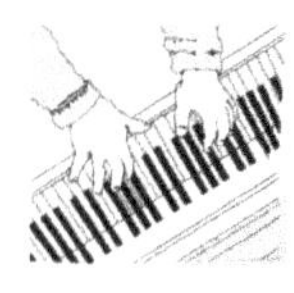

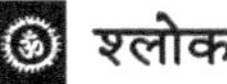 <u>संगीत श्री शिवाजी चरित्र राग-छंद माला, पुष्प 45</u>

मातृभूमि महाराष्ट्र वंदना

दादरा ताल 6 मात्रा

 श्लोक

जन्मभूमिर्मता माता स्वर्गभूमिश्चच सा मता ।

दण्डवत्तामहं वन्दे साष्टांगं च नमामि ताम् ।।

स्थायी

जै महाराष्ट्र! जै मातृभूमि! तुला अष्टांग वन्दे नमामि ।

पुण्यभूमि माझी कर्मभूमि, तुला साष्टांग वन्दे नमामि ।।

♪ म– गम–म–म प– म–गम–प– –, गम प–प–प ध़–प– मग–म– – – ।

रे–गम–म– मप– म–गम–प– –, मग म–म–म ध़–प– मग–म– – – ।।

अंतरा–1

शिवरायांची ही राष्ट्रभूमि, जिथे तान्हाजी बाजी सेनानी ।

तुको ज्ञानोबा रामदास स्वामी, अशा राष्ट्राला नमो नमामि ।।

♪ सांसांनि–नि–नि रें– सां–धनि–सां– –, सांसां नि–नि–नि रें–सां– धनि–सां– – –।

मग म–म–म प–मग–ग म–प– –, रेग म–म–म ध–प– मग–म– – – ।।

अंतरा–2

हिची समृद्ध सुपीक माती, ऊस कापूस संत्र्यांची शेती ।

इथे कोकीळ पोपट गाती, अशा मातेला नमो नमामि ।।

अंतरा–3

सुख संपन्न ही स्वर्णभूमि, साऱ्या जगामध्ये स्वर्गभूमि ।।

शेर वीरांची ही शौर्यभूमि, अशा देशाला नमो नमामि ।।

अंतरा–4

संत योगी इथे वेद गाती, इथे वीरांची पोलादी छाती ।

महा वीरांची ही रंगभूमि, हिला शतवार नमो नमामि ।।

2. महाराष्ट्रभाषा मराठी वंदना

♪ संगीत श्री शिवाजी चरित्र राग–छंद माला, पुष्प 50

बालानंद छंद[1]

8 + 6, 8 + 6, 8 + 6, 8 + 6, 8 + 6, 8 + 6, 8 + 8, 8 + 8, 8 + 6, 8 + 6

(मराठी भाषा)

गोड मराठी ही अमुची, मधुतम ह्या वाणीत रुचि ।।

कन्या संस्कृत ची प्यारी, सुता भारती ची न्यारी ।

---

[1] ♪ **बालानंद छंद** : हा गाण्याकरिता फार मधुर छंद आहे. ह्याचे रचना सूत्र 8 + 6, 8 + 6, 8 + 6, 8 + 8, 8 + 8, 8 + 6, 8 + 6 अशा प्रकारे. यति 8–6 वर विकल्पाने..

रत्नाकर रचित ओवीबद्ध श्री शिवाजी चरित्र

2. महाराष्ट्रभाषा मराठी वंदना

मौक्तिक–आगर, अमृत–सागर ।

सुंदर काया नव–वधु ची, मंगल माया शिव प्रभु ची ।। 1 ।।

गीत लावण्या पोवाडे, अभंग ओव्या भारूडे ।

श्लोकांचे स्वर, शास्त्रांचे सुर ।

कल्पित कवनें कवितांची, भूपाळ्यांचे भाव शुचि ।। 2 ।।

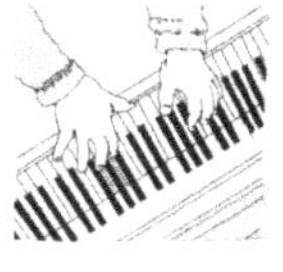  <u>संगीत श्री शिवाजी चरित्र राग–छंद माला, पुष्प 51</u>

मातृभाषा मराठी वंदना

रुपक ताल 7 + 7, 7 + 7 मात्रा

ॐ श्लोक

वाणी सरस्वती माता, विद्यादेवी च ती तथा ।

स्वरदा वरदा देवी, शारदा तीच भारती ।।

स्थायी

वाणी मराठी गोड ही, ज्ञानी कवि जन बोलतीं ।

देवी सरस्वती ने दिली, उज्ज्वळ मराठी संस्कृति ।। वा॰

♪ प-निधनि पग-गसा म-प म-, सा-म- पध- रेंसां धनिपध - ।

प-निधनि पग-गसा म- पम-, सा-मम पध-रेंसां धनिपध - ।। सा-

अंतरा–1

संस्कृत सुमंगल माउली, देवाधिकांची नागरी ।

ज्ञानेश्वरी ची वैखरी, वरदान देतो गणपति ।।

♪ सां-सांसां सांनिसांधनि सांरेंगंरेंगं-, गंमंगंरें-गंसांनिधनि गंरेंगंरेंसां- ।

सां-निधनिपग- गसा म-पम-, सासाम-प ध-निसां रेंरेंनिपग ।। सा-

अंतरा–2

शिवबा तुकोबा सुत जिचे, कन्या जानाबाई जिची ।

रक्षक मराठे वीर हे, बोली मराठी धन्य ती ।।

रत्नाकर रचित ओवीबद्ध श्री शवाजी चरित्र

3. आई-बाबा वंदना

अंतरा–2

शृंगारमय वाङ्मय जिचे, उच्चार अमृत-पय खरे ।
भाषा मराठी आमुची, ही गौरवान्वित भारती ।।

अंतरा–3

मधुर न वाचा आणखी, ऐसी जगी कीर्ति तुझी ।
टेकोनि मस्तक भक्ति ने, अर्पण तुला ही आरती ।।

3. आई-बाबा वंदना

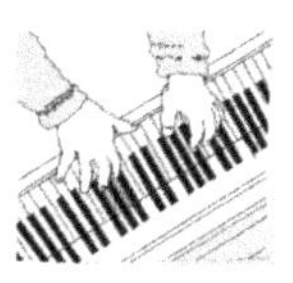 संगीत श्री शिवाजी चरित्र राग-छंद माला, पुष्प 52

राग : रत्नाकर, कहरवा ताल

आई-बाबा

श्लोक

जननी जन्मदा देवी सुखदा ज्ञानदा च सा ।
पिता च शाश्वतो देवो सर्वकाले नमामि तौ ।।

स्थायी

गडे! आई अमुची गोड अति, तिची प्रीति तुजला सांगु किती ।
अन्, बाबा अमुचे थोर मति, मी भाग्यवान बहु या जगती ।।

♪ सानि॒ सा-ग॒रे सासानि॒- सा-रे मग॒-, ग॒म मग॒पम गग॒रेसा सा-रे मग॒- ।
सानि॒ सा-ग॒रे सासानि॒- सा-रे मग॒-, ग॒- रेसासारे-रे ग॒म ग॒रे सानि॒सा- ।।

अंतरा–1

ती सरस्वती देवी माझी, अन् बाबा गणपति रूप खरे ।
मी परमेशाचा आभारी, ज्याची मजवरि इतुकी प्रीति ।।

4

♫ प– मरेमप– पमपनि धपप–, पप मगगसा सागमप गरेसा निसा– ।
सानि सासागरेसा–नि– सा–रेमग–, ग–रेसा सासारेरे गमगरे सानिसा– ।।

अंतरा–2

ती नामध्येय कीर्ति माझी, ती कला ज्ञान स्फूर्ति माझी ।
ती मंगलमय मूर्ति माझी, तिने केली सुखकर ही धरती ।।

अंतरा–3

ते पथदर्शक पालक माझे, बाबांचे ऋण अनुपम साचे ।
ते देउनि शुभ वरदान मला, सद्भाव सदा हृदयी भरती ।।

 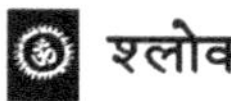 संगीत श्री शिवाजी चरित्र राग–छंद माला, पुष्प 53

(माता)

श्लोक:

माता या सर्वजीवानां बलदा च शुभप्रदा ।
तां धेनुं शिरसा वन्दे पूज्याममृतदां सदा ।।

♫ ध–ध– ध– नि–धप–ध–नि–, सांनिध– प– गम–पध– ।
नि– ध–प– गमप– म–ग–, ध–प–म–गमग– रेसा– ।।

स्थायी

हमें जनम जो देती वो माता है, अरु दूध पिलाती वो माता है ।
♫ पप पधनि ध प–ग म रे–ग– म–, पप सां–नि धप–ध नि ध–प– म– ।

अंतरा–1

पेट में पाले, लोरी गा ले, प्यार उसी का भाता है ।
♫ सां–नि ध नि–सां–, नि–धप म– प–, प–म गरे– म– ग–रे– म– ।

अंतरा–2

गोद में ले ले, साथ में खेले, भार सहे भू माता है ।

अंतरा–3

कामधेनु बन, मन की मुरादें, पूरी करे गौ माता है ।

5

4. मराठी संत मंडळी वंदना

अंतरा–4

गौरी लछमी, सिया शारदा, जनम–जनम का नाता है ।

अंतरा–5

जनम की भूमि, धेनु जननी, स्वर्ग से ऊँची माता है ।

अंतरा–6

कर्मभूमि जो, धर्मभूमि वो, प्यारी भारत माता है ।

4. मराठी संत मंडळी वंदना

1. संत चक्रधर स्वामी

(1194–1276)

ॐओवी॰ चक्रधर स्वामी संत । कराया जाति-भेद अंत । स्थापिला महानुभाव पंथ । तत्त्वज्ञाने ।। 1 ।। असो मांग-महार । कुणी दलित चांभार । खुले स्वर्गाचे द्वार । म्हणाले ते ।। 2 ।। त्यागुनी गृह-निवास । स्नेह प्रपंच विलास । त्यांनी घेतला संन्यास । संत झाले ।। 3 ।। सेवा करीत रुग्णांची । त्यांना पारख गुणांची । मायभूमीच्या ऋणांची । मृत्यंजय ।। 4 ।। त्या महात्म्याला नमन । हात जोडोनी वंदन । पूर्ण श्रद्धेचे कवन । वाहतो मी ।। 5 ।।

2. संत नामदेव

(1270–1350)

ॐओवी॰ नामदेव अनुभवी । वारकरी संतकवि । आदिकाळी त्यांची छवि । सर्वमान्य ।। 6 ।। पंढरपूर त्यांचे गाव । कीर्तनकार त्यांचे नाव । विठ्ठलात त्यांचा भाव । सर्वश्रुत ।। 7 ।। वाखाणावी कुणीं किती । करावी गा त्यांची स्तुति । भक्तशिरोमणी इति । सर्वज्ञात ।। 8 ।।

रत्नाकर रचित ओवीबद्ध श्री शवाजी चरित्र

3. संत जनाबाई

नामविद्येचे प्रणेते । नामवेदाचे ते नेते । कीर्तनाने मन जेते । सर्वख्यात ।। 9 ।। गाती जेव्हां ते कीर्तन । ऐकोनी त्यांचे अर्चन । करी विठ्ठल नर्तन । सर्वसाक्षी ।। 10 ।। अशा संताला वंदन । लाऊनी गंध चंदन । द्यावे तन मन धन । सर्वरिती ।। 11 ।।

3. संत जनाबाई

(1350)

ॐॐ ओवी॰ "नामदेवाची मी दासी" । म्हणे जना देवापाशी । प्रीत त्यांची विठोबाशी । अविरत ।। 12 ।। संतकवि जनाबाई । हरिभक्त त्यांची आई । ओव्या त्यांच्या फार, बाई! । लोकप्रिय ।। 13 ।। ओव्या त्यांच्या गाती स्त्रिया । घरोघरी आया बाया । अशी त्या गीतांची माया । स्निग्ध अति ।। 14 ।। नामदेव त्यांचे गुरु । ज्ञानदेव कल्पतरु । गोरा, चोखा, सेना अरु । मित्रवृंद ।। 15 ।। जनाबाईंना वंदन । हात जोडोनी नमन । धरोनी कमळ चरण । भक्तिभावें ।। 16 ।।

संत ज्ञानेश्वर, निवृत्तिनाथ, सोपानदेव, मुक्ताबाई 1275–1297

ॐॐ ओवी॰ <u>विठ्ठल</u> पंत पिता । <u>रुक्मिणी</u> बाई माता । सुत ज्ञानाचा दाता । ज्ञानेश्वर ।। 17 ।। निवृत्तिनाथ भाऊ मोठा । सोपानदेव बंधु छोटा । ताईची सुमधुर छटा । मुक्ताबाई ।। 18 ।। भागवत संप्रदाय । मनीषींचा समुदाय । भक्तकवि समवाय । ज्ञानोबांचा ।। 19 ।। भाष्य श्री गीतेवर श्रेष्ठ । भागवतप्रेम वरिष्ठ । मराठी वाङ्मयात ज्येष्ठ । ज्ञानेश्वरी ।। 20 ।। नमन तुवा कवीशा । बोधदात्या ज्ञानेशा । तुम्ही दाखविली दिशा । भाविकांना ।। 21 ।।

4. संत चोखामेळा

(1338)

ॐॐ ओवी॰ चोखामेळा पूज्य फार । जरी जातीने महार । नामदेवांचा हुशार । शिष्य संत ।। 22 ।। जाति-भेदाने दु:खित । देवाला ते विचारित । कां आम्हां ह्या अगणित । यातना बा? ।। 23 ।। आम्हीं तुझीच लेकरे । मग दूजाभाव कां, रे? । मानसिक छळ सारे । आम्हांस कां? ।। 24 ।।

5. संत एकनाथ

रोज रोज ह्या उपेक्षा । कां बघतोस परीक्षा । कशाची गा ही शिक्षा । आम्हां लोकां? ॥ 25 ॥ चोखामेळा अभंगकार । रचना त्या मार्मिक फार । त्यांत न्यायान्याय विचार । ओतप्रोत ॥ 267॥ अशा या महासंतला । विठ्ठलभक्त अनंताला । वंदन पूण्य महंताला । दंडवत ॥ 24 ॥

5. संत एकनाथ
(1533–1599)

ॐओवी॰ काळ होता विकट फार । कोसळले संकट घोर । नेता नव्हता कुणी थोर । वाचवाया ॥ 28 ॥ राज्य हवे सुलतानांना । वतनदारी मराठ्यांना । गुलामी करणे जयांना । छान वाटे ॥ 29 ॥ सुलतानांचे ते दास । देती हिंदुंनाच त्रास । सांडती ते रक्त मांस । मराठ्यांचे ॥ 30 ॥ घालोनी राज्यात गस्त । करीती प्रजेला त्रस्त । कर वसूली मस्त । जशी हवी ॥ 31 ॥ गाई-म्हशी गुरे-ढोरे । धन-धान्य बाया-पोरे । पळविती बळजोरे । मनसोक्त ॥ 32 ॥ तोड-फोड ती थैमान । लूटावया फरमान । देत होते सुलतान । सौनिकांना ॥ 33 ॥ दुष्ट चोरांवर मोर । अशी परिस्थिति घोर । तेव्हां आले संत थोर । एकनाथ ॥ 34 ॥ दु:खितांना केले एक । जागे करोनी प्रत्येक । दिला त्यांना मंत्र नेक । विठोबाचा ॥ 35 ॥ करोनिया निरंतर । "हरि-विठ्ठल" गजर । जागविला ज्ञानेश्वर । जनमनीं ॥ 36 ॥ करावया जन प्रबुद्ध । ज्ञानेश्वरीची प्रत शुद्ध । केली एकनाथांनी सिद्ध । भक्तिभावे ॥ 37 ॥ दु:खितांचे एक नाथ । आले संत एकनाथ । दाखवाया भक्ति पथ । मराठ्यांना ॥ 38 ॥

6. संत तुकाराम
(1606-1649)

ॐओवी॰ कुणबी कुलात जन्मले । वाण्याचे काम न जमले । मन भजनांत रमले । तुकोबांचे ॥ 39 ॥ करुनी उचित विचार । सोडला धंदा घर दार । जाहले विरक्त अपार । तुकाराम ॥ 40 ॥ आले पंढरपुर ग्रामें । विठ्ठल-रुकमाई धामें । रंगले हरि! हरि! नामें । अहोरात्र ॥ 41 ॥ इथे भेटले साधु संत । कीर्तन करणारे पंत । वारकरी यात्री अनंत । भक्तजन ॥ 42 ॥ करित हरि नाम जाप । मिटला मानसिक ताप । मन स्थिरले आपोआप । देवाठायीं ॥ 43 ॥ चिपळ्या-

6. संत तुकाराम

एकतारा आणि । तुकोबाची अभंग वाणी । इंद्रायणी चे पाणी । अमृत ते ।। 44 ।। विठ्ठल! राम! कृष्णहरि! । जप हा मंगळ तिहेरी । गाउनी साजरी वैखरी । भक्तिभावें ।। 45 ।। उभारुनी भक्तांचा तरु । भक्तीचा प्रसार केला सुरू । शिवाजीने मानले गुरु । तुकोबाला ।। 46 ।।

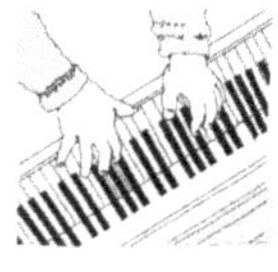  **संगीत श्री शिवाजी चरित्र राग-छंद माला, पुष्प 54**

भजन : राग मिश्र, कहरवा ताल 8 मात्रा

(जै श्री राम)

स्थायी

जै श्री सांब भजो मन मेरे, नाम शिवा के गारे ।

जनम-जनम के पाप उतारे, तन के ताप उबारे ।।

♪ ग– मप रे–नि॒ नि॒सा– साग रे–सा–, ग–प पध– ध– नि॒सांधप ।

सांसांसां सांसांसां सांरें नि॒ध पधसांसां–, सांसां सांरें नि॒धम पग – – मरेसाग– ।।

अंतरा–1

घेरेंगे जब घोर अंधेरे, मेघ घनेरे कारे ।

या छेड़ेंगे भय दुस्तारे, मन वीणा की तारें ।

छोड़ेंगे यदि साथ पियारे, भव सागर मझधारे ।।

♪ नि॒सांसां–रें– सांसां नि॒धप धनि॒सांसां–, नि॒सांसां सांनि॒ध– नि॒सांसां– ।

नि॒– सां–सां–सां– नि॒सां सां–नि॒धप, धनि॒ धपम– पध नि॒सांसां– ।

नि॒सांसां–सां– सांरें निधप धनि॒–सां–, धसां सां–नि॒ध मपग – – मरेसाग– ।।

अंतरा–2

बोलेंगे जब शबद दुखारे, निर्दय दुनियावारे ।

या काटेंगे साँप विषारे, भूखे वदन पसारे ।

रोएँगे यदि गम के मारे, तेरे प्राण बिचारे ।।

अंतरा–3

5. श्री गुरु वंदना

झेलेंगे तब शिवजी प्यारे, दुख तन मन के सारे ।

खेलेंगे शिव खेल सुखारे, हरने ताप तुम्हारे ।

लेलेंगे प्रभु परम कृपारे, शरण में साँझ सकारे ।।

5. श्री गुरु वंदना

गुरुवर दादोजी कोंडदेव

श्रीओवी॰ श्री दादोजी कोंडदेव[2] । मराठा–ब्राम्हण देव । वीर ते क्षत्रिय एव । गुरुवर्य ।। 47 ।।

नामांकित गुरुवर । कला विद्यांचे आगर । शिकविती नाना गुर[3] । शिवाजीला ।। 48 ।।

शस्त्रविद्या राजनीति । मायभूमीची प्रीति । स्वराज्याची जागृति । सुशासन ।। 49 ।।

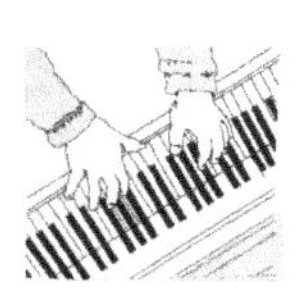

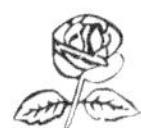 **संगीत श्री शिवाजी चरित्र राग–छंद माला, पुष्प 63**

भजन : राग जोगिया,[4] कहरवा ताल 8 मात्रा

वाल्मीकि स्तवन

स्थायी

हे गुरु परम ध्यान दाता, स्तवन हमरे लीजियो ।

लीजियो वंदन हमारे, ज्ञान हमको दीजियो ।

उद्धार हमरा किजियो ।।

---

[2] **दादोजी कोंडदेव मलठणकर** (1577–1649)

[3] **गुर** = गुरुमंत्र

[4] **राग जोगिया** : हा भैरव थाटाचा राग है । ह्याचा आरोह असतो : सा रे म प ध सां । अवरोह : सां नि ध प म रे सा ।

गुरुवर समर्थ श्री रामदास स्वामी

♪ रे– सारे– ममम प–म रे–सा– –, रेमम पध्प– म–रेसा– ।

म–पध्– सां–रेें सांनिध्प–, म–ध् प–म– प–मरे– ।

सा–सा–रे ममप– ध्–पम– ।।

अंतरा–1

शारद का अवतार तुम्हीं हो, शिवबा के करतार तुम्हीं हो ।

तुलसी का सुविचार तुम्हीं हो, ज्ञान का भँडार हो ।।

♪ म–पप ध्– सांसांरेें–सां निध्– प–, ममप– ध्– सांसां–रेें–सां निध्– प– ।

ममप– ध्– सांसां–ध्–प मरे– सा–, सा–रे म– म–रे–रे सा– ।।

अंतरा–2

गद्य पद्य पद शरण तिहारे, कवि शाहिर गण चरण तिहारे ।

शारद का वरदान तुम्हीं हो, कुदरत का अनुदान हो ।।

अंतरा–3

शिवबा को अनुराग है तुमसे, स्फूर्ति अमर चिराग है तुमसे ।

तुमरे तप से भाग्य हमारे, गुरु! तुम्हें आभार हो ।।

गुरुवर समर्थ श्री रामदास स्वामी

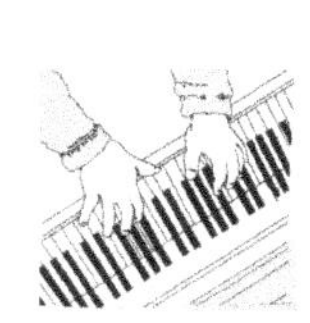

♪ संगीत श्री शिवाजी चरित्र राग–छंद माला, पुष्प 64

मनाचे श्लोक षष्टक

भुजंगप्रयात छंद

। ऽ ऽ, । ऽ ऽ, । ऽ ऽ, । ऽ ऽ

♪ सारे–! ग–मप– म–ग रे–म– गरे–सा–

गुरो! साधना द्याल माझ्या मनाला, लिहूं शब्द जो नारदश्री म्हणाला ।

शिवाजी नृपाची सुसंगीत गाथा, यथासांग लीला लिहायास, नाथा! ।। 1 ।।

रत्नाकर रचित ओवीबद्ध श्री शवाजी चरित्र

गुरुवर समर्थ श्री रामदास स्वामी

समर्था! मला द्याल आशीष, देवा! समाधान माझ्या मनी पूर्ण ठेवा ।

लिहूं मी मराठींत, भावार्थ साधा, नसावी मनाला अहंकार बाधा ।। 2 ।।

समर्था! अशी शक्ति द्यावी मनाला, न जेणे कधीं कष्ट व्हावे कुणाला ।

सदा नम्र भावे लिहूं मी लिखाणें, सुखीचित्त वाचोनि व्हावे शहाणे ।। 3 ।।

गुरो! बुद्धि ऐसी मनाला ठसावी, मला स्फूर्ति ताजी सदा ही असावी ।

मनी शांति अत्यंत माझ्या बसावी, कधीही मनी भ्रांति माझ्या नसावी ।। 4 ।।

समर्था! मला द्याल छंदांत गोडी, तथा वाद्य संगीत रागांत थोडी ।

मला चांगली शब्द संपत्ति द्यावी, कधी तूट जेणेकरोनी न व्हावी ।। 5 ।।

समर्था! मला दान सौभाग्य द्यावे, विना विघ्न हे काम सिद्धीस जावे ।

प्रभूची कृपादृष्टि आम्हां असावी, सदा शारदा मा खुशीने हसावी ।। 6 ।।

श्रीओवी॰ जन्मनांव नारायण । जांब गावीं बालपण । तुकोबा समकालीन । रामदास[5] ।। 50 ।। शुद्ध चैत्राची नवमी । रामजन्माच्याच दिनीं । शुभ मध्यान्हाच्या क्षणीं । जन्म झाला ।। 51 ।। राणूबाई त्यांची माता । सूर्याजी ठोसर पिता । गंगाधर त्याचे भ्राता । ज्येष्ठ बंधु ।। 52 ।। मित्र त्यांचे नाना प्रकार । कुणीं गवंडी सुतार । कुम्भार गौळी लोहार । ब्राह्मण वा ।। 53 ।। आसपास ज्यांचे ग्राम । एकनाथ तुकाराम । ह्या संतांचा परिणाम । मनावर ।। 54 ।। घरी हवे होते ज्या क्षणीं । पिता वारले बालपणीं । आली विरक्ति ह्यांचे मनीं । हळूंहळूं ।। 55 ।। विरक्त होउनी निघाले । पायीं पंचवटीला आले । रामाचे दर्शन मिळाले । भक्ति केली ।। 56 ।। वय त्यांचे बारा वर्ष । मनीं आला महाहर्ष । श्रीराम चरण स्पर्श । जेव्हां केला ।। 57 ।। आला ऊत विरक्तीला । बसले तिथेच भक्तीला । साधाया योगशक्तीला । तपश्चर्या ।। 58 ।। स्वयंस्फूर्त त्यांचे गात्र । स्वयंपठित ते छात्र । योगसाधनेला पात्र । नारायण ।। 59 ।। भक्तवृंद गोळा केला । म्हणाले, चला रे चला! । आले सर्व नाशिकला । प्रणबद्ध ।। 60 ।। केली स्थापना देवळाची । मूर्ति त्यात दगडाची । गेरव्या लाल रंगाची । मारोतीची ।। 61 ।।

---

[5] **समर्थ रामदास स्वामी** (1608–1682); **संत तुकाराम महाराज** (1598–1650); **संत एकनाथ महाराज** (1533–1599).

गुरुवर समर्थ श्री रामदास स्वामी

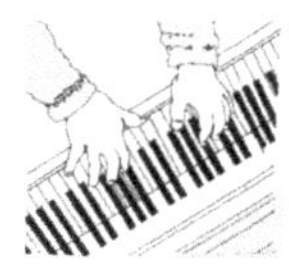 **संगीत श्री शिवाजी चरित्र राग–छंद माला, पुष्प 65**

भजन : राग दुर्गा, कहरवा ताल 8 मात्रा

(मोहे राम मिलादो)

स्थायी

मोहे राम मिलादो हनुमंता, मोहे दरस दिलादो भगवंता ।

लखन हि सम तुम राघव भाई, तुमरी माँ सीता देवी ।।

♪ मम ध–प मप–मरे रेरेप–प–, मप– धधप मप–मरे रेरेप–म– ।

रेरेरे रे मम मम ध–पम प–ध–, सांसांसां– रें– सां–ध– म–प– ।।

अंतरा–1

तुमरे गुन सब जन को भाते, रघुपति तुमरे सद् गुण गाते ।

लीला तुमरी बरनत नारद, बाल्मीकि शौनक तुलसी जी ।।

♪ ममप– धध धध सांसां सां रेंधसां–, धधधध सां–सांसां– धसां रेंसां धपम– ।

प–प– धमपध पधमम रे–सासा, सां–सांसां रें–सांसां धधमप प– ।।

अंतरा–2

तुमने रघुबर–काज संवारे, सुग्रीव को तुम राज दिलाए ।

संजीवन का परबत लाए, राम का आशिस तुमको ही ।।

अंतरा–3

तुम ही बांधा पुल सागर पे, लंका जारी असुर संहारे ।

सारे कपि हैं तुमरे दासा, वाणी मीठी तुमरी ही ।।

ओवी॰ मूळ नांव नारायण । नवीन केले धारण । संन्यासाच्या कारण । रामदास ।। 62 ।। मग तपश्चर्येसाठी । नंदिनी नदीच्या काठीं । डोंगराच्या गुहे पाठी । एकांतात । 63 ।। गायत्री मंत्राचे ध्यान । रामचरित्राचे ज्ञान । मुखी नाम हनुमान । बारा वर्षे ।। 64 ।। कर्मयोगे सदा रत । ब्रह्मचर्याचे व्रत । मन मायभूमि नत । सदोदित ।। 65 ।। आले जेव्हां ते सिद्धीस । वय केवळ

गुरुवर समर्थ श्री रामदास स्वामी

चोवीस । निघाले ते वारीस । भारताच्या ।। 66 ।। पायीं केल्या नाना यात्रा । पुण्यक्षेत्रें मेळे जत्रा । धाम पावन सतरा । अनुभव ।। 67 ।।

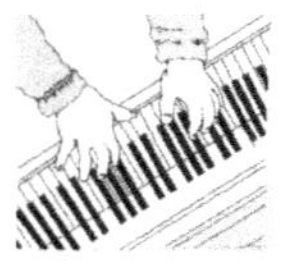 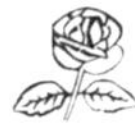 **संगीत श्री शिवाजी चरित्र राग–छंद माला, पुष्प 66**

आरती

(हनुमान चालीसा, मराठी)

।। रत्नाकरी श्रीहनुमान चाळीसा ।।

(मूळ तुलसीदासी हनुमान चालीसा चे यथा मराठी रूपांतर)

दोहा०

श्रीगुरु चरण–कमळ धूळ, करि मन–दर्पण नितळ ।

कथन रघुवर सुयश विमळ, चतुर्विध देते फळ ।। 2122

♪ सा–सासा सासासारेरेरे ग–रे, गग गग ग–गग पमग ।

रेरे गगगग ममम पमग, धप–मम ग–म– गरे– ।।

बुद्धिहीन तनु जाणुनी, स्मरतो पवनकुमार ।

बुद्धि विद्या सबळ करुनी, हर मम क्लेश विकार ।। 2123

♪ सा–सारे–रे रेरे ग–मग–, धपम– गगगपम–म ।

ग–ग म–म– पपप मगरे–, सासा रेरे म–ग रेसा–सा ।।

चाळीसा

चौपाई मात्रा 16–17; वर्ण 9–14

♪ म– पपसां–सां रें–सां निध प–मम । प– धसां–नि धपगरे– गम–मम ।

जै हनुमान ज्ञान गुण सागर । जै कपीश त्रिभुवनी उजागर । 1

रामदूत विलक्षण बल धाम । अंजनी–पुत्र पवनसुत नाम । 2

महावीर विक्रम बजरंगी । कुमति नाशक सुमति चा संगी । 3

वर्ण सुवर्ण अति सुंदर वेश । कानी कुंडल कुरळित केश । 4

हाती वज्र व ध्वजा धारिजे । खांदीं मूंज–जानवे साजे । 5

गुरुवर समर्थ श्री रामदास स्वामी

शिव अवतार, केसरीनंदन । तेज प्रताप जगी तव वंदन । ६

विद्यावान गुणी अति चातुर । राघव काज कराया आतुर । ७
प्रभु चरित्र ऐकाया रस अति । राम लखन सीता मन वसती । ८

जरी रूप लघु, सिया दर्शनी । विकट–रूप–कपि लंका दहनी । ९
भीम रूप धरि असुरसंहारे । रामकाज सांवरले सारे । १०

आणी जडिबुटि लखन जगाया । हर्षित हरि उरि धरि तव काया । ११
रघु वदे, "किती स्तुति तव गाऊ । प्रिय मला तू भरत सम भाऊ" । १२

"सहस्त्र–मुख अहि यश तव गाई" । म्हणुनी, हरि आलिंगन देई । १३
शौनकादिक ब्रह्मादि मुनीश । नारद शारदेसहित अहीश । १४

यम कुबेर दिगपाल जगी हे । कवि कोविद म्हणु शक्ती नोहे । १५
हितगुज तू सुग्रीवे लाभले । राम मिळवुनी स्वराज्य दिधले । १६

मंत्र विभीषण तुझा ऐकला । लंकेश्वर जग प्रसिद्ध झाला । १७
सूर्य हजार युग योजन दूर । गिळला फळ ते समजुनी मधुर । १८

प्रभु ची मुद्री धरुनी मुखात । सागर कुदला नवल नच त्यात । १९
दुर्गम काम जगातिल सारे । सुगम अनुग्रह तुझ्या सहारे । २०

तू रक्षक हरि द्वारी विशेष । आज्ञेविना न मिळे प्रवेश । २१
सुखें सगळी तुज येता शरण । रक्षण तू, कां भ्यावें आपण । २२

तेज–तुझ्याने त्रिभुवन तापे । तुझ्या भयाने त्रिलोक कांपे । २३
भूत पिशाच हि निकट न येती । "महावीर" जर नाव ऐकती । २४

नाशती रोग त्रास हि सगळा । जपुनि निरंतर हनुमत माळा । २५
विघ्नांतुनि हनुमान सोडवी । तन–मन कर्म ध्यान जो लावी । २६

गुरुवर समर्थ श्री रामदास स्वामी

सकळिक राम तपस्वी राजा । रत तू सकळ तयाच्या काजा । 27

आणि मनोरथ जे कुणी लावे । तेचि अमित जीवन फळ पावे । 28

चारी युगी प्रताप तव तसा । प्रकाश जगती पसरतो जसा । 29

साधु पुरुष रक्षक तू न्यारा । असुर संहारक तू हरि प्यारा । 30

"अष्ट सिद्धि नउ निधि चा दाता" । तुज वर देत जानकी माता । 31

राम लीलामृत तुझ्याच पास । सदा रहा रघुपतीचा दास । 32

भजन तुझे रामाला मिळते । जन्मोजन्मी दुःख वितळते । 33

अंत्य मुक्ति मग रघुपति धामी । जन्म परत हरि–सेवक नामी । 34

अन्य देवता मनी न धरिती । हनुमत सेवक सुसुखे करिती । 35

जळती पाप विघ्नांचा अंत । जो स्मरतो हनुमंत बळवंत । 36

जै जै जै मारुति गोसावी । श्रीगुरु सम तव कृपा असावी । 37

जो स्मरतो हे स्तोत्र शत ठाइ । पावुनि मुक्ति महा सुखी होइ । 38

पाठ करुनि "हनुमान चालीसा" । घडे सिद्धि, साक्षी गौरीसा । 39

तुलसी अक्षय हरीचा दास । नाथा! हृदयी करा मम वास । 40

॥दोहा॰

वायुसुत भयहर! कर हित, शुभकाया सुखरूप! ।

राम लखन सीता सहित, वस मम हृदि सुरभूप! ।। 2124

♪ प–पपप धनिधप! मम गरे, गगम–म– पमग–ग ।

रे–रे रेरेरे ग–ग– ममम, धध पप मम गरेसा–सा ।।

इति

तुलसीकृत हनुमान चालीसा । मराठी मध्यें जसा चा तसा ।।

ॐओवी॰ वाटेंत भेटले संत । नाना विद्वान महंत । भक्त शहाणे अनंत । उत्तरेला ।। 68 ।।

पंचेवीसच्या वयात । आले ते हिमालयात । पवित्र देवलयांत । सनातन ।। 69 ।। इथे झाला

गुरुवर समर्थ श्री रामदास स्वामी

साक्षात्कार । जीवन हेतु साकार । परमार्थाचा विचार । आला मनीं ।। 70 ।। गंगेत मारली उडी । झेलली रामाने कुडी । पाण्यात मारूनी बुडी । वर आले ।। 71 ।। जगोद्धाराची कळकळ । जनोद्धाराची तळमळ । धर्मविघ्नाची हळहळ । आली मनीं ।। 72 ।। "देव सेवा, देश सेवा । धर्म सेवा हाचि ठेवा । रामराया! दे गा देवा!" । ते म्हणाले ।। 73 ।।

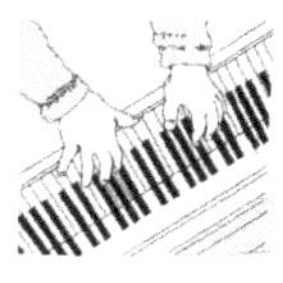  **संगीत श्री शिवाजी चरित्र राग-छंद माला, पुष्प 67**

आरती : राग बिलावल, कहरवा ताल 8 मात्रा

आरती

रत्नाकरकृत हनुमान चालीसा, हिंदी

दोहा०

सदा सहायक राम का, कर्म कुशल महावीर ।

राघव दूत महाबली, विद्युत वेग सुधीर ।। 166

♪ नि नि– निनि–सांसां सां– –सां सां– – –, नि–नि निनिनि रेंसांसां– – सा ।

नि–निनि प–प पग–परे– – –, ग–गरे रे–रे सासा– – सां ।।

चौपाई

जै हनुमान ज्ञान गुण सिंधु, जै कपीश करुणा के इंदु । 1

महावीर! तुम कपि बजरंगी, रामदास हरि[6] परम उमंगी । 2

♪ रेग ममम–म ग–म पम ग–रे–, ध– पम–ग रेरेगम पम ग–रे– ।

रे–रे–ग–ग गग गम पपप–म–, गरेरेग–म मम पपप मग–रे– ।।

ऋष्यमूक गिरि तोर निबासा, पम्पा सुंदर सर के पासा । 3

शब्द वेध के निपुण विधाता, विघ्न विनाशक तुम सुख दाता । 4

उड़ कर आसमान का भानू, लील्यो लाल गगन फल जानूँ । 5

---

[6] हरि = वानर । राम, कृष्ण, विष्णु ।

गुरुवर समर्थ श्री रामदास स्वामी

तुम ज्ञानी अति चातुर बानी, पवन पुत्र अनुपम तूफानी । 6

क्षण में उड़ कर सागर लाँघा, राम–नाम लिख सेतु बाँधा । 7

अख्ब शाख्ब श्रुति के तुम ज्ञानी, सरल मधुरतम तुमरी बानी । 8

रावण की वाटिका उजाड़ी, अहिरावण की बाँह उखाड़ी । 9

ढूँढी तुमने सीता माई, राघव को शुभ खबर सुनाई । 10

रावन को तुम बोले, "भाई! लौटा दे तू सीता माई" । 11

अड़बंगा नहिँ तुमरी माना, पूँछ जराई वह दीवाना । 12

तुमने युद्ध बजाया डंका, फिर सोने की जारी लंका । 13

अपरंपारा तुमरी माया, जिसका पार न कोई पाया । 14

संजीवन का परबत लाए, शर से आहत लखन जियाये । 15

महा प्रतापी तुम, जगदीशा! ज्ञान सिंधु संपन्न कपीशा । 16

असुर निकंदन तुम सुर त्राता, धन्य अंजनी तुमरी माता । 17

काम राम के किए तमामा, जय जय कपिवर जय बलभीमा । 18

जै हनुमान राम के दासा, राम चरन तुमरा अधिबासा । 19

कपिवर तुमरी अमृत बाणी, राम–सिया को अति हर्षाणी । 20

राम–नाम रस भीनी काया, वक्ष फाड़ कर हरि दिखलाया । 21

फोड़ फोड़ माला के मोती, राम–नाम की ढूँढी ज्योति । 22

जो तुमरी लीला का ज्ञाता, किरपा राम–सिया की पाता । 23

जो हनुमान चलीसा गाता, भवसागर को पार लँघाता । 24

काम काज जिसको उलझाता, नाद नाम का तिन सुलझाता । 25

पी कर राम रसायन प्याला, नसीब जागे खुल कर ताला । 26

गुरुवर समर्थ श्री रामदास स्वामी

केसर–नंदन व्यंकट प्यारे! असुर निकंदन राम दुलारे! । 27

मुश्किल काज धरम के जेते, आतुर तुम करने को तेते । 28

तुम हो धीरज बल के दाता, आशिष दीन्हा सीता माता । 29

सुग्रीव को नृप तुमने कीन्हा, विभिषण को तुम मंतर दीन्हा । 30

निश–दिन राघव की कर सेवा, खाते परम मधुर तुम मेवा । 31

आवन जावन विद्युत गति से, राम काज करि सुकृत मति से । 32

विघ्न कष्ट संकट की वेला, तुमरा भगत न रहे अकेला । 33

बिकट विषम जब विपदा आवे, तुमरे सुमिरण से कट जावे । 34

घटना घोर घटे जिस बेरी, प्रभु आने में लगे न देरी । 35

क्षण में विशाल गिरिवर जैसे, क्षण में सूक्षम अणु सम ऐसे । 36

जिसमें हनुमत भक्ति जागी, उसकी सब बिध पीड़ा भागी । 37

जिसके मुख हनुमान सुनामा, होय सिद्धि वह पूरण कामा । 38

जो नर निश–दिन तुमको सुमरे, उस पर प्रेम अपारे तुमरे । 39

जिसके मुख रट हनुमत लागी, स्वर्ग दुआरे वह बड़भागी । 40

✍ दोहा॰

पवन तनय हनुमान जी, अंजनी सुत बलवान ।

कपिदल–पति प्रभु! आपको, बारंबार प्रणाम ।। 167

♪ सासासा रेरेरे रेरेग–रे ग–, प–मग रेरे गगम–म ।

पपपपपप पप ध–मम–, ग–म–ग–रे रेसा–सा ।।

आज्ञा दीजो हे प्रभो! खुले राम का द्वार ।

सफल करूँ संगीत ये, होवे मम उद्धार ।। 168

♪ सा–नि॒ ध॒–नि॒ सा– रेसा–, पम– ग–रे सा– रे–रे ।

गुरुवर समर्थ श्री रामदास स्वामी

गगग मम– प–म–ग म–, ग–म– गग रे–सा–सा ।।

♪ संगीत श्री शिवाजी चरित्र राग–छंद माला, पुष्प 68

पादाकुलक छंद

4 + 4 + 4 + 4

(हनुमान भगत)

तुमरा मंतर जो है गाता, वो है रघुनंदन को भाता ।
जो है राम रसायन रीता, कटु संकट में वो है जीता ।। 1
जो है तुमरे सद् गुण ध्याता, सीता देवी उसकी माता ।
कर जोड़े तुमरे दर आता, रघुपति दशरथ उसके ताता ।। 2
तुमरी शरणन जो है आता, उस भगत का भरत है भ्राता ।
जो हिरदय में तुम्हें बिठाता, उसे लखन भाई का नाता ।। 3

श्रीओवी॰ मग पंजाबात आले । तिथे योगायोग झाले । त्यांना हरगोविंद[7] मिळाले । शीख गुरु ।। 74 ।। गुरूंनी स्वामींना जाणले । हरमंदिरात आणले । आपले विचार मांडले । स्वामींपुढे ।। 75 ।। इथे दोन मास राहिले । शीख संस्कार पाहिले । श्रद्धापुष्प वाहिले । स्वर्णमंदिरीं ।। 76 ।। वाखाणले शीख लोक । व्यक्त करुनिया शोक । गाऊनी गीतेचे श्लोक । प्रवचन ।। 77 ।। विचार–विनिमय झाले । गुरूंचे त्याग जाणिले । धर्म–संकट चेतावले । त्यांच्या मनीं ।। 78 ।। सुलतानांचे अत्याचार । जिथे तिथे बलात्कार । आक्रमण चहूंफेर । आले आहे ।। 79 ।। धर्मविघ्न आहे आगे । शस्त्रसज्ज होणें लागे । दुर्बलता ठेवुनी मागे । तोंड द्यावें ।। 80 ।। घेऊनी ह्याच लक्ष्या । मातृभूमिची रक्षा । न करतां प्रतीक्षा । सिद्ध झाले ।। 81 ।।

---

[7] **गुरु हरगोविंद सिंह :** शीख पंथाचे सहावे गुरु । 1. गुरु नानक देव (1469–1539), 2. गुरु अंगद (1504–1552), 3. गुरु अमरदास (1479–1574), 4. गुरु रामदास (1534–1581), 5. गुरु अर्जुन देव (1563–1606), 6. **गुरु हरगोविंद सिंह (1595–1664)**.

गुरुवर समर्थ श्री रामदास स्वामी

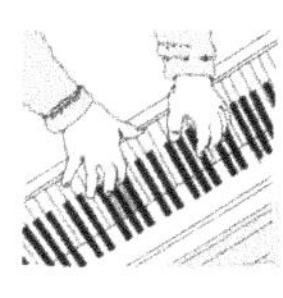 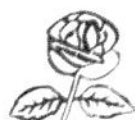 संगीत श्री शिवाजी चरित्र राग-छंद माला, पुष्प 69

राग : आसावरी, कहरवा ताल 8 मात्रा

(गुरुवाणी)

स्थायी

अमृत वाणी, देन सबद की, आदिगुरु को, वाहेगुरु की।

♪ पमपसां ध-पध्ामप, गरेम मपप प-, पध्सां रेंसांरेंगं रेंसां, सांनिरें सांध्- प- ।

अंतरा-1

"दीपा मेरा एकु नामु," सीख ले बंदे, बात शुरु की।।

♪ पमप- ध-पध्ा सां-सां- रेंनिसां-, प-प ध सां-सां- सांरेंगं रेंसांध्- प- ।

अंतरा-2

"ऐहु मेरा एकु आधारु," पीयुश बानी, बाबेगुरु की।

अंतरा-3

"अंजन माही निरंजन रहिये, ऐहु योगु," बोले गुरु जी।

अंतरा-4

"नानक दुखिया सब संसारु," सुनो भई साधो, बात गुरु की।

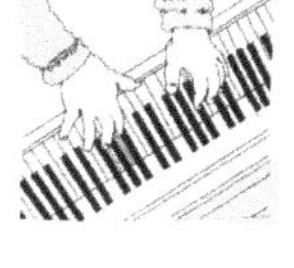  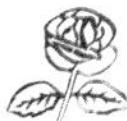 संगीत श्री शिवाजी चरित्र राग-छंद माला, पुष्प 70

(ब्रह्म गुरु)

स्थायी

ब्रह्म गुरु अरु विष्णु गुरु, शंभु सदाशिव गुरु ही हैं ।

आत्म गुरु परमात्म गुरु, बिना गुरु भव अपार है ।।

♪ सा-नि सारे- गग रे-सा निसा-, प-म गरे-गग मप- म ग- ।

ध-प मग- मपध-प मग-, रेग- मप- धध पम-ग रे- ।।

अंतरा-1

रत्नाकर रचित ओवीबद्ध श्री शवाजी चरित्र

गुरुवर समर्थ श्री रामदास स्वामी

राम गुरु है, श्याम गुरु है, गुरु सरस्वती माता ।

निर्विकार गुरु, निरंकार गुरु, गुरु ज्ञान का दाता ।

गाओ गुरु गुण, ध्याओ गुरु ऋण, पार भँवर का गुरु ही है ।।

♪ सा–रे गरे– सा–, रे–ग रेग– म–, गम– पध–पम ग–म– ।

ग–मप–प पप, निध–प–प पप, मप– नि–ध प– ग–म– ।

ग–म– पप पप, ध–प– मम मम, ग–रे पपप ध– पम– ग रे– ।।

अंतरा–2

ज्ञान सिखाए, राह दिखाए, गुरु मन का उजियाला ।

भाग्य जगाए, पुण्य लगाए, गुरु सत् का प्रतिपाला ।

छाँव गुरु है, नाव गुरु है, तार भँवर का गुरु ही है ।।

अंतरा–3

तन सब गुरु का, मन सब गुरु का, कण–कण अर्पण काया ।

भान गुरु से, मान गुरु से, गुरु चरणों की माया ।

भाई गुरु है, माई गुरु है, आधार भव का गुरु ही है ।।

ॐ ओवी॰ करण्यासाठी संघटन । आदर्श एक हनुमान । देवस्थाने केलीं स्थापन । जागो–जागीं ।। 82 ।। दिली प्रेरणा व्यायामाची । जागृति यम–नियमांची । संघ–कार्यक्रमांची । जन मनीं ।। 83 ।। बारा वर्षांचे हे तप । करोनी कार्यसंकल्प । परतले आपोआप । महाराष्ट्रात ।। 84 ।। पैठणला स्वामी आले । गोसावीरूप राहिले । भक्तिकाव्य रचूं लागले । दासबोधादि ।। 85 ।। काव्यांद्वारें जन–जागृति । शिवरायाला दिली स्फूर्ति । करावया स्वातंत्र्य क्रांति । प्राणप्रणें ।। 86 ।।

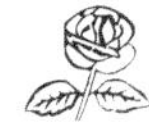

संगीत श्री शिवाजी चरित्र राग–छंद माला, पुष्प 71

राग : मालकंस, कहरवा ताल 8 मात्रा

(गुरुदेव वंदना)

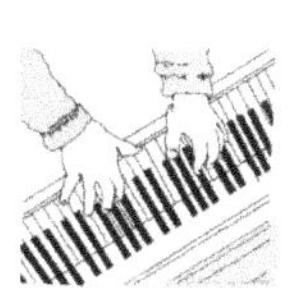

6. वीर श्री शिवाजी महाराज वंदना

स्थायी

स्वरदा ने मंजुल गाया है, नारद ने साज बजाया है ।

रतनाकर गीत सजाया है ।।

♫ ममग॒म ग॒सा नि॒साध॒नि सा–म– म–, म–ग॒म ग॒सा नि॒साध॒ नि॒–सा–म– म–।

निनिनि–निनि नि–नि निधनिसांनि ध॒म ।।

अंतरा–1

आदि गुरुऽवर श्री गणपति हैं, योगेश्वर गोविंद भी हैं ।

ब्रह्म विष्णु शिव रूप गुरुऽ के, राम–कृष्ण भजु मन मेरे ।।

♫ ग–म मध॒–निनि सां–सांसांगंनि सां–, नि–नि–निनि निधधनिसां नि ध॒म– – – ।

ग–म ध॒–ध॒ निनि सां–सां सांगंनि सां–, नि–नि नि–नि निध धनि सांनिधमग॒सा ।।

अंतरा–2

गुरु छाया है, गुरु माया है, गुरु से बड़ा नहीं दानी रे! ।

गुरु आधारा, गुरु है पारा, गुरु चराणासीन ज्ञानी है ।।

अंतरा–3

असमंजस में जब मनवा हो, शीश टेक जब "शाधि!" कहो ।

बंद भाग्य की खिड़की खोले, गुरु ताले की चाबी है ।।

अंतरा–3

अज्ञानी को ज्ञान दिलावे, राह दिखावे भटके को ।

हिरदय से अंधकार मिटावे, सादर गुरु को वंदन है ।।

6. वीर श्री शिवाजी महाराज वंदना

♫ संगीत श्री शिवाजी चरित्र राग–छंद माला, पुष्प 73

आनंदकंद छंद

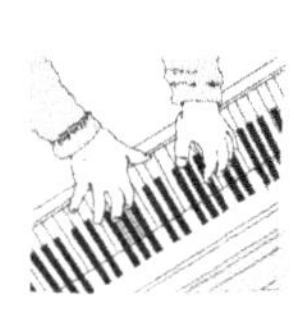

6. वीर श्री शिवाजी महाराज वंदना

S + 6, 7 अथवा ।। + 5

♪ रे–प–मगरे ग–म–, सा– प–मग– रेग–म– ।

ग–म– पम– गरेम–, ग–म– पम– गरे–सा– ।।

(शिवाजी राजा)

आनंदकंद राजा, तो जाणता शिवाजी ।

माता तया जिजाऊ, तात तया शहाजी ।। 1

केले स्वराज्य ज्याने, संपन्न, तो शहाणा ।

नैतीक दूरदृष्टि, राजा महान जाणा ।। 2

शिवाचे श्लोक

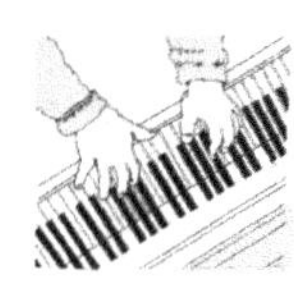

♫ संगीत श्री शिवाजी चरित्र राग–छंद माला, पुष्प 74

शिवाजी चाळीसा

भुजंगप्रयात छंद

। S S, । S S, । S S, । S S

♪ सारे–ग–म प– म–ग रे–म–गरे–सा–

गणाधीश जो पुत्र दुर्गा–शिवाचा, करी दान जो ज्ञान विद्या सुवाचा ।

करूं मान सत्कार मा–शारदा चा, शिवाजी च औतार श्रीशंकराचा ।। 1

गणेशा! तुला मागणे हेचि नाथा! लिहूं मी शिवाची यथासांग गाथा ।

उमा–पार्वती–अम्बिके पूज्य माता! शिवा–शंकरा! द्या मला ज्ञान आता ।। 2

समर्था! तुझे फार आभार, देवा! तुझे श्लोक माझा महाज्ञान ठेवा ।

शिवा! तो शिवाजी–स्वरूपें नमूं मी, रचोनी शिवा–श्लोक मोदें रमूं मी ।। 3

यदा ही अधर्मास येतो उकाळा, उभारावयाला फिरोनी सु–काळा ।

जगी ईश घेतो पुन्हा जन्म नक्की, करायास आस्था सदिच्छेत पक्की ।। 4

6. वीर श्री शिवाजी महाराज वंदना

शिवाजी जसा जाणता थोर राजा, सदाचार आदर्श ज्याचा समाजा ।
न भूतो न भूयो भवेद्वा पुनर्वै, न झाला, न होईल, ऐसा पुन्हा ही ।। 5

भवानी प्रसन्ना सदा ती जयाला, दिली दिव्य संगीन श्रीने तयाला ।
असा सद्गुणी आवडे जो जगाला, जगी धन्य राजा शिवाजी जहाला ।। 6

जगी निंद्य ते सर्व सोडून राही, जनीं वंद्य ते जो करी सर्व काहीं ।
असा कोण राजा जगीं या जहाला, नमस्कार माझा शिवाजी नृपाला ।। 7

मनी वासना दुष्ट नाही जयाच्या, मनी बुद्धि पापिष्ट नाही जयाच्या ।
कधीही न जो नीति सोडून जातो, महाभाग राजा शहाणा शिवा तो ।। 8

मनी पाप–संकल्पना ज्यास नाही, मनी सत्य–संकल्पना ज्यास राही ।
मनी वासना ज्यास ना त्रास देतीं, जनीं त्या, "शिवाजी" असे नांव देती ।। 9

जयाचे मनी ना कधी क्रोध भारी, जयाचे मनी खेद नाही विकारी ।
जयाचे मनी मत्सरा वाव नाही, जगी त्या शिवाला सदा मान राही ।। 10

"मनी श्रेष्ठ धारिष्ट हे लक्ष्य ज्याचे, जनीं हीण-शब्दांस दुर्लक्ष त्याचे ।
स्वयें सर्वदा नम्र वाचा वदे जो, जनीं तो शिवा सर्वदा मोद देतो ।। 11

"जया स्वार्थ नाही, परार्थी खरा जो, न वांच्छा करी दूसऱ्यांचे जरा जो ।
रुजे ना जयाला कधी कर्म खोटे, रुते ते शिवाच्या मनीं दुःख मोठे ।। 12

"सदा सर्वदा प्रीत ज्याला शिवाची, नसे त्यास पर्वा कधीही जिवाची ।
सुखें सर्व दुःखें सदा तुल्य ज्याला, समाबुद्धियोगे खरे मुल्य त्याला ।। 13

"सुखें सर्व ज्याला असोनी हि प्राप्त, मनीं जोचि स्वातंत्र्य उत्साह व्याप्त ।
तया पुण्य ते पूर्वजन्मींच प्राप्त," शिवा तो करी सर्व चिंता समाप्त ।। 14

रत्नाकर रचित ओवीबद्ध श्री शवाजी चरित्र

6. वीर श्री शिवाजी महाराज वंदना

मनी मानसी–यातना जो न जाणी, कधी शोक–चिंता मनी तो न आणी ।
तितीक्षा तया विग्रहे पूर्ण पृक्त, असा तो शिवाजी "तदाकार" उक्त ।। 15

प्रजेची सुरक्षा न केली कदाही, तयाची अरीनेच केली तबाही ।
कळे सत्य ऐसे जया सर्वकाही, शिवाजीस त्या काळ देतो गवाही ।। 16

"विना वासना जो करी कर्म सारे, उरे कर्मयोगी मरोनी तथा, रे! ।
जसा जन्मतां मृत्यु नक्कीच येतो, तसा तो मरोनी पुन्हा जन्म घेतो ।। 17

"जगी जन्म घेतीं मरोनीच सारे, तरी, मृत्यु नाही जया कीर्ति तारे ।
जगी कीर्ति पावोनि जो "नित्य" झाला," "शिवाजी" असे नांव मृत्युंजयाला ।। 18

महावीर कित्येक आले नि गेले, उरें तेचि जे कीर्तिरूपी न मेले ।
जसे कृष्ण–रामादि जे मर्त्य नाही, तसा तो शिवाजी सदा स्तुत्य राही ।। 19

"जया शास्त्रवाणीवरी भक्ति राहे, तया आत्मविश्वास ही शक्ति आहे ।
मनी ज्यास देवावरी भाव पक्का, जनीं त्यास कोणीहि मारे न धक्का ।। 20

"जयाला सदा "सत्य" हे देव आहे, तयाला न मिथ्याचिये भेव राहे ।
"शिवं सुंदरं" हे जया तत्त्व आहे," "शिवा" हीच संज्ञा तया विश्व वाहे ।। 21

जगी जन्म–जन्मीं सदा कीर्ति ज्याची, मनीं सर्वकाळीं वसे स्फूर्ति त्याची ।
झिजोनी शिवा चंदनाचे परी तो, जनीं पावना धी सुगंधे करी तो ।। 22

जिजाऊ जया लाभली पूज्य आई, तयाचे मुखी यातना शब्द नाही ।
सदा मायभूमीवरी गर्व ज्याला, इथेची मिळाला खरा स्वर्ग त्याला ।। 23

"जपे सर्वदा नाम जो वेळ सारा, तया सर्व वेळीं प्रभूचा सहारा ।
मनीं पार्वती–शंकराचा पहारा, मिळे मोक्ष त्याला, चुके येरझारा ।। 24

६. वीर श्री शिवाजी महाराज वंदना

"जयाचे मनीं ईश्वरी भाव राहे, कृपेने तया श्रीशिवा नित्य पाहे ।
मृतात्म्यास त्या कोणता मार्ग राहे, जया द्वार नक्की खुले स्वर्ग आहे ।। 25

"शिवाचे कृपेने असे साध्य सर्व, तरी कां धरावा मनी व्यर्थ गर्व ।
सदा सर्वदा नाम त्याचे म्हणावे, भजावे रटावे व वाचे वदावे ।। 26

"कधी वीट वाटू नये गायनाचा, विना नाम-उच्चार वाचाळ वाचा ।
सुखाने घडी लोटते नाम घेता, सदा नाम आहे मुखी तोच जेता ।। 27

"करे नाम रक्षा, टळे विघ्न सारे, विना नाम त्याला व्यथा तिग्म मारे ।
करोनी सदा अर्चना शंकराची, टळे आपदा सर्व ही त्या नराची ।। 28

"भये जो न भ्याला," असा तो शिवाजी, भवानी सदा छत्र त्याच्या जिवाची ।
शिवा सारखा राखणारा जयाला, बळें कोण मारील दैवी शिवाला ।। 29

"दिनानाथ ज्याचा महादेव आहे, तया काळ ही सर्वदा दूर राहे ।
जया काळभैरो स्वयं राखणारा, तया काय चिंता करे कोंडमारा ।। 30

"सदा सर्वदा देव सर्वत्र आहे, तुझ्या आंतल्या गुप्त आत्म्यास पाहे ।
बघोनी तयाला कृपादृष्टि–भावे, तुझी पूर्ण चिंता सदा त्यास राहे ।। 31

"यथा सांगतीं सर्व शास्त्रें पुराणें, यथासांग अंगी समाधान बाणे ।
तरी तू चलावे तयांचे प्रमाणे, सदा सांगती हे, मनीषी शहाणे ।। 32

"करी भ्रष्ट अंधार आदित्य जैसा, करी नष्ट विघ्नें तुझी शंभु तैसा ।
तरी तू शिवाला सश्रद्धा भजावे, सदा नाम त्याचे मनी गात जावे ।। 33

"कुठे चांगले काय तो बोध घ्यावा, स्वयं आपला लाभ नीत्या करावा ।
करावे सदा कृत्य नांवें शिवाचे, वदावे सदा सर्वदा गोड वाचे ।। 34

रत्नाकर रचित ओवीबद्ध श्री शवाजी चरित्र

6. वीर श्री शिवाजी महाराज वंदना

"असे अंतरी भाव भक्तास जैसा, वसे अंतरी तो महादेव तैसा ।
तरी नित्य सांभाळुनी बा मनाला, करी कार्य," हे तो शिवाजी म्हणाला ।। 35

शिवाने जसे कार्य संपन्न केले, जसे मातृभूमीस ह्या धन्य केले ।
तयाचे असो नित्य ध्यानी प्रमाण, करोनी तया गान देवासमान ।। 36

गडांच्या शिरीं उच्च बांधोनि किल्ले, महाराष्ट्र-स्वातंत्र्य आपन्न केले ।
अकस्मात मारोनि छापे झणाणें, चिरंजीव केली प्रथा ती शिवाने ।। 37

हनूमान औतार श्री शंकराचा, करी नष्ट तो दंभ लंकेश्वराचा ।
शिवाजी तसा दूसरा तो शिवाचा, करी नाश पापाचरी दानवांचा ।। 38

महेशाचिया सेवका वक्र पाहे, असा ह्या जगी वीर बा कोण आहे ।
यथासांग लीला तया ह्याच ग्रंथी, बघोनी असो तुष्ट तो एकदंती ।। 39

मरोनी उरे कीर्ति ज्याची जगात, सरोनी उरे प्रीति त्याची जनांत ।
जगी जन्म ज्याने दिला ह्या शिवाला, नमस्कार माझा सदा त्या शिवाला ।। 40

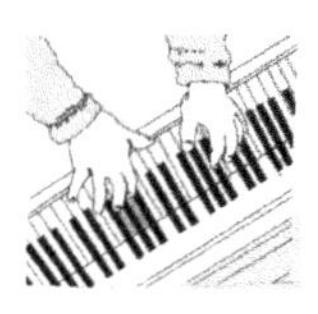 

संगीत श्री शिवाजी चरित्र राग-छंद माला, पुष्प 75

कीर्तन : राग भैरवी, कहरवा ताल

(श्री शिवाजी वंदना)

स्थायी

शिवबा अमुचा त्राता, रे! माता पिता अन् भ्राता, रे! ।

तूच गुरु अन् तूच सखा, स्वातंत्र्याचा दाता, रे ! ।।

♪ सामम– मपमग़ ग़मपम प– – –, प–प ध़पम मम रे़–ग़प म – – –! ।

सामम ममप मग़ ग़मप मप– – –, प–पध़पमम– रे़–ग़–, म – – –! ।।

अंतरा–1

रत्नाकर रचित ओवीबद्ध श्री शिवाजी चरित्र

7. भगवा ध्वज वंदना

गिरि-शिखरांवर तू चढला, आक्रमकांशीं तू लढला ।
ध्वज किल्ल्यांवर फडफडला, धन्य जिजाऊ माता, रे! ।।
♫ सांसांसांरेंसां–निध ध– निरेंसां– – –, सां–सांरेंसां–निध ध– निरेंसां – – – ।
धध धममधनिसां धपमगप – – –, प–प पपधधपम रे–ग–, म – – –! ।।

अंतरा–2

मित्र तुझे बाजी ताना, शत्रु हरविले तू नाना ।
वाटे, बघुनि तुझ्या लीला, गोकुळचा तू कान्हा, रे! ।।

अंतरा–3

अवतार शंकराचा न्यारा, सुत भारतमातेचा प्यारा ।
गातो स्तुति तव, जग सारा, अमुचा तूच विधाता, रे! ।।

7. भगवा ध्वज वंदना

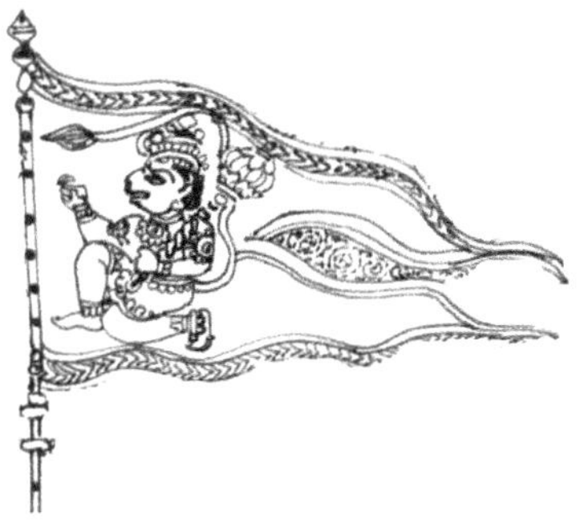

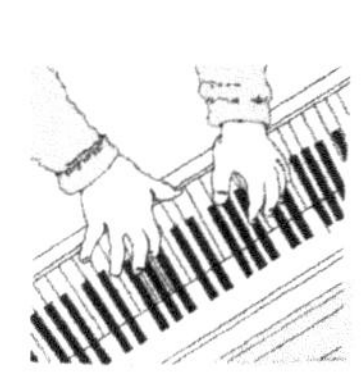

♫ <u>संगीत श्री शिवाजी चरित्र राग–छंद माला, पुष्प 76</u>

भगवा ध्वज वंदना

स्थायी

भगवा झेंडा, शिवरायाचा, स्वतंत्र्याचा सेतु ।

7. भगवा ध्वज वंदना

अंतरा–1

भगव्या झेंडया प्रणाम तुजला, आम्हाला यश दे तू ।

अंतरा–2

तूच कपिध्वज, गरुडध्वज तू, विजयश्रीचा केतु ।

अंतरा–3

सूर्य उगवता, रंग गेरवा, अथक स्फूर्तिचा हेतु ।

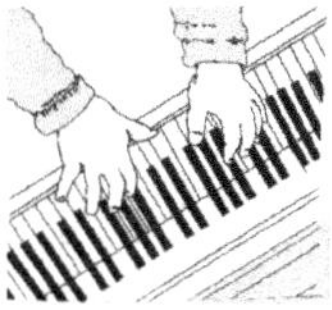

♫ संगीत श्री शिवाजी चरित्र राग–छंद माला, पुष्प 77

भगवा ध्वज वंदना

स्थायी

भगवा! तुझे प्रणा – – – – – म, नमस्ते! तुझे सला – – – – – म ।

तन मन से स – – – – – म्मान, तू ही हमरी शा – – – – – न ।

तू सबसे है महान, तू भगवान ।।

♫ मम ध्म मध्– गम – – – – – म–, मनि–धनि निध– सांनि – – – – ध्म ।

मम निनि धनि– ध्सांनि – – – – नि–, सां– सांरे सांनिधपम पग – – – – ग– ।

नि– निधध्प प गम–म, म– मपमग ।।

अंतरा–1

तू – – ही हमरे प्रा – – – – – ण, तुझ पर हम कुरबा – – – – – न ।

भगवा रंग निशा – – – – – न, तुझको लाख प्रणा – – – – – म ।

भगवा! तुझे प्रणा– – – – – म ।।

♫ सां – – रे सांनिधनि सां – – – – – सां–, सांसां सांरे सांनि ध्पनि – – – – – नि– ।

ध्ध्ध्प पमप मग – – – – – ग–, निनि निध् ध्–प पम – – – – – म– ।

ममध्म मध्– गम – – – – – म– ।।

अंतरा–2

रत्नाकर रचित ओवीबद्ध श्री शवाजी चरित्र

7. भगवा ध्वज वंदना

दे दे शुभ वरदान, सिध हों हमरे काम,

करके सुस्वर गान, तुझको लाख प्रणाम ।।

अंतरा–3

तेरा उज्ज्वल नाम, हमरी है पहिचान ।

हे मेरे भगवान! तुझको लाख प्रणाम ।।

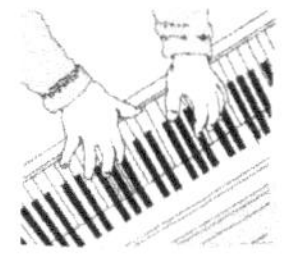

♫ संगीत श्री शिवाजी चरित्र राग–छंद माला, पुष्प 78

भगवा ध्वज वंदना

स्थायी

भगवा झेंडा शिवरायाचा, स्वातंत्र्याचा केतु ।

अंतरा–1

भगव्या झेंडया! वळदन तुजला, आर्यांना यश दे तू ।

अंतरा–2

सूर्य उगवता रंग तुझा तो, अथक स्फूर्ति चा सेतु ।

अंतरा–3

वीर मावळे तुझ्या कृपेने, रणांगणीं रणजेतु ।

अंतरा–4

देशाबीक्त चा केंद्र बिंदु तू, प्रणाम अमुचा घे तू ।।

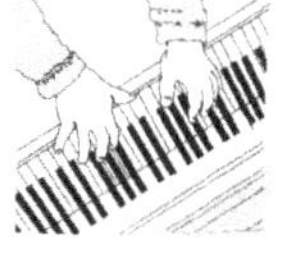

♪ संगीत श्री शिवाजी चरित्र राग–छंद माला, पुष्प 79

भगवा ध्वज

राग : पीलू

स्थायी

♪ गगग म–म– गामधपगरेनिसा – –, गरेसा निसा–रेप गरेसानिसा – – – ।

भगवा झेंडा फडफडला – – –, आज गडावर फरफरला – – – ।

7. भगवा ध्वज वंदना

♪ सासागमप–प– गमनिप गरे सा–, गरेसा निसा–रेप गरेसानिसा – – – ।

शिवरायाचा मंगल ध्वज हा, रंग गेरवा झळझळला ।

अंतरा–2

देवाधिकांच्या आरूढ राथावरी, स्रोत कीर्ति चा खळखळला ।

अंतरा–3

स्वातंत्र्याचा मोद आगळा, निर्मळ लोकी दरवळला ।

अंतरा–4

भगवा ध्वज हा उज्ज्वल बघुनी, ओंगळ शत्रु डळमळला ।

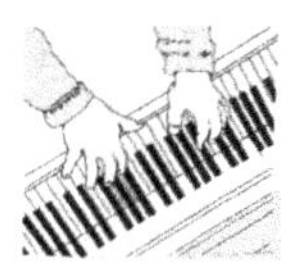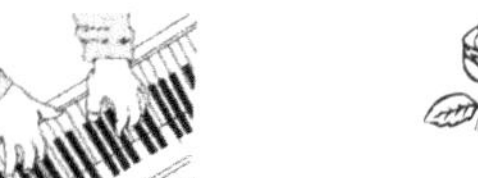

संगीत श्री शिवाजी चरित्र राग–छंद माला, पुष्प 80

राग : रत्नाकर, कहरवा ताल

भगवा झेंडा

स्थायी

रण वीर शिवाजी राजा ने, भगवा झंडा फहराया है ।

यह लख कर भारत माता का, मन गौरव से भर आया है ।।

♪ सानि सा–ग रेसा–नि– सा–रेम ग–, गममग पमग– रेसासा–रेम ग– ।

सानि सासा गरे सा–निनि सा–रेम ग–, गग रेसासासा रे– गम गरेसानि सा– ।।

अंतरा–1

कितनी सदियों से भारत माँ, अवमानित होकर बैठी थी ।

पर, आज उसे इक आशा का, शुभ किरण नजर में आया है ।।

♪ पपमरे ममप– पम पनिधप प–, पपमगगसा सागमप गरेसानि सा– ।

सानि, सा–ग रेसा– निनि सा–रेम ग–, गग रेसासा सारेरे गम गरेसानि सा– ।।

अंतरा–2

वह नेता वीर मराठों का, जो सबको प्राण से प्यारा है ।

रत्नाकर रचित ओवीबद्ध श्री शवाजी चरित्र

8. वीर मावळा वंदना

जिन जन के खातिर लड़ता है, उनके मन का वो राया है ।।
अंतरा–3
भगवा ध्वज को गुरुवर कहके, उसने अभियान चलाया है ।
सब देशभक्त जागृत करके, क्रांति का दीप जलाया है ।।

8. वीर मावळा वंदना

॥ॐ॥ श्लोकौ
वीरा धीराश्च योद्धार: शिवाज्यो मावळा भटा: ।
मावळासु महाश्रेष्ठा भोसलेपारिवारिका: ।।

सङ्घटिता: कृतास्तेन प्रोत्साहिताश्च सज्जना: ।
शिवाज्या राष्ट्रकर्तार: स्वातन्त्र्यप्राप्तिकारणात् ।।

ॐओवी॰ वीर मावळे घोडेस्वार । शूर सैनिक सरदार । हातीं धरतीं तलवार । पाठीं ढाल ।। 87 ।। बाराबंदी, धोतर । मिशा झुपकेदार । पागोटे डोईवर । वेश त्यांचा ।। 88 ।। भाषा म्हाटी जुनी । बोलती हेल काढोनी । पूजती माता भवानी । महादेव ।। 89 ।। गाती पोवाडे लावणी । चोणके–डफ वाजवूनी । वीर ऐतिहासिक गाणीं । लोकगीतें ।। 90 ।। भोळे दिसती वरूनी । चाल त्यांची मर्दानी । बुलंद त्यांची वाणी । रणीं रौद्र ।। 91 ।। भोसले गुजर मोरे । जगताप घोरपडे । कंक आंग्रे मालुसरे । नरसाळा; ।। 92 ।। मोहिते जाधव शिंदे । पवार फर्जंद घाटगे । निंबाळकर काकडे । पालकर; ।। 93 ।। कावजी बलकवडे । महाला काशीद शिर्के । पांगेरा जंगम जेधे । मराठे सारे ।। 94 ।।

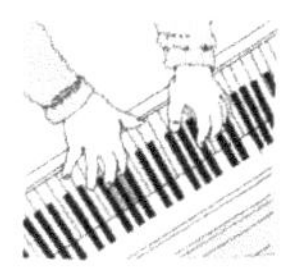 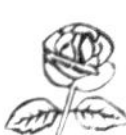 संगीत श्री शिवाजी चरित्र राग–छंद माला, पुष्प 81

(वीर मावळा)

स्थायी

रत्नाकर रचित ओवीबद्ध श्री शवाजी चरित्र

८. वीर मावळा वंदना

तू धीट वीर अमुचा, तू नीट वीर अमुचा ।
तुजला प्रणाम अमुचा, रे मावळया! रे मावळया! ।।
♫ सा– म–प म–ग रेगम–, रे– प–ध प–म पमग– ।
रेरेग– पम–ग मगरे–, सा– रे–गम–! प– मगरेसा– ।।

अंतरा–1

शत्रु दुरूनी आला, त्याने विनाश केला ।
गौरव व देश अमुचा, सन्मान धर्म अमुचा ।।
तू तो खलास केला, त्यागून प्राण अपुला ।
तुजला सलाम अमुचा, रे मावळया! रे मावळया! ।।
♫ सा–प धप–म प–ध–, पसां– नि–सां– निध–प ध–नि– ।
सां–निनि ध निध पधप–, ध–नि–ध नि–प धपम– ।
सा– म– पम–ग रेगम–, रे–प–ध प–म पमग– ।
रेरेग– पम–ग मगरे–, सा– रे–गम–! प– मगरेसा– ।।

अंतरा–2

रक्षक महान अमुचा, आदर्श छान अमुचा ।
तू देश हा मराठा, आहेस धन्य केला ।
आजादी चा धनी तू, नित आमुच्या मनीं तू!
तुजलाच मान अमुचा, रे मावळया! रे मावळया! ।।

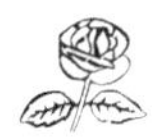 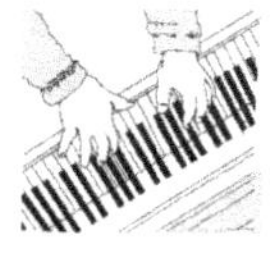

संगीत श्री शिवाजी चरित्र राग–छंद माला, पुष्प 82

(मावळे लोक)

स्थायी

शूर शिवाजी चे सखे – – –, वीर मराठे – – –, मावळे ।
♫ प–म गरे–म– प– गरे–, प–म गरेम – – –, ग–रेसा– ।

अंतरा–1

९. राजपूत वीर वंदना

भोसले मालुसरे, धीट हीं लेकरें ।
प्राणहि देतीं – – हसमुखें, शौर्य तयांना – – –, आवडे ।।
♪ सा–रेग– म–ग–रेसा–, नि–सा रे– म–गरे– ।
रे–गम ग–म– – – – पपमग, ध–प मग–प– – – –, म–गरे– ।।

अंतरा–2

कंक निंबाळकर, काकडे पालकर ।
कष्ट सोसतीं ते सुखे, हार तयांना नावडे ।।

अंतरा–3

मोहिते घोरपडे, झुंझावयाला खडे ।
शिव–भवानी चें कृपें, राज्य तयांना फावले ।।

९. राजपूत वीर वंदना

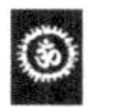 श्लोकौ

वीरा धीराश्च शूराश्च राजपुत्रा महाबला ।
वन्दे तेषां महातेजो देशभक्तिं समर्पणम् ।।
त्यागबुद्धिमहं वन्दे वन्दे तेषां च गौरवम् ।
राजस्थानमहं वन्दे वन्दे भारतमातरम् ।।

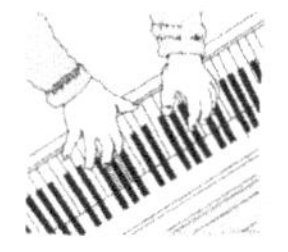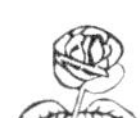 श्री शिवाजी चरित्र राग–छंद माला, पुष्प 83

राजस्थान चे वीर राजपूत

स्थायी

राजस्थानी, वीरांची ही, कर्मकहाणी, गहन असे ।
लेखी वाणी, ती लिहिण्याला, क्षुद्र असे ।।
♪ रे–ध–प–ध–, म–प–ध– म–, प–धपम–ग, रेगग गरे–।
रे–ध– ग–रे–, सा– रेरेग–सा–, रेगम गरे– ।। रे–ध–प–ध–,

9. राजपूत वीर वंदना

अंतरा–1

निधडया वीरांच्या रक्ताने, जी रणभूमि लाल असे ।

चित्रण करण्या, रंग वेगळा, उचित नसे ।। राजस्थानी, ...

♪ ममध– नि–ध–रें– सां–नि–ध–, सां– निधप–ध– नि–ध पम– ।

रे–धध पपध–, म–प ध–पम–, गगम गरे– ।। रे–ध–प–ध–,

अंतरा–2

संकटकाळी देशभक्त जो, प्रण आपुला दान करी ।

ते ऋण त्याचे, आम्हीं विसरूं, कधीं कसें ।।

अंतरा–3

हिंदुभूमि ची सेवा जे नर, एक मनाने नित्य करीं ।

आपण त्यांचे, ते गुण गावें, स्तोत्र जसें ।।

समूळ

पार्श्वभूमि

रत्नाकर रचित ओवीबद्ध श्री शिवाजी चरित्र

पार्श्वभूमि व इतिहासाचे महत्व

पार्श्वभूमि व इतिहासाचे महत्व

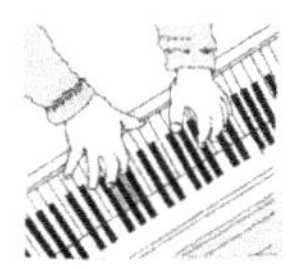

♫ **संगीत श्री शिवाजी चरित्र राग-छंद माला, पुष्प 94**

भुजंगप्रयात छंद

। ऽ ऽ, । ऽ ऽ, । ऽ ऽ, । ऽ ऽ

♪ सारे– ग– मप– म– गरे– म–ग रे–सा–

(इतिहास)

खरे काय वा काय मिथ्या गुणाचे ।

क्षतीचे तथा काय ते फायद्याचे ।। 1

यथा ही तथा सांगतो जो जगाला ।

शहाणाच तो, ज्ञात झाले जयाला ।। 2

10. महाराष्ट्राच्या समूळ पार्श्वभूमीचा संक्षिप्त इतिहास

श्रीओवी॰ दैवी कुठे न अन्य । भूमि सुवर्ण धन्य । माती जी अग्निजन्य । कृष्ण रंग ।। 95 ।। पश्चिमेला मेरु सह्याद्रि । उत्तर सातमाळा अद्रि । शंभु-महादेव गिरि । दक्षिणेला ।। 96 ।। डोईवर नर्मदा नदी । कावेरी सरिता पदीं । डावीकडे सिंधु अब्धि । "दंडक" ते ।। 97 ।। रामायणात प्रसिद्ध । घोर विपिन सिद्ध । वनवासाने शुद्ध । ते अरण्य ।। 98 ।। सातपुडा ज्याचा माथा । वेद-भारत गातीं गाथा । पठार ते जाणा, नाथा! । "दख्खन" चे ।। 99 ।। वेद गातीं ज्याची स्तुति । महाभारतात कीर्ति । "दक्षिण-पथ" ज्यास ख्याति । दख्खन ते ।। 100 ।। नद्या– महानद्या नीर । पुण्यक्षेत्रें ज्यांचे तीर । तीर्थ गौ-मातेचे क्षीर । दख्खन ते ।। 101 ।। राष्ट्रें जुनी जिथे सोळा । एका संस्कृतीत गोळा । ध्येयावर ज्यांचा डोळा । "महाराष्ट्र" ।। 102 ।। चोल, चालुक्य सेंद्रक । आभिर, कल्चुरि, अश्मक । कदंब, निकुम्भ, मूलक । राष्ट्रकूट । यादव,

सातवाहन । नायक, होयसळ, बाण । काकतीय, वाकाटक । राष्ट्र सोळा ।। 103 ।। दहा ह्यांतील प्रमुख । ज्यांनी दिले होते सुख । नावें ती अमुक–अमुक । येणे प्रमाणे ।। 104 ।।

YEAR : 325-270 BC

11. महाराष्ट्राच्या पार्श्वभूमीचा संक्षिस इतिहास : 270BC-175AD

1. सातवाहन वंश, (270 ई.पूर्व – 175 ई. 445 वर्ष)

♫ संगीत श्री शिवाजी चरित्र राग-छंद माला, पुष्प 96

हरिगीतिका छंद[8]

16 + 9 + । ऽ

(सातवाहन वंश)

आदि सनातन कुळ महान जे, गणले परिवार दहा ।

प्राचीन त्यांतिल सातवाहन, प्रसिद्ध सुशासक महा ।।

करुणावान कलांचा प्रेमी, वंश चरित्रवान हा ।

पैठणेश हा, सार्वभौम, जो इतिहास त्याचा पहा ।।

श्रीओवी॰ आदि राजा "सातवाहन" । ज्यांनी करूनी सुशासन । पार्श्वभूमि केली महान । महाराष्ट्राची ।। 105 ।। हिंदू राजाने, "पोरस" । दाऊनी रणीं धाडस । धाडला जेव्हां वापस ।

---

[8] ♫ **हरिगीतिका छंद :** ह्या छंदाच्या चरणांत 28 मात्रा असतात, ज्यांच्या अंती एक लघु आणि एक गुरु वर्ण येतो. विराम 16–12 वर असतो.

12. महाराष्ट्राच्या पार्श्वभूमीचा संक्षिप्त इतिहास : 250-490AD

सिकंदर[9] ।। 106 ।। त्या समयी दक्षिणेत । जाहले थोर नरेश । सार्वभौम पैठणेश । सातवाहन ।। 107 ।।

(सातवाहन)

ॐओवी॰ पहिला राजा सिमुक । आदि नृप जो प्रमुख । जिंकुनी वैरी विमुख । सार्वभौम ।। 108 ।। तीस राजे विख्यात[10] । सातवाहन ज्ञात । चारशे-साठ वर्षांत । जुन्या काळी ।। 109 ।। जसे ते दयाळु स्वामी । तसे ते कलांचे प्रेमी । चारित्र्यवान नामी । सदाचारी ।। 110 ।।

12. महाराष्ट्राच्या पार्श्वभूमीचा संक्षिप्त इतिहास : 250-490AD
2. वाकाटक वंश (250–490, 240 वर्ष)

ॐओवी॰ दूजे मुख्य सनातन । घराणे जे पुरातन । विदर्भ ज्यांचे वतन । "वाकाटक"[11] ।। 111 ।। कीर्ति गातात पुराण । लेण्यांत आहे पुराण । लिहीले कोरून पाषाण । नांवें त्यांची ।। 112

---

[9] **सिकंदर** : About 325 B.C. Sikandar of Macedonia came at the bank of river Jhelum. In a historic battle, the Hindu monarch Porus forced Sikandar to return back empty handed, and never to return back again.

[10] **सातवाहन वंश** (250BC – 445AD) : सिमुक (270 इ. पूर्व–248 इ. पूर्व), कृष्ण (248 –230 इ. पूर्व), सत्कारिणी-1 (230–220 इ. पूर्व), पूर्णोत्संग (220–202 इ. पूर्व), स्कंदस्तंभी (202–184 इ. पूर्व), सत्कारिणी-2 (184–128 इ. पूर्व), लंबोदर (128–110 इ. पूर्व), अपिलक (110–98 इ. पूर्व), मेधस्वाती (98–80 इ. पूर्व), स्वाती (80–62 इ. पूर्व), स्कंदस्वाती (62–55 इ. पूर्व), मृगेंद्र (55–52 इ. पूर्व), कुंतल (52–44 इ. पूर्व), स्वातीकर्ण (44–43 इ. पूर्व), पुलुमावी-1 (43–19 इ. पूर्व), गौरकृष्ण (19 इ. पूर्व – 6), हल (6–7), मंडुक (7–12), पुरिंद्र (12–33), सुंदर (33–34), चकोर (34–62), गौतमीपुत्र (62–86), पुलुमावी-2 (86–114), शिवश्री (114–121), शिवस्कंद (121–128), विज्ञ (128–157), विजय (157–163), चंद्र (163–166), पुलुमावी-3 (166–175).

[11] **वाकाटक वंश** (250-490 AD : विंध्यशक्ति (250–270), प्रवरसेन (270–330), रुद्रसेन-1 (330–350), पृथ्वीसेन-1 (350–400), रुद्रसेन-2 (400–405), दिवाकर (405–420), दामोदर (420–450), नरेंद्र (450–470), हरीष (470–490).

।। अधिप प्रमुख दहा । वाकाटक झाले महा । नावें नृपांची पहा । खाली दिलीं ।। 113 ।। विंध्यकीर्ति नृप आदि । विदर्भात त्याची गादी । वंशकेतू ही उपाधि । त्याला होती ।। 114 ।। "विष्णुवृद्ध" उपनाव । **नागपूर** त्याचे गाव । प्राकृत बोलीत प्रभाव । होता त्याचा ।। 115 ।। वाकाटक वीर फार । तसेंच ते शानदार । दानी ज्ञानी कलाकार । विद्याधर ।। 116 ।। राज्यात सुखें त्रिकाळ । विद्या-कलांचा सुकाळ । विदर्भाचा स्वर्णकाळ । हाच होता ।। 117 ।। सर्वत्र होती उन्नति । सर्व प्रकारे प्रगति । वैकुण्ठासारखी स्थिति । ह्या राज्यात ।। 118 ।। संस्कृत-काव्य उत्कर्ष । प्राकृत-वाङ्मय हर्ष । कालीदासास आकर्ष । झाला इथे ।। 119 ।। शैली कालीदासाची । संस्कृत-प्राकृताची । झाली प्रेरित साची । ह्याच मुळे ।। 120 ।। मेघदूत काव्य त्याचे । पद्य वैदर्भी रीतीचे । विद्यमान श्रेष्ठ असे । उदाहरण ।। 121 ।। "रामटेक" जे ग्राम । "रामगिरी" असे नाम । मेघदूतात विद्यमान । आढळते । दंडी, आनंदवर्धन, बाण । करती स्तुतीचे गान । वाकाटक नृपांचे छान । मुक्तकंठे ।। 122 ।।

13. महाराष्ट्राच्या पार्श्वभूमीचा संक्षिप्त इतिहास : 340-1325AD

3. कदंब वंश (340–1310, 970 वर्ष)[12]

---

* [12] **कदंब वंश, तीन शाखा :** The three Kadamb lineages were :

1. Kadambas of Vanavasi (340-610, 270 years) : मयूरवर्मा (340–360), कण्ववर्मा (360–385), भगिरथ (385–410), रघुनाथ (410–425), काकुत्स्थ (425–450), शांतिवर्मा (450–475), मृगेश (475–490), मंधात्री (490–497), रविवर्मा (497–537), हरिवर्मा (537–547), कृष्णवर्मा (547–565), अजवर्मा (565–566), भोगीवर्मा (566–610).

2. Kadambas of Hanagal (1068-1196, 128 yrs) : जयवर्मा (1068–1075), शांतिवर्मा (1075–1108), तैलपा (1108–1131), मयूरवर्मा (1131–1132), मल्लिकार्जुन (1132–1147), तैलमा (1147–1160), कीर्तिदेव (1160–1189), कामदेव (1189–1196).

3. Kadambas of Gomantak (980-1310, 330 yrs) : व्याघ्रवर्मा (980–1007), श्रेष्ठदेव–1 (1007–1052), जयकेशी–1 (1052–1080), विजयादित्य–1 (1080–1110), जयकेशी–2 (1110–1147), शिवचित्त (1147–1174),

♫ संगीत श्री शिवाजी चरित्र राग-छंद माला, पुष्प 98

विद्या छंद[13]

। + 13, 10 + ऽ ऽ

(कदंब वंश)

कदंब घराणे तीसरे, स्थापित झाले कुंतल देशी ।
मयूर शर्मा कुळ स्थापक, गादी त्याची वनवासी ।।

ॐओवी॰ तृतीय "कदंब" वंश । ब्राह्मण कुळाचा अंश । करुनी पल्लवांचा[14] ध्वंस । उगवला ।। 123 ।। मयूर शर्मा ब्राह्मण । करी वेद पारायण । परी त्यात क्षात्र गुण । सुप्त होता । 124 ।। करूनी पल्लवांवर धाव । कराया त्यांचा पाडाव । जिंकले त्याने गाव । "वनवासी" ।। 125 ।। कुंतल देशी ज्यांचे राज्य । लढावया सदा ते सज्ज । तीन शतकें अविभाज्य । नृप तेरा ।। 126 ।। कदंबांच्या शाखा तीन । प्रजा-सेवेत त्या लीन । शेवटी चारित्र्य हीन । झाल्या नष्ट ।। 127 ।।

4. चालुक्य वंश, बदामी[15] (543–753, 210 वर्ष)

विजयादित्य–2 (1174–1187), जयकेशी–3 (1187–1220), त्रिभुवन (1220–1246), श्रेष्ठदेव–2 (1246–1310).

[13] ♫ **विद्या छंद** : इस 28 मात्रा वाले यौगिक छंद की पहली लघु और अन्त में दो गुरु मात्रा आती हैं । इसका लक्षण सूत्र । + 13, 10 + ऽ ऽ होता है ।

[14] **पल्लव** : Pallavas of Kanchipuram (355-540, 185 yrs)

[15] **चालुक्य (543–1189)** : The main three Chalukyas linages were :

1. Western Chalukyas of Badami (543-753, 210 yrs) : पुलकेशी–1 (543–566), कीर्तिवर्मा (566–597), मंगलेश (597–608), पुलकेशी–2 (608–642), विक्रमादित्य–1 (642–680), विनयादित्य (680–696), विजयादित्य (696–733), विक्रमादित्य–2 (733–747), कीर्तिवर्मा–2 (747–753).

2. Chalukyas of Vengi (615-1070, 455 yrs) : विष्णुवर्धन (615–632), जयसिंह–1 (632–662), इंद्र (662–663), विष्णुवर्धन–2 (663–672), युवराज (672–696), जयसिंह–2 (696–708), कोक्किल (708–709),

13. महाराष्ट्राच्या पार्श्वभूमीचा संक्षिप्त इतिहासf : 340-1325AD

♫ **संगीत श्री शिवाजी चरित्र राग-छंद माला, पुष्प 99**

चुलियाला-1 छंद[16]

13, 11 + । 5।।

(चालुक्य वंश)

ॐओवी० पुलकेशी मुख्य राजा । जयसिंह त्याचा आजा । बदामीला वाजा-गाजा । त्याचा असे ।। 128 ।। नंतरचे राजे आठ । त्यांची मान सदा ताठ । राष्ट्रकूटांशीं पडूनी गाठ । हारले ते ।। 129 ।। "वातापी" ही राजधानी । सुंदर ही जशी राणी । सुवर्णाची त्यांची नाणी । थाट असा ।। 130 ।। बोलावूनी नाना तज्ज्ञ । पंडित विविध प्राज्ञ । केले सकळ याग-यज्ञ ।। चालुक्यांनी ।। 131 ।। शिल्पकलेत त्यानां गोडी । जीस भक्तिभावाची जोडी । कलावंतांना ते न सोडी । निरुद्योगी ।। 132 ।। मूर्ति-मंदिरें भव्य । शिल्पकर्म ज्यांचे दिव्य । कलाकारांचे कर्तव्य । त्यांत व्यक्त ।। 133 ।। उंच शिखरें नक्षीदार । स्तंभ गुळगुळीत फार । छतें कोरीव घुमटदार । भींती

विष्णुवर्धन-3 (709–746), विजयादित्य-1 (746–764), विष्णुवर्धन-4 (764–799), विजयादित्य-2 (799–843), विजयादित्य-3 (844–892), चालुक्यभीम (892–917), विजयादित्य-4 (917–918), अम्माराजा-1 (918–924), विजयादित्य-5 (924–925), विक्रमादित्य-1 (925–926), चालुक्यभीम-2 (926–934), चालुक्यभीम-3 (934–945), अम्माराजा-2 (945–973), दानार्णव (973–1000), शक्तिवर्मा (1000–1010), विक्रमादित्य-2 (1010–1022), नरेन्द्र (1022–1061), राजेन्द्र (1061–1062), विजयादित्य-6 (1062–1070).

3. Chalukyas of Kalyani (696-1189, 493 yrs) : तैल-1 (973–997), सत्याश्रय (997–1009), विक्रमादित्य-1 (1009–1014), अय्यन्ना (1014–1018), जयसिंह (1018–1040), सोमेश्वर-1 (1040–1069), सोमेश्वर-2 (1069–1076), विक्रमादित्य-2 (1076–1127), सोमेश्वर-3 (1127–1138), जयदेव (1138–1150), तैल-2 (1150–1183), सोमेश्वर-4 (1183–1189).

Other two minor Chalukya branches were : 1. Western Chalukyas of Nakshisapura in Saurashtra (750-900, 150 yrs); 2. Chalukyas of Lat (590-750, 160 yrs).

[16] ♫ **चुलियाला-1 छंद** : ह्या 29 मात्रांच्या महायौगिक छंदात एक लघु मात्रा व एक भ (5।।) येतो. ह्याचे सूत्र 13, 11 + । 5।। असे असते.

रत्नाकर रचित ओवीबद्ध श्री शवाजी चरित्र

13. महाराष्ट्राच्या पार्श्वभूमीचा संक्षिस इतिहास‍f : 340-1325AD

सुरेख ।। 134 ।। मंदिरें अति अलंकृत । अंतर्बाह्य कलावृत । विश्वामध्ये जे आदृत । नक्षीकाम ।। 135 ।। गिरि खोदूनी लेण्या केल्या । अद्भुत ज्या नावाजल्या । त्यांत कथा पुराणातल्या । दर्शविल्या ।। 136 ।।

जिंकोनी दिशांनी चार । वाढविले राज्य फार । अफाट ज्याचा विस्तार । श्रीमंत ते ।। 137 ।। विंध्यापासोनी नदी कावेरी । पूर्वसिंधु ते पश्चिमगिरि । राज्य त्यांचे दिशा चारीं । पसरले ।। 138 ।। कोशल, कलिंग, चोळ । पल्लव, पंड्या, चेर । त्यांच्या स्वामीत्वाचा फेर । मानलेले ।। 139 ।। साम्राज्य अफाट इतुके । करोनी तीन महाराष्ट्रकें[17] । सांभाळले जाऊं शके । व्यवस्थित ।। 140 ।। राज्य अफाट ते होताच । यथा काळ आली आच । शाखा झाल्या त्यांच्या पाच । चालुक्यांच्या ।। 141 ।।

5. कल्चुरी वंश, महिष्मती (550–1740, 1190 वर्ष)[18]

श्रीओवी॰ कल्चुरी पाचवें कुल । नाना स्थानीं ज्याचे मूळ । कार्तवीर्यार्जुनाचीं मुलं । पौराणिक ।। 142 ।। <u>दीर्घतम</u> ह्यांचा काळ । बारा-शतकें राज्यपाळ । ख्यात काहीं, किरकोळ । नाना झाले ।।

---

[17] **महाराष्ट्रकें** = 1 Maharashtrak = 33,000 towns.

[18] **कल्चुरी वंश, तीन शाखा :**

1. Kalchuris of Mahismati (550-700,150 yrs) : कृष्णराज-1 (550–575), शंकरगण (575–600), बुद्धराज (600–611), ... वामराज (675–700).

2. Kalchuris of Tripuri (825-1184, 359 yrs) : लक्ष्मणराज (825–850), कोक्कल-1 (850–890), शंकरगण-1 (890–900), बालहर्ष (900–925), युवराज (925–950), लक्ष्मणराज-2 (950–970), शंकरगण-2 (970–974), युवराज-2 (974–1000), कोक्कल-2 (1000–1037), गंगदेव (1037–1042), कर्णदेव (1042–1151), गयाकर्ण (1151–1155), नरसिंह (1155–1175), जयसिंह (1175–1180), विजयसिंह (1180–1184).

3. Kalchuris of Ratnapur (990-1220, 230 yrs) : कलिंगराज (990–1020), कमलराज (1020–1045), रत्नराज (1045–1065), पृथ्वीदेव-1 (1165–1114), जज्जल (1114–1141), रत्नराज-2 (1141–1154), पृथ्वीदेव-2 (1145–1181), रत्नराज-3 (1181–1190), प्रतापमल्ल (1190–1220)

143 ।। शिवभक्त ते महान । महिष्मती मूळ धाम । मेकल पर्वतात स्थान । दखखनात ।। 144 ।। पशुपत त्यांचा पंथ । कार्यकाळ ज्यांचा संथ । शिल्पकर्म होता छंद । धार्मिक ते ।। 145 ।। प्रथम राजा कृष्णराज । प्रजासेवें सदा सज्ज । अवाढव्य त्याचे राज्य । महिष्मतीचे ।। 146 ।। नवीन शाखा कल्चुरी । नौव्या शतकात दूसरी । राजधानी जिची त्रिपुरी । चेदी देशीं ।। 147 ।। प्रथम नृप लक्ष्मणराज । कोक्कल प्रतापी युवराज । केले अप्रतीम काज । या नृपाने ।। 148 ।। तीसरी शाखा रत्नपुरी । दहाव्या शतकाअखेरी । कलिंगराज कल्चुरी । राजा झाला ।। 149 ।। दोन-शतकें कारकीर्द । अवघी असे ज्ञात अर्ध । मग पाच शतकें दीर्घ । नसे ज्ञात ।। 150 ।। कल्चुरी हे राजे थोर । सात्त्विक विष्णु भक्त घोर । शिवभक्तीवर ही जोर । शिल्पकलेत ।। 151 ।। आदर स्त्रियांचा इष्ट । शिलालेखांत आहे स्पष्ट । वीर नारी ह्यांच्या धृष्ट । इतिहासें ।। 152 ।।

6. राष्ट्रकूट वंश, मालखेड (620–973, 353 वर्ष)[19]

♫ संगीत श्री शिवाजी चरित्र राग-छंद माला, पुष्प 101

ललितपद छंद[20]

राष्ट्रकूट वंश

---

[19] **राष्ट्रकूट वंश (550–1220) :** Rashtrakutas of Malkhed, Ellora (620-973) 353 years : दंतीदुर्ग (620–630), इंद्रराय-1 (630–650), गोविंदराय-1 (650–670), कर्करराय-1 (670–690), इंद्रराय-2 (690–710), दंतीदुर्ग-2 (710–757), कृष्णराय-1 (757–773), गोविंदराय-2 (773–774), ध्रुवराय (774–793), गोविंदराय-3 (793–814), अमोघवर्ष-1 (814–877), कृष्णराय-2 (877–911), जगति (911–914), इंद्रराय-3 (914–916), अमोघवर्ष-2 (919–918), गोविंदराय-4 (918–936), अमोघवर्ष-3 (936–939), कृष्णराय-3 (939–968), खोट्टिग (968–972), कर्करराय-2 (972–993).

[20] ♪ **ललितपद छंद :** ह्या 28 मात्रा वाल्या यौगिक छंदात शेवटी दोन गुरु, अथवा दोन लघु आणि एक गुरु, अथवा चार लघु मात्रांचा एक चौकल येतो. ह्याचे लक्षण सूत्र 16, 8 + ऽ ऽ, अथवा 16, 8 + ।। ऽ अथवा 16, 8 + ।।।। असे असते. ह्या छंदाचे अन्य नाव ♪ **सार छंद** आहे.

16, 8 + ऽ ऽ, अथवा 16, 8 + ।। ऽ अथवा 16, 8 + ।। ।।

16, 8 + ऽ ऽ

दक्षिण मध्ये होउनी गेले, कुटुंब मोठे सोळा ।
राष्ट्रकूट कुळ महान झाले, त्यांतिल सोने–तोळा ।।

श्रीओवी॰ कालगणनेच्या क्रमाने । सहावे जे राजघराणे । राष्ट्रकूट येणे प्रमाणे । विकसले ।। 153 ।। मानपूर, नंदिवर्धन । मालखेड अशी ही तीन । झाली घराणीं पुरातन । राष्ट्रकूट ।। 154 ।। प्रथम घराणे जे आदि । उगवले पाचव्या शतका आधी । कृष्णा नदीच्या खोऱ्यामधी । मानपूरला ।। 155 ।। दूसरे राष्ट्रकूट घराणे सहाव्या शतकीं आनंदाने । अचलपूर[21] ज्यांचे राहणे । विदर्भात ।। 156 ।। तीसरे मालखेड वाले । सातव्या शतकात आले । दीर्घतम प्रसिद्ध झाले । राष्ट्रकूट ।। 157 ।। कुळ दंतीदुर्गनि स्थापिले । त्याने चालुक्यांना हरविले । राष्ट्रकूट सार्वभौम केले । ह्या वीराने ।। 158 ।।

मालखेडचे राजे वीस । राज्य नेले उच्च गतीस । मार्यादा न त्यांच्या कीर्तिस । कलाप्रेमी ।। 159 ।। शिल्पकाम असंभाव्य । पल्लव–चालुक्यांचे दिव्य । राष्ट्रकूटांनी केले भव्य । दक्षिणेत ।। 160 ।। बादामी, ऐहोल, पट्टदकळ । लेण्या गुफा शिलालेख सखळ । भींती, कमानी, स्तंभ सकळ । वेरूळचे ।। 161 ।। कलाकारांना आश्रय । उद्योगधंद्यांना निश्चय । धर्मकर्मांना प्रश्रय । होता इथे ।। 162 ।। परंपरा त्यांची थोर । दुर्जनांचा नाही जोर । नृप सदाचारी घोर । साम्राज्यात ।। 163 ।। राष्ट्रकूटांचे सरकार । जया बृहत्तम विस्तार । कधी न ऐसा अधिकार । भारतात ।। 164 ।। कन्याकुमारी दक्षिणेला । हिमालय उत्तरेला । सागर दोहों बाजूला । ऐसी सत्ता ।। 165 ।।

7. काकतीय वंश, वरंगळ[22] (1000–1325, 325 वर्ष)[23]

---

[21] **अचलपूर** : Achalpur is ancient Nandivardhan.

[22] **वरंगळ** : Warangal is ancient Anumakonda.

[23] **काकतीय वंश** : Kakatiyas of Anumakonda (1000-1325, 325 yrs) : वेरातज काकत्या (1000–1075),

♫ **संगीत श्री शिवाजी चरित्र राग–छंद माला, पुष्प 102**

मरहटा छंद[24]

10, 8, 8 + 5।

काकतीय वंश

सातवे पुरातन, काकतीय कुळ, अधिप धार्मिक महान ।
सूर्यवंशी ख्यात, आंध्र देशचे, नृप रेड्डी अभिधान ।।

ॐ ओवी॰ सातवा वंश काकतीय । दीर्घतम भारतीय । झाला बहु माननीय । महत्त्वचा ।। 166 ।। यर्‍याच्या ह्याचे कुल । राष्ट्रकूट ज्यांचे मूळ । सूर्यवंशी ते समूळ । ज्ञात असो ।। 167 ।। वैदिकधर्म भगत । शैव-विष्णु-लिंगायत । आंध्र देशी विश्रुत । काकतीय ।। 168 ।। कलांचे आश्रयदाते । देवालयांचे निर्मिते । काकतीय श्रेष्ठ होते । रेड्डी राजे ।। 169 ।। काकत्या श्रीवेतराजा । अनुमकोंड्याचा राजा । काकतीची करी पूजा । धार्मिक तो ।। 170 ।। धार्मिक होते शासक । शिवभक्ति उपासक । जैनांचे ही रक्षक । काकतीय ।। 171 ।।

8. होयसळ वंश, हालेबीड[25] (1022–1346, 324 वर्ष)[26]

वेतराजा-2 (1075–1110), प्रोदराजा (1110–1163), प्रतापरुद्र-1 (1163–1196), महादेव (1196–1199), गणपति (1199–1262), रुद्रम्मा देवी (1262–1295), प्रतापरुद्र-2 (1295–1325).

[24] ♫ **मरहटा छंद** : ह्या 29 मात्रांच्या महायौगिक छंदाच्या अन्ती एक गुरु व एक लघु मात्रा यरते. ह्याचे लक्षण सूत्र 10, 8, 8 + 5। असे असते.

[25] **हालेबीड** : Halebid is ancient Dwarsamudra.

[26] **होयसळ वंश** : Hoysalas of Dwarsamudra (1022-1346, 324 yrs.) : सळ (1006), नृपकाम (1022–1047), विनयादित्य (1047–1063), एरेय्यंगा (1063–1100), बल्लाळ-1 (1100–1110), विष्णुवर्धन (1110–1152), नरसिंह-1 (1152–1173), वीर बल्लाळ-2 (1173–1220), नरसिंह-2 (1220–1233), सोमेश्वर (1233–1254), नरसिंह-3 (1254–1291), बल्लाळ-3 (1291–1342), बल्लाळ-4 (1342–1348).

13. महाराष्ट्राच्या पार्श्वभूमीचा संक्षिप्त इतिहास : 340-1325AD

♪ संगीत श्री शिवाजी चरित्र राग–छंद माला, पुष्प 103

चवपैया छंद[27]

10 + 8 + 10 + S

होयसळ वंश

आठवे होयसळ, कर्नाटकचे, हालेबीड घराणे ।

होयसळ कलांचे, समृद्धीचे, गातीं कवि जन गाणे ।।

♪ओवी॰ आठवा वंश होयसळ । कर्नाटकात ज्याचे बळ । सोमवंशी तयाचे कुल । हालेबीडचे ।।

172 ।। प्रथम राजा नृपकाम । द्वारसमुद्र त्याचे धाम । केले कर्नाटकात नाम । ख्यात त्याने ।।

173 ।। तेरा राजे त्या कुळात । झाले तीन–शतकात । चार बल्लाळ होते त्यांत । होयसळ ।।

174 ।। राजांना सात्त्विक बुद्धि । राज्यात सुख–समृद्धि । कला–कौशल्याची वृद्धि । झाली इथे ।।

175 ।। शिल्पकर्म शिस्तबद्ध । होयसळांचे प्रसिद्ध । उच्चप्रति झाले सिद्ध । दक्षिणेत ।। 176

।। कोरीव मूर्त्या सुंदर । सुंदरातीत मंदिर । वेलीं पानें फुलें झुंबर । महिरपी ।। 177 ।। देवता

अप्सरा असंख्य । नाचती वाजविती शंख । मयूर फुलविती पंख । नानाविध ।। 178 ।।

9. यादव वंश, देवगिरि (1069–1318, 249 वर्ष)[28]

♪ संगीत श्री शिवाजी चरित्र राग–छंद माला, पुष्प 104

---

[27] ♪ **चवपैया छंद** : ह्या 30 मात्रा वाल्या महातैथिक छंदचे चरण 10-8-12 मात्रांचे असते. ह्याच्या शेवटी एक गुरु (S) मात्रा, अथवा दोन लघु (।।) व दोन गुरु मात्रा (S S), अथवा दोन म गण (S S S, S S S) असतात.

[28] **यादव वंश** : Yadavas of Devgiri (1069-1318, 249 yrs.) : सेऊणचंद्र (1069) ..., भिल्लम (1185-1191), जैतुगी (1191-1193), सिंघण (1193-1247), कृष्णदेव राय (1247-1261), महादेव राय (1261-1271), रामचंद्रदेव राय (1271-1312), शंकरदेव राय (1312-1316), हरपालदेव राय (1316-1317).

रत्नाकर रचित ओवीबद्ध श्री शवाजी चरित्र

13. महाराष्ट्राच्या पार्श्वभूमीचा संक्षिप्त इतिहास : 340-1325AD

तातंक छंद[29]

16, 8 + S S S

यादव वंश

प्रसिद्ध झाले नवम् घराणे, देवगिरीच्या कीर्तीचे ।
यादव कुळ हे, गौरवशाली, सुंदर मंदिर मूर्तींचे ।।

ओवी॰ नऊवा वंश "यादव" । अनंत त्यांचे वैभव । महान त्यांचा गौरव । भारतात ।। 179 ।। सोमवंशी ययातीचे सुत । यदु वंशीय राजांच पूत । यादव नृप शांतीचे दूत । सनातन ।। 180 ।। शाखा त्यांच्या गणनातीत । मुख्य दोन असो विदित । कोष्ट्रु व सतराजित । उक्त इथे ।। 181 ।। कोष्ट्रु वंशातील वृष्णि । वृष्णि कुळात श्रीकृष्ण । ज्याने सोडविले प्रश्न । सौराष्ट्रात ।। 182 ।। जाऊनी तिथे आपण । केले शत्रूंचे दापन । केली द्वारका स्थापन । सुवर्णाची ।। 183 ।। सत्राजिताच्या कुळात । हैहय हेच मूळात । यादवी त्यांच्या मुलांत । सौराष्ट्राचे ।। 184 ।। यादवनृप सेऊणचंद्र । यादवांचा तो इंद्र । देवगिरि त्याचे केंद्र । कर्णाटकात ।। 185 ।। नृप सिंघण सर्वश्रेष्ठ । विद्वानांत तो होता ज्येष्ठ । पंडित नाना वरिष्ठ । दरबारी । 186 ।। संगीत-रत्नाकराचा कर्ता । शार्ङ्गधराचा भर्ता । चांगदेव–अनंताचा धर्ता । हाच नृप ।। 187 ।।

महादेवराय महाशूर । द्वारावती नगराधीश्वर । पृथ्वीवल्लभ परमेश्वर । यादवांचा ।। 188 ।। नाही ज्यांना कशाचे भेव । पराक्रमी शंकरदेव । खोळेश्वर, बिचणदेव । सेनापति ।। 189 ।। गुडमराऊळ पंत । चक्रधरस्वामी संत । मुकुन्दराज महंत । महाजन ।। 190 ।। भास्कराचार्य शास्त्रज्ञ । लक्ष्मीधर खगोलज्ञ । धनेश चिकित्सा तज्ञ । केशवादि ।। 191 ।। असामान्य कविवर । संगीतज्ञ शारंगधर । ग्रंथ "संगीतरत्नाकर" । रचयिता ।। 192 ।। झाले ऐसे महामन । शिल्प-नृत्य कलावान । विद्योपासक महान । इथे झाले ।। 193 ।। देवगिरि, दिवेआगर । पैठण, पाटण, सिन्नर । नाशिक, कल्याण, करवीर । वैभवशाली ।। 194 ।। वाडे राजवाडे सुंदर । एकाहुनी एक मंदिर । शिल्प सौंदर्यांचे आगर । राज्यामधी ।। 195 ।।

---

[29] ♪ **तातंक छंद** : 29 मात्रांच्या ह्या महायौगिक छंदा च्या शेवटी तीन गुरु मात्रा येतात. ह्याचे सूत्र 16, 8 + S S S असे असते.

49

10. नायक वंश, विजयनगर (1336–1736, 400 वर्ष)[30]

♫ संगीत श्री शिवाजी चरित्र राग–छंद माला, पुष्प 105

कुकुभ छंद[31]

---

[30] **नायक वंश :** Nayaks of Vijayanagar (1509-1736, 227 yrs.) :

1. मदुरा (विजयनगर) घराणे :

(1). <u>संगम घराणे</u> : हरिहर–1 (1336–1356), बुक्क–1 (1356–1377), हरिहर–2 (1377–1404), विरूपाक्ष–1 (1404–1405), बुक्क–2 (1405–1406), देवराय–1 (1406–1422), रामचंद्र (1422), विजय–1 (1422–1430), देवराय–2 (1430–1446), मल्लिकार्जुन (1446–1465), वीरूपाक्ष–2 (1465–1485); (2.) **तुळुव घराणे** : नरसिंहराय–1 (1485–1490), नरसा नायक (1490–1503), नरसिंहराय–2 (1503–1509), कृष्णदेवराय (1509–1529), अच्युतदेवराय व तिरुमल नायक (1529–1542), वेंकटराय (1542); (3). आराविडू घराणे : *रामराया (1542–1565 तालीकोट ची लढाई 1565); कृष्णप्पा–1 (1565–1572), वीरप्पा–1 (1572–1595), कृष्णप्पा–2 (1595–1601), कृष्णप्पा–3 (1601–1609), वीरप्पा–2 (1609–1623), तिरुमल (1623–1659), छोकन्नाथ (1660–1682), वीरप्पा–3 (1682–1689), मंजम्मल (1689–1706), विजयरंग (1706–1732), राणी मिनाक्षी (1732–1736), चंदासाहेब (1736).

2. तंजाऊर घराणे : शिवप्पा (1549–1572), अच्युतप्पा (1572–1600), रघुनाथ (1600–1634), विजयराव (1634–1663).

3. जिंजी घराणे : वेंकटपति (1464–1500), कृष्णप्पा–1 (1500–1521), रामचंद्र (1521–1550), वेंकटराय (1550–1570), कृष्णप्पा–2 (1570–1620).

4. इक्केरी घराणे (1499–1532) : सदाशिव नायक (1523–1536), दोड्डु साकण्णा (1536–1570), चिक्का साकण्णा (1570–1580), रामराजा (1580–1592), वेंकटप्पा–1 (1592–1629), वीरभद्र (1629–1645), शिवप्पा (1645–1660), वेंकटप्पा–2 (1660–1661), भद्रप्पा (1661–1664), सोमशेखर–1 (1664–1671), राणी चेन्नम्मा (1671–1696), बासवप्पा–1 (1696–1714), सोमशेखर–2 (1714–1739), बासवप्पा–2 (1739–1754), बासवप्पा–3 (1754–1757), राणी वीरम्मा (1757–1763)

[31] ♪ **कुकुभ छंद :** ह्या 30 मात्रा वाल्या महायौगिक छंदाच्या अंती दोन गुरु मात्रा येतात. ह्याचे लक्षण सूत्र 16, 10 + ऽ ऽ असे असते.

16, 10 + ऽ ऽ

नायक वंश

विजयनगरचे महाप्रतापी, नायक कुल वैभवशाली ।
सोमवंश चे, शाँति प्रणेते, प्रसिद्ध कुल हे खुशहाली ।।

श्रीओवी॰ दहावा वंश "नायक" । स्मृति राखण्या लायक । झाला कीर्तिदायक । भारतात ।। 196 ।। विजयनगर हे साम्राज्य । महाविशाल वैभवी राज्य । अनेक प्रांतांत विभाज्य । दक्षिणेचे ।। 197 ।। पेनुगोंडा, तंजाऊर । येलनाडू, उमत्तूर । तुलुव, मदुरा, म्हैसूर । चंद्रगुती ।। 198 ।। बसवपट्टण, जिंजी । चितलदूर्ग, इक्केरी । बलम, उदयगिरि । इत्यादिक ।। 199 ।। गौड, ओयार, नायक । जे जे अधिपत्यालायक । ते ते प्रजासुखदायक । अधिकारी ।। 200 ।। नायक हेच राजे । राजकारणांच्या काजें । ढोल त्यांचाच वाजे । त्या राज्यांत ।। 201 ।। तेच कर घेतीं । देच न्याय देतीं । तेच सेनापति । त्या राज्यांत ।। 202 ।। राज्यें त्यांत मुख्य चार । जे जे झाले ख्यात फार । त्यांचा संक्षिप्त विचार । खाली आहे ।। 203 ।। <u>सतराव्या शतका नंतर । जिंजी-तंजाऊर वर । राज्य झाले साकार । मराठयांचे</u> ।। 204 ।।

मराठी लोक, भूमि व भक्तिभाव

श्रीओवी॰ मराठी माणुस शांत । स्वभाव सभ्य प्रशांत । देशप्रेमात नितांत । स्वाभिमानी ।। 205 ।। मराठी बाई सुशील । धार्मिक विनयशील । सुनीता सहनशील । पतिव्रता ।। 206 ।। मंगळसूत्र बांगडया । कुंकू लुगडे फुगडया । गौर फुलांच्या परडया । सण वार ।। 207 ।। तोडे वाक्या बेसर । चोळी शालू अंगावर । कमरेला पदर । खोचलेला ।। 208 ।। जाई चमेलीच्या कळ्या । टाळ मृदंग चिपळ्या । ताट वाटया गंज पळ्या । रवी जातें ।। 209 ।। गाई वासरें बकऱ्या । दूध–तूप शेण–गौऱ्या । कुदळ्या फावडे आऱ्या । शेतीवाडी ।। 210 ।।

श्रीओवी॰ महाराष्ट्राच्या सरिता । अमृत नीर झरिता । जीवन आम्हां करिता । गंगाजळ ।। 211 ।। तापी भीमा पूर्णा । वर्धा कारवा गिरणा । मुळा मुठा घोड कृष्णा । वैनगंगा ।। 212 ।। नीरा गुजवणी मीना । भामा पुष्पावती सीना । आर्या कन्हान तिरणा । दूधगंगा ।। 213 ।। मासे आंध्रा

राजपूतांची कथा

अरणा । इंद्रावती दुधना । माहेर मुन वुन्ना । पोनगंगा ।। 214 ।। पैनगंगा जांब वेण्णा । दमणगंगा कोयना । वासिष्ठी अंबा पवना । इंद्रायणी ।। 215 ।। वारणा मानेर पांझरा । कुकडी मांडवी मांजरा । प्राणहिता वेळ प्रवरा । गोदावरी ।। 216 ।।

श्रीओवी॰ महाराष्ट्र भूमि पवित्र । ग्राम-ग्राम तीर्थक्षेत्र । मुख्य काहीं उक्त अत्र । भक्तिभावें ।। 217 ।। चांदूरची रेणुकादेवी । कोल्हापूरची महालक्ष्मी । तुळजापूरची भवानी । देवी माता ।। 218 ।। अमरावती अंबादेवी । कौंडण्यपूर सखूमाई । गीताईची आंबेजोगाई । योगेश्वर ।। 219 ।। रामटेकचा श्रीराम । देहूचा तुकाराम । लोणीचा सखाराम । पुण्य धाम ।। 220 ।। पैठणचा एकनाथ । वणीचा श्रीरंगनाथ । परळीचा बैजनाथ । ज्योतिलिंग ।। 221 ।। आळंदीचा ज्ञानेश्वर । लातूरचा सिद्धेश्वर । बीडचा कंकालेश्वर । शिवशंभु ।। 222 ।। दत्तात्रय माहूरचा । विनायक ओझरचा । मोरया चिंचवडचा । गणपति ।। 223 ।। देउळगावचा बालाजी । घुईखेडचा बंडोजी । आंभोऱ्याचा शंभुजी । चैतन्येश्वर ।। 224 ।। जेतुऱ्याच खंडोबा । म्हसवडचा नागोबा । पंढरपूरचा विठोबा । तीर्थस्थानें ।। 225 ।।

राजपूतांची कथा

प्रजापति

(रत्नाकर उवाच)

🕉 श्लोक

चक्रे स्वगात्रजान्ब्रह्मैकविंशति प्रजापतीन् ।
तेभ्यश्च भूतले सृष्टाः प्रजाः सर्वा यथा गतिः ।।

कश्यपः कर्दमोऽत्रिश्च वसिष्ठश्चाङ्गिरा यमः ।
मरीचिर्विकृतो हेतिः स्थाणुर्धर्मो भृगुः क्रतुः ।।

प्राचेता संस्त्रयो दक्षः पुलस्तः पुलहस्तथा ।
शेषो नेमी प्रहेतिश्च कुमारौ नारदो मनुः ।।

राजपूतांची कथा

ॐ ओवी॰ ब्रम्हाने आदि काळीं केले । गात्रांतुनी वेगवेगळे । एकवीस ऋषि सगळे । प्रजापति ।। 226 ।। कश्यप, कर्दम शेष । अत्रि, हेति, अंगीरस । भृगु, नेमी प्राचेतस । दक्ष, धर्म ।। 227 ।। वसिष्ठ, मारीचि, स्थाणु । पुलह, विकृत, क्रतु । संस्त्रय, प्रहेति, मनु । यम आदि ।। 228 ।।

(ऐका आता)

ॐ ओवी॰ ऐका! ऐका! श्रोता जन । राजपूतांचे वर्णन । बोलूं करुनी वंदन । तुम्हां सर्वां ।। 229 ।। यथा वदे मुनिवर । सांगतो मी रत्नाकर । योजुनीया भाषा चार । इये ग्रंथीं ।। 230 ।। नाना राग, नाना छंद । गीत ओव्या श्लोक वृंद । मनीं देतीं जे आनंद । यथायोग्य ।। 231 ।। आधी पूर्ववृत्त ह्यांत । आलीं नाम कुळें त्यांत । टीका वृत्ति नाही ज्यात । सर्व भोग्य ।। 232 ।। भाषा साधीच मराठी । ना शहरी, ना गावठी । कृपा करो जगजेठी । सिद्धीसाठी ।। 233 ।।

जे वाचतीं सावधानें । स्नेह श्रद्धा बोधाने । देशभक्ति मोदाने । त्यानां भाग्य ।। 234 ।। देते काव्य सरस्वती । ज्ञान देतो गणपति । कथा नारद देती । लिहावया ।। 235 ।। रत्नाकर अल्पमति । काम करि यथा गति । पण चिकाटीचा अति । हेचि खरे ।। 236 ।। त्याचे अनुगामी जन । कवि योगी संत पण । देवाठायीं ज्यांचे मन । दृढपणे ।। 237 ।। विदेशाच्या धरे वर । आहे सध्या त्याचे घर । पण मातृभूमीवर । त्याचे लक्ष ।। 238 ।। पुरे झाली माझी कथा । नको अधिक ही प्रथा । पुढे चलूं ध्येय यथा । प्रीति असो ।। 239 ।।

(लक्ष द्या)

ॐ ओवी॰ आता द्यावे अवधान । पार्श्वभूमि ही प्रधान । करोनी अनुसंधान । लिहिली मी ।। 240 ।। पार्श्वभूमि आम्हां बोले । काय कुणीं केव्हां केले । हानि हित काय झाले । अनुभव ।। 241 ।। उचित काय अनुचित । काय पाळावे निश्चित । काय टाळावे क्वचित । व्यवहारें ।। 242 ।। जो न जाणे पार्श्वभूमि । अंधळा माणुस कृमि । प्रस्तावतो जन्मोजन्मीं । तो अज्ञानी ।। 243 ।। न वाचतां इतिहास । पुढे जाण्या ध्यास ज्यास । करी वेळेचा परिहास । उगी हौस ।। 244 ।। आपला जो इतिहास । सांगे भले बुरे खास । कुणां करावा विश्वास । कुणां नाही ।। 245 ।। जाणोनी नीति अनीति । करावी कुणाशीं प्रीति । उचित न कुठे मीती । ज्ञान देई ।। 246 ।।

कुठे कुणी केला दोष । कुणा जाणावे निर्दोष । कुठे आहे खरा तोष । सोदाहरण ।। 247 ।। इतिहासाची दिव्य ज्योत । जो अनुभवांचा स्रोत । वाहतो तो ओत प्रोत । आम्हां साठी ।। 248 ।।

सृष्टि निर्मिति

ॐ ओवी॰ गोष्ट आता एकदाची । सृष्टीच्या निर्मात्याची । जीव जन्म-दात्याची । ऐका आता ।। 249 ।। होऊनी वादळांचा अंत । भवसागर झाले शांत । शेष नागाला जे पसंत । ठीक वेळी ।। 250 ।। नीळे नीळे आसमंत । नभ झाले शोभिवंत । निरवले सारे ध्वांत । मोद! मोद! ।। 251 ।। भवसागरी एकांत । लक्ष्मी सवें लक्ष्मीकांत । शेष-शैयेवरी शांत । बैसलेले ।। 252 ।। लक्ष्मी देवी झाली हृष्ट । नारायण झाले तुष्ट । तेव्हां श्री म्हणाली गोष्ट । श्रीपतींना ।। 253 ।। नाथ! कराया प्रजा सृष्ट । आता वाटे घडी इष्ट । दिसतात मला स्पष्ट । सुलक्षणें ।। 254 ।। राहु-केतु नाही रुष्ट । गेले सकल अरिष्ट । अमंगळ झाले नष्ट । स्वामी! आता ।। 255 ।। अनहद प्रणव नाद । शिव-डमरूचा निनाद । पुण्य पावन प्रतिसाद । अंतराळीं ।। 256 ।। जेव्हां घडी अनुकूल । निरवले प्रतिकूल । नाभीला पडली उल । श्रीविष्णूच्या ।। 257 ।। पद्म-बीज प्रसवले । आणि कोंब उगवले । देठावर उमलले । पुंडरीक ।। 258 ।। वर दिला शिव सांब । देठ झाले अति लांब । जशी धनुष्याची कांब । आपोआप ।। 259 ।। पाकळ्यांचे सिंहासन । दिव्य विधीचे आसन । वरी आरूढ चतुरानन । ब्रम्हदेव ।। 260 ।। चार मुखें चार ऋषि । बघतात चारीं दिशीं । वेदवाणी अहो-निशीं । त्यांच्या मुखीं ।। 261 ।। मग झाला साक्षात्कार । विधि केला चमत्कार । करूनी श्रींचा सत्कार । ब्रम्हाजी ने ।। 262 ।। रूप जरी ते अभंग । गात्रें झालीं जणू भंग । प्रसूतीने अंग-अंग । विधात्याचे ।। 263 ।। करावया जीव निर्मिति । गात्रांतुनी झाली सृति । जन्मां आले प्रजापति । एकवीस ।। 264 ।।

ॐ ओवी॰ पुलह, भृगु, शेष, पुलस्त । संस्रय, प्राचेता, विकृत । दक्ष, क्रतु, यम, वसिष्ठ । अंगीरस ।। 265 ।। मरीचि, धर्म, प्रहेति । स्थाणु, अत्रि, नेमी, हेति । कश्यप, कर्दम इति । पजापति ।। 266 ।। प्रजापतींनी केल्या सृष्ट । प्रजा यथा यथा इष्ट । कला योजुनी चौसष्ट । जगा मधीं ।। 267 ।। पृथ्वी वर जे जे दृष्ट । जीव-जंतु झाले सृष्ट । बघुनी भू-माता हृष्ट ।

राजपूतांची कथा

झाली फार ।। 268 ।। नर जाति प्राथमिक । वर्ण चार नैसर्गिक । ब्रह्म क्षात्र शूद्र वणिक् । केले त्याने ।। 269 ।। अध्ययन ब्रह्म धर्म । रक्षा क्षत्रियांचे कर्म । धंदा कृषि वणिक्काम । शूद्र सेवा ।। 270 ।। क्षत्रियांचे वीर जन । रणशौर्य त्यांचे धन । नृप त्यांत महाजन । पृथ्वीवर ।। 271 ।। क्षत्रियांत श्रेष्ठ नाम । दाशरथी श्रीराम । न्याय नीति त्यांचे काम । अनुपम ।। 272 ।।

श्लोक

(चतुर्वर्णाश्रम:)

ब्रह्मक्षात्रवणिक्शूद्रा:–चतुर्वर्णा: कृता यदा ।
विभाजितानि कार्याणि गुणकर्मानुसारत: ।।
गुणावलम्बिता मात्रं भूतानां वर्णपद्धति: ।
जात्या: कुलस्य रङ्कस्य नात्र स्थानं न भावना ।।

(ब्रह्मकर्म)

तप: शान्ति: कृपा शुद्धि:–आर्जवं च क्षमा दम: ।
श्रद्धाऽस्तिक्यं च सत्यञ्च विप्रधर्मस्य लक्षणा: ।।
रक्षणायान्यवर्णानां यस्य ज्ञानं रतं सदा ।
द्विजो गुरुर्नरो नारी वर्णभेदेन ब्राह्मण: ।।

(क्षात्रकर्म)

रणे शौर्यं च वीर्यं च चातुर्यमभयं तथा ।
स्वाभाविकं बलं दानं लक्षणं क्षात्रकर्मण: ।।
रक्षणमन्यवर्णानां कृत्वा प्राणसमर्पणम् ।
वर्णभेदानुसारेण क्षात्रधर्मस्य लक्षणम् ।।

(वैश्यकर्म च शूद्रकर्म च)

वाणिज्यं च कृषे: कर्म वैश्यधर्मस्य लक्षणम् ।
सेवाभावस्य पावित्र्यं शूद्रधर्मस्य सद्गुण: ।।

वर्ण: कोऽपि न नीचस्थ: सर्वेषु च महानरा: ।
अविचारोऽनृतो जाते: सर्ववर्णा: समा: सदा ।।

राजपूतांची कथा

सर्वे भवन्तु सम्मान्या: सर्वे सन्तु समानत: ।
अपमानोऽस्ति वैषम्यं वर्णाश्रमे समानता ।।

यथा रथस्य रश्मिश्च हयाश्चक्राणि सारथि: ।
तथा देहस्य चत्वारि गात्राणि सदृशानि च ।।

विप्र: शीर्षं करौ क्षात्र: वैश्यो रुण्डं तनोस्तथा ।
शूद्र: पादौ चतुर्थांशो विनैकं निक्रिया: परा: ।।

(वर्ण-जाति)

ॐओवी॰ ब्राह्म क्षात्र वैश्य शुद्र । वर्ण चार केले भद्र । जाति कुप्रथा अभद्र । ध्यानीं असो ।। 273 ।। वर्ण गुणावलंबित । कार्यानुसार अंकित । नसे दोष पद्धतीत । म्हणे कृष्ण ।। 274 ।। तप शांति कृपा शुद्धि । आर्जव क्षमा सुबुद्धि । श्रद्धा आस्तिक्याची सिद्धि । ब्रह्मकर्म ।। 275 ।। रणीं गाजविणे शौर्य । अंगीं अतोनात वीर्य । सर्व स्थितींमध्ये धैर्य । क्षात्रकर्म ।। 276 ।। उद्यम व्यापार कर्म । वाणिज्य वैश्यांचा धर्म । सेवा-भावांचे सुकर्म । शुद्रधर्म ।। 277 ।। वर्ण चारही समान । सर्वांना एकच मान । सर्वांत जन महान । विद्यमान ।। 278 ।। ब्राह्मण परशुराम । क्षत्रियांत श्रीराम । वैश्य श्री तुकाराम । शुद्र कोण ।। 279 ।। शुद्र विदुर नाम । सुवचन त्यांचे काम । नीतिवीर त्यांचा मान । शहाण्यांत ।। 280 ।। शुद्रांत ही झाले संत । चारी वर्णांत महंत । चारित्र्याने श्रीमंत । जन झाले ।। 281 ।। सर्व वर्णीं महा जन । कुणी मोठा न लहान । जसा जो गुणवान । तसा वर्ण ।। 282 ।। कर्म क्षत्रियांचे विशेष । रक्षण करीती देश । त्यागवृत्तीचे नि:शेष । क्षात्रवीर ।। 283 ।। सर्व वर्ण सम मान्य । जातींत जन्मास स्थान । उच्च-नीच अपमान । जातींमध्ये ।। 284 ।। चक्र रश्मि अश्व सूत । रथ-अंग अंतर्भूत । अन्य तीन अनुपयुक्त । एका विना ।। 285 ।। चार वर्णांचा समाज । योग्य काल, उद्या, आज । चाले सुरळीत काज । जगामध्ये ।। 286 ।। जातीं कृत्रिम झाल्या । मानवाने त्या केल्या । स्वार्थातुन ज्या व्याल्या । नष्ट व्हाव्या ।। 287 ।। काम केले ब्रह्माने छान । दिले क्षत्रियांना जे स्थान । नृप झाले तेच महान । इतिहासें ।। 288 ।।

राजपूतांची कथा

राजपूत

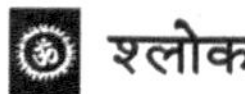 श्लोक

प्रजापतिर्वसिष्ठेन यज्ञाग्नेर्निर्मितानि हि ।

क्षात्रकुलानि षट्त्रिंशत्-राजर्षिमुनिना पुरा ॥

ककुत्स्थ्यं गुहिलोतं च परमारं सदावरम् ।

चालुक्यं प्रतिहारं च चाहमाणं च गोहिलम् ॥

टांकं च धनपालं च मकवानं च सैन्धवम् ।

अभिचारं मरूवं च दोयमानं च हैहयम् ॥

चापोत्कटं दधिष्टं च हरितटं च यौतिकम् ।

अनिगं राजपालं च कविनीसं च देवरम् ॥

गैरं कारट्टपालं च कोटपालं मटं हुलम् ।

परिहारं च राठोडं छंदं रोसजुतं तथा ॥

सिलारं च कलापं च निकुम्भवरमादिनि ।

एतेषां क्षत्रिया वीरा राजस्थाननिवासिन: ॥

देवर कलाप महान थे, राजपूत परिवार ॥ 425

ओवी॰ क्षात्र भूमि राजस्थान । सर्वश्रेष्ठ तिचा मान । महाराष्ट्र ज्यासमान भारतात ॥ 289 ॥ राजस्थानी राजपूत । ज्यांची वीरश्री अद्भुत । केलीं ब्रम्हाने संभूत । कुलें छत्तीस ॥ 290 ॥ ककुत्स्थ, गुहिलोत, गौर । चाहमाण, मट, परमार । चालुक्य, गोहिल, प्रतिहार । परिहार ॥ 291 ॥ टांक, सैंधव, धनपाल । मरूड, राठोड, राजपाल । दोयमान, कारट्टपाल । कोटपाल ॥ 292 ॥ हैहय, अनिग, चापोत्कट । यौतिक, छंद, हरितट । मकवान, कवनीस, दधिष्ट । अभिचार ॥ 293 ॥ देवर, हुल, निकुम्भवर । कलाप, रोसजुत, सिलार । सदावर हीं कुलें वीर । राजपूत ॥ 294 ॥

YEAR : 636 AD

> **CONTEMPORARY HISTORICAL STAGE**
> **Kingdoms and the Kings.**
>
> E. Chalukya king of **Vengi** : Jaysimha (ruled 632-663); W. Chalukya king of **Badami** : Pulakeshi II (r. 608-642); Chalukya king of **Lata** : Buddha Varma Raja (610-643); Gurjar Raja of **Bhinmal** : Samant Dadda (628-640); Pallava king of **Kanchipuram** : Narsimha Varma I (630-668); Chalukya king of **Badami** Pulakeshi II (608-642); Pandya King of **Madura** : Maravarma Avanishulamani (620-645); Maitraka king of **Vallabhi** : Dhruva Sena (629-645); Ahom king **Kamrup Assam** : Bhaskar Varma (594-650); Shendraka king of **Gujrat** : Bhanu Shakti (600-640); Pushyabhuti king of **Thanesar and Kanauj** : Harsha Vardhan (606-647); *Hindu Rai king of **Alor, Sindh** : <u>Chach</u> (631-671); Karkota king of **Kashmir** : Durlabh Vardhan (631-680).

सिंध प्रांताची कथा

Story of Sindh, 631-753 AD

14. सिंधच्या चाच महाराजाची कथा - Year 636 AD

 संगीत श्री शिवाजी चरित्र राग–छंद माला, पुष्प 106

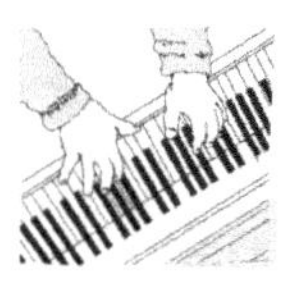

हिंदुभूमि संरक्षक महाराजा चाच

स्थायी

जय! जय! हिंदुभूमि की गाएँ,

जन्मभूमि की, मातृभूमि की,

सब मिल जय जय गाएँ । जय जय ...

14. सिंधच्या चाच महाराजाची कथा - Year 636 AD

♫ सा<u>ग</u>! मप! <u>ध</u>–मप–म ग<u>सा</u> <u>ग</u>–म–,

<u>ध</u>–धध–<u>ध</u> <u>नि</u>–, <u>ध</u>–<u>ध</u>प–<u>ध</u> मप,

<u>धध</u> मन पम ग<u>सा</u> <u>ग</u>–म– । सा<u>ग</u>! मप! ...

अंतरा–1

शूर वीर सुत भारत माँ के, रण भूमि पर योद्धा बाँके ।

गाथा उनकी आज सुनाएँ ।।

♫ सां–सां सां–सां <u>नि</u>सां <u>ध</u>नि<u>सां</u>सां सां– गं–, <u>निनि</u> <u>निनि</u> <u>ध</u>म <u>नि</u>–<u>नि</u>– <u>नि</u>–<u>नि</u>–।

<u>ध</u>–<u>ध</u>म पमप<u>ग</u>, साग<u>म</u> <u>ध</u>प–म– ।।

अंतरा–2

मर्द बहादुर पुत्र सिंध के, रक्षण कर्ता परम हिंद के ।

सद्गुण उनके, आओ गाएँ ।।

अंतरा–3

हिंदुभूमि पर हमले आए, रणधीरों ने वे लौटाए ।

उनके माथे, तिलक लगाएँ ।।

ॐ ओवी॰ सन सहाशे छत्तीस । देण्या दाग हिंदुभूमीस । अरब निघाले स्वारीस । शस्त्रधर ।। 295 ।। उमर–इब्न–अल्–खत्ताब । ज्याला खलिफाचा खिताब । ज्याच्या मोहिमांना रुबाब । आक्रमक ।। 296 ।। जिंकुनी सिरिया–इराण[32] । आले पहिले आक्रमण । अरबांचे अतिक्रमण । सिंध प्रांतीं ।। 297 ।। आली राज्यावर आंच । रणीं जिंकला नृप "चाच"[33] । नामांकित हिंदू हाच । सौराष्ट्रात ।। 298 ।।

---

[32] Syria and Iran in years 632-636.

[33] **चाच :** Hindu Rai King Chach of Alor, Sindh (4. 631-671).

YEAR : 712 AD

CONTEMPORARY HISTORICAL STAGE
Kingdoms and the Kings.

E. Chalukya king of **Vengi** : Vishnu vardhan III (ruled 709-746); W. Chalukya king of **Badami** : Vijayaditya (r. 696-733); W. Chalukya king of **Lata** : Shrayashraya Shiladitya (669-733); Maitraka King of **Vallabhi** : Shiladitya III (691-722); Pallava king of **Kanchipuram** : Narsimha Varma II (680-720); Pandya King of **Madura** : Kochchadiyan Ranadhira (700-730); Rashtrakuta king of **Maharashtra** : Dantidurga (752-756); Gurjar king **Bhinmal** : Jayabhatta IV (706-786); Karkota king of **Shrinagar Kashmir** : Pratapaditya (680-712); Karkota king of **Shrinagar** : Vijayaditya Chandrapida (712-720); *Hindu Rai king of **Alor, Sindh** : Maharaja Dahir (678-712); *Arab Governor of Sindh : Muh. bin Qasim (712-715).

---

15. सिंधच्या दाहीर महाराजाची कथा, 678-712 AD

 संगीत श्री शिवाजी चरित्र राग–छंद माला, पुष्प 107

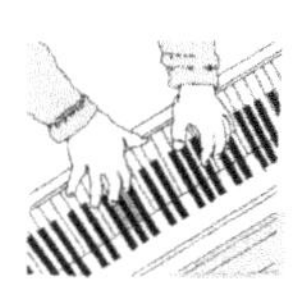

महाराजा दाहीर

स्थायी

गाथा अभंग ज्यांची, कीर्ति अखंड ज्यांची ।

ख्याति अनंत ज्यांची, गाऊं स्तुति तयांची ।।

♪रे–रे– मप–म ग̲–रे–, मपध̲– पम–म ग̲–म– ।

नि–ध̲– पमग̲रे म–म–, ध̲–प– मग̲– मरे–ग̲– ।।

अंतरा–1

भारत अखंडतेचे, रक्षक स्वतंत्रतेचे ।

15. सिंधच्या दाहीर महाराजाची कथा, 678-712 AD

उज्ज्वळ परंपरेचे, गाऊं स्तुति तयांची ।।

♪ नि-धध पम-पध-प-, सां-निनि धप-धप-म- ।

रे-रेरे- गप-मग-म-, ध-प- मग- मरे-ग- ।।

अंतरा-2

जे आर्य सद्गुणांचे, प्रतिमा ज्वलंत ज्यांची ।

प्रतिभा प्रचंड ज्यांची, गाऊं सुति तयांची ।।

अंतरा-3

दाहीर हिंदु राजा, जो शेर-वीर राणा ।

वाघीण त्याची राणी, गाऊं सुति तयांची ।।

ॐओवी॰ सन सातशे-बारा । अरबी मोहीमांचा मारा । केला बेजार सारा । सिंध प्रांत ।। 299 ।। घेऊनिया धर्माची कटयारी । आली बिन-क़ासिम[34] ची स्वारी । संगे त्याच्या लश्कर भारी । धर्म वेडे ।। 300 ।। कराया परधर्मांचा अस्त । करीत देवळें उध्वस्त । चालून आले फौजी मस्त । सिंध वरी ।। 301 ।। बघुनी स्थिति गंभीर । आला रणीं नृप दाहीर[35] । सवे त्याची राणी खंबीर । तोंड देण्या ।। 302 ।। झाली लढाई घोर । शत्रुसेना वरजोर । रक्त पिपासु अघोर । जिंकली ती ।। 303।। राजाचा केला शिरच्छेद । राणीला करुनी कैद । पाठविली नजरबंद । खलीफा कडे ।। 304 ।। सिंध पडला यवनां हाती । ज्यांची झाली धीट छाती । केली राज्याची माती । बाटवुनी ।। 305 ।।

---

[34] **बिन-क़ासिम** : The sixth Ummayad Khalifa Walid-1 Abdul Malik (668-715, r. 705-715) of Damascus Syria, dispatched an Arab expidition in year 712 under Muh.-bin-Qasim, the governor of Shiraz Fars. Qasim was recalled to Iraq and put to death in year 715. A new governor was installed at Multan, Sindh.

[35] **दाहीर** : Kings of Chach Dynasty : 1. Chach (643-671), Chandar (671-678), Dahir, King of Sindh (678-712).

YEAR : 750 AD

सिंध प्रांताची कथा व पुढे

श्रीओवी॰ सन सातशे पन्नास । उम्मायद वंशाचा नाश । नवा खलीफा अब्बास[36] । इराकचा ।। 306 ।। खलीफा मारवान मेला । उम्मायद वंश गेला । सिंध स्वतंत्र झाला । आता देश ।। 307 ।। मग खलीफा अब्बास । नवी दिशा ध्यास त्यास । सशस्त्र धर्म प्रसारास । राजस्थानीं ।। 308 ।।

YEAR : 753 AD

राजस्थान प्रांताची कथा

Story of Rajasthan, 753-1000 AD

बाप्पा रावळ राजाची कथा

16. राजस्थानच्या महाराजा बाप्पा रावळ ची कथा : 753 AD

(बाप्पा रावळ)

---

[36] **अब्बास :** Khalifa Abdul-ul-Abbas as-Saffah (722-754, r.750-754), the first Abbasid Khalifa of Bagdad, Iraq. Khalifa Marwan-II (684-750) was 14th and the last Ummayad Khalifa at Damascus, Syria.

16. राजस्थानच्या महाराजा बाप्पा रावळ ची कथा : 753 AD

श्रीओवी० अरबांच्या स्वाऱ्या आल्या । नव्या नव्या धाडीं केल्या । पण त्या परास्त झाल्या । राजस्थानीं ।। 309 ।। शूर गुहिलोत वीर । उभे जाहले खंबीर । हातीं घेउनी शीर । लढावया ।। 310 ।। वीर नेता बाप्पा रावळ[37] । अंगकाठी त्याची धाकड । राज्य रक्षा त्याची आवड । देशभक्त ।। 311 ।। राज्य त्याचे मेवाड । राजधानी चित्तोड । अन्य नसे जिला जोड । वायव्येला ।। 312 ।। अरबांना हरविले । अजिंक्य पद मिळविले । आक्रमक पळविले । बहु वेळा ।। 313 ।।

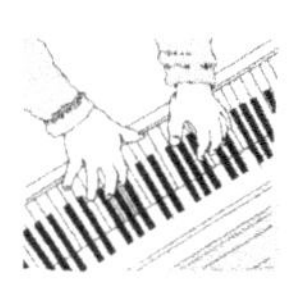  **संगीत श्री शिवाजी चरित्र राग-छंद माला, पुष्प 108**

दादरा ताल

(बापा रावळ – मराठी)

स्थायी

स्वाऽतंत्र्याचे तू पेरले बी, आणि केली अमर ती प्रणाली ।

♪ मगम–म–म प– म–गम– प–, मप ध–ध– निसां– नि– धप–म– ।

अंतरा–1

बाप्पा! वीरांचा तू वीर होता, राणा संगाचा आदर्श नेता ।

तुझी संग्राम गाथा निराळी, आई अंगाई रूपें म्हणाली ।।

♪ सांसां! नि–सां–नि ध– नि–ध प–म–, सांसां! नि–सा–नि ध–नि–ध प–म– ।

मम म–म–म प–म– गम–प–, मप ध–ध–ध नि–ध– पग–म– ।।

अंतरा–2

प्रतापाला तुम्हीं दोन नेते, शौर्य स्फूर्तीचे आगऽर होते ।

तूच अर्जुन, सखा पांडवांचा, त्याग बुद्धि अमर तूच केली ।।

अंतरा–3

---

[37] **बाप्पा रावळ :** Bappa Raval, King of Chittod Mewad (730-753)

16. राजस्थानच्या महाराजा बाप्पा रावळ ची कथा : 753 AD

तुझा अभ्यास शिवबाने केला, त्याने झेंडा पुढे तोच नेला ।
स्मृति राहो तुझी या जगाला, तुझी भूमिका चिरकाल झाली ।।

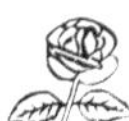 संगीत श्री शिवाजी चरित्र राग-छंद माला, पुष्प 109

दादरा ताल

(बापा रावल – हिंदी)

स्थायी

तूने स्वातंत्र्य का बीज बोया, और चलाई प्रणाली अमर है ।

♪ ध॒नि॒ सा–सा–सा रे– सा–नि॒ सा–रे–, सा– रे॒ग–ग॒– ग॒म–ग॒ रेनि॒नि॒ सा– ।

अंतरा–1

तेरे पथ पर चला संग-राणा, उसने तुझको ही आदर्श माना ।
तूने सीनों में गौरव पिरोया, तेरे कर्मों का अद्भुत असर है ।।

♪ पप म– प– मग– म–ग रे–सा–, पप मप– म ग–म– रे–सा– ।

ध॒नि॒ सा–सा– सा रे–सा– नि॒सा–रे–, सारे ग॒–ग॒– ग॒ म–ग॒– रेनि॒नि॒ सा– ।।

अंतरा–2

राणा परताप ने तुझको पूजा, तुमसे आदर्श ना कोई दूजा ।
तू ही अर्जुन यथा पांडवों का, तेरी कीर्ति धरा पर अजर है ।।

अंतरा–3

फिर शिवाजी ने तीनों को माना, तुमको वीरों का भी वीर जाना ।
तुमको भूलें कभी ना जमाना, एहसानों की जिसको कदर है ।।

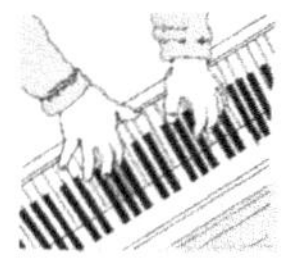 संगीत श्री शिवाजी चरित्र राग-छंद माला, पुष्प 110

भजन : राग मिश्र, तीन ताल 16 मात्रा

(बाप्पा रावळ)

स्थायी

गाऊं या! बाप्पा, रावळ चे गुण गाऊं ।

♪ गम प– म–ग–, ध–पम ग– पप ग–म– ।

अंतरा–1

वीर प्रतापी खरा, राजपूत हा । ऋण तयाचे ध्याऊं ।।

♪ म–ध निसांसां सांसां–, नि–सांरें–सां नि– । पध निध–प– ग–म– ।।

अंतरा–2

मातृभूमि चा, राजदूत हा, शरण तयाला जाऊं ।।

अंतरा–3

घोर विपद जरी, तरी मजबूत हा । लोह तयाची बाहु ।।

अंतरा–4

विस्मृत होऊ नये, नृप अभिभूत हा । चरित तयाचे पाहूं ।।

YEAR : 1000 AD

गझनीच्या सतरा स्वाऱ्या

17. गजनीच्या सतरा स्वाऱ्या : 1000-1027 AD

1. गझनीची पहिली स्वारी, सन 1000

(वाहिंद)

17. गजनीच्या सतरा स्वाऱ्या : 1000-1027 AD

ॐ॰ओवी॰ सन नऊशे नव्वद । अरबांचा उन्माद । देश छेद-विच्छेद । अफगाण ।। 497 ।।

साबुकतिगीन यामिनी[38] । जिंकता झाला गझनी । केली तिला राजधानी । अरबांची ।। 498 ।।

करूनिया मोठी चाल । हरविला त्याने काल । हिंदू राजा जयपाल[39] । वाहिंदचा ।। 499 ।।

सन एक हजार । गझनीचा सरदार । आक्रमक होता फार । महमूद[40] ।। 500 ।। स्वाऱ्या त्याने केल्या सतरा । गुजरात वर खतरा । लूट-मार त्याचा फेरा । प्रतिवर्षी ।। 501 ।। वजीर त्याचा महमूद । करीत होता तरतूद । केले हिंदूंविरुद्ध युद्ध । पहिली स्वारी ।। 502 ।।

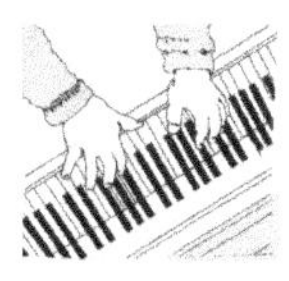

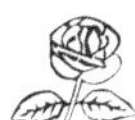 संगीत श्री शिवाजी चरित्र राग-छंद माला, पुष्प 111

(गजनी का वाहिंद पर हमला)

स्थायी

गजनी का राक्षस आया है, असुरों की सेना लाया है ।

निज धर्म थोपने आया है ।।

♪ सानि़सा– ग़रे सा–नि़नि़ सा–रेम ग़–, ग़ममग़ पम ग़–रेसा सा–रेम ग़– ।
ग़ग़ रेसासा रे–रेगम ग़रेसानि़ सा– ।।

अंतरा–1

वह विध्वंसक शठ पापी है, वह क्रूर बड़ा खलकामी है ।

वह भीषण खून पियासा है, वह दीन-धरम दीवाना है ।

वह लूट मचाने आया है ।।

---

[38] **साबुकतिगीन** : Nasir-ud-din Sabuktigin (r. 977-997)

[39] **राजा जयपाल** : King Jaypal (r. 965-1002). Hindu Shahi kings of Kabul, Usbhandpur and Nagarkot (867-1026) : Lakkar (867-870), Samanta Tormana (870-902), Kamalu (902-950), Bhimapala-1 (950-965), Jayapala-1 (965-1002), Anandpala (1002-1012), Jayapala-2 Trilochanpala (1012-1021), Bhimapala-2 (1021-1026).

[40] **महमूद गजनी** : Yamin-ud-daulah Abul Quasim Mahmud, Sultan of Ghazni (r. 998-1030)

♪ पप मरेम–पप पम पनिधप प–, पप मगग सासाग मपगरेसानि सा– ।

सानि सा–गरे सा–नि निसा–रेम ग–, गग रेसासासारेरे गमगरेसानि सा– ।।

गग रेसासा सारे–गम मगरेसानि सा– ।।

अंतरा–2

वह भ्रष्टाचार मचावेगा, वह मंदिर–मूरत तोड़ेगा ।

वह नर–नारी को सतावेगा, वह भ्रष्टाचार मचावेगा ।

वाहिंद जलाने आया है ।।

2. गझनीची दूसरी स्वारी, सन 1001

(पेशावर, उद्‌भांडपुर)

ॐ‍ओवी॰ आली पुन्हा टोळधाड । सेना सैनिकांची द्वाड । माणुसकीची न चाड । ज्यांचे ठायी ।। 503 ।। चालोनी पंजाब वर । लुटोनिया पेशावर । जाळले उद्‌भांडपुर । दूजी स्वारी ।। 504 ।। मार–काट केली घोर । स्त्रीयांवर अत्याचार । बाटविले लोक फार ।। वा कापले ।। 505 ।। लूट घेऊनी जाता झाला । लाख कैदी मिळाले त्याला । धर्म त्यांना दिला आपला । गझनीने ।। 506 ।। आनंदपाल[41] झाला राजा । जयपाल ज्याचा आजा । उत्साह तयाचा ताजा । तोंड देण्या ।। 507 ।।

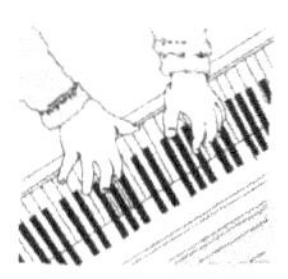

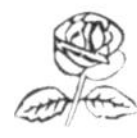

संगीत श्री शिवाजी चरित्र राग–छंद माला, पुष्प 112

(गजनी ची पेशावर वर स्वारी)

स्थायी

आला ग! पुन्हा, गजनीचा राक्षस आला ।

♪ मम प मग–, –सांनिनिध म–पध म–म ।

---

[41] **आनंदपाल** : King of Peshawar-Udbhandapur (r. 1002-1013)

अंतरा-1

सेना लुटारूंची घेऊन आला, सेना लुटारूंची घेऊन आला,

मुळी ग! लाज न त्याला ।

♪ –म–ध निसां–सांसां– –नि–सांसां धसांनिध ।

–म–धनि सांनिरेंसांसां– –निसांसां– धसांनिध ।

–नि–नि नि रेंसांनि ध पनिध– ।। ममध पध मग ।।

अंतरा-2

मंदिर-मूर्त्या तो फोडील बाई, देवा! दे शाप तू त्याला ।

अंतरा-3

जाळ-पोळ करील तो, खून खराबा, धार्मांचा वेडा ग, मेला! ।।

3. गझनीची तिसरी स्वारी, सन 1004

(मुलतान)

ॐओवी० मुलतान वर हल्ला । जय अल्ला! हाय अल्ला! । सिंध देशी हाच कल्ला । तीजी स्वारी ।। 508 ।। राजा जिथे बाजी राय । दृढ होता त्याचा पाय । एकटा तो करी काय । हारला तो ।। 509 ।। मग झाली कत्ले-आम । घेऊनी धर्माचे नाम । रक्तपात त्यांचे काम । लूट केली ।। 510 ।।

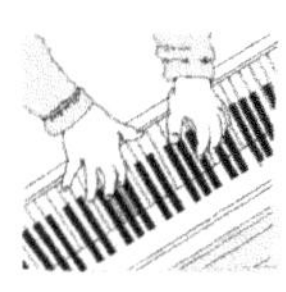  **संगीत श्री शिवाजी चरित्र राग-छंद माला, पुष्प 113**

(गजनी का मुलतान पर हमला)

स्थायी

वह गुंडा गजनी आया है, उसने सब सिंध जलाया है ।

भारत माता को रुलाया है ।।

♪ सांनि सा-गरे सासा-निं– सा-रेम ग–, गममग पम ग-रे सासा-रेम ग– ।

ग़रेसासा रे-ग़- म मग़रेसानि़ सा- ।।

अंतरा-1

उसकी सेना शैतान बड़ी, हिंदू राजा से आन लड़ी ।

उसने भगवान भुलाया है, उसने मुलतान जलाया है ।

भारत को दाग लगाया है ।।

♪ पपमरे म-प- पमपनि़ध पप-, प-मग़ ग़सासाग़ मप ग़रेसा नि़सा- ।

सानि़सा- ग़रेसा-नि़ नि़सा-रेम ग़-, गग़रेसा सासारे-ग़ मग़रेसानि़ सा- ।।

ग़रेसासा सा- रे-ग़ मग़रेसानि़ सा- ।।

अंतरा-2

वह हानि करने आया है, मनमानी करने आया है ।

उसने नरमेध रचाया है, अरु अत्याचार मचाया है ।

उसे खून-खराबा भाया है ।।

4. गझनीची चौथी स्वारी, सन 1005

(मुलतान)

 ओवी॰ मुलतान दिशां चारी । जाळपोळ हानि भारी । लूट-मार पुन्हा भारी । चौथी स्वारी ।।

511 ।।

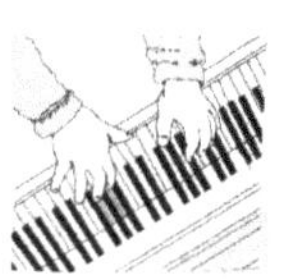 संगीत श्री शिवाजी चरित्र राग-छंद माला, पुष्प 114

(गजनी का मुलतान पर दूसरा हमला)

स्थायी

देखो, फिर से गजनी आया है, वह भीषण संकट लाया है ।

उसको बुत भंजन भाया है ।।

♪ सानि़, सासा ग़रे सासानि़- सा-रेम ग़-, ग़म मग़पम ग़-रेसा सा-रेम ग़- ।

रत्नाकर रचित ओवीबद्ध श्री शवाजी चरित्र

ग॒रेसा– रेरे ग॒–मम ग॒रेसानि॒ सा– ।।

अंतरा–1

वह धर्म–नीति का अंधा है, वह हिंसक पापी बंदा है ।

वह दहशतवादी गंदा है, धमकाना उसका धंदा है ।

पर–धर्म मिटाने आया है ।।

♪ पप मरेम प–पपम प॒निध प–, पपमग॒ग॒सा साग॒मप ग॒रेसानि॒ सा– ।

सानि॒, सासाग॒रेसा–नि॒– सा–रेम ग॒–, ग॒ममग॒पम ग॒ग॒रेसा सा–रेम ग॒– ।

ग॒ग॒रेसासा सारे–ग॒म ग॒रेसानि॒ सा– ।।

अंतरा–2

वह पागल नरक का राही है, वह अकल का दुश्मन पाजी है ।

वह अज्ञानी बेचारा है, वह द्वेष जलन का मारा है ।

उसने मुलतान जलाया है ।।

5. गझनीची पाचवी स्वारी, सन 1007

(पेशावर)

॥श्री॥ओवी॰ पेशावर वर न्यारी । पुन्हा आली त्याची स्वारी । कापाकापी केली भारी । पंचम स्वारी

॥ 512 ॥

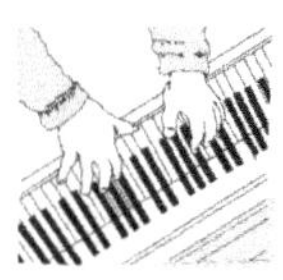  संगीत श्री शिवाजी चरित्र राग–छंद माला, पुष्प 115

(गजनी का पेशावर पर दूसरा हमला)

स्थायी

मैली चादर ओढ़के आया, शातिर ये दीवाना ।

हे परमेश्वर! किरपा करके, सन्मति उसको देना ।।

17. गजनीच्या सतरा स्वाऱ्या : 1000-1027 AD

♫ ग–मप रे–निनि सा–साग रे–सा–, ग–पप ध– ध–निसांधप ।
सां– सांसांसां–सांरें! निनिधप धसांसां–, सांसांसांरें निधमप ग – – मरेसाग– ॥

अंतरा–1

शिक्षा उसको गलत मिली है, हिंसा का है मारा ।

उसके कुल की रीत चली है, पातक जिनको प्यारा ।

सबक सिखाओ उसको प्रभु जी! या नरकासन देना ॥

♫ निसांसां– रेंरेंसां– निधप धनिसां सां–, निसांसां– सांनि– ध– निसांसां– ।

निनिसां– सांसां सां– नि–सां सांनिध प–, धनिधप ममपध निसांसां– ।

निसांसां सांसां–रें– निधप– धनि सां–, धसां सां– निधमपग – – मरेसाग– ॥

अंतरा–2

पेशावर पर फिर से आया, लेकर भीषण सेना ।

लूटमार बरबादी कीन्ही, सुना न उनका रोना ।

हे जगदीश्वर! पावन प्यारे! शाप अधम को देना ॥

6. गझनीची सहावी स्वारी, सन 1008

(नगरकोट)

श्रीओवी॰ नगरकोट आटपाट । गावात भरभराट । निवासी राजपूत जाट । हिंदुशाही ॥ 513 ॥
अफगाण खिलजी टर्क । मिळाले गझनीला सर्व । चारही दानवांना गर्व । केली स्वारी ॥ 514
॥ झाला आनंदपाल उभा । हिंदुसंघाने[42] दिली मुभा । राखण्याला आपला सूभा । धीट पणें ॥

---

[42] **हिंदुसंघ :** First time in the history it appears that a Hindu alliance was formed to face the aggression of Ghazani. They won the war with unity, but they did not learn lesson from it. The members of the alliance were : (1) Mangala Raja Kachhapaghata (r. 995-1015) of Gwalior; (2) Durlabha Raja Chahamana (r. 999-1030) of Ajmer; (3) Ganda Raja Chandella (r. 1000-1025) of Kalinjar; (4) Raja Vijaypal Pratihara (r. 960-1019) of Kanauj; (5) Ajayapaladeva Tomara (r.

रत्नाकर रचित ओवीबद्ध श्री शवाजी चरित्र

515 ।। आली गझनीची लाट । यत्न केले अटोकाट । झाली घोर काटाकाट । अमर्याद ।। 516 ।। हारला सुलतान एव्हां । झाले भीषण युद्ध जेव्हां । निघाला पाठमोरा तेव्हां । षष्ठ स्वारी ।। 517 ।।

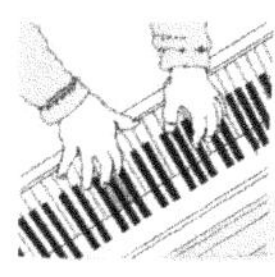 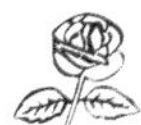 **संगीत श्री शिवाजी चरित्र राग-छंद माला, पुष्प 116**

(गजनी ची नगरकोट वर स्वारी)

स्थायी

मळकी चादर ओढुनी आला, हृदयाचा हा काळा ।

हे भगवंता! कृपा करोनी, सद्बुद्धि द्या त्याला ।।

♪ गगमप रे-निनि सा-साग रे-सा-, गगपपध- ध- निसांधप ।

सां- सांसांसां-सांरें! निधप धसां-सां, सांसांसांरेनिध मप ग – – मरेसाग- ।।

अंतरा-1

शिकवण त्याला चूक मिळाली, शांति नावडे त्याला ।

हिंसा त्याच्या रीत कुळाची, द्वंद्व आवडे त्यानां ।

शाप घोर प्रभू! द्यावा कटुतम, द्या नरकासन त्याला ।।

♪ निसांसांसां रें-सां- निधप धनिसांसां-, निसांसां सा-निध- निसांसां- ।

निनिसां- सां-सां- नि-सां सांनिधप-, धनिध पममपध निसांसां- ।

निसांसां सां-सां रेंरें! निधप- धनिसांसां, धसां सां- निधमपग – – मरेसाग- ।।

अंतरा-2

नगरकोट वर चालुनी आला, घेउनी भीषण सेना ।

लूटमार नर हत्या केली, क्रूर कांड ही नाना ।

हीन आसुरी द्या प्रभु! योनि, जन्मो जन्मीं त्याला ।।

1003-1019) of Dhillika; (6) Sindhu Raja Parmara (r. 995-1010) of Malwa; etc.

7. गझनीची सातवी स्वारी, सन 1009

(नारायणपुर)

ॐ ओवी॰ मग नारायणपुर । मारहाण भरपुर । जाळपोळीचा धूर । सप्तं स्वारी ।। 518 ।। राजा भीम देव तिथे । देवगृहें जिथे तिथे । भक्त जन फार इथे । पुण्य भूमि ।। 519 ।। लढला तो रात्रंदीन । तोंड दिले मास तीन । येऊ दिला नाही शीण । योद्धा खरा ।। 520 ।। हार मानी ना सुलतान । त्याला रक्ताची तहान । त्याने कापली भीमाची मान । जिंकला तो ।। 521 ।।

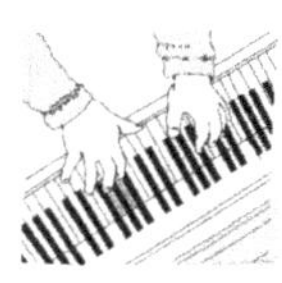

 **संगीत श्री शिवाजी चरित्र राग–छंद माला, पुष्प 117**

(गजनी ची नारायणपूर वर स्वारी)

स्थायी

चला पुढे रे! चला लढाया, बघा पुन्हा तोच दुष्ट आला ।

गडे! मिळोनी लढूँ तयासी, राणांगणी देऊ मात त्याला ।

राणांगणी देऊ मात त्याला ।।

♪ साप– पपध मप! पधनिसां निध–प–, गम– धपम गसा सानिध– निसारेगग– ।

साप– पपधमप पधनिसां निध–प–, गम–धपम गसासानि ध–नि सा–गग– ।

गम–धपम गसासानि ध–नि सा–सां– ।।

अंतरा–1

स्वदेश प्रेमी, जे स्वाभिमानी, त्वरा करोनी, रणात आले ।

सहा दिशांचे, पराक्रमी ते, महान राजे, एकत्र झाले ।

महान राजे, एकत्र झाले ।

♪ गम–म ध–नि– सां सां–सांनिरेसां–, निनि– निसां–सां–, निसांरेंसां ध–प– ।

पप– पपधमप, पधनिसांनिध– प–, गम–ध पमगसा, सानिध–नि सा–गग– ।

गम–धपम गसासानि ध–नि सा–सां– ।।

अंतरा–2

"जै जै भवानी! नमो" म्हणोनी, उगारले बाण खड्ग भाले ।

महा अघोरी, अशा शत्रुला, भरतसुतांनी, परास्त केले ।।

8. गझ्नीची आठवी स्वारी, सन 1010

(मुलतान)

श्रीओवी॰ आली पुन्हा त्याची गदा । मुलतानवर यदा । झाला सर्वनाश तदा । अष्टं स्वारी ।।

522 ।।

संगीत श्री शिवाजी चरित्र राग–छंद माला, पुष्प 118

गजनी का मुलतान पर तीसरा हमला

स्थायी

गजनी आया है ।

लूटमार मुलतान जलाने, सेना लाया है । गजनी आया है ।

♪ निसानिध्‌ निरेरेग सा– ।

ग–गग–ग गरेगपप मग–रे–, सागरेसा निसानिध्‌ रे– । निसानिध्‌ निरेरेग सा– ।।

अंतरा–1

ध्वस्त किया है प्रांत सिंध का, संकट लाया है । गजनी आया है ।।

♪ सा–रे गम– म– ग–म प–म ग–, गमगरे सानिध्‌धनि‌ रे – – । निसा निध्‌ निरेरेग सा– ।।

अंतरा–2

भ्रष्ट कर रहा नर–नारी को, मातम छाया है । गजनी आया है ।।

अंतरा–3

धरती पर उस गुनहगार ने, कहर मचाया है । गजनी आया है ।।

9. गझनीची नऊवी स्वारी, सन 1011

(स्थानेश्वर)

श्रीओवी० नवी धाड स्थाणेश्वर । देवस्थान ख्यात फार । ध्वस्त झाले ते मंदिर । नववी स्वारी ।। 523 ।।

संगीत श्री शिवाजी चरित्र राग–छंद माला, पुष्प 119

(गजनी का स्थानेश्वर पर हमला)

चाल : रवि गेला रे

स्थायी

खल आया है, गजनी का हथियारा ।

जुलमी हिरदय का कारा ।।

♪ सानि सा–गरे ग–, ममगरे सा– रेगसारेग– ।

सारेग– पमगग रेग रेगसा– ।।

अंतरा–1

(हिंदी)

स्थानेश्वरपुर पावन है, शिव दर्शन मन भावन है, उस पुर आया रावण है ।

वह दीवाना, तोड़ फोड़ करदेगा, सुलतान वो गजनी वाला ।

♪ गगग–ममममम प–मग म–, गग ग–मम मम प–मगम–, गग मम म–पध्ध प–म–ग– ।

सानि सा–गरेग–, म–ग रे–सा रेगसारेग–, सारेग–प म गगरेग रेगसा– ।।

अंतरा–2

(मराठी)

जन सैरावैरा पळती, तलवारीने कटुनी मरती, पर–धर्मास बळी ते पडती ।

अति निर्दय हा, शठ राक्षस–अवतारी, पापी हलकट काळा ।।

10. गझनीची दहावी स्वारी, सन 1013

(नगरकोट)

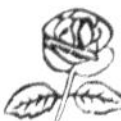 **ओवी॰** वारला राजा आनंदपाल । आता नृप त्रिलोचनपाल[43] । नगरकोटचा भूपाल । हिंदुशाही ।। 524 ।। आले पुन्हा गझनी सैन्य । झाले युद्ध असामान्य । नगरकोट स्थिति दैन्य । दहावी स्वारी ।। 525 ।।

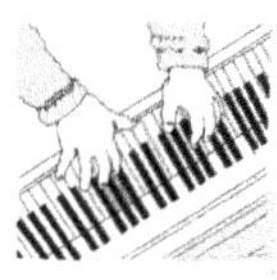 **संगीत श्री शिवाजी चरित्र राग-छंद माला, पुष्प 120**

गजनी का नगरकोट पर दूसरा हमला

दोहा छंद

♪ सासासासा–सा सासा रे–गम–, पप धप मग म–म– ।
सा–सा सारे–रेरे ग–प म–, पपप– धप मगम– ।।

स्थायी

नगरकोट पर आगया, फिर से वह शैतान ।

नीच नराधम क्रूर वो, गजनी का सुलतान ।। 1 ।।

लूट–मार करने लगा, जैसा उसका दीन ।

बलात्कार अपहार भी, लंपट लज्जाहीन ।। 2 ।।

मंदिर मूरत तोड़ना, चोरी उसका काम ।

नंगे ओछे पाप से, जग में वह बदनाम ।। 3 ।।

नगरकोट समृद्ध था, कीन्हा उसने ध्वस्त ।

आग लगा कर नगर वो, किया पूर्ण उध्वस्त ।। 4 ।।

प्राण हजारों के लिये, करके कत्ले आम ।

भ्रष्ट हाजारों कर दिये, परिवर्तन के नाम ।। 5 ।।

---

[43] त्रिलोचनपाल : (r. 1012-1021)

17. गजनीच्या सतरा स्वार्‍या : 1000-1027 AD

सिर पर उसके पाप की, गठरी बहुत विशाल ।

चला नरक के द्वार पर, स्वयं बिछा कर जाल ।। 6 ।।

धरती पर जो थे हुए, पैदा जन शैतान ।

उनमें यह खल ज्ञात था, गजनी का सुलतान ।। 7 ।।

कीड़ा उसके मगज में, कर में थी तलवार ।

हिंदुजनों पर वह करे, बिना हिचक के वार ।। 8 ।।

मूर्ख शिरोमणि म्लेच्छ वो, जिसे खून की प्यास ।

गजनी के सुलतान को, जानत है इतिहास ।। 9 ।।

11. गझनीची अकरावी स्वारी, सन 1015

(लोहकोट, कश्मिर)

श्रीओवी॰ वाढली हाव गझनीची । लोहकोट लूटण्याची । पण झाली हार त्याची । अकरावी स्वारी ।। 526 ।। वीर काश्मीरी पंडीत । लढले फार थंडीत । केले शत्रु विखंडित । जिंकले ते ।। 527 ।।

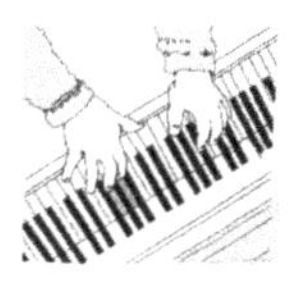

 **संगीत श्री शिवाजी चरित्र राग–छंद माला, पुष्प 121**

(गजनी का लोहकोट पर हमला)

स्थायी

जब कश्मिर की शुभ धरती पर, शठ गजनी ने था पाँव दिया ।

कश्मिर के पंडित वीरों ने, उस गजनी को था ताड़ दिया ।

उसको सीमा से पार किया ।।

♪ सानि॒ सा‑ग॒रे सा‑ नि॒नि॒ सासारेम ग॒ग॒, ग॒म॒म॒ग॒ पम ग॒‑रे सासा‑रेम ग॒‑ ।

सानि॒सासा ग॒रे सा‑नि॒नि॒ सा‑रेम ग॒‑, ग॒म म॒ग॒पम ग॒‑ रेसा सा‑रे मग॒‑ ।

ग॒रेसासा रे‑ग॒‑ म मग॒रेसानि॒ सा‑ ।।

रत्नाकर रचित ओवीबद्ध श्री शवाजी चरित्र

17. गजनीच्या सतरा स्वाऱ्या : 1000-1027 AD

अंतरा–1

उसकी सेना शैतान बड़ी, हिंदू राजा से आन लड़ी ।

उसने भगवान भुलाया है, उसने मुलतान उजाड़ा है ।

भारत को दाग लगाया है ।।

♪ पपमरे म–प– पमपनिध पप–, प–मग ग॒सासाग॒ मप ग॒रेसा निसा– ।

सानि॒सा– ग॒रेसा–नि॒ निसा–रेम ग॒–, गग॒रेसा सासारे–ग॒ मग॒रेसानि॒ सा– ।।

ग॒रेसासा सा– रे–ग॒ मग॒रेसानि॒ सा– ।।

अंतरा–2

कश्मिर के पंडित वीर बड़े, भूमि के रक्षक हैं तगड़े ।

भारत माता के गौरव में, वैरी के आगे अड़िग खड़े ।

इतिहास में नाम कमाया है ।।

12. गझनीची बारावी स्वारी, सन 1018

(मथुरा)

ओवी॰ माजूनी मग दिमाख । सैन्यासह दोन लाख । केली त्याने मथुरा राख । बारावी स्वारी ।। 528 ।। मंदिरांची तोडफोड । आश्रमांची मोडतोड । ह्या पाप्याला नाही जोड । दुष्टबुद्धि ।। 529 ।। शांतताप्रिय राजे । बघुनी संकट ताजे । शरण गेले लाजे । निरुपाय ।। 530 ।।

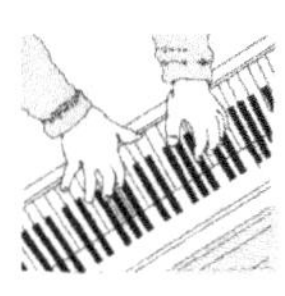 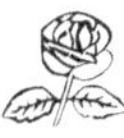 **संगीत श्री शिवाजी चरित्र राग–छंद माला, पुष्प 122**

(मथुरा)

(गजनी का मथुरा पर हमला)

स्थायी

आज, पावन मथुरा भ्रष्ट हुई, गजनी ने नगरी नष्ट करी ।

17. गजनीच्या सतरा स्वाऱ्या : 1000-1027 AD

♪ मम ग॒मग॒सा नि॒साधनि॒ सा–म मम–, ममगम ग॒सा नि॒साधनि॒ सा–सा मम– ।।

अंतरा–1

एक **दुष्ट** था कंस होगया, अत्याचारी नृप मथुरा में ।

महा दुष्ट अब गजनी आया, अधम न जैसा दुनिया में ।

देखो, मथुरा उसने **भ्रष्ट** करी ।।

♪ ग॒–म ध॒–ध॒ नि॒– सां–सां सांग॑–निसां–, नि॒–नि॒–नि॒–नि॒– धनि॒ सांनिध– म– ।

सांसां– गं॑–गं॑ गग सांमंगं॑सां नि॒–सां–, सांमंगं॑ सां नि॒–सां– धनिसांनि॒ धमगसा ।।

अंतरा–2

गजनी का ये चोर लुटेरा, विष ने जिसका तन मन घेरा ।

दुराचार ही जीवन जिसका, उस पापी ने डाला डेरा ।

देखो, उसने नगरी ध्वस्त करी ।।

13. गझनीची तेरावी स्वारी, सन 1021

(माहोबा)

 **ओवी॰** मग राज्य माहोबाचे । चंदेला राजे ज्याचे । झाले पारिपत्य त्यांचे । तेरावी स्वारी ।।

531 ।।

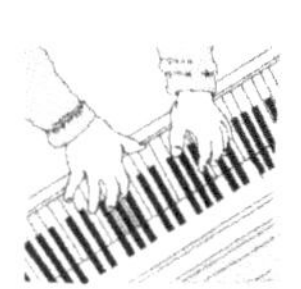

संगीत श्री शिवाजी चरित्र राग–छंद माला, पुष्प 123

(माहोबा)

स्थायी

जिथे जिथे तो जातो चोर, करतो निर्घृण पापें घोर ।

नेमुनी निज अधिकारी थोर, करतो धर्म प्रचार अघोर ।।

♪ रेसारे गप– म– धपमप ध॒–, गगम– प–मम ध॒–प– म– ।

रत्नाकर रचित ओवीबद्ध श्री शवाजी चरित्र

17. गजनीच्या सतरा स्वाऱ्या : 1000-1027 AD

गरे गममम म– प–ध निध–ध, सांसांनि– ध–ध धप–म गरे– ।।

अंतरा–1

जाळुनी पोळुनी मथुरा सारी, केली माहोबावर स्वारी ।

सुलतानांची जैसी रीति, एकची त्यांचे ध्येय समोर ।।

♪ ग–मम प–ध–धध सांरेंसां– नि–ध–, प–ध– नि–ध–प–पप म–प– ।

रेरेरे–ग–ग– म–म– प–प–, सां–निध प–ध– प–म– प–म गरे– ।।

अंतरा–2

माहोब्याची दिव्य मंदिरों, केलीं त्याने ध्वस्त खंडरें ।

दिला न त्याला कुणीं प्रतिकार, हाय! हाय! चा एकच शोर ।।

14. गझनीची चौदावी स्वारी, सन 1021

(लाहोर)

ॐ ओवी० मग लूटले लाहोर । नासधूस केली फार । चोरले द्रव्य अपार । चौदावी स्वारी ।।532।।

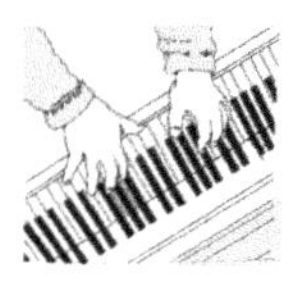

 **संगीत श्री शिवाजी चरित्र राग–छंद माला, पुष्प 124**

(गजनी का लाहोर पर हमला)

चाल : See Roshani

स्थायी

हरि ओ– – – म्! हरि ओ– – – म्! हरि ओ– – – म्! शिव ओ– – – म्!

शिव ओ– – –म्! शिव ओ– – –म्! शिव ओ– – – म्! हरि ओ– – – म्!

♪ सा

अंतरा–1

अज्ञानी के खोल दे प्रभो! बंद अकल के तू ताले ।

17. गजनीच्या सतरा स्वाऱ्या : 1000-1027 AD

पापी जन को श्राप दे प्रभो! हे जग के रखवाले! ।।

हरि ओ– – – म्! हरि ओ– – – म्! हरि ओ– – – म्! शिव ओ– – – म्! ।।

♫ पप

अंतरा–2

सबक सिखादे इन दुष्टों को, तू तो माँ रणचंडी है ।

गलत राह पर भटके हैं ये, दुष्ट नीच पाखंडी हैं ।

हरि ओ– – – म्! हरि ओ– – – म्! हरि ओ– – – म्! शिव ओ– – – म्! ।।

अंतरा–3

भ्रष्ट करत हैं तीर्थ धाम कों, मूर्ख अधम ये अंधे हैं ।

बंद करो प्रभु! शिव अवतारी! पातक इनके गंदे हैं ।

हरि ओ– – – म्! हरि ओ– – – म्! हरि ओ– – – म्! शिव ओ– – – म्! ।।

15. गझनीची पंधरावी स्वारी, सन 1022

(ग्वाल्लेर)

श्रीओवी॰ मग गाठले ग्वाल्लेर । त्यानंतर कालिंजर । लूटपाट केली फार । पंधरावी स्वारी ।।
533 ।।

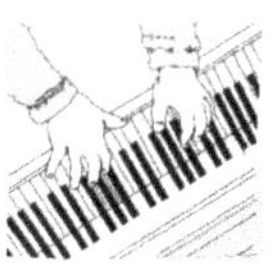  संगीत श्री शिवाजी चरित्र राग–छंद माला, पुष्प 125

ग्वाल्लेर

स्थायी

वाढली त्या दुष्टाची हाव, कुठेही त्याला ना मज्जाव ।

वाढली त्या दुष्टाची हाव ।।

♫ सारेग– प– म–गरेनि– सा–सा, गगम– प–म– ग– रे–ग– ।

सारेग– प– म–गरेनि– सा–सा ।।

17. गजनीच्या सतरा स्वाऱ्या : 1000-1027 AD

अंतरा–1

हिंदू राजे सौम्य वृत्तीचे, एकीचे बळ क्षात्र नीतिचे ।
विसरले, गीतेचा सद्भाव ।।

♪ ग–ग– म–म– ग–म प–मग–, म–म–प– पप धनिसां नि–धप– ।
गगगम–, प–म–ग– रेनिसा– ।।

अंतरा–2

धर्म बदलुनी झाले सेवक, पाय चाटुनी त्यांचे बेशक ।
आणुनी मर्दुमकीचा आव ।।

16. गझनीची सोमनाथ मंदिरा वर सोळावी स्वारी, सन 1024–25

सोमनाथ

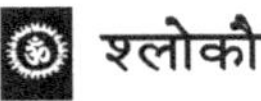 **श्लोकौ**

सोमनाथं महाकालं केदारं मंगलेश्वरम् ।
विश्वेशं वैद्यनाथं च घुश्मेशं मल्लिकार्जुनम् ।।

रामेश्वरं च नागेशं त्र्यम्बकं भीमशंकरम् ।
ज्योतिर्लिंगानि पुण्यानि पठनियानि नित्यश: ।।

ओवी० ज्योतिर्लिंग सोमनाथ । महाकाळ, वैद्यनाथ । विश्वेश, केदारनाथ । रामेश्वर ।। 534 ।। घुश्मेश्वर, मंगलेश्वर । नागेश्वर, त्र्यंबकेश्वर । मल्लिकार्जुन, भीमशंकर । पूज्य बारा ।। 535 ।। जयांचे नाम स्मरण । नियमित उच्चारण । सुखाचे देते मरण । पुण्य होते ।। 536 ।। भवानी जगाची माता । शंकर जगाचा पिता । सोमनाथ पुण्यदाता । भक्तांसाठी ।। 537 ।। जे करिती त्याची उपेक्षा । कुणीं न पापी त्यांच्यापेक्षा । अशक्य तयांची मुमुक्षा । नर्कातुनी ।। 538 ।। ऋषि मुनि द्विज सारे । येती सोमनाथ द्वारें । गाती शिव! शिव! नारे । चारी वर्ण ।। 539 ।।

17. गजनीच्या सतरा स्वाऱ्या : 1000-1027 AD

परम तुझी विभूति । जिची तिन्हीं लोकीं कीर्ति । गातीं चौदा भुवन स्तुति । सोमनाथा! ।। 540 ।। अर्धनारी तुझे रूप । नटराज सुरभूप । डमरूधर स्वरूप । भोलानाथा! ।। 541 ।।

ओवी॰ गजनीचे घोडेस्वार । सैनिक तीस-हजार । आले माजुनी फार । सौराष्ट्रात ।। 542 ।। सोमनाथचे शिवलिंग । फोडुनी ते केले भंग । लूटले द्रव्य अथांग । मंदिराचे ।। 543 ।। झाला मग त्यासी गर्व । लुटोनी रूपये सर्व । कापले हिंदू खर्व । द्वेष अपूर्व ।। 544 ।। जरीं शीर कटूं दिले । परी शरण न गेले । धर्मासी न सोडीले । खरे ते वीर ।। 545 ।। घेउनी मंदिर द्वार । चोरुनी द्रव्य अपार । परतला गुंड अघोर । सोळावी स्वारी ।। 546 ।। कधी न झाला ऐसा दुष्ट । नरकात ही केव्हां सृष्ट । धर्मांधिळा शठ जो खाष्ट । इतिहासे ।। 547 ।।

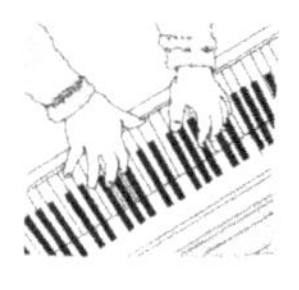 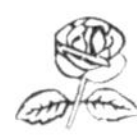 **संगीत श्री शिवाजी चरित्र राग–छंद माला, पुष्प 126**

(जय सोमनाथ!)

स्थायी

जय एकलिंग जी भोले– –! जय सोमनाथ जी भोले– –!

♪ रेसा रेगगम॑–ग रे– गम॑प– –! गरे रेगमंगसा–सा रेम॑ मंगग– –!

अंतरा–1

दैवी तुमची सुंदर काया, मंगल तुमची माया ।

शुभ शुभ आम्हां तू वर दे रे! बं बं बं बं बं बं भोले! ।

डम डम डम डम डमरू बोले ।।

♪ सा–रे– गगग– मं–मं॑मं पगमं॑–, ग–पमं॑ गरेग– सारेग– ।

मं॑मं॑ मं॑मं॑ प–मं॑– प– मंग रे–ग–! ग– ग– मं– ग– रेगमं॑–! ।

गरे रेग मंग गसा रेम॑मंग ग–ग–ग ।।

अंतरा–2

हे शंकर! तू ज्योतिलिंगा! गंगाधर शिवअंगा! ।

तव द्वारावरी पूजक आले, बं बं बं बं भोले! ।

डम डम डम डम डमरू बोले ।।।।

अंतरा–3

सांब सदाशिव शंभु महेशा, त्रिपुरारी जगदीशा! ।

"जय जय" घोष तुझा हा चाले, बं बं बं बं भोले! ।

डम डम डम डम डमरू बोले ।।

 संगीत श्री शिवाजी चरित्र राग–छंद माला, पुष्प 127

राग : भीमपलासी

सोमनाथ जी

स्थायी

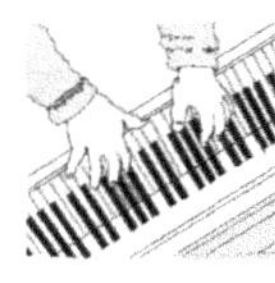

सोमनाथ का पावन धाम, ज्योतिर्लिंग श्री शिव भगवान ।

एकलिंग जी! शुभ दो वरदान, शंकर भोले किरपावान ।।

♫ रेगमपमग रे– गरेगम प–, ध–पम–ग रे– मग मगरे– ।

सारेरेग–रे रे–! गग म– पपम–, ध–पप म–ग– ममग–रे– ।।

अंतरा–1

तुमरा मंदिर स्वर्ग समाना, तुमरी मूरत स्वर्ण ललामा ।

पूजन कीर्तन तुमरे, भोले! भगतन को देता सुखदान ।।

♫ रेरेग– म–मम प–प पधध–ध–, निनिध– प–पप म–प मग–रे– ।

प–पप ध–पप धपम, ग–म–! पपपप ध– प–म– गमरे– ।।

अंतरा–2

शिव का मंदिर सर्वसनातन, ऋषि मुनियों ने कीन्हा स्थापन ।

नंदीश्वर! तुम भाते मोहे, सबसे मंगल तुमरा नाम ।।

अंतरा–3

त्रिशूलधारी तुम त्रिपुरारी! डमरूधर तुम जय गंगाधर! ।

विघ्नविनाशक तुमको माना, भव में ऊँचे तुमरे काम ।।

17. गझनीची सतरावी स्वारी, सन 1027

(पंजाब)

ओवी॰ दाखविण्या पुन्हा बढाई । गझनीची अंत्य चढाई । जाट वीरांशीं लढाई । सतरावी स्वारी ।। 548 ।।

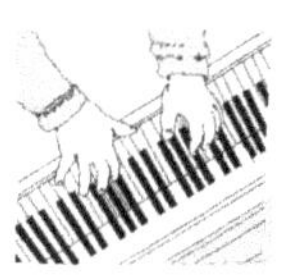 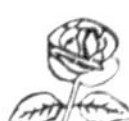 संगीत श्री शिवाजी चरित्र राग–छंद माला, पुष्प 128

सोमनथ

स्थायी

थकला राक्षस पापें करुनी, डोई वर गाठोडे धरुनी ।

मिळाला त्याला अंतिम मार ।।

♪ गागग– म–मम प–म– गगम–, ग–ग– मम प–ध–प– ममम– ।

मग–रे– प–म– ग–रेनि सा– ।।

अंतरा–1

जाट भटांनी एक होउनी, स्वातंत्र्याचा केतु रोउनी ।

खेदले त्याला सीमेपार ।।

♪ सा–रे गम–म– प–म रेगम–, रे–रेगम–म– प–म ग–मग– ।

ग–मप– म–गरे ग–रेनि– सा– ।।

अंतरा–2

पुन्हा न आला कधी परतुनी, डिंग हाकतो मिथ्या वरतुनी ।

संपला त्याचा अत्याचार ।।

अंतरा–3

सेवक त्याचे भीरू हिंदु, धर्म बदलुनी, मिथ्या इंदु ।

मिळाला जसा नवा संस्कार ।।

YEAR : 1192 AD

18. दिल्लीच्या महाराणा पृथ्वीराज चव्हाण ची कथा : 1163-1192 AD

ॐओवी॰ <u>सन अकराशे ब्याणणव</u> । कोसळले घोर दुर्दैव । सुरू झाले दुखी पर्व । इतिहासाचे ।। 549।। आणुनी उगाच आव । नाठाळांची करणें कींव । दुष्ट जनांशीं सद्भाव । होतो घात ।। 550 ।। नर जो न दुर्दर्शी । पडुनी तो तोंडघशीं । देतो निज गळीं फाशी । दुष्टां हातीं ।। 551 ।। नर जो असा नेणा । दाखवुनी मोठेपणा । पडतो मग उताणा । नीति सांगे ।। 552 ।। कोण साव, कोण चोर । कोण साधु, कोण ढोर । कोण उभा जो समोर । ओळखावे ।। 553 ।। काय त्यांची वंशावळ । हरामखोरीची झळ । मनीं त्यांच्या किती मळ । ध्यानीं असो ।। 554 ।। जे जातीनीं कृतघ्न । जाणावे त्यानां विघ्न । ते धोक्याशीं संलग्न । कटु सत्य ।। 555 ।। कोण आप, कोण साव । कोण वर, कोण श्राप । कोण पाप, कोण ताप । असो माप ।। 556 ।। कोण व्याज दगाबाज । कुणां नाहीं काहीं लाज । कोण संकटाचे बीज । अंदाज घ्या ।। 557 ।। कुणा सभ्यतेची तूट । कुणा मनीं आहे फूट । कुणा पोटीं काळकूट । परखावे ।। 558 ।। कोण खरा, कोण खोटा । कुणां माणुसकीचा तोटा । कोण बिन-बुडाचा लोटा । समजावे ।। 559 ।। कोण भद्र, कोण नीच । हृदयी कुणाच्या कीच । बुद्धि कुणाची गलिच्छ । उमजावे ।। 560 ।। वैरी मागे दया-माया । करूं नये गयावया । माथां काठी द्यावी तया । बोध असो ।। 561 ।। अधमांना न सोडावे । त्यांसीं सख्य न जोडावे । त्यांचे चरण तोडावें । लक्ष असो ।। 562 ।।

ॐ श्लोक

शल्यं सूक्ष्मं तनोऽझत्वा नोत्सारणं हि दोषवत् ।
पूतिर्भूत्वा तनुं व्याप्य तद्विषस्य हि कारणम् ।।
अग्नेः सूक्ष्मः कणश्चापि दावाग्नेर्मूलमुच्यते ।
शत्रुपक्षे दया तद्वद्-आत्मघातस्य कारणम् ।।

ॐओवी॰ बोचला जो लघु काटा । जाणूं नये त्याला छोटा । उद्या करी मोठा तोटा । त्याचा फोड

18. दिल्लीच्या महाराणा पृथ्वीराज चव्हाण ची कथा : 1163-1192 AD

।। 563 ।। छोटा जरी कण अग्नि । होऊं शके तो दावाग्नि । मग तरु-प्राणीं वनीं । भस्मसात

।। 564 ।। काळकूट थेंब एक । विष जो कण प्रत्येक । मारूशके तो अनेक । भूल नसो ।।

565 ।। एक कांदा सडलेला । नसो पाशीं पडलेला । उपदेश बोललेला । चाणाक्याने[44] ।।

566 ।। अवेळीं जी केली चूक । विरोधीला लागे भूक । बसे ना मग तो मूक । घातकी जो ।।

567 ।। भले तुम्हीं फार शूर । बळ तुम्हां भरपूर । असो दिरंगाई दूर । ऐन वेळीं ।। 568।।

असा तुम्हीं वीर कीती । वेळीं विसरूनी नीति । कलुषित मग कीर्ति । जन्मोजन्मीं ।। 569 ।।

जेव्हां असे वेळ योग्य । केला विचार अयोग्य । तो दुष्परिणाम भोग्य । पीढ़ोपीढीं ।। 570 ।।

अविश्वासु ज्यांची जाति । वळणीं ते त्यांचे जातीं । करीतीं विश्वासाची माती । निश्चितचच ।।

571 ।।

ॐओवी॰ वीर योद्धा पृथ्वीराज । कुणीं न जैसा आज । केले चूक एक काज । दुर्दैवाने ।। 572

।। परिणाम तिचा भारी । वैरी तोच त्याला मारी । धूळ झाली सत्ता सारी । अरे! अरे! ।। 573

।। पेरले गेले तेव्हां बीज । पडली दैवावरी वीज । जाहले भाग्य खारीज । क्षय आला ।। 574

।। त्या व्याधीचे किटाणुं । वाढले अणु-अणु । महारोग तो जणूं । भारताला ।। 575 ।। न बघता

जन्मावळी । पडूं दिले शठाला गळीं । होताची मग तो बळी । घात केला ।। 576 ।। विसरोनी

पूर्व-कर्म । ज्याचा हीन गुण-धर्म । त्यासीं करोनी सुकर्म । आत्मघात ।। 577 ।।

पृथ्वीराज राजा हल्ली । राज्य अजमेर-दिल्ली । स्तुति त्याची गल्लोगल्ली । सर्वमुखीं ।। 578 ।।

राजपुत्र चाहमण । श्रेष्ठ योद्धा त्याला मान । चक्रवर्तीचा सन्मान । शोभे त्याला ।। 579 ।।

पृथ्वीराज अजमेरचा । सुपुत्र तो सोमेश्वरचा । दत्तक पुत्र तोमरचा । दिल्लीवाल्या ।। 580 ।।

अशा रीतिं त्याची सत्ता । अजमेर-दिल्ली पट्टा । अपूर्व ती मालमत्ता । तया काळीं ।। 581 ।।

सामंत गोविंदराज । दिल्लीचे सांभाळी काज । अजमेर पृथ्वीराज । ही व्यवस्था ।। 582 ।।

पृथ्वीराज संयोगीता । अनुपम प्रिय-प्रीता । जणूं भासे राम-सीता । जोडपें ते ।। 583 ।।

आजानुबाहु नरेश । गुणसंपन्न सुरेश । सार्वभौम महेश । पृथ्वीराज ।। 584 ।। देखणा सुरेख फार

---

[44] **चाणाक्य** : Chanakya, also known as Vishnugupta and Kautilya (371-283 BC)

19. महमूद घोरीच्या अकराव्या स्वारीची कथा : Year 1192 AD

। रूप सुंदर अपार । कन्दर्पचा अवतार । पृथ्वीराज ।। 585 ।। श्रेष्ठ क्षात्र पराक्रमी । धीर राणा तो विक्रमी । कलांचा महान प्रेमी । पृथ्वीराज ।। 586 ।। दिल्ली-अजमेर स्वामी । थोर धनुर्धर नामी । अश्वस्वार अग्रगामी । पृथ्वीराज ।। 587 ।। जाणिला तो युद्ध वीर । तथाचि तो दयावीर । दानवीर धर्मवीर । पृथ्वीराज ।। 588 ।। परम तो शिव भक्त । रवि सम तेज युक्त । रागक्रोधादि मुक्त । पृथ्वीराज ।। 589 ।। दिव्य योद्धा शौर्यशाली । तेजोवलयात लाली । विजयश्री त्याचे भाली । पृथ्वीराज ।। 590 ।। नखशीख वीरोचित । रज-सतो गुणान्वित । क्षात्रधर्म शास्त्राधीत । पृथ्वीराज ।। 591 ।।

19. महमूद घोरीच्या अकराव्या स्वारीची कथा : Year 1192 AD

श्रीओवी॰ मियास-उद्दीन घोरी[45] । गझनी-शाह अघोरी । वारंवार करे स्वारी । भारतात ।। 592 ।। पुन्हा तो एकदा घोरी । कराया दिल्लीवर स्वारी । आला चव्हाणाच्या द्वारीं । बदमाश ।। 293 ।। चार दिन झाले युद्ध । सुलतान होता क्रुद्ध । हारोनी प्रतिबद्ध । कैदी झाला ।। 594 ।। दहावी ती त्याची स्वारी । हारला तो होता घोरी । चव्हाण त्या क्षमा करी । पुन्हा पुन्हा ।। 595 ।। कैदेमध्ये सुलतान । एक-मास दिनमान । मग दिले प्राण दान । चव्हाणाने ।। 596 ।। दाखविण्या मोठेपणा । माफ केले दुष्टजना । नीतीने जे केले मना । तेच केले ।। 597 ।। सशस्त्र जो येतो रणीं । शत्रु तो राजकारणी । मारावें त्यास झणीं । नीति सांगे ।। 598 ।।

(घोरी का दसवाँ हमला)

॥ॐ॥ श्लोक

सुभाषित

हत्वाऽवध्यं हि यत्पापं शास्त्रेषु विदितं खलु ।
वध्यं तदेव चाहत्वा पातकं कथितं तथा ।।

श्रीओवी॰ आला घोरी एकाएक । घेउनी सेवक एक । कुतुबुद्दीन-ऐबक । भारतात ॰ ।। 599 ।।

---

[45] **घोरी :** Muizz-ud-din Muh. ibn Sam Ghori, Sultan of Ghor province in Afghanistan (r. 1163-1206).

19. महमूद घोरीच्या अकराव्या स्वारीची कथा : Year 1192 AD

अकरावी त्याची स्वारी । पुन्हा आला खाष्ट घोरी । जयचंद[46] झाला वैरी । चव्हाणाचा ।। 600 ।। "रेवा-तटीं[47] करतो केली" । सूचना ही घोरीला गेली । त्याने सेना तिकडे नेली । लढावया ।। 601 ।। युद्ध आले अचानक । परिस्थिति भयानक । रणीं आला एकाएक । पृथ्वीराज ।। 602 ।। राम-रावणाचे जसें । युद्ध झाले हे ही तसें । लक्ष्मणाला शुद्ध नसे । लागोनी बाण ।। 603 ।। तीच होती परिस्थिति । पृथ्वीराजाची स्थिति । झाले नाही भाग्य मिति । ऐन वेळीं ।। 604 ।। धक्का-धक्काई झाली । वेळ आणीबाणीची आली । पृथ्वीराज पडला खाली । कैद झाला ।। 605 ।। दिल्ली आली यवनांचे हातीं । सुलतानाची फुगली छाती । सुभेदार[48] नेमुनी पाठी । परतला ।। 606 ।। विसरोनी ईमानीला । क्रोध आला गुमानीला । आणले त्याने गझनीला । चव्हाणाला ।। 607 ।। ह्यानी कर नाही जोडले । त्यानी ह्याला नाही सोडले । डोळे मग ह्याचे फोडले । सुलतानाने ।। 608 ।। घोरीचा भृत्य प्रधान । ऐबक-कुतुबुद्दीन । झाला दिल्लीचा सुलतान । धर्मांधळा ।। 609 ।। दिल्लीत मग अत्याचार । फोडलीं मंदिरे फार । बांधला त्यांवर मिनार । निजी नावें ।। 610 ।। फोडुनी ध्रुव-स्तंभ । केला त्याने आरंभ । शिल्पकारीचा दंभ । कुतुब मनोरा ।। 611 ।।

अफगाणिस्तानात

श्रीओवी॰ मग परीक्षा शब्द-वेधाची[49] । पायीं बेडया निगड-बद्धाची । अपिहित-नेत्र युद्धाची । सुदैवाने ।। 612 ।। "चार-बास आठ-वीत उंच । दिसतो सुलतानाचा मंच । उभा मंचावरी एवं

---

[46] **जयचंद** : Gahadwala of Kanauj : Jaichandra Rathod (1170-1194), a cousin brother of Prithviraj Chauhan.

[47] **रेवा** : Reva is another name for the Narmada river.

[48] **कुतुबुद्दीन ऐबक** : Qutb-ud-din, slave of Muh. Ghori. He became independent from Afghanistan and ruled as Sultan of Delhi (r. 1206-1210).

[49] **शब्दवेधी परीक्षा** : March 15, 1206.

च । चुकूं नको" ।। 613 ।। चंदाने[50] दिला संकेत । गुप्त भाषेत अंकित । जाणोनी ते ईंगित । सोडला बाण ।। 614 ।। लागला शर छातीत । पडला खाली मातीत । होउनी तो मूर्छित । सुलतान ।। 615 ।। शर छातीत शिरला । गर्व घोरीचा विरला । नशीब-क्रम फिरला । मृत्यु काळीं ।। 616 ।। आश्चर्य घडले असें । ज्याला तुळणा नसें । झाले जशास तसें । आता तरी ।। 617 ।। पृथ्वीराजाने जसे बोलले । एकमेकांना त्यांनी मारले । धारातीर्थींपतन पावले । दोन्हीं वीर ।। 618 ।।

(सन 1206, कुतुबुद्दीन)

ॐओवी॰ सन बाराशे-सहा । म्लेंच्छ सुलतान पहा । दिल्लीचा पहिला हा । कुतुबुद्दीन ।। 619 ।। तोडली फोडली मथुरा । मंदिरांचा केला चूरा । मानेवरी मारला सूरा । जो न नत ।। 620 ।। जाळली-पोळली नालंदा । जुने अमुल्य ग्रंथ सुद्धा । बुद्धभिक्षु चेंदामेंदा । दशहजार ।। 621 ।।

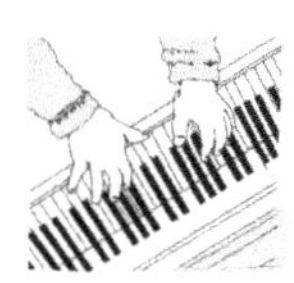
 **संगीत श्री शिवाजी चरित्र राग-छंद माला, पुष्प 129**

घोरी

स्थायी

जैसा गजनी, तैसा घोरी, वारंवार करी तो स्वारी ।

मिळाले त्याला जीवन दान ।।

♪ सारेग– ममम–, – म–गरेनि– सा–सा, गगम– प–म– ग– रे–ग– ।

अंतरा–1

ह्या सापाला दूध पाजुनी, झाला घातक मस्त माजुनी ।

जयाला नाही मुळी ईमान ।। मिळाले ...

---

[50] **चंद** : Chand Bardai (1148-1206), Prithviraja's trusted friend from Lahore. The great Author of Prithviraj Raso. He writes : "**चार बाँस चौबिस गज अँगुल अष्ट प्रमाण । ता ऊपर सुलतान खड़ा है, मत चुक्कै चौहान!**" (पृथ्वीराज रासो. समय 67, छंद 554)

20. सुलतानांचे दख्खनवर पहिले आक्रमण : 1294 AD

♫ ग–ग– म–म– ग–म प–मग–, म–म–प– पप धनिसां नि–धप– ।
गगगम–, प–म–ग– रेनिसा– ।।

अंतरा–2

जात शत्रु ची घ्यावी जाणुनी, कपट तयाचे पाडा हाणुनी ।
अन्यथा घाली तो थैमान ।। मिळाले ...

अंतरा–3

तीच तीच ना चूक करावी, दुष्ट शत्रूला सूट न द्यावी ।
फिरुनी तो घेइल तुमचे प्राण ।। मिळाले ...

अंतरा–4

पृथ्वीराजने भूल करोनी, सुलतानाला दिले सोडुनी ।
मग बघा, झाला तो बेईमान ।। मिळाले ...

YEAR : 1294 AD

20. सुलतानांचे दख्खनवर पहिले आक्रमण : 1294 AD

(जुनीं घराणीं)

ॐओवी॰ नर्मदा करते विभाजन । भारताचे विभाग दोन । वर उत्तर, खाली दख्खन । भौगोलिक ।। 622 ।। ख्यात कुळें दक्षिणेत । दिव्य हिंदू संस्कृति ज्यांत । शिल्प कला संगीत देत । इतिहासें ।। 623 ।। राष्ट्रकूट, सतवाहन । चापोत्कट, शालिवाहन । होयसळ, कदंब, बाण । काकतीय ।। 624 ।। रत्ता, चेरा, कलचूर । वर्मा, पंड्या, वडियार । चोल, गंग, शिलाहार । अराविदु ।। 625 ।। नायक, चालुक्य, यादव । सनकायन, पल्लव । रेड्डी, सलूव, तुलूव । वकातक ।। 626 ।।

(तेरावें शतक)

तेराव्या शतकात पुराणीं । दक्षिण भारतात घराणीं । नामांकित कथनीय आणि । मुख्य तीन ।। 627

20. सुलतानांचे दख्खनवर पहिले आक्रमण : 1294 AD

।। होयसळ हळेबीडचे । काकतीय वरंगळचे । यादव देवगिरीचे । त्या क्रमाने[51] ।। 628 ।। हळेबीड कर्नाटकात । वरंगळ आंध्रप्रदेशात । देवगिरि महाराष्ट्रात । राजधान्या ।। 629 ।। तिन्हीं कुलें सोमवंशी । वार्ष्णेय शाखेचे अंशी । संतति जे यदुवंशी । श्रीकृष्णाचे ।। 630 ।।

देवगिरि, 1294

🏵ओवी॰ कृष्णदेव रायाचा पुत्र । रामदेव राय[52] पवित्र । **अंतिम** यादव **स्वतंत्र** । महावीर ।। 631 ।। राज्यात शांति सर्वत्र । वैभव सुख एकत्र । सार्वभौम त्याचे छत्र । बलाढय जो ।। 632 ।। जसा तो वीर विक्रमी । तसा तो कलांचा प्रेमी । संत–कवींचा तो स्वामी । बहुश्रुत ।। 633 ।। ज्ञानेश्वर, नामदेव[53] । तापस महानुभाव । ह्याच्या राज्याचे वैभव । ईश्वरीय ।। 634 ।। शिल्प काव्य कलांचा ज्ञानी । हेमाद्रि[54] ह्याचा मंत्री नामी । वीर टिक्कम्मा सेनानी । मुख्य मंत्री ।। 635 ।। असे वैभव झाले भंग । पवित्रता झाली बेरंग । थरकापले त्याचे अंग । एकाएकी ।। 636 ।।

(तेव्हां)

🏵ओवी॰ **सन बाराशे चौऱ्याण्णव** । राज्यादूर होता यादव । आले चालून दुर्दैव । दिल्लीहून ।। 637 ।। टपून होता खिलजी । बघत वाट संधीची । यादव दूर जाण्याची । स्वारी साठी ।। 638

---

[51] **तीन वंश क्रम :** Hoysalas (**1006**-1348, 342 years); Kakatiyas (**1030**-1323, 293 years); and Yadavas (**1069**-1316, 247 years).

[52] **रामदेवराय :** Krishnadev Ray Yadav (r. 1240-1260); Mahadev, Brother of Krishnadev (r. 1260-1271); Ramdev, Son of Krishnadev (r. 1271-1312)

[53] **ज्ञानेश्वर :** Sant Dnyaneshvar (1275-1296), **Sant Namdev** (1270-1350), Muktabai (1279-1297), Sopandev (1277-1297), Nivruttinaath (1270-1297), Chakradhar Swami (1194-1276), etc.

[54] **हेमाद्रि :** Hemadri's special style of Temple-architecture bacame well known as "Hemadpanthi (हेमाडपंती) style," called after his name.

21. राजस्थानच्या महाराणी पद्मिनीची कथा : 1303 AD

।। आला तेव्हां खिलजी[55] चालून । टाकली देवगिरि[56] घेरून । नाइलाजाने मग झुकून । तह केला ।। 639 ।। अजिंक्य नृप झाला जिंक्य । गेले यादवांचे स्वातंत्र्य । आले सुलतानी पारतंत्र्य । दक्षिणेत ।। 640 ।। लागला जो आता क्षय । झाला पुढे तो अक्षय । शिवाजीने केला निर्भय महाराष्ट्र ।। 641 ।।

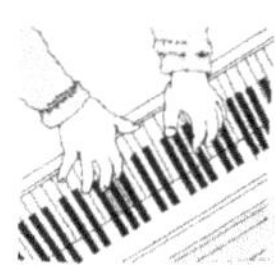

♫ संगीत श्री शिवाजी चरित्र राग-छंद माला, पुष्प 130

छंद भुजंगप्रयात

। S S, । S S, । S S, । S S

♫ सारे– ग–म प–म– गरे–म– गरे–सा–

करोनी महाभ्रष्ट ते उत्तरेस, अघी म्लेंच्छ आले बघा दविणेस ।

करोनी पार विंध्या गिरीला, महाराष्ट्र ओलांडुनी फौज खास ।।

कराया धर्म प्रस्तार येथे, जसा उत्तरेचा सफाया ।

महादुष्ट आले कर्णटिकात, पदध्वस्त झाला दुखी रामराया ।।

YEAR : 1303 AD

21. राजस्थानच्या महाराणी पद्मिनीची कथा : 1303 AD

ॐ श्लोक

पत्नीवत्परदारा च येभ्य: कन्या: स्वसा: परा: ।

आगता यवना: पापा भ्रष्टं कर्तुं नु भारतम् ।।

---

[55] **खिलजी** : Ala-ud-din Khilji Muh. Shah I (r. 1296-1316), the 15th Sultan of Delhi was the nephew of Jalal-ud-din Khilji Firuz Shah II (r. 1290-1296), the 13th Sultan.

[56] **देवगिरि** : Devgiri, the grand capital of Yadavas, then became future Daulatabad.

21. राजस्थानच्या महाराणी पद्मिनीची कथा : 1303 AD

ॐ ओवी॰ सन तेराशे तीन । काम यवनांचे हीन । अश्लील लज्जाहीन । महाघोर ।। 642 ।।
कठोर क्रूर महान । खिलजी अलाउद्दीन । दिल्लीचा सुलतान । चौदावा तो ।। 643 ।। त्याला
हवी ती पद्मिनी । चित्तोडची महाराणी । लक्ष्मणसिंहाची पत्नी । लावण्यवती ।। 644 ।।
चित्तोडची महाराणी । रोचक तिची कहाणी । गाईली कीर्तीची गाणीं । पद्मावतात ।। 645 ।।
सिंघला गावची कुमारी । चम्पावतीची कन्या न्यारी । गंधर्वसेन सदाचारी । पिता तिचा ।। 646
।। हिरामणि तिचा तोता । बोलत तो गोड होता । राजस्थानी काव्य ज्ञाता । दैवी पक्षी ।। 647
।। शौर्य धैर्य त्याग दान । होते तिचे गुण महान । नारी-जगती तिला मान । अद्वितीय ।। 648
।। कला संगीताची प्रेमी । स्वत: ती गायत्री नामी । कलावंत तिच्या धामीं । आश्रयात ।। 649
।। जशी ती राणी सुंदर । तशीच ती धुरंधर । स्वभिमनी मशहूर । जगामध्ये ।। 650 ।।
राजपूत ती सिंहीण । क्षत्रियधर्मात लीन । राजस्थान मालकीण । पतिव्रता ।। 651 ।।
खिलजीने केली स्वारी । मेवाडच्या चित्तोडवरी । राजपूत लढले भारी । पण हारले ।। 652 ।।
कापले गेले सारे वीर । अलग त्यांचे धड-शीर । स्त्रीया त्यांच्या धरूनी धीर । किल्ल्यावर ।।
653 ।। त्यांनी पेटविली चिता । केला मायामोह रिता । अठवुनी त्यांनी सीता । अग्निपरीक्षा ।।
654 ।। उभ्या झाल्या सभोंवती । मिळविण्या वीरगति । आगी मध्ये गेल्या सती । जौहार केला
।। 655 ।। वीरांगनांचे ते धैर्य । पाहिले खानाने शौर्य । व्यर्थ गेले त्याचे क्रौर्य । निराशला ।।
656 ।।

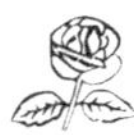 **संगीत श्री शिवाजी चरित्र राग–छंद माला, पुष्प 131**

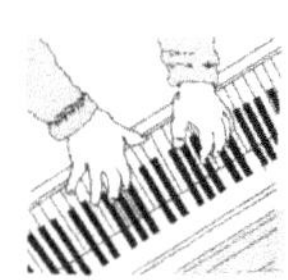

(खिलजी)

स्थायी

आला ग मेला! वात्रट खिलजी आला ।

♪ मम प मग–, –सांनिनिनि धममपध म-म ।

अंतरा–1

घेऊनी सैन्य तो, लंपट आला, पद्मिनी शरण न त्याला ।

21. राजस्थानच्या महाराणी पद्मिनीची कथा : 1303 AD

♫ –म–धनि सां–सां सां, –नि–सांसां धसांनिध, –निनिनि निरेंसां नि धपनि–ध ।।

अंतरा–2

वीरांगनांनी, जौहार केला, काहीं न खेद ग! त्याला ।

अंतरा–3

मारूनी काका, सुलतान झाला, मुळी न लाज, ग! त्याला ।

अंतरा–4

क्रूर नराधम वापस गेला, काळीख त्याच्या कुळाला ।।

संगीत श्री शिवाजी चरित्र राग–छंद माला, पुष्प 132

(राणी पदमावती)

स्थायी

राजस्थान की पावन देवी, रानी पद्मावती ।

वो तो, नारी जगत महान थी ।

जिसे, सानी कोई न थी ।।

♫ सां–रेंसांसां–सां ध सां–रेंसां सां–सांनि, निरेंसांनि, धपगमपनि– – – – ।

ध प, म–म– ममप मनिप–म ग– – – – ।

सासा, ध–ध–प धपनिध पम– – – – – ।।

अंतरा–1

जग मे. सुंदर, नारी अनुपम, नैतिक उसकी बुद्धि ।

धर्मचारिणी वह तो नारी, सीता जैसी सती ।। जिसे ...

♫ धध ध– ध–धध, ध–ध– निनिनिप, पनिपम गगपम म– – – म– – – ।

सां–रें सां–सांसांध सांसां रेंसां सां–सांनि, निरेंसांनि धपगम पनि– – – – ।। धप...

अंतरा–2

पतिव्रता वह, नीति निपुण थी, राजस्थान की शान थी ।

लक्ष्मी का अवतार धरा पर, मेवाड़ की जान थी ।। जिसे ...

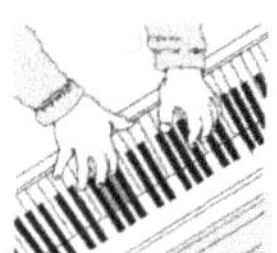 संगीत श्री शिवाजी चरित्र राग-छंद माला, पुष्प 133

(राणी पदमावती)

स्थायी

राजस्थानी, देवी पावन, राणी पद्मावती ।
श्री लक्ष्मीचे प्रतिरूप ती, जशी, दूजी न कोणीं ।।

♪ सां-रेंसांसां-सांध, सां-रेंसां सां-सानि, निरेंसांनि, धपगमपनि– – – – ।
धप, म–म– ममप मनिप-म ग– – – – ।
सासा, ध–ध–प धपनिध पम– – – – – – ।।

अंतरा–1

पतिव्रता ती सुशील अनुपम, जगतीं सुंदर नारी ।
तिची कीर्ति त्रिभुवन गामी, जशी अन्य न कोणीं ।।

♪ धध ध– ध-धध, ध-ध– निनिनिप, पनिपम गगपम म– – – म– – – ।
सां-रें सां-सांसांध सांसां रेंसां सां-सानि, निरेंसांनि धपगम पनि– – – – ।। धप...

अंतरा–2

दीनकरुण ती, नीति निपुण ती, प्रजाप्रिय ती माता ।
तिची माया ममता न्यारी, तशी धन्य न कोणीं ।।

YEAR : 1307 AD

22. दक्षिणेत यवनांचा प्रसार : 1307 AD

(वरंगळ 1307)

श्रीओवी॰ <u>सन तेराशे सात</u> । तेरा वर्षांच्या आत । झाला पूर्ण घात । देवगिरीचा ।। 657 ।। वजीर मलिक कफूर । सेना घेउनी त्यानंतर । आक्रमतो वरंगळ[57] वर । काकतीयाच्या ।। 658 ।। बघुनी ती स्वारी उग्र । राजा श्रीप्रतापरुद्र । गेला शरण तो भद्र । वजीराला ।। 659 ।। दिली त्याने खंडणी भारी । हीरे-मालमत्ता[58] सारी । झाला मांडलिक द्वारी । कफूराच्या ।। 660 ।। खिलजी आता आनंदात । शिरूं लागला **दख्खनात** । कराया सर्व आत्मसात । दक्षिणेचे ।। 661 ।।

YEAR : 1347 AD

23. दक्षिणेत यवनांचा प्रसार, पुढे चालू : 1347 AD

(गुलबर्गा 1347–1527)

श्रीओवी॰ <u>सन तेराशे सत्तेचाळीस</u> । आली देवगिरि मोडकळीस । अळीमिळी-गुपचिळीस । तुकलघाच्या[59] ।। 662 ।। आता नवे घराणे पहा । राजा झाला बहामन शाह । बहामनी राज्याचा महा । हसन गांगू ।। 663 ।। सुलतान पदवी जोडली । देवगिरि त्याने सोडली । गुलबर्गला नेली । राजधानी ।। 664 ।। हसन आला जेव्हां । पुढे वर्षात दहा । राज्य वाढले महा ।

---

[57] **वरंगळ** : Original Telugu name was Orukkal (the Isolated Rock), that became the site of the rock-fortress of Anumakonda.

[58] **हीरे–मालमत्ता** : The jewels probably included the Supreme Gem Kohinoor (this name it received in 1739), which was obtained from the Golkonda mines, just west of Warangal.

[59] **तुघलक** : When 19th Delhi Sultan Muh. ibn Tughluq I, the Crazy, (r. 1325-1351) lost his control over his southern capital Devgiri by 1347, Hasan Gangu Abul Muzaffar Ala-ud-din Bahaman Shah (r. 1347-1358) captured Devgiri. He founded the Bahamani Kingdom of Dakkhan (r. 1347-1538, 191 years), independent from Delhi. He moved his capital to Gulbarga and bore the title of Sultan

बहामनी ॥ 665 ॥ प्रांत झाले त्याचे चार । **दौलताबाद, बरार** । **गुलबर्गा, बीदर** । दक्षिणेत ॥
666 ॥

YEAR : 1490 AD

24. दक्षिणेत यवनांच्या घडामोडी : 1490 AD

बिजापुर–बीदर–अचलपूर–अहमदनगर 1490

(बिजापुर, 1490)

ॐओवी॰ **सन चौदाशे नव्वद** । चार घराणीं आरब्ध । तुटोनी ती कारकीर्द । बहामनी ॥ 667 ॥
यूसुफ आदिल खान[60] । आला गादीवर छान । मराठीचा होता मान । या शाहला ॥ 668 ॥
लाज त्याला होती थोडी । त्याला मराठीची गोडी । परंतु न द्वेष सोडी । हिंदूंचा तो ॥ 669 ॥
पहिले आदिल–शाही । चारांत जे दीर्घ राही । ज्याची राजधानी शाही । **बिजापुर** ॥ 670 ॥

(बीदर 1490)

ॐओवी॰ आदिलचा वजीर बारीद[61] । तुटला तो जैसा वारिद । होऊन स्वतंत्र जलद । वेगळा तो
॥ 671 ॥ राजकारणी निडर । तुर्की त्याचे पितर । केली राजधानी स्थिर । बीदरला ॥ 672 ॥
जुने बहामनी नगर । **बीदर** गाव सुंदर । वसले डोंगरावर । किल्ला तिथे ॥ 673 ॥

(अचलपूर 1490)

---

[60] **आदिल शाह :** Abul Muzaffar Yusuf Adil Khan (r. 1490-1510), a powerful minister of Muh. Gawan, and the Governor of the fort of Daulatabad, broke off from Bahamani kingdom in 1490, and founded the Adil Shahi Dynasty of Bijapur (1490-1686), 196 years.

[61] **बारीद शाह :** Qasim Barid Shah (r. 1492-1504) broke off from the Bahamani Kingdom. He took the title of Sultan and founded the Barid Shahi Dynasty (r. 1492-1619) of Bidar, 127 years.

श्रीओवी॰ तीसरे इमाद शाही । चारांत जे स्वल्प राही । घराणें ते ख्यात नाही । व-हाडचे ॥ 674 ॥ फतहउल्ला इमाद[62] । अंगात आणुनी उन्माद । दिली नाही त्याने दाद । गुलबर्गला ॥ 675 ॥ झुगारुनी बहामनी । उभारुनी दृढ वाहिनी । केली त्याने राजधानी । **अचलपुर**[63] ॥ 676 ॥

(अहमदनगर, 1490)

श्रीओवी॰ निजामशाही चौथे घराणें । जशी संधी त्याच प्रमाणे । बहामनी झाले उताणे । ओळखून ॥ 677 ॥ मलिक अहमद[64] झाला बंड । केला त्याने सेवेत खंड । घेउनी सेना प्रचंड । फितुर तो ॥ 678 ॥ झाला स्थिर प्रथम जुन्नरला । दोन वर्ष तिथे स्थिरला । मग **अहमदनगरला** । राजधानी ॥ 679 ॥

(गोवळकोंडा. 1512)

श्रीओवी॰ **सन पधराशे बारा** । आला नवा खतरा । फितुर झाला गड राखणारा । गोलकोंड्याचा ॥ 680 ॥ राजकारणी कुशल हा । सेनानी अनुभवी महा । सेविले होते सुलतान सहा[65] । कुतुबने

---

[62] **इमाद शाह :** Fatahallah Khan (r. 1490-1504), a Hindu convert from Vijayanagar, was a Governor of the fort of Gawilgadh. He captured the city of Mahur and built his capital at Achalpur. He broke off from Gulberga and took the title of Sultan. He founded the Imad Shahi Dynasty (r. 1490-1574) of Achalpur, 84 years.

[63] **अचलपुर** = जुने नंदिवर्धन.

[64] **निजाम शाह :** Malik Ahmad Bahri (1490-1509), son of Nizam-ul-Mulk Hasan Bahri, rebelled against Bahaman Sultan Mahmud (1482-1578) and became independent. He founded the Nizam Shahi Dynasty (r. 1490-1636) of Ahmadnagar, 146 years.

[65] **कुली कुतुब शाह :** Kuli Qutub Khan (r. 1512-1543) served six sultans, namely : 1. Bahamani Sultan Muh. Shah Lashkari (r. 1463-1482) of Warangal; 2. Muh. Shah Bahaman (r. 1482-1518) of Gulberga; 3. Ala-ud-din Imad Shah (1504-1529) of Berar; 4. Yusuf Adil Shah (r. 1489-1510) of Bijapur; 5. Burhan Nizam Shah (r. 1509-1533) of Ahmadnagar; and 6. Amir Barid Shah (r. 1504-1538) of Bidar. In 1518 he was the Governor of the fort of Golkonda. He founded the Qutub Shahi Dynasty (r. 1518-1687) of Golkonda, 169 years. As usual for the Sultans, he was murdered by his son Jamshid (r. 1543-1550).

।। 681 ।। **गोळकोंड्याचा** किल्लेदार । वरंगळचा वजीर । कुली कुतुब खंबीर । स्वतंत्र झाला ।। 682 ।। आली नवी कुतुबशाही । कारकीर्द दीर्घ नाही । नवी धाड येऊं पाही । दिल्लीवाली ।। 683 ।।

YEAR : 1526 AD

25. पानीपतची पहिली लढाई : 1526 AD

बाबर – इब्रहीम लोदी, 1526

(मुगल बाबर)

श्रीओवी॰ तीन संग्राम इतिहासें । झाले विख्यात अति खासें । रणभूमि एकच असे । "पानीपत" ।। 684 ।। पहिले लोदी–बाबरचे[66] । दूजे हीमू–अकबरचे[67] । तिसरे होते पेशव्यांचे[68] । दुराणीशीं ।। 685 ।।

---

[66] **पानीपतची पहिली लढाई, 1526 :** The First Battle of Panipat was fought between Afghani Sultan Ibrahim Lodi of Delhi and Afhgani Sultan Babar of Kabul. Ibrahim Khan Lodi was the 40th Sultan of Delhi (r. 1517-1526). Afghani ruler Zahirud-din Babar of Kabul, became the 39th Sultan of Delhi (r. 1526-1530). This Mughal was the descendent of Mongol Chengiz Khan (1162-1227) and Turkish Taimur Langh (1336-1405).

[67] **पानीपतची दूसरी लढाई, 1556 :** The Second Battle of Panipat was fought between Himu and Akbar. Samrat Hemachandra Vikramaditya or Himu (1501-1556) was the last Hindu Emperor who ruled Delhi. The Mughal ruler of Kabul, Abul Fatah Jalal-ud-din Muh. Akbar (1542-1605) became the 49th Sultan of Delhi (r. 1556-1605).

[68] **पानीपतची तिसरी लढाई, 1761 :** The Third Great Battle of Panipat between Afghani invader Ahmad Shah Durani also known as Abdali (1722-1772) of Kabul and the Great Marathas under Peshve Sadashiv Rao (1730-1961) and Peshve Vishvas Rao (1742-1761) of Pune.

<u>सन पधराशे सव्वीस</u> । युद्ध इतिहासात खास । "पहिले" जाणिले ज्यास । पानीपतचे ।। 686 ।। पहिला मुगल बाबर । काबुलचा राजा शूर । निघाला मोहिमेवर । सेनेसह ।। 687 ।। ओलांडुनी लाहोर-नगर । सरहिंद व अंबाला पार । आले मुगल दरोडेखोर । पानीपतला ।। 688 ।। ऐकोनी बाबर आला । एप्रि-एकवीसला । इब्राहीम लोदी आला । रणांगणीं ।। 689 ।। झाली लढाई घनघोर । लोदीचा चालेना जोर । हारोनी युद्ध ते थोर । वध झाला ।। 690 ।। दिल्ली आली मुगलां हातीं । लोदी कुळाची झाली माती । त्यांची न लढण्याची छाती । लोपले ते ।। 691 ।।

YEAR : 1527 AD

26. वीर महाराणा संग्राम सिंहाची कथा : 1527 AD

(राणा संग)

॥श्री॥ओवी॰ मेवाडचा संग्राम सिंह[69] । नरवीरांत नरसिंह । दूजा न कुणीं इह । योद्धा तैसा ।। 692 ।। सिसोदिया त्याचा वंश । रुद्रभद्राचा तो अंश । शत्रूंचा तो करी ध्वंस । रणांगणीं ।। 693 ।। मेवाडचा राजपूत । सिसोदिया-गुहिलोत । महाप्रतापी विख्यात । सर्वत्र तो ।। 694 ।। तेजस्वी त्याचे वदन । वीरश्री त्याची अगम । निष्ठा त्याची परम । शिवावर ।। 695 ।। संग्रामसिंह महाराणा । देशभक्ति त्याचा बाणा । योद्धा सर्वश्रेष्ठ जाणा । त्या काळचा ।। 696 ।।

(व्यक्तित्व)

॥श्री॥ओवी॰ एक डोळा फुटलेला । एक हात तुटलेला । एक पाय मोडलेला । तरी शूर ।। 697 ।। देहावरी अंशी खुणा । धैर्य न त्याचे उणा । आवेश त्याचा दूणा । प्रति रणी ।। 698 ।। लोदीला त्याने लोळविले । अनेक शत्रु पळविले । बहु आश्चर्य घडविले । राणांवर ।। 699 ।।

---

[69] **राणा संग :** Sisodiya Maharana Sangram Simha (1482-1528, r. 1509-1527), was the great grandson of Maharana Kumbha (r. 1433-1468) of the Guhilot-dynasty of Bappa Rawal (r. 730-753) of Chittod, Mewad, Rajasthan.

नृपवर राणा संग । अंग-अंग त्याचे भंग । वीरता तरी अभंग । कंज कंज ।। 700 ।। वीजे समान चपळ । हिमाद्रि समान अचळ । विजय त्याचा अढळ । लढाईत ।। 701 ।। जगी अति मशहूर । रणीं शूरांचा शूर । वीर महा धुरंधर । जाणिला तो ।। 702 ।। जिंकला तो सदा युद्ध । नाना शत्रूंच्या विरुद्ध । झाला सधन समृद्ध । अतोनात ।। 703 ।। उडवी अरींचा फडशा । वाघातोंडी शेळ्या जैशा । शत्रु पडतीं तोंडघशा । ह्याच्या पुढें ।। 704 ।। अफाट त्याचे मनोबळ । भुजा तयाच्या प्रबळ । हृदय त्याचे सढळ । सिंधु जैसा ।। 705 ।। सगळ्यांहुनी सरस । विजयश्रीचा कळस । अढळ त्याचा विश्वास । निरंतर ।। 706 ।। ज्याचे मनीं नाही शंका । सर्वत्र वाजला डंका । विदित जो रावां-रंकां । या जगती ।। 707 ।।

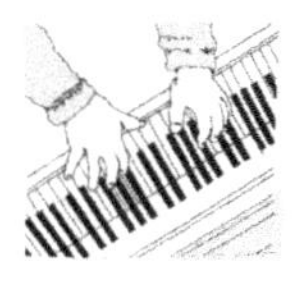

संगीत श्री शिवाजी चरित्र राग-छंद माला, पुष्प 134

गीत : राग रत्नाकर, कहरवा ताल 8 मात्रा

(राणा संग)

स्थायी

राणा संग नांव, देही अंशी घाव ।
टाकिले अंग, मायभूमि साठी ।।
♪ नि-रे गर्म प-प, ध-प मं-ग मं-मं- ।
नि-धप ध-ध-, प-मंग-मं ग-ग- ।।

अंतरा-1

चित्तोड त्याची, राजधानी छान, मेवाड त्याचे, जीव की प्राण ।
राणावरी त्याने, तन मन सर्व, केले बलिदान, मायभूमि साठी ।।
♪ प-मंग प-प-, ध-पमं-ग ध-ध-, सां-नि-ध प-प-, ध-पमं ग-ग- ।
नि-रेगर्म प-प-, धप मंग मं-मं-, निध पपध-ध-, प-मंग-मं ग-ग- ।।

अंतरा-2

संग्राम सिंग, पोलादी अंग, ध्वग त्याचा भगवा, केशरी रंग ।
हातीं तलवार, गाजली फार, केले त्यानी युद्ध, मायभूमि साठी ।।

26. वीर महाराणा संग्राम सिंहाची कथा : 1527 AD

अंतरा–3

त्याचा राजस्थान, जगामधीं मान । अति शौर्यवान, पुत्र जयाचे ।

ज्यांचे गुणगान, गाती कवि संत, झटले ते वीर, मायभूमि साठी ।।

(आणि)

ॐओवी॰ ध्यास ज्यास रात दिन । क्षणैक विश्रांति विण । धैर्य न कदापि क्षीण । रत्ती भर ।। 708 ।। राज्यरक्षा त्याचे ब्रीद । शस्त्र-कला विशारद । कधीं न तया विषाद । लवलेश ।। 709 ।। मायभूमीची तळमळ । बंधुभावांची कळकळ । दिवंगतांची हळहळ । त्याचे मनीं ।। 710 ।। निष्ठा तयाची अढळ । धृति त्याची अटळ । झाली न जी डळमळ । कादापि ही ।। 711 ।। झाली न त्याची हार । केले शत्रु-संहार । प्रबळ खड्ग-प्रहार । रणांगणीं ।। 712 ।। कुणाचे हात काटतो । कुणाची मुंडी छाटतो । रणचंडी तो वाटतो । विरोधींना ।। 713 ।। भयप्रद त्याचा आवेश । जोशप्रद केशरी वेश । ओतप्रोत त्याचा त्वेश । खड्ग हातीं ।। 714 ।। वेग त्याचा प्रचंड । स्फूर्ति त्याची अखंड । धैर्याचा तो मार्तंड । राणा संग ।। 715 ।। जैसा तो विक्रमी घोर । तैसा तो दानी थोर । सप्तरंगी जैसा मोर । बहुगुणी ।। 716 ।। राणा संग रणजीत । युद्धांत अपराजीत । शौर्यात कथनातीत । एकमात्र ।। 717 ।। तयासीं तुळणा कैसी । कौन्तेय अर्जूनाजैसी । इतिहासे दुर्मिळ ऐसी । पौरुषता ।। 718 ।।

(आणखी ही)

ॐओवी॰ राजस्थानचा हा वीर । प्रचंड जो रणधीर । रणांगणीं तो खंबीर । महायोद्धा ।। 719 ।। संग्रामसिंहाची कीर्ति । देई शूरवीरांना स्फूर्ति । शंभुरूप त्याची मूर्ति । सर्वमनीं ।। 720 ।। बाप्पा रावळ सम शूर । वीर-रसाने भरपूर । संकटें पळतीं दूर । त्यापासोनी ।। 721 ।। राजपूत तो आर्य । करी कर्तव्य कार्य । प्रकट त्याचे औदार्य । घडीं घडीं ।। 722 ।। लढवैया तो सर्वोत्तम । पुरुषांत पुरुषोत्तम । राणा नृपांत महत्तम । सर्वश्रुत ।। 723 ।। चित्तोडच्या सिंहाची ख्याति । नरवीर समग्र गातीं । नाम स्मरण त्याचे ध्यातीं । घरोघरीं ।। 724 ।।

(तसेंच)

ॐओवी॰ राणा हा स्वार महान । अश्व त्याचा गतिमान । पळे शीघ्र तूफान । वायु सम ।। 725 ।। अश्व तो बुद्धिमान । वेळ-काळाचे त्याला भान । रक्षावया स्वामी-प्राण । जागृक तो ।। 726

।। पांढरा शुभ्र त्याचा रंग । डौलदार त्याचा ढंग । आकर्षक त्याचे अंग । इन्द्राश्व तो ।। 727

।। लढला लढाया कित्येक[70] । जिंकला रण प्रत्येक । माघारला मात्र एक । "खानवा" ची ।।
728 ।।

महाराणी करुणावती

ॐओवी॰ राणी त्याची करुणावती । अप्सरे सम रूपवती । सीते सम श्रेष्ठ सती । साक्षात् लक्ष्मी
।। 729 ।। बुद्धिमान सरस्वती । तारा[71] सम तिची नीति । रामा सम जिचा पति । भाग्यशालिनी
।। 730 ।। चित्तोडची राजमाता । प्रजा तिचे सुत-सुता । स्नेहभाव आणि ममता । अनुपम ।।
731 ।। मेवाड गाई तिची स्तुति । राणा पुरुष, ती प्रकृति । देव-देवीची आकृति । जनमनीं ।।
732 ।। प्रजेचे पाही योग–क्षेम । मुलांसम त्यांसीं प्रेम । मातृभूमि तिचे हेम । जीवापाड ।। 733
।। सावित्रीसम पतिव्रता । गंगेसम पवित्रता । दामिनीसम क्षिप्रता । तिचे अंगी ।। 734 ।।
राणाजींची ती शक्ति । शंकराशीं तिची भक्ति । गंधर्व-किन्नर प्रभृति । गातीं स्तुति ।। 735 ।।
राजस्थानची उन्नति । जनगण मन जागृति । नीति प्रीति धृति द्युति । तिचे गुण ।। 736 ।।
सेवाभावाची ती नदी । राज्यचिंता पदोपदीं । मेवाडची ऋद्धि-सिद्धि । हिच्यामुळे ।। 737 ।।

27. खानवाची लढाई : 1527 AD

ॐओवी॰ <u>सन पंधराशे सत्तावीस</u> । राजपूतांचा होईल र्‍हास । मुगल येतील उदयास । दिल्लीपति
।। 738 ।। आले संकट प्रबल । लोदी झाले नष्ट समूळ । राजपुतान्यावर झळ । मुगलांची ।।
739 ।। राणा संग झाला उभा । मुगलांना न देण्या मुभा । कराया म्लेंच्छांचा सूभा । राजस्थान
।। 740 ।। आले चंदेरी, अंबर । आले बुंदी अजमेर । नव्हतेच गत्यंतर । विघ्नापुढे ।। 741 ।।
खानव्याला झाले युद्ध । बाबरी सैन्य होते सिद्ध । राणा संगाचे विरुद्ध । धर्मांधळे ।। 742 ।।

---

[70] **लढाया** : Battles of Idar, Ahmadnagar, Bilasnagar, Gujrat, Khatoli, Malwa, Delhi, etc.

[71] **तारा** : The righteous queen of Bali, the king of Kishkindha. See Story No. 180, page 1202, Sangīt-Shrī-Rāmāyan, ISBN 978-1-897416-81-5.

27. खानवाची लढाई : 1527 AD

मुगल सैन्य पर्याप्त । कराया मेवाड व्याप्त । बंदुका-तोफांनी युक्त । बाबराचे ।। 743 ।। गोळे तोफांचे आदळले । काहींचे धैर्य गळाले । मदतनीस पळाले । रण सोडुनी ।। 744 ।। मदतनीस होते भोळे । कधी न पडले गोळे । बघुनी दीपले डोळे । घाबरले ।। 745 ।। राणा संगाची सेना । रणातुनी हटेना । हारली ती किंबहुना । प्रथम वार ।। 746 ।। मुगल जिंकले तथापि । रक्त पिपासु होते पापी । झाली सुरू कापाकापी । राजपूतांची ।। 747 ।। धारातीर्थ झाले पति । वीरांगना न पडल्या हातीं । हाजारों त्या गेल्या सती । जौहारात ।। 748 ।।

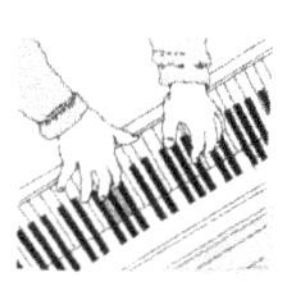 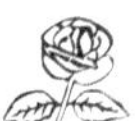 **संगीत श्री शिवाजी चरित्र राग-छंद माला, पुष्प 135**

राग : यमन कल्याण

छंद : भुजंगप्रयात

(राणा संग)

स्थायी

महावीर मेरा, महा संग राणा ।

♪ निरे–ग–मं प–प–, धप– मं–ग रे–सा– ।

अंतरा–1

किसी शस्त्र से ना, गिरा सूरमा ये,

किसी **दुक्ख** से ना, दुखा आतमा ये ।

खुशी से इसी के, स्तुति गीत गाना ।।

♪ निमं– ग–मं ग– मं–, पमं– ग–रेग– मं–,

पमं– ग–रे ग– मं–, ग–रेसा– सा– ।

सारे– ग– मंग– मं–, धप– मं–ग रे–सा– ।।

अंतरा–2

इसे देह पर घाव अस्सी हुए थे ।

अगर पाँव, कर, आँख आहत भए थे ।

तभी जंग में जीतता ये शहाणा ।।

अंतरा–3

इसे धर्मवीरों का है वीर माना ।

इसे कर्मवीरों का भी वीर माना ।

महा शूर योद्धा यही एक जाना ।।

YEAR : 1556 AD

28. पानीपतची दूसरी लढाई : 1556 AD

महाराजा विक्रमादित्य हीमू – अकबर 1556

ॐ ओवी॰ सन पंधराशे छप्पन । हीमूचे दिल्ली शासन[72] । लढाईत त्याचे पतन । पानीपतला ।। 749 ।। सिकंदर सूर[73] चा प्रधान । सेनानी शूर महान । हीमू वीर ब्राम्हण । दिल्लीपति ।। 750 ।। पाहुनी ती संधि सोनेरी । सैन्याची करोनी तयारी । अकबराने[74] केली स्वारी । हीमूवर ।। 751 ।। काबुल, लाहोर, जालंदर । सरहिंद अंबाला पार । आला चालोनी अकबर । पानीपतला ।। 752 ।। हीमू सेना झाली सिद्ध । घनघोर झाले युद्ध । हारोनी हीमू झाला बद्ध । वध झाला ।। 753 ।। अकबर दिल्लीचा सुलतान । मुगल जाणला महान । हिंदूंचा करोनी सन्मान । लोकप्रिय ।। 754 ।।

---

[72] **हीमू :** While Nasir-ud-din Humayun (1508-1556), the 2nd Mughal Sultan of Delhi (First term 1530-1556) was in exile for 15 years (1540-1555), Himu took the title of Raja Vikramaditya and ruled Delhi (1555-1556)

[73] **सिकंदर सूर :** Ahmad Khan Sur Sikandar Shah III, the 44th Dehli Sultan (r. 1554-1555)

[74] **अकबर :** Jalal-ud-din Akbar (1542-1605) of Kabul, became the 3rd Sultan (r. 1556-1605) of Mughal Dynasty (r. 1526-1857) of Delhi.

YEAR : 1565 AD

29. तालीकोटचा नरसंहार, विजपनगरचा अंत : 1565 AD

तालीकोट उर्फ राक्षसीतंगडी, 1565

श्रीओवी॰ <u>सन पंधराशे पासष्ट</u> । झाले प्रसिद्ध तालीकोट । म्लेंच्छांचे यत्न अटोकाट । हिंदूंविरूद्ध ।। 755 ।। नष्ट होते बहामनी । जुने राज्य झुगारुनी । आलीं नवीन घराणीं । त्यांचे जागीं ।। 756 ।। एकगट राजे पाच[75] । तालीकोटला झाले कूच । खेळावया डावपेंच । लढाईचे ।। 757 ।। हिंदू राजा रामरायां[76] । पुढे आला लढावया । यत्न शांतीचे गेले वाया । नाइलाज ।। 758 ।। दोन्हीं सेना झाल्या सिद्ध । एकमेकांच्या विरुद्ध । घनघोर झाले यद्ध । हारले हिंदू ।। 759 ।। रामराया झाला बद्ध । त्याचा केला शिरच्छेद । वियनगर झाले ध्वस्त । कापाकापी ।। 760 ।। राज्यात कत्तलेआम । जसे त्यांचे सदा काम । घेउनी धर्माचे नाम । अरे! अरे! ।। 761 ।।

YEAR : 1576 AD

30. वीर महाराणा प्रताप सिंहाची कथा : 1576 AD

---

[75] **पंच-म्लेंच्छ संघ** : Bahamani kingdom of Gulbaerga being demolished in 1538, the new sultans were : **1.** Husain Nizam Shah of Ahmadnagar (r. 1554-1565), **2.** Ibrahim Qutub Shah of Golkunga (r. 1550-1581), **3.** Burhan Imad Shah of Berar (r. 1560-1568); **4.** Ali Barid Shah of Bidar (r. 1538-1582) and **5.** Ali Adil Shah of Bijapur (r. 1557-1580).

[76] **रामराया** : Shri Ramaraya of Vijayanagar (r. 1543-1565), the most important ruler of the Tuluva Dynasty of Vijayanagar (r. 1505-1570)

30. वीर महाराणा प्रताप सिंहाची कथा : 1576 AD

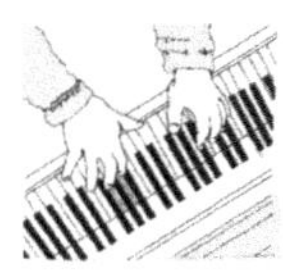

 **संगीत श्री शिवाजी चरित्र राग-छंद माला, पुष्प 136**

राग बिलावल, तीन ताल 16 मात्रा

(शंकर भोले!)

स्थायी

गौरी शंकर नटवर भोले! डम डम डम डम डमरू बोले ।

सां-धप मगमरे गमपग मरेसा-, साग मरे गप निनि सांसांरेंसां निधप- ।

अंतरा-1

गंगा बहती काली जटा से, नाग गले में तुमरे डोले ।

प-प- धधनि- सां-सां सांरेंसां-, सांगमं गंरेंसांधप गमपग मरेसा- ।

अंतरा-2

तांडव नाचत प्रलय कराने, नैन तीसरे तुमने खोले ।

अंतरा-3

त्रिशूलधारी! की मरजी से, कभी शोले कभी पड़ते ओले ।

उदयपुरचा राणाप्रताप सिंह, 1576

ओवी॰ वीर राणा प्रताप सिंह[77] । मायभूमीशीं त्याचा स्नेह । राणा संग पितामह । चित्तोडचा ॥ 762 ॥ संग्रामसिंहाचा नातु । राज्यरक्षा एक हेतु । न हवी इतर वस्तु । ह्या वीराला ॥ 763 ॥ उदयपुर त्याची गादी । धर्मरक्षा त्याची नांदी । मुगलांची अंदाधुंदी । चोहीकडे ॥ 764 ॥ ऊंचपूरा, देखणा । रुंद छाती, ताठ कणा । उदयपुरचा राणा । प्रतापसिंह ॥ 765 ॥ तोंडावर त्याच्या लाली । विशालता त्याच्या भाली । अंगी त्राणवस्त्र घाली । उठावदार ॥ 766 ॥ गळ्यामध्ये रुद्रमाला । हातात लेखंडी भाला । मुखावर तेज ह्याला । इन्द्रासम ॥ 767 ॥ डोळे केस काळे भोर । माथ्यावर चंद्रकोर । अंगामध्ये हत्तीजोर । महायोद्धा ॥ 768 ॥ पीळदार त्याचे

---

[77] **राणा प्रताप :** Maharana Pratap Simha (1540-1597, r. 1572-1597) of Udaypur, was the grandson of great Maharana Sangram Simha (r. 1509-1527) of Chittod, Mewad, Rajasthan.

रत्नाकर रचित ओवीबद्ध श्री शिवाजी चरित्र

31. हळदीघाटची लढाई : 1576 AD

अंग । गौर त्याचा त्वचा-रंग । आकृतीने होतीं दंग । बघणारे ।। 769 ।। स्फूर्ति त्याची अतोनात । भाट-कवि स्तुति गात । भक्तिपूर्ण सुर सात । आनंदाने ।। 770 ।। अंगी त्याच्या जोश भारा । देह पुलकित सारा । "एकलिंगजी!" चा नारा । चला पुढे ।। 771 ।।

31. हळदीघाटची लढाई : 1576 AD

ॐओवी॰ <u>सन पंधराशे छहात्तर</u> । आली गदा मेवाडवर । आला चालोनी अकबर । दिल्लीवाला ।। 772 ।। अफाट ती मुगल सेना । अंत कुठे तिचा दिसेना । हत्ती घोडे शस्त्र नाना । मारेकरी ।। 773 ।। परभूमिआक्रमक । परस्त्री लज्जालुंठक । परस्वातंत्र्य वंचक । धर्मांधळे ।। 774 ।। मूर्ति-मंदिर भंजक । अत्याचारात रंजक । मूढबुद्धीचे मातंग । स्वेच्छाचारी ।। 775 ।। अकबर त्यांचा राजा । औरंगजेबाचा आजा । आला भारतात ताजा । काबुलचा ।। 776 ।।

इकडोनी आले वीर । राजपूत रणशूर । रणनीति धुरंधर । मेवाडचे ।। 777 ।। "एकलिंगजी!" चे नारे । हर! हर! गातीं सारे । प्राणप्रणीं लढणारे । राजपूत ।। 778 ।। ओलांडुनी वाळवंट । अरवली ची वनवाट । रणभूमि हळदीघाट । संघर्षला ।। 779 ।।

मुगल एक-लाखावर । राजपूत बारा-हजार । दहांना एकाचा मार । हे प्रमाण ।। 780 ।। दहांना एक भारी । पसरले दिशां चारीं । मग युद्ध ललकारी । "एकलिंगजी!" ।। 781 ।। आरंभ झाली कापाकापी । कटले अर्ध-लाख पापी । अकबर धृष्ट तथापि । हत्यावर ।। 782 ।। आला राणाप्रताप तेथ । हौदा अकबराचा जेथ । युद्ध झाले सुरू अथ । सदसच्चे ।। 783 ।। नैतिकताऽनैकतेचे । सदाचार-दुराचाराचे । स्वातंत्र्य-आक्रमकांचे । धर्माधर्मचे ।। 784 ।। प्रताप मुगलांविरुद्ध । लढतो ते कसोटी-युद्ध । कुणाला न कुणाची शुद्ध । अस्ताव्यस्त ।। 785 ।। चोही कडे अंदाधुंद । वाट घाटीची अरुंद । तिथे सुरक्षित खाविंद । मुगलांचा ।। 786 ।। त्याला बघुनी हर्षविला । राणा प्रताप सरसावला । घोडा तिकडे वळविला । बहु वेगे ।। 787 ।।

ॐओवी॰ राणा उमद्या घोड्यावर । उभा अकबरा समोर । दृष्टिक्षेप एक नजर । म्लेंच्छाकडे ।। 788 ।। बघोनी तो त्याचा भाला । तेजस्वी यमदूताला । क्षणेंच दचकोनी भ्याला । अकबर ।। 789 ।। पाहुनी त्याचे मुख तेज । मुगल पडला निस्तेज । म्हणे, "मुझे ये देगा भेज । पाताळ

31. हळदीघाटची लढाई : 1576 AD

में” ।। 790 ।। “कभी न देखा ऐसा वीर । रणभूमि पर रणधीर । लगाता है आलमगीर । महायोद्धा” ।। 791 ।। “आखों में इसके आग । देख ठिकाने जाते भाग । साक्षात ये वासुकि नाग । डस देगा” ।। 792 ।।

राणाने तोलला भाला । तीन गज लंबा वाला । फेंकण्या जो उगारला । म्लेंच्छावर ।। 793 ।। बघुनी तो भाला-वार । यमदूतासम प्रहार । प्राणघातक भयंकर । प्रतापचा ।। 794 ।। भीतीने अकबर झुकला । बघुनी त्यासी राणा रुकला । अकबराचा मत्यु चुकला । नीतिपरत्वें ।। 795 ।। “झुकवुनी अपुली मान । याचतो जो जीवदान । क्षमा तया करी प्रदान” । हिंदू धर्म ।। 796 ।। राणाने भाला न सोडला । जीवनदान दिले त्याला । घोडा आपुला वळविला । विजयी तो ।। 797 ।। निघाला घोडा शूर । नेण्या स्वामीला दूर । पळाला तो चौखूर । रणातुनी ।। 798 ।।

🕉 श्लोक

नीतिबद्धा वयं सर्वे मर्तुं मारयितुं तथा ।
एषा नीति: सतो धर्म: क्षात्रस्य क्षात्रकर्म च ।।

(नीतियुद्धस्य नियमा:)

नीतिसूत्राणि श्रीकृष्ण: सकलान्स्पष्टमब्रवीत् ।
उवाच नियमानेतान्–पालयन्तु हि सैनिका: ।।
आहतं शरणाधीनं न कोऽपि सैनिकस्तुदेत् ।
भग्नं स्यादायुधं यस्य योद्धव्यो न स सैनिक: ।।
न च पलायिनो हत्या न घातो रणत्यागिन: ।
मृतदेहतिरस्कारो विखण्डनं च पातकम् ।।
धर्मक्षेत्रे समं सर्वं लाभालाभौ जयाजयौ ।
एवमाज्ञास्ति शास्त्राणां पालयेयुर्दृढं भटा: ।।

श्री शिवाजींची चरित्र गाथा

छत्रपति श्री शिवाजी महाराजांच्या अद्भुत लीलांची
ओवीबद्ध मराठी कविता

31. हळदीघाटची लढाई : 1576 AD

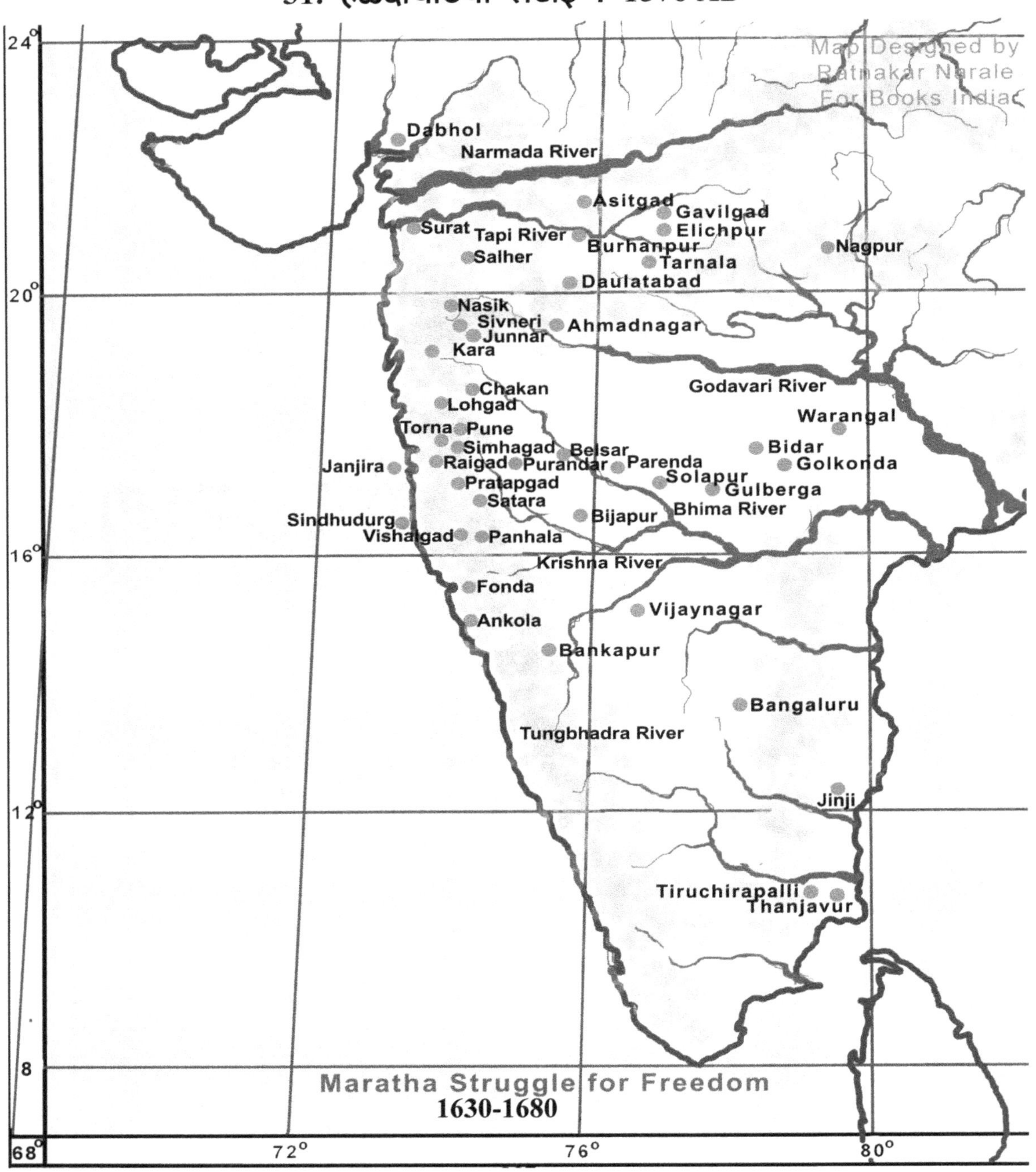

रत्नाकर रचित ओवीबद्ध श्री शवाजी चरित्र

YEAR : 1629 AD

राजे शिवाजींच्या पार्श्वभूमि चा संक्षिप्त इतिहास

32. शहाजी राजे भोसले ह्यांची कथा 1629-1630 AD

(उत्तरेला 1576–1630)

ॐओवी॰ राणा प्रताप नंतर । आले सुखांत अंतर । स्वाऱ्या, छापे निरंतर । अकबराचे ॥ 799 ॥ विनष्ट मूर्ति-मंदिर । आई-बहिणीं अपहार । कराया धर्मांतर । जबरीने ॥ 800 ॥ जाळपोळ भ्रष्टाचार । रक्तपात अनाचार । व्यभिचार अपरंपार । करती ते ॥ 802 ॥ मारहाण, गळेकाट । नासधूस नायनाट । धुमाकुळ लूटपाट । यवनांची ॥ 803 ॥ निरादर तिरस्कार । अविचार भडिमार । अंधार बेसुमार । मुगलांचा ॥ 804 ॥ मुगलांचे अत्याचार । तोड-फोड दुराचार । झाले उत्तरेला फार । भारतात ॥ 805 ॥ विना प्रबळ प्रतिकार । विना कठोर प्रहार । बाटले निराधार । उत्तरेचे ॥ 806 ॥ ध्वस्त झाले परिवार । ज्यांना न सुखी आधार । निघाले ते घरदार । साडोनिया ॥ 807 ॥

(मग)

दक्षिणेला प्रवास ज्यांचा । इथे तिथे निवास त्यांचा । तरी दृढ विश्वास त्यांचा । स्वतःवर ॥ 808 ॥ कुणां पसंत महाराष्ट्र । कुणीं निवडला सौराष्ट्र । काहीं गेले इतरत्र । यथा मति ॥ 809 ॥ सोडोनी आपुला देश । सह खेद, सह क्लेश । भाग्याला होउनी पेश । निघाले जे ॥ 810 ॥ त्यजुनी तो धुमाकुळ । राजस्थान जयांचे मूळ । असेच होते एक कुळ । भैरोसिंहाचे ॥ 811 ॥ महाराष्ट्रात ते रुळले । मराठ्यांत ते मिसळले । कर्तृत्वाने ते उजळले । नांव भोसले ॥ 812 ॥ कर्तबगार ते घराणे । विनयशील ते शहाणे । ते पांडवांच्या प्रमाणे । नीतिवीर ॥ 813 ॥ ह्या कुटुंबात महावीर । कर्तबगार उजागीर । धीमान रणखंबीर । भैरोसिंह ॥ 814 ॥ भैरोसिंह हाच भैरोजी । भैरोजी हे भोसाजी । भोसाजीचे "भोसले" जी । महाराष्ट्रात ॥ 815 ॥

शहाजी राजे भोसले

ॐओवी॰ भोसले कुळात मालोजी[78] । मालोजीचे सुत शहाजी[79] । चतुर मुत्सद्दी साहसी । मराठा वीर ।। 816 ।। शहाजी फार हुशार । आदिलशाही[80] सरदार । सेनानी विश्वासु फार । पुणे निवासी ।। 817 ।। शहाजीची एक बाई । दूरदर्शी जिजाबाई[81] । दूजी भार्या तुकाबाई[82] । सौम्य सदा ।। 818 ।। जिजाबाईचा सुत शिवाजी । आणि दूजा संभाजी । तुकाबाईचा एकोजी । शूर सारे ।। 819 ।।

(दक्षिणेला, सन 1599–1600)

ॐओवी॰ सन पंधराशे नव्याण्णव । दिल्लीवर सुलतान नव । हडपले दुष्टाने वैभव । भारताचे ।। 820 ।। सन सोळाशे, दक्षिणेवर । आला सेनेसह अकबर । घेण्याला अहमदनगर । निजमशाही ।। 821 ।। सैन्य घेऊनी राणी शूर । चाँदबीबी[83] आली समोर । झाले युद्ध घनघोर । वध

---

[78] **मालोजी भोसले :** Maloji Bhosle (d. 1605), his wife Umabai Bhosle. Maloji's brother was Vithoji Bhosle, his wife Aaubai Bhosle.

[79] **शहाजी भोसले :** Shahaji (1594-1664), son of Maloji and Dipabai Bhosle, served four Dakkhani Sultans : **1.** Burhan Nizam Shah of Ahmadnagar (from 1628 to 1629), **2.** Hasan Nizam Shah of Ahmadnagar (from 1631 to 1633), **3.** Muh. Adil Shah of Bijapur (from 1633 to 1636) and **4.** Ali Adil Shah of Bijapur (from 1637 to 1661).

[80] **आदिल शाह :** Ibrahim Adil Shah (r. 1558-1627) and Muh. Adil Shah (r. 1627-1657) of Bijapur.

[81] **जिजाबाई :** Jijabai (1595-1674) was the daughter of Lakhoji and Mhalsabai Jadhav of Sindkhed, Buldhana. Her elder surviving son was Sambhaji (1619-1654) and younger son was Shivaji (1630-1680).

[82] **तुकाबाई :** Tukabai was born in Mohite family of Supa. Her son Vyankoji or Ekoji Bhosle (1630-1685) became the Raja of Tanjavur (1674-1685).

[83] **चाँदबीबी (1550–1599) :** Wife of Ali Adil Shah I (r. 1557-1580) of Bijapur, daughter of Husain Nizamshah (1554-1565) of Ahmadnagar. She was killed in a stry attack.

झाला ।। 822 ।। जिंकला लढाईत अकबर । सर झाले अहमदनगर । उघडले मुगलांनी द्वार । दक्षिणेचे ।। 823 ।। निजामशाहीचा उद्धार । करावया मलिक-अंबर[84] । आला मूर्तझाच्या बरोबर । जुन्नरला ।। 824 ।। करूनी भीषण हल्ला । मग लगेच जिंकला । दौलताबादचा किल्ला । अंबरने ।। 825 ।। आता निजामशाहीवर । वजीर मलिक-अंबर । पण नृप अकबर । दिल्लीवाला ।। 826 ।। पुणे प्रांताची जागीर । मालोजी जहागीरदार । निजामशाहचे चाकर । बहादुर[85] ।। 827 ।। पाच वर्षांचा कुमार । शहाजीराजे हुशार । पावता झाला जागीर । पुणे-सुप्याची ।। 828 ।। शहाजीराजे बालक । होईपर्यंत वयस्क । विठोजी[86] झाले चालक । जागीरीचे ।। 829 ।।

(सन 1605-1621)

श्रीओवी॰ सोळाशे-पाच इसवी सन । आले मुगलांवर तूफान । मेला अकबर सुलतान । दिल्लीवाला ।। 830 ।। झाले सुरू डाव-पेच । माराकाटी खेंचाखेंच । जे नेहमी होते तेंच । गादीसाठी ।। 831 ।। शेवटी जिंकला जहाँगीर । कापूनी प्रतिस्पध्र्यांचे शीर । जो सिंहासनासाठी अधीर । राजा झाला[87] ।। 832 ।। जहाँगीरला भूक दक्षिणेची । मराठ्यांचे मुलूख भक्षिण्याची । केली सुरवात प्रेशण्याची । फौजा त्याने ।। 833 ।। पाठविल्या त्याने स्वाच्या । लूटमार करणाच्या । विध्वंसक दुष्ट साच्या । सोळा वर्षें ।। 834 ।। शाहजादा शाहजहान । त्याचा सेनापति तूफान

---

[84] **मलिक अंबर (1544-1626) :** an Abysinian Arab slave from Bagdad, became a soldier and then a general of Murtaza Nizam Shah II (r. 1600-1610).

[85] **बहादुर :** Bahadur Nizam Shah (r. 1596-1600). Maloji Rao Bhosle died 1599.

[86] **विठोजी भोसले :** Vithoji Rao, the younger brother of Maloji Rao Bhosle, became the holder of Pune-Supe Estate (15599-1628) in the name of Shahaji Raje Bhosle.

[87] **जहाँगीर :** Nur-ud-din Muh. Salim Jahangir (son of Akbar), 51st Sultan of Delhi (r. 1605-1627). At this juncture, Akbar's kingdom included 15 subhas (provinces) : 1. Kabul (Afghanistan), 2. Lahor, 3. Sindh (Multan and Tattah), 4. Dilli, 5. Awadh, 6. Bihar, 7. Bengal, 8. Allahabad (Prayag), 10. Ajmer, 11. Malwa (Mandu), 12. Gujrat (Ahmadabad), 13. Khandesh (Burhanpur), 14. Berar (Gawilgadh) and 15. Ahmadnagar.

। घेऊनी लश्कर महान । येत असे ।। 835 ।। मुगल चांडाळांची टोळी । करी ती मुलूखांची होळी । कत्तलीं, लूटी, जाळपोळीं । हाहा:कार ।। 836 ।। करूनी शेती-वाडी नास । लावी हिंदूंना गळफास । बाटवुनी बायांना त्रास । देतीं मेले ।। 837 ।

33. राजमाता जिजाबाई भोसले

 संगीत श्री शिवाजी चरित्र राग-छंद माला, पुष्प 137

लावणी[88]

(वीरांगना जिजाबाई)

स्थायी

ती जिजा बाई वाघीण, जहरी नागीण, करी संगीण, मराठा जात । 1

ती नार पक्क्या बांध्याची, अच्छ्या खांद्यांची, कच्च्या कांद्यांशीं, भाकरी खात । 2

तू तिला देऊं नको आट, लाऊं नको नाट, लावेल तुझी वाट, करील ती घात । 3

अरे गड्या, शहाची दार, धोरणी नार, लढा लढणार., शिवाची मात । 4

(राजमाता)

ओवी॰ कन्या लखोजी जाधवांची[89] । पत्नी राजे शहाजांची । पूज्य माता मराठ्यांची । धोरणी स्त्री ।। 838 ।। शहाजी राजे श्रीमंत । वित्तनाथ मूर्तिमंत । सुख-साधनें अनंत । त्यांचे घरी ।। 839 ।। पालख्या-मेने नोकर । हत्ती-घोडे चाकर । धन-धान्यांचे आगर । पत्नीसाठी ।। 840 ।। घरी होतीं सुखें सर्व । सोने चांदी अर्थ खर्व । ऐश-आरामांचा स्वर्ग । जिजाऊला ।। 841 ।। पण तिला नको सुख । तिला पारतंत्र्याचे दु:ख । तिला होती एक भूक । स्वातंत्र्याची ।। 842 ।। तिला हवे होते राज्य । तिला हवी होती फौज । तिला मराठ्यांचा ध्वज । हवा होता ।। 843

---

[88] **लावणी** : मराठमोळी लावण्य रचना जी काव्य-संगीत-नृत्य मनोत्म सादर करते ती लावणी.

[89] **लखोजी जाधव** : Lakhuji Jadhav of Shindkhed (1570-1629).

33. राजमाता जिजाबाई भोसले

।। राज्य सार्वभौम हवे । कायदे-कानून नवे । हिंदु-संस्कृतीचे दिवे । उजळावे ।। 844 ।। पण हे करावे कसे । परम रहस्य जसे । खानाला सुगावा नसे । अशा रीति ।। 845 ।। आला जर त्याला वास । खोलंबेल त्याचा श्वास । पाठवील सैन्य खास । सूड घेण्या ।। 846 ।। करील तो कत्लेआम । जाळील तो सारे ग्राम । कापील तो तिची मान । सुलतान ।। 847 ।। डूबली ती विचारात । पण भोळी आचारात । साधारण ती चारांत । वरपांगी ।। 848 ।। बोलली ती विश्वासूंना । वृद्ध प्रौढ झूजारूंना । भद्र गुरु हितेच्छूंना । गुप्तपणें ।। 849 ।। सोनोपंत डबीरांना, नारो मुजुमदारांना । कष्टाळू कारभाऱ्यांना । अनुभवी ।। 850 ।।

श्रीओवी० सन सोळाशे-एकोणतीस । दिला कोधाग्नि जिजाबाईस । स्वप्न आपुले नेण्या तडीस । स्वातंत्र्याचे ।। 851 ।। घटना अशी घडली । वीज च जशी पडली । जिजाबाई रडली । अति दुःखें ।। 852 ।। दौलताबादच्या किल्यावर । केले निजामाने[90] खून चार । पिता, तीन भाऊ[91] ठार । जिजाऊचे ।। 853 ।। पिता लखोजी जाधव । बंधु यशवंतराव । अचलोजी, रघु नांव । अनुक्रमें ।। 854 ।। पीडेने ती हळहळली । चिंतेने ती तळमळली । प्रतिशोधाकडे वळली । दुष्कृत्याच्या ।। 855 ।। शहाजी ही संतापले । निजामावर कोपले । बंडाचे बीज रोपले । पुण्यामध्ये ।। 856 ।। पुणे सत्ता बिजापुरी । दुष्ट पापी खरीखुरी । विष हलाहल ऊरी । आदिलशाही ।। 857 ।। पुण्यातून जिजाऊला । न्यावे कोणत्या बाजूला । जिथे शक्य न शत्रूला । शिरकाव ।। 858 ।। महावीराची ती ताई । शोकव्याप्त होती बाई । भावी राजाची ती आई । शोकव्याप्त ।। 859 ।। चिंता तिची शहाजीला । धस्स झाले अति जिला । कसे संरक्षावे तिला । प्रश्न होता ।। 860 ।। शिवनेरी किल्यावर । केले त्यांनी तिचे घर । जिथे तिला भरपूर । संरक्षण ।। 861 ।।

श्रीओवी० जसा शहाजींचा बेत । तसे विघ्न होते येत । पुण्याला ते शह देत । बिजापुर ।। 862 ।। आदिलाने बिजापुरी । पाठविली सेना भारी । हत्याकांड करणारी । पुण्यावर ।। 863 ।।

---

[90] **निजाम :** Nizam Burhan Shah -3 of Ahmadnagar (r. 1610-1631).

[91] **पिता :** Father of Jijabai Lakhuji Jadhav and her three brothers Yashvantrao, Achloji and Raghuji Jadhav. Fourth brother, Bahadur Jadhav survived.

जाळपोळ लूटमार । बायांवर अत्याचार । जिथे तिथे भ्रष्टाचार । पुण्यामध्ये ।। 684 ।। पुण्यावर आली होळी । जळल्या घरांच्या ओळीं । रक्तसिक्त गल्या-बोळीं । चहूंकडे ।। 865 ।। जशी देवगिरि नष्ट । करूं गेले हेंही दुष्ट । तसे पुणें झाले भ्रष्ट । होते आता ।। 866 ।। पुणे-नाशिक ते पंचवटी । मुळा-मुठा गोदावरी तटीं । उठल्या चितांच्या लाटीं । नभस्पर्षी ।। 867 ।।

34. शिवनेरीवर शिवाजीच्या शुभागमनाची दैवी पूर्वतयारी

(चैत्र-वैशाख, पूर्वतयारी)

ओवी॰ गेली थंडी, येतोय वसंत । भावी-मातेचा मन पसंत । जिजाबाईला सुख अनंत । शिवनेरीवर ।। 868 ।। चैत्र पौर्णिमा आली । हनुमान जयंती झाली । शिवनेरी सजविली । आनंदाने ।। 869 ।। सुगंध आम्र-मोहरांचा । आंबट कैन्या-बहारांचा । कोकिळा-कूजन रवांचा । मौसम हा ।। 870 ।। परशुराम जयंती । शंकराचार्य जयंती । राणा प्रताप जयंती । चैत्राच्या अंती ।। 871 ।। चैत्र वैशाखचा ऋतु । सिद्ध होत होम-क्रतु । वसंत जयतु-जयतु! । कुसुमाकर ।। 872 ।। झूल्यावर झूलते जिजा । आल्हादित जीव जिचा । पुत्र येणार, हो! तिचा । शिवराया ।। 873 ।। महिना चैत्राचा होता । उष्ण वान्यांचा जो स्रोता । देत जिजाऊला होता । आशीर्वाद ।। 874 ।। श्रीराम-जन्माचा मास । पवित्र हा काळ खास । देईल दृढ विश्वास । जिजाऊला ।। 875 ।। जिजाऊ मातेच्या पोटी । द्याया गर्भाची ओटी । करतो यत्न कोटि । ब्रम्हदेव ।। 876 ।। जिजा-शहाजींचा स्नेह । दोन तन एक देह । शिवनेरी चे ते गेह । धन्य झाले ।। 877 ।। यथा ब्रम्हाजींचे मन । दिले शुभ वरदान । गर्भाचे सु-आगमन । करावया ।। 878 ।।

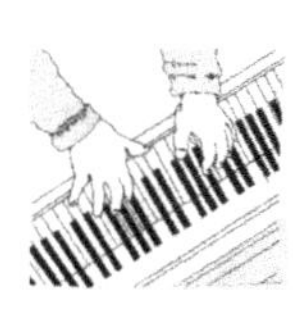

संगीत श्री शिवाजी चरित्र राग-छंद माला, पुष्प 138

खयाल : राग बसंत, कहरवा ताल 8 मात्रा

(बसंत बरखा)

स्थायी

रंग गुलों की शोभा न्यारी, गंध सुगंधित हिरदय हारी ।

34. शिवनेरीवर शिवाजीच्या शुभागमनाची दैवी पूर्वतयारी

♫ सां–नि धप– मंग मंधनिसां रेंनिसांमंध, सां–नि धप–मंग गमंधम गरेसा– ।

अंतरा–1

बसंत बरखा बरसत रिमझिम,

मंजुल रंगों की फुलवारी ।

♫ गमं–ध धनिसांसां– सांसांसांसां निरेंसांसां,

निरेंमंग रें–सां– निध सांसांनिरेंसांनिधपमंध ।

अंतरा–2

मोर पपीहा कोयल कारी,

कूजत कूहु कूहु बारी–बारी ।

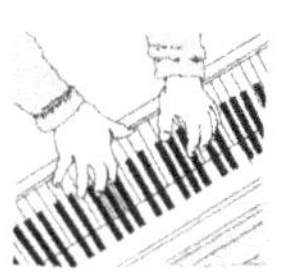

संगीत श्री शिवाजी चरित्र राग–छंद माला, पुष्प 139

खयाल : राग बहार, एक ताल 12 मात्रा

(ऋतु बसंत)

स्थायी

बिंदु बिंदु अंबु झरत, ऋतु बसंत आई ।

शीतल पवन पुरवाई, मन में उमंग है लाई ।।

♫ नि सां रेंसांनि सांनिधनिप पपप, मप निपग–म मनिधनि–सां ।

निधनिपप मपग गमरे–सा, साम म पगमनि धनि–सां– ।।

अंतरा–1

रंग–रंग मंजरियाँ, फूल फूल चंचरीक ।

पपैया की मधुर तान, बहुत मन भाई ।।

♫ मगम निधनि सां–सांनिसां–, नि– नि निसांसां निसांरेंसांनिधध ।

सांमंगंमरेंगं रें निसांरेंसां निधध, धधसांरेंसांसांधधनिसांसांनिप मपनिनिपम गमरेसानिसा ।।

119

YEAR : 1630 AD

35. छत्रपति राजे शिवाजींचा जन्म : 1630 AD

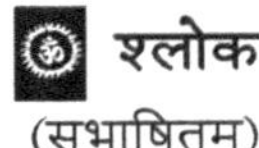 श्लोक

(सुभाषितम्)

यदा यदा हि धर्मस्य हानिर्भवति वञ्चकै: ।

अभ्युत्थानमधर्मस्य पृथिव्यां मम कर्म वै ।।

 संगीत श्री शिवाजी चरित्र राग-छंद माला, पुष्प 140

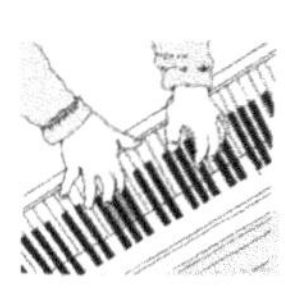

दादरा ताल

(धर्म रक्षक)

स्थायी

यदा यदा हि धर्म की, हानि होती है यहाँ ।

प्रभु धरा पे आन कर, जहाँ बसाते है नया ।।

♫ साप– धम– प ग–म प–, नि–ध प–ध म– पध– ।

रेम– धप– म प–ध पप, मप– धप–म ग– मरे– ।।

अंतरा–1

हिरणकशिपु को नृसिंह विष्णु ने, गोद में अपनी लिटा लिया ।

भक्त प्रलाद के पापी बाप को, मार्ग स्वर्ग का दिखा दिया ।।

♫ रेगगगगग म– धपम ग–प म–, नि–ध प धनिध– पम– गप– ।

ग–म पध–ध ध– सां–नि ध–प ध–, प–म ग–रे ग– पम– गरे– ।।

अंतरा–2

बाल कृष्ण ने, पापी कंस को, एक चुटकी में गिरा दिया ।

35. छत्रपति राजे शिवाजींचा जन्म : 1630 AD

अग्रसेन के, दुष्ट पुत्र को, भवसागर से उठा लिया ।।

अंतरा-3

योगेश्वर ने, कुरुक्षेत्र पर, धर्म-कर्म का ज्ञान दिया ।

भगत पार्थ को, योग सिखा कर, दुर्योधन को मिटा दिया ।।

🕉 श्लोकौ

(अवतारस्य उद्देश:)

धर्मं हत्वा दृढोऽधर्मो भवेद्विघ्नो यदा यदा ।

सम्भवामि नरो भूत्वा स्वयं भूमौ तदा तदा ।।

रक्षणाय च भद्राणां संहाराय दुरात्मनाम् ।

उत्थापनाय धर्मस्य सम्भवामि युगे युगे ।।

(ज्येष्ठ-आषाढ, जिजाऊची गर्भधारणा)

ॐॐओवी॰ यथा ब्रम्हाची कृपा । जशी भवानीची तृपा । गर्भ शिव-अनुरूपा । जिजा-पोटीं ।। 879

।। ज्येष्ठ गणेश चतुर्दशी । भौमप्रदोष शुभ राशि । होती निर्जळा-एकादशी । उपवास ।। 880

।। आला वटपौर्णिमा सण । सूर्याचा मृगनक्षत्रागम । सौर वर्षा ऋतु उपक्रम । दक्षिणायन ।। 881

।। आषाढ मासारंभ । चंद्रदर्शन प्रारंभ । व्यासपूजा समारंभ । गुरुपौर्णिमा ।। 882 ।।

(श्रावण-भद्रपद, सावन)

ॐॐओवी॰ श्रावणात मंगळागौरी । सजली दागिन्यांनी नौरी । भरली दुग्धामृत चौरी । पूजेसाठी ।। 883 ।। ठाकली नागपंचमी । दुर्वाष्टमी, दुर्गाष्टमी । आषाढी देवशयनी । चातुर्मास ।। 884 ।। पुत्रदा एकादशी गरिमा । रक्षाबंधन नारळी पौर्णिमा । श्रीकृष्ण जयंती महिमा । गोपालकाला ।। 885 ।। मघानक्षत्री सूर्य-प्रवेश । जेव्हां आला पोळ्याचा दिवस । करते जिजाबाई नवस । पुत्रासाठी ।। 886 ।। हरितालिकेचा दिन । गणेशचतुर्थी सण । ऋषिपंचमी चा पण । आला नि गेला ।। 887 ।। श्रावणाचे काळे ढग । आंधारले सारे जग । आभाळात वीज, मग । चमकते ।। 888 ।। नद्या तळें पाण्याने भरतीं । मोर नाचतीं, कोकिळा गातीं । नाना रंग पुष्पांनी फुलतीं । तरु वेलीं ।। 889 ।। शिवनेरी चा परिसर । हिरवा गार चहूं फेर । जिजाऊचे मनाचे मोर । नाचे

थैया ।। 890 ।। कविजन रचतीं गीत । ज्यांत राधा-कृष्ण प्रीत । अवनी हिरवी रंगीत । चहूंकडे ।। 891 ।।

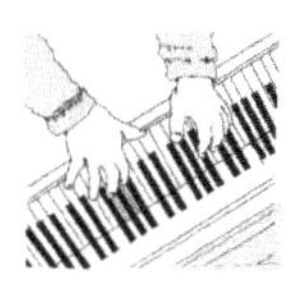

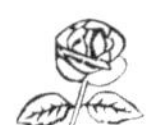

संगीत श्री शिवाजी चरित्र राग-छंद माला, पुष्प 141

कजरी[92] : कहरवा ताल 8 मात्रा

(सावन की कजरी)

स्थायी

कैसी ये सुहानी सावन की कजरिया,

शीतल रिमझिम झरियाँ ।

शीतल रिमझिम झरियाँ,

शीतल रिमझिम झरियाँ ।। शीतल० ।।

♪ म–म– मप पनिनि–निध पधध ध पम म–म–प–म–,

ग–सा–सा– ग–म–पधपध– म–गम– – – – – ।

सां–सां–सां– सां–सां–सांरेंसांरें– नि–धप– – – – –,

ग–गसासा– ग–म–पधपध– म–गम– – – ।।

अंतरा–1

गरजत बिजुरिया, बरसत बदरिया ।

गरजत बिजुरिया, बरसत बदरिया ।

कान्हा रे छलकत, मोरी गगरिया । शीतल० ।।

♪ म–म–मपप– नि–नि–सां–सां–, सां–सां–सां–सांनि निरेंसांरेंनि–ध– ।

म–म–मपप– नि–नि–सां–सां–, सां–सांरेंरेंमंमंगं गंरेंरेंसांसांनिध– ।

म–म– मप– – निनिनिनि ध– – – प– म–म–प–म–, ग–गसासा– ।।

अंतरा–2

---

[92] **कजरी** : हा एक श्रावण ऋतु समयी गाईला जाणारा फार पुरातन गीत प्रकार आहे ।

35. छत्रपति राजे शिवाजींचा जन्म : 1630 AD

दूर मोरी नगरिया, छोड़ मोरी डगरिया ।

कान्हा रे भीग गयी, मोरी चुनरिया ।। शीतल० ।।

अंतरा–3

आज तोरी साँवरिया, लूँगी मैं खबरिया ।

ना कर बरजोरी, मोरे कनाईया ।। शीतल० ।।

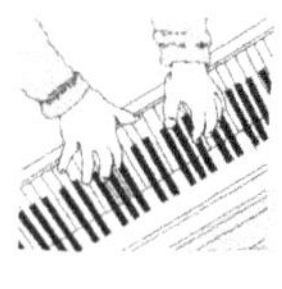
संगीत श्री शिवाजी चरित्र राग–छंद माला, पुष्प 142

ठुमरी : कहरवा ताल 8 मात्रा

(सावन के बादर)

स्थायी

घिर आए सावन के, बादर कारे ।

आजा री सजनीया, पपीहा पुकारे ।।

♪ गम पसांनिसां–नि पपग–म– ग–सा–नि– –, निसागरे गम– – – म– – – – – – – ।

मपग– म पधपनि–धप– – –, पधपमग रे गमपप–प– ।।

अंतरा–1

मतवारी मोरनीया, नाच दिखावे ।

धुन टेर मोरवा की, मनवा रिझावे ।।

♪ – – –पपनि–नि सां–सां–सांसांसां– – – –, नि–सां– सांनिसांनिरेंसां–नि–प– – – ।

पसां सां–रें नि–नि–धप प– – – –, गमगरे गमप– –प– ।।

अंतरा–2

मेहा रे झरी तोरी, नेहा लगावे ।

शीतल रीम झीम, मोती पसारे ।।

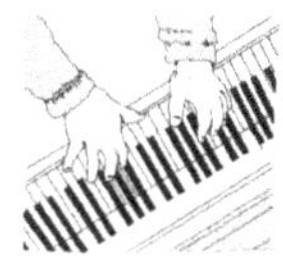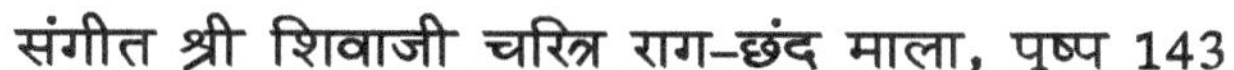
संगीत श्री शिवाजी चरित्र राग–छंद माला, पुष्प 143

35. छत्रपति राजे शिवाजींचा जन्म : 1630 AD

राग : गौड़ मल्हार,[93] तीन ताल 16 मात्रा

(सावन की बादरिया)

स्थायी

कारी बादरिया भीनी चादरिया, चादरिया मोरी भीनी साँवरिया ।

♪ –गरे मगरेसा– गरेग मपगपमग, –गरेपपप– पप धनि सांध पगपमग ।

अंतरा–1

पल छिन तड़पत मोरा मनवा, गरजत बरसत कारो बदरवा ।

अधीर भई मैं बाँवरिया, अधीर भई मैं बाँवरिया ।।

♪ –पग पप निधनिनि सां–सां– निरेंसां–, –निनिनिनि निनिनिनि धनिसांनि सांध निधप ।

–मरेप पपध प– धनिसांध पगपमग, –मरेप पपध प– धनिसांरेंसांनिधप गपमग ।।

अंतरा–2

कड़कत चमकत बैरी बिजुरिया, आजा बलमवा मोरी डगरिया ।

हार गई मैं साँवरिया, हार गई मैं साँवरिया ।।

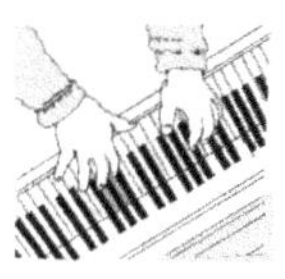 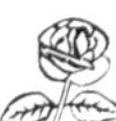 <u>संगीत श्री शिवाजी चरित्र राग–छंद माला, पुष्प 144</u>

गीत : राग भीमपलासी, कहरवा ताल 8 मात्रा

(सावन आयो)

स्थायी

गरजत बरसत सावन आयो, प्यासन दुखियन के मन भायो ।

♪ मपनिसां निधपमप ग–गम गरेसा–, पनिसाग रेरेसासा प– गम गरेसा– ।

अंतरा–1

सब के मन में जोश जगायो, वन में पपीहा बहु हरषायो ।

---

[93] **गौड़ मल्हार** : हा खमाज ठाठ चा राग आहे । आरोह : सा, रे ग रे म ग रे सा, रे म प, ध नि सां ।
अवरोह : सां, ध नि प म, ग म रे सा ।

रत्नाकर रचित ओवीबद्ध श्री शवाजी चरित्र

35. छत्रपति राजे शिवाजींचा जन्म : 1630 AD

मोर कोयलिया नाच नचायो ।।

♪ पप प– निमप गम पनिसां सांग॑रेंसां–, निनि सांमं गंरेंसां– पनि सांसांनिधप– ।

प–गं गंरेंरेंसां– नि–नि निध–प– ।।

अंतरा–2

तरु बेली पर फूल खिलायो, हरी हरियाली अनूप बिछायो ।

दुखी नैनन की आस बुझायो ।।

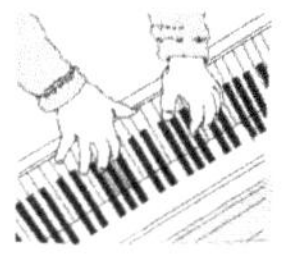  **संगीत श्री शिवाजी चरित्र राग–छंद माला, पुष्प 145**

(ऋतु सावन)

स्थायी

ऋतु सावन की, मोद बढ़ावे, मन का मोर नचावे ।

हरा गलीचा तले बिछावे, तरु पर रंग रचावे ।।

♪ सारे म–पप प–, प–म सांध–प–, मम प– ध–प मग॑रेसा– ।

मप– पप–प– धनि– धप–म–, धध धध प–म ग॑रे–सा– ।।

अंतरा–1

सुंदर सौरभ फूल फूल पर, तितली भ्रमर भुलावे ।

मंजुल झोंका मंद पवन का, पादप बेली डुलावे ।।

♪ सा–रेरे म–मम प–ध नि–ध पम, पपध– निनिसां रेंनि–सां– ।

रें–सांनि ध–प– नि–ध पमम प–, म–पप ध–प मग॑रेसा– ।।

अंतरा–2

चह चह चिड़ियाँ पपीहे मैना, मनहर गान सुनावे ।

आम्र वृक्ष पर काली कोयल, कूहू कूहू गावे ।।

अंतरा–3

सात रंग ये इन्द्र धनुष के, क्षितिज को हार पिन्हावे ।

पल में वर्षा पल में सूरज, बादर खेल खिलावे ।।

रत्नाकर रचित ओवीबद्ध श्री शवाजी चरित्र

अंतरा–4

मधुर फलों के गुच्छ पेड़ पर, सबका मन ललचावे ।

बाल बालिका वृंद वृंद में, सावन हर्ष मनावे ।।

अंतरा–5

चाँद सितारे नील गगन के, चाँदनी रात सुहावे ।

अनूप नजारा सावन का ये, इन्द्र भी देख लजावे ।।

(आश्विन–कार्तिक)

ॐ ओवी॰ आश्विनारंभ झाला । घटस्थापनेचा दिन आला । विजयादशमीचा सोहळा । दसऱ्याचा ।। 892 ।। झेंडू फुलांची माला । हार गुलाबांचा वाहिला । तुळजा भवानीला । भक्तिभावें ।। 893 ।। कोजागिरी खुशी । गोवत्स द्वादशी । धनत्रयोदशी । लक्ष्मीपूजा ।। 894 ।। शुभ दीपावली । भाऊबीज झाली । दुर्गाष्टमी झाली । हेमंत आला ।। 895 ।।

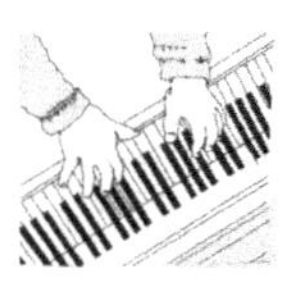 

संगीत श्री शिवाजी चरित्र राग–छंद माला, पुष्प 146

(दिवाली भजन)

स्थायी

घर–घर दीप जलाओ सखी री, आज दीवाली ।

घर–घर दीप जलाओ सखी री, आज दीवाली ।

आतशबाज़ी जलाओ रे भैया, आज दीवाली ।।

♪ पप पप प‍नि ध पम–म मम प, मग म–प–ध– – – ।

सांसां सांसां सां–सां निध–ध धधध ध, धम –मधनिरेंसांध–पम ।

प–पप प‍निध पम–म म मप, मग म–प–ध–पम ।।

अंतरा–1

लछमी पूजा करो रे भैया, लछमी पूजा करो रे भैया ।

मिर्दंग ढोल बजाओ, सखी री आज दीवाली ।।

35. छत्रपति राजे शिवाजींचा जन्म : 1630 AD

♪ –ग–ग– गमम– मध धप पमम–, –सां–धनि सां–सांध –धनि रेंसां ध–पम ।
–पपपप पनिध पम–म, मम प मग म–प–ध– – – ।।

अंतरा–2
धन देवी की आरती मंगल, कीर्तन गान सुनाओ, सखी री ।

अंतरा–3
आज घर आयो दशरथ नंदन, अवध में आनंद छायो, सखी री ।

अंतरा–4
बाल बालिका वनिता सुंदर, रंग रंगोली सजायो, सखी री ।

(मार्गशीर्ष-पौष, हेमंत)

ॐओवी॰ मार्तंड भैरव स्थापना, दत्त जयंतीची साधना । उत्तरायण उपक्रमा । हेमंत ऋतु ।। 896 ।। शीत वायु हेमंताचा । अंगीं दिला हर्ष साचा । गर्भिणी बाईची त्वचा । पुलकित ।। 897 ।। जवळ येत होता दिवस । आप्त करीत होते नवस । देव-देवतांचे दरस । भाग्यासाठी ।। 898 ।। मकर संक्रांत आली । तीळ-गुळ गोड बोली । भेट सुहृदांची झाली । स्नेहभावें ।। 899 ।।

(माघ-फाल्गुन, शिशिर)

ॐओवी॰ वसंत पंचमी आली । भीष्म द्वादशी संपली । गुरुप्रतिपदा झाली । मग होळी । 900 ।। दिवस भरत आले । प्रण वैकल्प सुरू झाले । व्रत संकल्प आटोपले । जिजाऊचे ।। 901।। पुण्य आशीर्वाद आले । प्रवचन सुरू झाले । सुईण वैद्यजी आले । अनुभवी ।। 902 ।। भवन पूज्य सजविले । चित्र भवानीचे लावले । शंकराला आराधले । ये गा देवा! ।। 903 ।। सर्व सामग्री आली । सुसज्जता सर्व झाली । प्रसन्न जिजाऊ झाली । बाळांतिण ।। 904 ।। वद्य-तृतीया आली । मंगळ पहाट झाली । प्राची किरणांची लाली । उमटली ।। 905 ।। सकाळ ती उगवली । पूर्व दिशा उजळली । विघ्नें सकल टळलीं । शुभ घडी ।। 906 ।। पाखरांची चिवचिव । प्रभात-हवेत हिव । उत्कट सर्वांचा जीव । पुत्रासाठी ।। 907 ।। एकेक क्षण दीर्घ झाला । मग अन्त्य निमिष आला । शिव-अवतार आला । जिजापोटी ।। 908 ।।

रत्नाकर रचित ओवीबद्ध श्री शवाजी चरित्र

35. छत्रपति राजे शिवाजींचा जन्म : 1630 AD

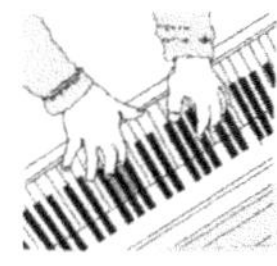 **संगीत श्री शिवाजी चरित्र राग-छंद माला, पुष्प 147**

शिवाजी जन्म

स्थायी

शुभ मंगल जेव्हां क्षण आला, पुत्र जिजामातेला झाला ।

अंतरा-1

नाकी-डोळीं सुघड देखणा, लाऊं तीट ग! त्याला ।

अंतरा-2

गुरुवर म्हणतीं, भाग्यवान हा, करील ह्या देशाला ।

अंतरा-3

देवी भवानीच्या मायेने, शिव-अवतार ग! आला ।

ओवी॰ ऐकूनी बाळाचे रडूं । नाशले विचार कडू । विश्वास लागला घडूं । सर्व मनीं ॥ 909 ॥ अध्र्या निमिषाच्या आंत । सर्व हृदी हर्षघात । किल्यावर अतोनात । वीजगती ॥ 910 ॥ आनंदाची वर्षा झाली । नौबतें वाजूं लागलीं । शंख सनई मुरली । एकतान ॥ 911 ॥ शके श्रीशालीवाहन । पंधराशे-एक्कावन । फाल्गुन वद्य तीन । शुक्लपक्ष ॥ 912 ॥ कन्या रास, संवत्सर । शिशिर हस्तनक्षत्र । सिंह लग्न, शुक्रवार[94] । पुत्र आला ॥ 913 ॥ कीर्ति: श्रीर्वाक्स्मृतिर्मेधा । धृति: क्षमा तथा सुधा । देवी-देवता अष्टधा । वर दिले ॥ 914 ॥ ब्रह्मा विष्णु शिव दत्त । गजानन झाले व्यक्त । ऋषि मुनि संत भक्त । हृष्ट झाले ॥ 915 ॥ ज्ञानी ज्योतिष्य हुशार । हस्तरेखा जाणकार । बोलावले त्वरें चार । कुण्डलीकार ॥ 916 ॥ करोनी गणित विचार । नवग्रहांचा गुणाकार । झाली कुण्डली तयार । बालकाची ॥ 917 ॥ बघुनी जन्मपत्री दिव्य । जाणले शुभ भवितव्य । स्वराज्याचे स्वप्न भव्य । पंडितांनी ॥ 918 ॥ ऐकोनी भाकित अनन्य । जैसे न कुणाचे अन्य । वाटले सर्वांना धन्य । सभेमध्ये ॥ 919 ॥ नमूनी मुलाचा पाळणा । घालून चार प्रदक्षिणा । दिल्या सढळ दक्षिणा । पंडितांना ॥ 920 ॥

---

[94] **तो दिनांक :** Friday, February 19, 1630.

35. छत्रपति राजे शिवाजींचा जन्म : 1630 AD

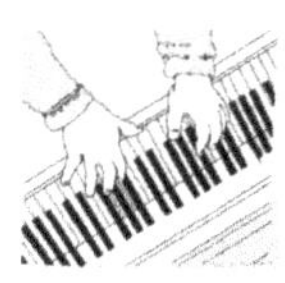

 **संगीत श्री शिवाजी चरित्र राग-छंद माला, पुष्प 148**

(शिवाजी जन्म)

श्लोक:

यदा यदा हि धर्मस्य हानिर्भवति सज्जना: ।

अभ्युत्थानमधर्मस्य पृथिव्यां जायते शिव: ।।

♪ मम– मम– म ग–प–म– प–म–ग–रेग म–पम– ।

प–प–ध–निधप–म–म–, ध–प–म– प–मग– रेसा– ।।

स्थायी

गडे! आला जन्मी राज कुमार, भासे जैसा शिव-अवतार ।

मुख-मंडल त्याचे दमदार, काम सुमंगल तो करणार ।।

♪ सानि! सा–गरे ग–रे– म–गरेग–, प–म– ग–रे– गगरेरेसा– ।

सासारे–गग रे–म– गरेग–, प–म गरे–गग म– गरेसा– ।।

अंतरा–1

सुंदर त्याचा रंग सांवळा, जैसा शिव-शंकर तो नीळा ।

लोचन त्याचे मोहक फार, त्याचे अंगीं गुण बेशुमार ।।

♪ म–मम प–प– नि–ध नि–धप–, सां–नि– धधप–मम प– गरेग– ।

सोरेग रे–ग– म–गरे ग–, प–म– ग–रे– मम गरेसा– ।।

अंतरा–2

होईल मोठा वीर मराठा, वर ऐसा दे, पंढरीनाथा! ।

स्वप्न करोनी तो साकार, राज्य हिंदवी हे करणार ।।

अंतरा–3

हस्तीं त्याच्या रेखा मंगल, भाग्य ललाटीं त्याचे उज्ज्वल ।

योजुनि शूर गुणीं सरदार, होइल त्याचे शुभ सरकार ।।

35. छत्रपति राजे शिवाजींचा जन्म : 1630 AD

सद्गुण हा ची त्याचा ठेवा, वर ऐसा तू दे गा, देवा! ।
अश्व सवारी तो करणार, रण जिंके त्याची तलवार ।।

श्रीओवी॰ असल्या या नाजुक वेळी । शहाजी राजे महाबळी । होते अळीमिळीगुपचिळी । मोहीमेवर ।। 921 ।। शुभ वार्ता त्यांना गेली । पुत्र प्राप्ति तुम्हां झाली । जिंकताच युद्धस्थळीं । घरी यावे ।। 922 ।। दर्याखानाची टोळी । हरवुनी शीघ्र काळीं । परतले राजे घरी । आनंदाने ।। 923 ।। जिंकुनी रोहिला-स्वारी । आले जेव्हां राजे घरी । झाली सुंदर तयारी । बारश्याची ।। 924 ।। पाळणा सजला सुंदर । टांगले चिमण्यांचे झुंबर । मऊ गादी, नरम कंबल । बाळासाठी ।। 925 ।। बाळ हासरें धीट । सजविलेले नीट । लावुनी गाली तीट । पाळण्यात । 926 ।। बाळ बाळसेदार । गोंडस सुकुमार । राजबिंडा कुमार । गोड दिसे ।। 927 ।। अंगी रेशमी अंगडे । शिरीं जरीचे कुञ्चडे । त्यावर मोती लोंबडे । मनोरम ।। 928 ।। गळ्यात पोत काळी । वाघनखी साखळी । जिवती विराजली । धातीवर ।। 929 ।। डोळ्यात काळे काजळ । पायात चांदीचे चाळ । मनगट्या-प्रवाळ । लाल मणी ।। 930 ।। गोल चंदनाचा पाट । सजले सोन्याचे ताट । पूजेचा मंगळ थाट । होता तिथे ।। 931 ।। नटल्या मानकरणी । सजल्या मायबहिणी । जमा झाल्या कुळबिणी । त्या भवनी ।। 932 ।। जिजाऊ नेसल्या शालू । वर स्वर्ण कलाबतू । चूडामणी अष्टपैलू । माथ्यावर ।। 933 ।। भूषित त्या, जशी राणी । मंद कंकण किंकणी । कुसुम गुंफित वेणी । काळी भोर ।। 934 ।। झाले मग नामकरण । जाणोनी उचित कारण । केला अवतार धारण । ज्या शिवाने ।। 935 ।। तोच शिवा, हा बाबा । दिले त्यास नांव "शिवबा" । विना मुळी खोलंबा । त्या बाळाला ।। 936 ।। त्या शिवाचे जे चरित्र । जसे नसे इतरत्र । संगीतमय पवित्र । लीलामृत ।। 937 ।।

♪ संगीत श्री शिवाजी चरित्र राग-छंद माला, पुष्प 149

वर्ष साडे तीन-शे, कमी-जास्त न फारसे ।

35. छत्रपति राजे शिवाजींचा जन्म : 1630 AD

लोटले दु:खामधे, आज शिवाचे बारसे ।।

दैत्यांचा कच्चा घडा, पापें भरलीं एक–शे ।

शीघ्र अति फुटणार तो, बघूं हे घडते कसे ।।

(1 मार्च 1630)

ॐओवी॰ नुकतेच सरले बारसे । झाले नाही दिवस फारसे । शहाजींना अतिथि सारखे । जाणें पडे ।। 938 ।। वार्ता दिली तातडीची । त्वरें निघण्याच्या घडीची । नव्या मुगल–आघाडीची । सेवकाने ।। 939 ।। म्हणाला, "आला शाहजहान । मोठी मुगल–फौज घेऊन । बुऱ्हाणपुरला तो येऊन । उतरला" ।। 940 ।। निराशेचा करून लोप । जिजाऊचा घेऊन निरोप । मालकाचा टाळून प्रकोप । निघले ते ।। 941 ।।

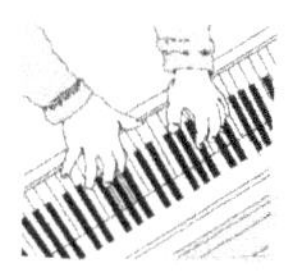  **संगीत श्री शिवाजी चरित्र राग–छंद माला, पुष्प 150**

(शहाजींचा पश्चाताप)

स्थायी

जिजा म्हणे, स्वामी! दु:ख हे जिवाला ।

कां हो! दूर जाता, सोडुनी शिवाला ।। 1

♪ रेनि–रे–ग, रे–ग–! पर्म–ग– रेग–मं– ।

मंप– मं–ग रे–ग–, मंग– रेनि सा–सा– ।।

आज जाणे लागे, सोडुनी मुलाला ।

हुकूम निघाया, आहे ग! आला ।। 2

आम्हीं आदिलाचे, दास झालो आहो ।

काही तोड नाही, आता त्याला ।। 3

जे न शक्य झाले, करणे अम्हाला ।

करो सुत माझा, सफळ तयाला ।। 4

होउनी तो राजा, भूप मराठ्यांचा ।

करो रे! हे देवा! स्वतंत्र देशाला ।।

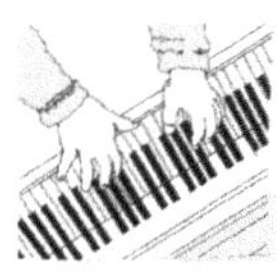

संगीत श्री शिवाजी चरित्र राग-छंद माला, पुष्प 151

श्री शिवाजीला जन्मसुमनांजली

भुजंगप्रयात छंद

। ऽ ऽ, । ऽ ऽ, । ऽ ऽ, । ऽ ऽ

♪ सारे–ग– मप– म–गरे– म–ग रे–सा–

शिवाजी जसा जाणता थोर राजा,

सदाचार आदर्श ज्याचा समाजा ।

न भूतो, न भूयो, भवेद्वा पुनर्वै,

न झाला, न होईल, ऐसा कधीही ।। 1 ।।

अधर्मास येतो यदा ही उकाळा,

उभारावयाला फिरोनी सु–काळा ।

जगीं ईश घेतो पुन्हा जन्म नक्की,

करायास आस्था सदिच्छेत पक्की ।। 2 ।।

YEAR : 1631 AD

36. बाळ शिवाजी-1 :

36. महाराष्ट्रावर दुहेरी महासंकट   1631 AD

बाळ शिवाजी, एक वर्षाचा

36. महाराष्ट्रावर दुहेरी महासंकट   1631 AD

ॐओवी॰ जय शिव शंकर भोळा! । रोज सगळे होतीं गोळा । बाळ बघाया एकडोळा । शिवरूप ॥ 942 ॥ डोळे मोठे सुंदर फार । बुबुळ काळे पाणीदार । दाट केस डोई वर । कुरळित ॥ 943 ॥ लाल गुलाबी गोरे गाल । विशाल शोभिवंत भाल । तिळतिळ बाढतो बाळ । चंद्रासम ॥ 944 ॥ डोळ्यात काजळ काळे । पायात चांदीचे वाळे । करदोड्यात पोवळें । लाल रंग ॥ 945 ॥ बाळाच्या गालावर तीट । काळी भोर लावली नीट । गुण जिचे ठायी अभीष्ट । सुरक्षेचा ॥ 946 ॥ आआ-उऊ बोलतो कधी । पाय-अंगठा तोंडामधी । कृष्णच वाटतो अगदी । बाळ शिवा ॥ 947 ॥ परतूं लागला, बसूं लागला । घुसूं लागला, रांगूं लागला । रोज नवीन त्याच्या कला । हर्ष देतीं ॥ 948 ॥ रांगता-रांगता झाले काय । शिवबा अजून तान्हा नाय । हळूहळू फुटले पाय । शिशु झाला ॥ 949 ॥ आज निघाले दोन दांत । हिरकणी सम भासतात । काष्ठ-रिंगणे चावतात । शिवबाचे ॥ 950 ॥ जसा-जसा गेला काळ । मुखातुनी गळली लाळ । बोलूं लागला आता बाळ । मामा! बाबा! ॥ 951 ॥ बेलूं लागला बोबडे । खेळकर मन बडे । वांकुल्या दावी थोबडे । मग हसे ॥ 952 ॥ हात धरूनी उभा ठाके । एक पाऊल पुढे टाके । गुडगुडी चालवूं लागे । पडे-झडे ॥ 953 ॥ चाले आईचे बोट धरूनी । आई बघते गहिंवरूनी । आनंदित कौतुक करूनी । सर्वजन ॥ 954 ॥

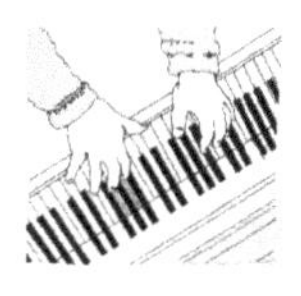

संगीत श्री शिवाजी चरित्र राग-छंद माला, पुष्प 152

अंगाई गीत

स्थायी

बा, शिवबा रे! नीज गडे शिवराया!

तुजवरी भवानी छाया ।

अंतरा–1

पातक मोंगल करिती, अपुल्या भूमीवर फिरती ।

विषभरी तयांची काया, तुजवरी शिवाची माया ॥

अंतरा–2.

हा देश स्वतंत्र असावा, जुलमींचा पाश नसावा ।

दणदणीत व्हावे योद्धा, शत्रूंना नष्ट कराया ।

अंतरा-3.

होउनी जाणता राजा, तू करशिल मुक्त समाजा ।

बघ, सगळे जग आतुर हे, तव अद्भुत शौर्य पहाया ।।

(सन 1631चे दुतर्फा महासंकट)

ॐॐओवी॰ सन सोळाशे-एकतीस । महाराष्ट्राच्या दुर्गतीस । आले विशेष प्रसिद्धीस । इतिहासें ।। 955 ।। इकडे किल्ल्यावर आनंद । तिकडे मुगलांचे आतंक । इथे-तिथे निसर्गाचा डंख । महा भारी ।। 956 ।। मराठी जनांची हानि । केली सुरू मुगलांनी । तानाशाही नियमांनी । अतोनात ।। 957 ।। जाळपोळ लूटमार । अपहार भ्रष्टाचार । तोडफोड दुराचार । सुलतानी ।। 958 ।। कृषकांवर भारी कर । लूटतीं कुणाचेंही घर । हेरगिरी करीती चर । गुप्तपणें ।। 959 ।। निरपराध जातीं फाशी । जिथे-तिथे प्रेतांच्या राशि । कुणी न बोले कुणाशीं । भीतीमुळे ।। 960 ।। एकीकडे मुगलांचा फास । दूजीकडे निसर्गाचा त्रास । दोनही बाजूंनी सत्यानाश । मराठ्यांचा ।। 961 ।।

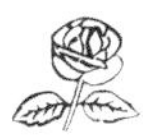

संगीत श्री शिवाजी चरित्र राग-छंद माला, पुष्प 153

(हे प्रभो!)

स्थायी

प्रभु बताओ दुखी जहाँ का, अजीब खेला क्यों है रचाया ।

ये शोर दुखियों की आत्मा का, कहो प्रभु जी क्यों है मचाया ।।

♪ साप- पपपध॒मप पध॒धनिसां निध॒- प-, ग॒म-ध॒ पमग॒सा सानिध॒- निसारेगग- ।

सा प-प पध॒मप प ध॒निसांनिध॒- प-, ग॒म- ध॒पमगसा सानिध॒- निसा-सा- ।।

अंतरा-1

यहाँ न कोई किसी का भाई, न दोसती में कहीं सचाई ।

ये हाल जीने का इस जहाँ में, बताओ प्रभु जी क्यों है बनाया ।।

♪ गम- म ध-नि- सांसां- सां निरेसां-, नि नि-निसां- सां- निसांरें सांध-प- ।

प प-प पधमप प धनिसां निध- प-, गम-ध पमगसा सानि ध- निसारेगग- ।।

अंतरा–2

कहीं लड़ाई या बेवफाई, मगर भलाई न दे दिखाई ।

बेहाल आँसू पीना जहाँ में, बतादो प्रभु जी क्यों है सनाया ।।

अंतरा–3

कहीं बुराई कहीं दुहाई, कहीं जुदाई कहीं रुलाई ।

ये साज रोने का इस जहाँ में, न जाने प्रभु जी क्यों है बजाया ।।

(पुणे नगर)

ओवी॰ दोन हजार वर्ष पुराणे । गजबजते कसबे पुराणे । त्या मुलखात देखणे । मुठेवर[95] ।। 962 ।। मावळ विभागात प्रसिद्ध । "नमुन्याचे" नगर जे सिद्ध । देवळें सुंदरतासमृद्ध । पुणे गाव ।। 963 ।। टोलेजंग त्यात वाडे । रस्त्याकाठी उंच झाडें । बाजार, शाळा, आखाडे । पुण्यामध्ये ।। 964 ।। आदिलाने केले ध्वस्त । घरें-दारें जाळोनी अस्त । भव्य ऐश्वर्य केले फस्त । मूर्खपणें ।। 965 ।। कत्तल केली खुले आम । पुणे गाव केले स्मशान । पागल झाला सुलतान । बिजापुरी ।। 966 ।।

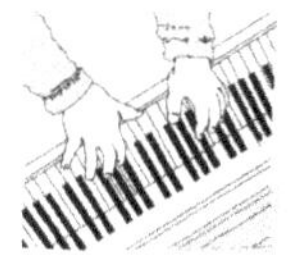 

संगीत श्री शिवाजी चरित्र राग-छंद माला, पुष्प 154

(हे औरंगजेब!)

स्थायी

मंदिर-मूरत तोड़े तुमने, बहुत कमाया पाप है ।

अभी होश में आजा, वरना, तुम्हें मिलेगा, शाप रे! ।।

---

[95] **मुठा :** Mutha river.

♪ सां–धप गरेसारे ग–प– गरेसा–, सासासा रेग–प– ध–सां ध– ।

संांध– ध–प ध– प–ग–, रेरेसा, रे–ग– पग–प–, ग–रे सा–! ।।

अंतरा–1

शब्द वेद के सुन ले प्यारे, तेरे मन को भाएँगे ।

आँखें तेरी खुल जाएँगी, फिर पछतावे आप, रे! ।।

♪ सा–रे ग–ग ग– पपप– धध–, सां–रें सांनिध– सांनिध– ।

ध–ध प–प– धध प–म–ग– पप ममग–म– ग–रे सा–! ।।

अंतरा–2

आसमाँ से इस धरा तक, सब शिवा का राज है ।

शरण उसकी आ चरण में, वो दयालु मात है ।।

अंतरा–3

त्याग सारा ये झमेला, छोड़ जाना विवश है ।

हाथ उसका थाम ले रे, तू अकेला, तात! है ।।

(निसर्गाचा कोप)

ॐओवी॰ निसर्गाचा आला कोप । सुकाळाचा झाला लोप । चिंतेने उडाली झोप । सुजनांची ।। 967 ।। आला दुष्काळ भयंकर । वारिद निरभ्र अंबर । धरा कोरडी निरंतर । चहूंकडे ।। 968 ।। धरणी पारोशी भेगाळली । वनस्पति सुकोनी वाळली । कृषिकांनी आसवें गाळली । अति दु:खें ।। 969 ।। पर्जन्याचा थेंब नाही । उगले न कोंब काहीं । लोक झाले त्राहि! त्राहि! । पशु पक्षी ।। 970 ।। दाणा नाही पाणी नाही । चारा नाही थारा नाही । पोळविल्या दिशा दाही । उष्णतेने ।। 971 ।। रणरण ऊन पडे । मृगजळ चोहीकडे । दिसे जिकडे तिकडे । एक दृश्य ।। 972 ।। भूक भारी सर्वांपोटीं । मरूं गेले कोटि कोटि । गुरें ढोरें मोठीं छोटीं । तहानेने ।। 973 ।। मुलें बाळें ओरडतीं । मुलीं बायका रडतीं । विव्हळ बडबडतीं । आर्त जन ।। 974 ।।

(अशाही स्थितीत)

36. महाराष्ट्रावर दुहेरी महासंकट   1631 AD

श्रीओवी॰ अहोरात्र मुगल टोळ्या । घेरोदारीं करतीं चोऱ्या । पळवितीं मुलिंना गोऱ्या । नीच मति ।। 975 ।। लोक संकटांनी ग्रस्त । जनता दुःखांनी त्रस्त । देश पूर्ण केला ध्वस्त । मुगलांनी ।। 976 ।। पोट जयांचे खंगले । धैर्य तयांचे भंगले । स्वप्न तयांचे संपले । जीवनाचे ।। 977 ।। कुटुंबें जी फार पीडित । निराधार असुरक्षित । केलीं धर्मपरावर्तित । राक्षसांनी ।। 978 ।। परिस्थिति अशी झाली । जनता दुःखांनी न्हाली । कोण आत तिला वाली । शंकरा रे! ।। 979 ।।

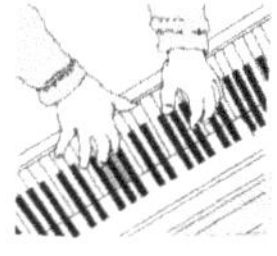

संगीत श्री शिवाजी चरित्र राग–छंद माला, पुष्प 155

(त्राहि त्राहि शंकरा रे!)

स्थायी

दुष्काळाचा काळ दुःखांचा, आज विकट आला ।

या विघ्नांचा अंत कराया, कोण करुण वाली ।।

अंतरा–1

हे शिवराया! तूच आमुचा, संरक्षक स्वामी ।

दाखव लीला, तू शत्रूंना, दिव्य हुनर वाली ।।

अंतरा–2

जयतु भवानी! दुर्गे अंबे! दाखव ग! माया ।

पाठव आता तारण करता, जय जय जय काली! ।।

YEAR : 1632 AD

37. बाल शिवाजी–2 :

37. स्वराज्य आंदोलन : 1632 AD

बाळ शिवाजी दोन वर्षांचा

श्रीओवी॰ बाळ आता चालूं लागे । दुडुदुडू धावूं लागे । पडूं झडूं रडूं लागे । मग हसूं ।। 980 ।।

झरझर चालला काळ । दोन वर्षांचा झाला बाळ । पायांतील वाजतीं चाळ । रुणझुण ।। 981 ।।

येतीं भेटाया भद्रजन । घेतीं कडेला उचलून । देती पापा प्रेम भरून । शिवबाला ।। 982 ।।

आई शिकवी त्याला गाणीं । नाम स्मरण संत वाणी । दूध-भात पोळी-लोणी । देई खाऊ ।। 983 ।। आई मागे दिवस सारा । शिवा करतो येरझारा । सर्वांचा तो बहुत प्यारा । राजबिंडा ।। 984 ।।

(इकडे, सन 1632)

श्रीओवी॰ सन सोळाशे-बत्तीस । ऋतु आला मदतीस । जळ लाभले भूमीस । अहो भाग्य! ।। 985 ।। श्रावणाचा पाऊस पहिला । तहान्या भूमीवर पडला । सौरभ त्याचा दरवळला । सर्व दिशां ।। 986 ।। अमृत तुल्य तो सुगंध । अनुपम मादक मंद । मनोरम आनंदकंद । तृषितांना ।। 987 ।। त्या गंधाने निद्रा तुटली । सृष्टि जागून उठली । झाडांवर पानें फुटलीं । आनंदाने ।। 988 ।। हिरवी गवती चादर । पसरली मेदिनीवर । सजली भू देवी सुंदर । नारी पुन्हा ।। 989 ।। पाण्यानी भरले नाले । तलाव जिवंत झाले । पक्षी परतुनी आले । घरट्यांत ।। 990 ।। वातावरण झाले थंड । कृषिमंच्या मनीं आनंद । गाई गुरें तुष्ट स्वच्छंद । सुख आले ।। 991 ।। कामीं लागले शेतकरी । अर्धमेले होते जरी । दूध-दुभते घरोघरीं, सुरु झाले ।। 992 ।।

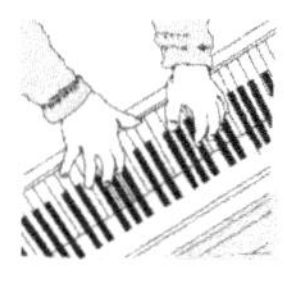 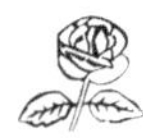 **संगीत श्री शिवाजी चरित्र राग-छंद माला, पुष्प 156**

खयाल : राग भूपाली तीन ताल 16 मात्रा

(सावन ऋतु)

स्थायी

37. स्वराज्य आंदोलन : 1632 AD

सावन ऋतु आयो, सुख लायो, सावन ऋतु आयो, सुख लायो ।

बरखा झरी रिम झिम बरसायो ।

♪ सां–धप गरे सारेध़– सारे गरेग–, गपधसांधप गरे सारेध़– सारे गरेग– ।

गगगरे गप धसां धसां धपगरेग– ।।

अंतरा–1

धरती पहने सुंदर गहने, रंगीन वाले हरित सुहाने ।

♪ पपग– पपसांध सां–सांसां सांरेसां–, सां–गंरें ध–सां– सांसांध पगरेग– ।

अंतरा–2

बादल शीतल करत फुहारे, कोयल मंजुल कूहु पुकारे ।

(आश्विन–कार्तिक)

ॐओवी० वाईट ठेऊन मागे । लोक आता झाले जागे । संघटित व्हावे लागे । मनीं आले ।। 993 ।। बोध देत रामदास । पारतंत्र्य व्हावे नास । स्वातंत्र्याचा घ्यावा ध्यास । मराठ्यांनी ।। 994 ।। धीट आम्हीं, शूर आम्हीं । सांगे रामदास स्वामी । फिरत होते ग्रामोग्रामीं । गुरुदेव ।। 995 ।। रामदासांचे ते श्रोते । जे जे खात होते गोते । लोक जागे होत होते । स्वाभिमानी ।। 996 ।। कामीं लागले साधु संत । कार्यकर्ते विचारवंत । पारतंत्र्य कराया अंत । गुप्तपणें ।। 997 ।। अशा त्या योग्य काळीं । महासंकटाचे वेळीं । पार्श्वभूमि तिने केली । स्वराज्याची ।। 998 ।। दृढ केले जन मन । सुरू केले आंदोलन । प्रेरणा बीज पेरून । जिजाऊने ।। 999 ।।

ॐओवी० दोन तिची ख्यात मुलें । एक संभाजी थोरले । दूजे शिवाजी धाकले । बालवीर ।। 1000 ।। शिवाजीची आई । जशी सीतामाई । आदर्श ती बाई । इतिहासें ।। 1001 ।। धैर्य तिचे प्रचंड । शौर्य जिचे अखंड । पुकारले तिने बंड । स्वातंत्र्याचे ।। 1002 ।। नैराश्याचे न्यूनगंड । दूर दृष्टि उदंड । विघ्नास द्याया तोंड । तत्पर ती ।। 1003 ।। परिस्थिति प्रतिकूल । केली तिने अनुकूल । उखाडण्याच समूळ । मुगलांना ।। 1004 ।। देशाची तळमळ । हिंदूंची कळकळ । चालविली चळवळ । त्या मातेने ।। 1005 ।। गुंफूनी एकतेचे सूत्र । करुन मराठे

37. स्वराज्य आंदोलन : 1632 AD

एकत्र । केला समरवीर पुत्र । वीर स्त्रीने ।। 1006 ।। भीति होउनी नास । स्वातंत्र्यावा ध्यास । तिला आत्मविश्वास । होता ध्रुव ।। 1007 ।। होती ती वीरांगना । करण्या संघटना । गृहिणी किंबहुना । आदर्श ती ।। 1008 ।। बलाढय ते मुगल । देशद्रोही सकळ । करावया विफळ । झाली उभी ।। 1009 ।। सीधी साधी भोळी भाळी । जशी फूलाची पाकळी । वा ती फुल–पाकोळी । जरी वटे ।। 1010 ।। होती नारी ती वाघीण । कशाच्याही धास्ति वीण । तलवारीसम तीक्ष्ण । तिची बुद्धि ।। 1011 ।। युद्धकला ती प्रवीण । कधीं नाही तिला शीण । कधीं नाही झाली क्षीण । कर्तव्यात ।। 1012 ।। शुचिर्दक्ष धीरोदात्त । व्यवहारिक उदात्त । देशप्रेमें एकचित्त । सर्व रीति ।। 1013 ।। गुणवती स्नेहलता । तत्त्वदर्शी शुभव्रता । धार्मिक ती धर्मरता । जिजामाता ।। 1014 ।।

ओवी॰ शिवमाता राजमाता । हिंदुमाता थोरमाता । मराठ्यांची तीच माता । जिजाबाई ।। 1015 ।। सांगोनी वीरांच्या कथा । बोलोनी संतांच्या गाथा । जागवुनी धर्मआस्था । शिवाजीची ।। 1016 ।। दिली त्याला देशभक्ति । मातृभूमि प्रति प्रीति । केले त्यास थोर व्यक्ति । त्या मातेने ।। 1017 ।। त्या मातोश्रीला वंदन । तिचे बहु अभिनंदन । दिव्य मातेचा नंदन । शिवराया! ।। 1018 ।। शूर वीर धीर फार । कीर्ति त्याची दिशा चार । होता दैवी अवतार । शंकराचा ।। 1019 ।।

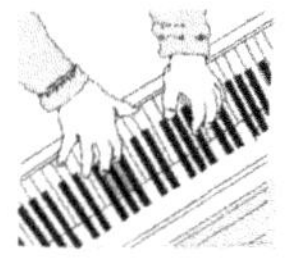

संगीत श्री शिवाजी चरित्र राग-छंद माला, पुष्प 157

कीर्तन : राग भैरवी, कहरवा ताल

(जिजा माता)

स्थायी

माता म्हणा, म्हणा आई । मैया म्हणा, तिला माई ।

अंबा म्हणा, म्हणा अम्मा । जननी म्हणा, ती पुण्याई ।।

♪ ग–म– पम–, गरे– ग–म– । प–म– गरे–, पम– ग–म– ।

सारे– गम–, पम– ग–म– । पमम– गरे– म ग–रे–सा– ।।

अंतरा–1

37. स्वराज्य आंदोलन : 1632 AD

केला पुत्र तिने राजा, गाउनी मंगल अंगाई ।

माता पूज्य मराठ्यांची, देवी तीच जिजाबाई ।।

♪ सारे– ग–ग मप– म–प–, सां–निध नि–धध प–ग–म– ।

सारे– ग–ग मप–म–प–, ध–प– म–ग मग–रे–सा– ।।

अंतरा–2

अगम अगाध तिची माया, प्रेमळ सदा सुखी छाया ।

जननी कुणास ती आजी, पत्नी सुता सखी ताई ।।

अंतरा–3

गौरी कौसल्या सीता, यशोमती भारतमाता ।

झाशीची राणी लक्ष्मी, धन्य धन्य पन्नादाई ।।

 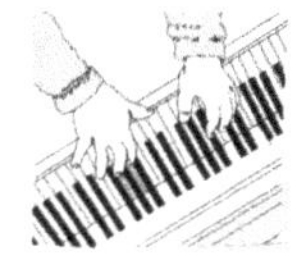

संगीत श्री शिवाजी चरित्र राग–छंद माला, पुष्प 158

गीत : कहरवा ताल 8 मात्रा

(शिवलीलामृत)

स्थायी

ऐका सुंदर संगीत सागर, शिवलीलांच्या कथांचा आगर ।

♪ पधनि सांनिपर्म मं– –मंध निध म–गग, –गमधपरेरे सा– साध– धनिधपपप ।

अंतरा–1

देवी भवानीने वर दिधला, परम–सुताचा जिजाबाईला ।

जन्म शिवाचा शिवनेरीवर, नर–रूपें अवतरला शंकर ।।

♪ –गगंगरें गं–गं–, –गं–गंम गंरेरें–, –निसांनिध निरें– –निरेंगरें निरेंसां– ।

–प–सांनि परमंर्ममं –मंमंधनिध म–गग, –गमधपरेरे सा – साध–ध निधपपप ।।

अंतरा–2

मातेने पढवुनि पुत्राला, स्वातंत्र्याचा पाया रचला ।

कर्म शिवाजीं चे अजरामर, इतिहासें जे पहिला नंबर ।।

अंतरा–3

विजय-तोरणा प्रमाण पहिले, गड सर केले, अनेक रचले ।

रोमांचक जय सिंहगडावर, हर्षित झाले भवानी-शंकर ।।

अंतरा–4

नामांकित अरि सर्व नमविले, दिल्लीपतिला छान चकविले ।

सुलातानांना केले जर्जर, गनिमी-काव्यांचे ते संगर ।।

अंतरा–5

पर-नारी माते सम आदर, भूप शिवाजी सद्गुण आगर ।

ऐकुनि दिव्य कथांचा सागर, गदगद झाले धरती अंबर ।।

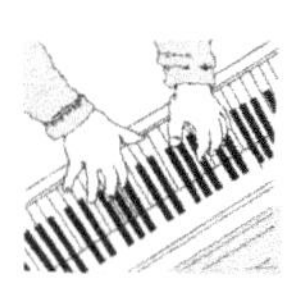

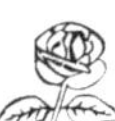 संगीत श्री शिवाजी चरित्र राग–छंद माला, पुष्प 159

गीत : कहरवा ताल 8 मात्रा

(शिवलीलामृत)

स्थायी

सुना रहा हूँ गायन सुंदर, शिवलीला का कथा समुंदर ।

♫ पधनि सांनिपमं मं– –मंध निध म–गग, –गमधपरेरे सा– साध– धनिधपपप ।

अंतरा–1

जन्म शिवा का शिव अवतारा, मातु–जिजा का सु–मंत्र न्यारा ।

स्वतंत्रता का अद्भुत नारा, महाराष्ट्र में पहिला नंबर ।।

♫ –गंगंगंरें गं–गं–, –गं–गंमं गंरेंरें–, –निसांनिध निरेंरें– –निरेंगंरें निरेंसां– ।

–प–सांनि पमंमंमं –मंमंधनिध म–गग, –गमधपरेरे सा – साध–ध निधपपप ।।

अंतरा–2

श्रीगणेश है विजय-तोरणा, जीते और रचे गढ़ नाना ।

अमर-कहानी जय–कोंढाणा, हर्ष से खिले धरती–अंबर ।।

अंतरा–3

ढेर किये अरि जाने–माने, दिल्लीपति को चकमे दीन्हे ।
सुलतानों के मुश्किल जीने, कूटनीति से कीन्हे संगर ।।
अंतरा–4
पर–नारी को माँ का आदर, भूप शिवाजी सद्गुण आगर ।
सुन कर अमर कथा का सागर, आनंदित हैं भवानी–शंकर ।।

YEAR : 1633 AD

38. बाल शिवाजी–3 :

38. निजामशाहीचा अंत : 1633 AD

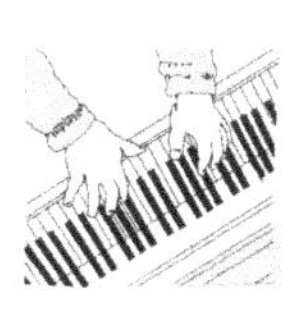

संगीत श्री शिवाजी चरित्र राग–छंद माला, पुष्प 160

राग यमन, तीन ताल / कहरवा

भारत माता वंदना

स्थायी

भाग्य लक्ष्मी भारत माते!, प्रिय आमुची गोड माउली! ।
थोर तुझा सुत वीर शिवाजी ।।
♫ ग–ग गपरेसारे मं–मंधप रे–सा–, निध़नि रेमंमंमं– मंधनि धमंधप– ।
प–सां निप– मंग गरेग परे–सा– ।।

अंतरा–1

तूच भावानी, सिंह वाहिनी, पावन भगवा केतु धारिणी ।
♫ मं–ग गमं–ध– धनिसांसां–निरेसां, निरेंगरें निरेंसां– गमंध परेरेसा – ।

38. निजामशाहीचा अंत : 1633 AD

2

देवी तुजला, सर्व भारती, वंदन करिती हस्त जोडुनी ।

3

पुत्र तुझे रणवीर मराठे, झशीची राणी मर्दनी ।

4

पोरस, रावळ, प्रताप राणा, तान्हाजी, येसाजी, बाजी ।

बाल शिवाजी तीन वर्षांचा

श्रीओवी॰ झरझर गेला काळ । मोठा झाला आता बाळ । लाडका बाळगोपाळ । सर्वप्रिय ।। 1020 ।। बालक वर्षांचा तीन । आईच्या आज्ञेत लीन । कुशाग्र बुद्धिशालीन । शिवराया ।। 1021 ।। शिवबा हुशार फार । शहाणा समजदार । करील स्वप्न साकार । मातेचे तो ।। 1022 ।।

(निजामशाही बुडाली)

श्रीओवी॰ दुष्काळाचा मारा घोर । निरखुनी तो अघोर । मुगलांना आला जोर । युद्धासाठी ।। 1023 ।। कट रचित होता शाहजहान[96] । निजामशाही कराया खतम । योजिला त्याने महाबतखान[97] । सेनाधिप ।। 1024 ।। शाहजहानने बीज पेरले । निजामांवर नांगर फेरले । लगेंच दौलताबाद घेरले । मुगलांनी ।। 1025 ।। महाबतखान तेढा । घातकी बुद्धीचा वेडा । किल्ल्याला घातला वेढा । शह देण्या ।। 1026 ।। निजामशाह[98] आला शरण । धरुन मुगलांचे चरण । निजामशाहीचे मरण । सिद्ध झाले ।। 1027 ।।

---

[96] **शहाजहान** : Shihab-ud-din Khurram Shahjahan I (r. 1627-1658), son of Jahangir, was the 53rd Sultan of Delhi..

[97] **महाबतखान** : Mahabat Khan (d. 1634) was an Afghan marauder who aided a coup against Jahangir and became a favorite of Shahjahan. He was the Chief of Staff of Mughal Camp at Burhanpur. He was the father of well known Mughal chieftain Zaman beg.

[98] **निजामशाह** : Husain Nizamshah (r. 1631-1633) the last Nizamshah of Aurangabad/Daulatabad.

YEAR : 1634 AD

39. बाल शिवाजी–4 :

39. परिंड्याची लढाई : 1634 AD

बाल शिवाजी चार वर्षांचा

श्रीओवी॰ सन सोळाशे-चौतीस । वर्ष चौथे शिवाजीस । फार उत्कंठा आईस । भविष्याची ।। 1028 ।। शिवबा फार खेळकर । नाना युक्त्यांचे आगर । तसेंच त्याचे खोडकर । खेळगडी ।। 1029 ।। अंगणी जाई घडी-घडी । जिथे खेळतीं सवंगडी । काठीलाच मानूनी घोडी । खेळे शिवा ।। 1030 ।। मातीचे रंगीत घोडे । खेळ ज्यांचे नाही थोडे । कुणीं त्यात हत्ती जोडे । लुडुपुडु ।। 1031 ।। गडी टाळ्या वाजविती । हात उंच हालविती । "शिवा" नांव गाजविती ।। आनंदाने ।। 1032 ।। मुलें खेळती विटी दांडू । गोट्या, लपंडाव चेंडू । हाराकरिता फुलें झेंडू । वेचती ते ।। 1033 ।। मग मुलें शांत मति । खाऊन-पीऊन बसती । जिजामातेच्या भवती । ऐकावया ।। 1034 ।। माता सांगे यथा तथा । संत महंतांच्या गाथा । वीरश्रीच्या रम्य कथा । बालकांना ।। 1035 ।। गोष्टी राम-हनुमानाच्या । कहाण्या कृष्ण-अर्जुनाच्या । लव-कुश अभिमन्यूच्या । प्रल्हादाच्या ।। 1036 ।।

(एकदा)

श्रीओवी॰ शिवबा मित्रांसह सदा । एकटाच होता एकदा । बघत होती आई तदा । जिजामाता । 1037 ।। मातीचा लहानसा गडा । त्याने उचलला कोरडा । मुखात टाकला तुकडा । सकारण ।। 1038 ।। "थुंक! जे मुखात टाकले । माती खाणे नव्हे चांगले । मातीत किटाणु आगळे" । म्हणे माता ।। 1039 ।। शिवा आईला म्हणाला । कथा तूच बोलली मला । "माती तो भक्षिता झाला

He surrendered on June 17, 1633.

। बाळकृष्ण" ।। 1034 ।। तूच संगीतली गोष्ट । विश्वदर्शनाची इष्ट । मला आठवते स्पष्ट । सुंदर ती ।। 1041 ।।

(जिजामाता)

जिजाऊला आठवला । पाठ कृष्णायनातला । यशोदा-कृष्णाचा भला । संवाद तो ।। 1042 ।।

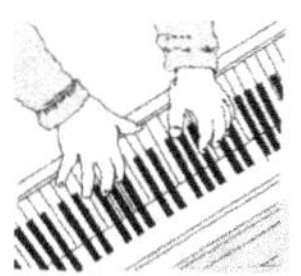 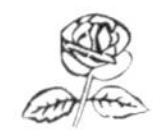 संगीत श्री शिवाजी चरित्र राग-छंद माला, पुष्प 161

(कान्हा माटी खायो)

स्थायी

नंद जी! आज कान्हा माटी खायो ।

मोहे, मुख में विश्व दिखायो ।

नंद जी! आज कान्हा माटी खायो ।।

♪ सा-रे ग-! रेग- म-ग- म-पध प-म- ।

मप, धप म- प-म गरे-सा- ।

सा-रे ग-! मम- प-म- रे-ग- गरेसा- ।।

अंतरा-1

मैं बोली, अपने घर लटके, दूध दधि-माखन के मटके ।

फिर क्यों माटी चखायो ।

नंद जी! आज कान्हा माटी खायो ।।

♪ ग- म-प- गमप-, निध धपध-, नि-नि निनि- सां-निध निध पपम- ।

रेग म- प-म गरे-सा- ।

सा-रे ग-! मम- प-म- रे-ग- गरेसा- ।।

अंतरा-2

बोला, माटी से ही सब आवे, माटी में ही सब मिल जावे ।

मोहे, कान्हा ज्ञान सिखायो ।

नंद जी! आज कान्हा माटी खायो ।।

39. परिंड्याची लढाई : 1634 AD

अंतरा–3

देखा मैंने उसके मुख में, विश्व समाया सब है सुख में ।

मोहे, कान्हा नेहा लगायो ।

नंद जी! आज कान्हा माटी खायो ।।

अंतरा–4

कान्हा मोरा विश्वरूप है, शिशु गोपन का बाल भूप है ।

मोहे, दैवी दरस लखायो ।

नंद जी! आज कान्हा माटी खायो ।।

परिंड्याची लढाई

श्रीओवी॰ हुसेनशाह जेव्हा गेला । निजामशाहीचा उरला । एकमात्र तो बालेकिल्ला । परिंड्याचा ॥ 1043 ॥ शहाजीराजे संरक्षक । सैनिकांचे संयोजक । प्रभाव त्यांचा भयानक । दक्षिणेत ॥ 1044 ॥ जाणून ही परिस्थिति । शहाजीराजेंची कीर्ति । मुगलांना वाटे भीति । युद्धासाठी ॥ 1045 ॥ शहाजहानने तरी । पाठविले सह तयारी । शुजाला[99] कराया स्वारी । परिंड्यावर ॥ 1046 ॥ शुजासंगे खानजमान । सेनानी महाबतखान । देत आज्ञा शहाजहान । मुगलांना ॥ 1047 ॥ शहाजीराजे तयार । करावया प्रतिकार । युद्ध झाले घोर फार । दीर्घ काळ ॥ 1048 ॥ मराठे होते अचल । लढले शूर सकल । युद्ध हारले मुगल । मराठ्यांशी ॥ 1049 ॥

YEAR : 1635AD

40. बाल शिवाजी–5 :

---

[99] **शुजा :** Shajahan had four sons : 1. Dara Shukoh (1615-1659), 2. Shuja (1615-1659), 3. Aurangzeb (1618-1707) and Murad Baksh (1625-1661).

147

40. स्वातंत्र्याचे बाळकडू : 1635 AD

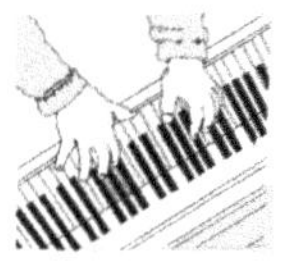

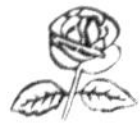
संगीत श्री शिवाजी चरित्र राग-छंद माला, पुष्प 162

(शिवाजी चे मराठे)

स्थायी

वीर ये भी है, वीर वो भी हैं, वीर से मिलता सो वीर है ।

♪ रे–रे रेग रे सा–, रेगरे गम ग रे–, सा–सा सा रेरेग– प म–ग रे– ।

अंतरा–1

वीर शिवाजी, वीर मराठे, दोनों मिल कर स्वराज्य है ।

♪ सां–नि ध–निध–, सां–नि ध–पम–, ध–ध– पपमम धप–म ग– ।

अंतरा–2

वीर है राणा, वीर शिवाजी, सेना हिंदवी का राज है ।

अंतरा–3

वीरों ने जो, तजे प्राण हैं, अमर वे मर कर भी आज हैं ।

अंतरा–4

जीते हारे, ढेर होगये, हमें सभी पर ही नाज़ है ।

अंतरा–5.

जो न वीर थे, धर्म तज गये, हमको उन पर ही लाज है ।

बाल शिवाजी पाच वर्षांचा

श्रीओवी॰ उमाबाई ज्याची आजी । आजोबा श्री विठोबाजी । पाच वर्षांचा शिवाजी । झाला आता ॥ 1050 ॥ आईने पाजले गडू । स्वातंत्र्याचे बाळकडू । बाळ जिचा होतकरू । शिवराया ॥ 1051 ॥ बालपणीच आला होश । अंगी त्याच्या परम जोश । आईला द्यावया तोष । स्वातंत्र्याचा ॥ 1052 ॥ मनी त्याच्या स्वप्नें आलीं । वीरवृत्ति जागी झाली । शंकरच त्याचा

वाली । आहे आता ॥ 1053 ॥ ऐकोनी वीरांच्या गोष्टी । स्पष्ट त्याची दूरदृष्टि । तुष्टि आणि त्याची हृष्टि । स्वातंत्र्यात ॥ 1054 ॥ स्मरोनी शूरकर्म वीरांचे । प्रताप राणासंग धीरांचे । अंगद भीम बलबीरांचे । धैर्य त्याला ॥ 1055 ॥ साधु-संतांची आणि । ऋषि-मुनींची वाणी । कवि-पंतांची गाणीं । स्फूर्ति त्याला ॥ 1056 ॥ वडिलांचे पराक्रम । देशभक्तांचे श्रम । मुगलांचे दुष्कर्म । मनी त्याच्या ॥ 1057 ॥ आई त्याची खरी शक्ति । मातृभूमीवर प्रीति । भवानीवर भक्ति । दृढ त्याची ॥ 1058 ॥

ओवी॰ खूब खेळे शिवराया । मित्रांवर त्याची माया । देशभक्तिगीतें गाया । हौस त्यास ॥ 1059 ॥ कधी खेळतीं लपाछुपी । कधी काठ्या तलवाररूपी । झुडपांची कापाकापी । शत्रूंसम ॥ 1060 ॥ मातीचे ढीग गड त्यांचे । त्यांवर खेळ लढायांचे । एक सैन्य मुगलांचे । दूजे हिंदू ॥ 1061 ॥ नाकेबंदी कशी व्हावी । कशी फौज होणे भावी । काळजी कोणती घ्यावी । सूक्ष्मतेने ॥ 1062 ॥ कसे असो घोडदळ । कसे सेनानी मंडळ । कसा चि काढावा पळ । योग्य वेळी ॥ 1063 ॥ कशी लढाईची तयारी । सैनिकांची रचना सारी । काय चूक वा हितकारी । हा विचार ॥ 1064 ॥ कसा असो भावी राजा । कशी सांभाळेल प्रजा । विना काहीं वाजागाजा । कार्य करो ॥ 1065 ॥ आई बघायची खेळ । बालकांचा ताळमेळ । शिशुमनीं प्रौढ मेळ । अद्वितीय ॥ 1066 ॥ आज करावी तितिक्षा । देव घेतो परीक्षा । पूर्ण होतील अपेक्षा । विश्वास तिला ॥ 1067 ॥

YEAR : 1636 AD

41. बाल शिवाजी-6 :

41. राजे शहाजी बंगलुरूला : 1636 AD

 संगीत श्री शिवाजी चरित्र राग-छंद माला, पुष्प 163

41. राजे शहाजी बंगलुरूला : 1636 AD

राग : 𝄞भैरवी, कहरवा ताल

(भज ले शिव के नाम)

स्थायी

भज ले प्यारे शिव का नाम, हो जावेंगे तेरे काम ।

♪ रेरे रे रेगरेसा रे-रे ग म-म, ध- प-म-ग- प-मग रे-रे ।

अंतरा–1

जब-जब संकट घिर कर आवे, बीते दिनों की याद सतावे ।

मन में जपियो शिव का नाम, मिट जावेंगे दुःख तमाम ॥

♪ मम मम ग-रेरे गग मम प-प-, ध-प मग- प- ध-प मग-म- ।

सासा सा रेरेग- प-म ग रे-रे, ध- प-म-ग- प-म गरे-रे ॥

अंतरा–2

भक्त प्रलादा बालक ज्ञानी, माया हरि की उसने जानी ।

आपत में थे उसके प्राण, नरसिंह बचायो उसकी जान ॥

अंतरा–3

द्रौपदी को हरि चीर बढ़ायो, उस अबला की लाज बचायो ।

जब मुश्किल में हो इन्सान, एक सहारा शिव भगवान ॥

माहुलीची लढाई

𝄞ओवी॰ सन सोळाशे-छत्तीस । शहाजी आले माहुलीस । वळण घेतो इतिहास । मराठ्यांचा ॥ 1068 ॥ माहुलीचा किल्ला दृढ । रस्ता तिथे होता गूढ । मुगलांना घेण्या सूड । शहाजीचा ॥ 1069 ॥ मनोहर दृश्य तिथे । राहण्याला सुख इथे । वाटले राहावे इथे । शहाजीला ॥ 1070 ॥ घेऊन शिवा-माऊलीला । आले शहाजी माहुलीला । परंतु भविष्याची लीला । वेगळीच ॥ 1071 ॥ शहाजहानला लागले वेड । शहाजीराजेचा करण्या मोड । मराठेलोकांची मोडण्या खोड । पिसाळला ॥ 1072 ॥ जेव्हां त्याला सुगाव लागला । "आलेत शहाजी माहुलीला" । तेव्हां त्याचा दिमाग फिरला । सूडासाठी ॥ 1073 ॥ सेना घेऊन निघाला । दौलताबादला आला ।

रत्नाकर रचित ओवीबद्ध श्री शवाजी चरित्र

41. राजे शहाजी बंगलुरूला : 1636 AD

आदिल[100] मिळाला त्याला । बिजापुरी ।। 1074 ।। देण्या शह शहाजीला । मुगलांनी तो घेरला । माहुलीचा बालेकिल्ला । चारीं बाजू ।। 1075 ।। जाणोनी आदिलाने बात । युद्धात होणे आत्मघात । टाळावया तो रक्तपात । थांबा म्हणे ।। 1078 ।। जेव्हां नाईलाज झाला । शहाजींनी तह केला । माहुलीचा किल्ला दिला । आदिलाला[101] ।। 1077 ।।

(माहुली का युद्ध)

शहाजी बंगलुरूला

ॐओवी॰ तहाच्या अटी झाल्या । वाटण्या दोन केल्या । दक्षिण-जागिरी नेल्या । आदिलाने ।। 1078 ।। उत्तर मुगलांना । मिळाली युद्धाविना । आनंद झाला त्यांना । विनायास ।। 1079 ।। शहाजी जागिरदार खास । झाले आदिलशाहीचे दास । मिळाला बंगलुरूचा वास । शहाजींना ।। 1080 ।। जिजाऊ-शिवबाला । पाठविले पुण्याला । नवीन त्यांचा झाला । आता वास ।। 1081 ।।

बालक शिवाजी 6 वर्षांचा

ॐओवी॰ आता शिवाजी वर्षांचा सहा । पुण्याचा जागिरदार पहा । राज्यव्यवस्थाकुशल महा । आईसम ।। 1082 ।। बंगलुरूला गेले शहाजी । पुण्यात आले राजे शिवाजी । गुरु त्यानां मिळाले दादोजी । कोंडदेव ।। 1083 ।। दादोजींनी दिले ज्ञान । शस्त्रविद्येचे विज्ञान । राजनीतीचे विधान । शिवाजीला ।। 1084 ।। कोंडदेवावर भिस्त । ज्यांनी शिकविली शिस्त । पारतंत्र्य कराया अस्त । शिवबाला ।। 1085 ।।

(बाल शिवाजी)

---

[100] **आदिल** : Muh. Adilshah (r. 1626-1655).

[101] **माहुली** : Mahuli was besiged in August 1636 and the fort was surrendered to Adil-Mughaluh alliance in Oct. 1636. Shahaji was given the Jagir of Pune, Chakan and Supe. He was then appointed commander of the Karnatak province, with headquarters at Bengaluru.

42. शिवाजी जागीरदार : 1637 AD

YEAR : 1637 AD

42. बाळ शिवाजी-7 :

42. शिवाजी जागीरदार : 1637 AD

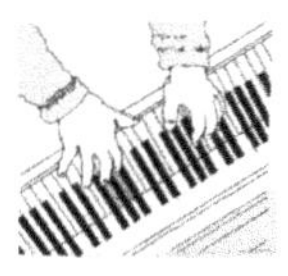

♫ संगीत श्री शिवाजी चरित्र राग-छंद माला, पुष्प 164

(हे भवानी!)

स्थायी

शिखरिणी छंद

। ऽ ऽ, ऽ ऽ ऽ, ।।।, ।। ऽ, ऽ।।, । ऽ

♪ निरे–! नि–सा– रेगरे–, सासासा सासारेगरे गरेनि सा– ।

रेग–, नि–सा–रेगरे गगग मपम– ग रेगरे सा– ।।

(माया)

तुझी माया देवी! ग्रहण करण्याला अगम ती ।

तरी श्रद्धाभावें स्मरण करण्याला सुगम ती ।।

अंतरा-1

पृथ्वी छंद + शिखरिणी छंद

। ऽ।, ।। ऽ, । ऽ।, ।। ऽ, । ऽ ऽ, । ऽ

। ऽ।, ।। ऽ, । ऽ।, ।। ऽ, । ऽ ऽ, । ऽ

। ऽ ऽ, ऽ ऽ ऽ, ।।।, ।। ऽ, ऽ।।, । ऽ

। ऽ ऽ, ऽ ऽ ऽ, ।।।, ।। ऽ, ऽ।।, । ऽ

कुणीं कथन वा, कुणी वचन ही तुझे सांगती ।

कुणीं धन तथा, कुणी कुणीं सुख सदा तुला मागती ।

तुझी माते! लीला, ऋत समजण्याला कठिण ती ।

तरी निष्ठाभावें, मनन करण्याला सुलभ ती ।।

42. शिवाजी जागीरदार : 1637 AD

♪ साप– धपम ग–, मप– धपम ग–, रेग–, म–गरे– ।

सारे– गम गरे–, गम– पम गरे–, सारे– ग–रेसा– ।

निसा–, निॄ–सा–! रेगॄरे–, सासा सासासारेगॄरे– रेगॄनिॄ सा– ।

रेगॄ–, रेनिॄ–रेगॄरे–, ममम गॄमगॄ–रे–, रेगॄरे सा– ।।

अंतरा–2

तुझ्याच चरणी, मला शरण दे, गडे! तू सदा ।

जगी परम तू, जनीं चरम तू, दया–नंददा ।

तुझी सेवा, अंबे! अथक करणें मार्ग उमदा ।

तरी, आस्था भावें, सतत तुज ध्याणें सत् कृति ।।।

पुणें 1637, बाल शिवाजी सात वर्षांचा

ॐओवी० शिवाजी वर्षांचा सात । गुरु त्याला दोन प्राप्त । माता घरी, उद्यमात । कोंडदेव ।। 1086 ।। कोंडदेव शिवरायास । शिकविती शस्त्राभ्यास । शास्त्रज्ञान, नीति त्यास । अर्थविद्या ।। 1087 ।।

(पुणे पुनरुत्थापन)

लोकतंत्र होते भ्रष्ट । श्रमिकांचे व्यर्थ कष्ट । शेत्या केल्या होत्या नष्ट । मुगलांनी।। 1088 ।। आता प्रारंभ पुण्यकर्मांचा । पाप गंगाजळाने धुण्याचा । पुण्याच्या पुनरुत्थापनाचा । तातडीने ।। 1089 ।। पुण्यात नवे बाजार । नवे वाडे, देवद्वार । शाळा, बागा शानदार । सिद्ध व्हाव्या ।। 1090 ।। जिजाऊला विचार भारी । कोण नेमावा कारभारी । करेल जो व्यवस्था सारी । चोखपणे ।। 1091 ।। दादोजी अनुभवी दक्ष । वृद्ध सेवक निरपेक्ष । जबाबदार शुचिर्दक्ष । स्वामीभक्त ।। 1092 ।। एक दादोजींचे नांव । केले तिचे मनी ठाव । राज्यात ज्यांचा प्रभाव । सर्वाधिक ।। 1093 ।। आईसाहेबांनी तरी । दिली त्यांना कामगिरी । झटोनी सर्व परोपरी । काम व्हावे ।। 1094 ।।

लाल महाल

43. स्वातंत्र्यप्रेम, 1638 AD

ॐ ओवी॰ करोनी मोरयाचे[102] पूजन । लागले कामास गावजन । करावया पुनरोत्थापन । कसब्याचे ॥ 1095 ॥ मोरयाच्या सान्निध्यात । कसब्याच्या खमध्यात । भूमि शुच्य सुविख्यात । निवडली ॥ 1096 ॥ वाडा बांधला अलिशान । करोनी शिव-अनुष्ठान । नांव त्याला दिले छान । "लाल महाल" ॥ 1097 ॥ लाल महाल त्याला नाम । शिवाजीचे ते धाम । आईसाहेबांचे हे काम । स्तुत्य फार । 1098 ॥ वाडा दणकट फार । शोभनीय डौलदार । उत्तुंग उठावदार । दहा गज ॥ 1099 ॥ विहिरी हौद पाण्यासाठी । बाग कारंज्यांच्या काठी । फूलोद्यान त्यांच्या पाठी । मनोरम ॥ 1100 ॥ शोभिवंत दालनें । कुठे कुठे पाळणे । फिटे डोळ्याचे पारणे । बघताना ॥ 1101 ॥ तळघरें भूमिगत । महत्त्वाच्या वस्तु ज्यांत । जिथे हेर ही लपत । गुप्तपणें ॥ 1102 ॥ घोडशाळा, देवद्वार । दप्तरखाने सदर । कोठ्या, स्वयंपाक घर । शिलेखाना ॥ 1103 ॥

पुण्यात संगीताला वाव । संस्कृतवचनांना भाव । प्रवचनकारांना ठाव । देई जिजा ॥ 1104 ॥ आतापावेतो जी ध्वस्त होती । कृषिकांची बहरली शेती । पिकविले त्यांनी हीरे-मोती । धन-धान्य ॥ 1105 ॥ आणलीं नवीं गाई-गुरें । दूधलोणी पुरोनी उरे । चोऱ्यामाऱ्या अन्याय नुरे । इथे आता ॥ 1106 ॥

YEAR : 1638 AD

43. बाल शिवाजी–8 :

43. स्वातंत्र्यप्रेम, 1638 AD

♪ संगीतश्रीकृष्णरामायण छन्दमाला, मोती 170

(प्रभु तेरी माया)

स्थायी

---

[102] **मोरया** : कसब्याचा गणपति ।

43. स्वातंत्र्यप्रेम, 1638 AD

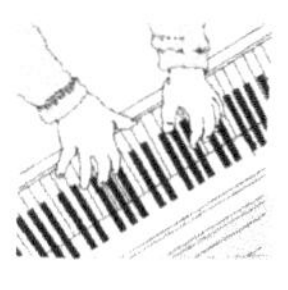

शिखरिणी छन्द·[103]

। ऽ ऽ, ऽ ऽ ऽ, ।।।, ।। ऽ, ऽ।।, । ऽ

♪ सारे-! सानिसा- रे_ग_रे-, रेरेरे ग_पमग_ रे_ग रे_ग_रे सा-

(माया)

प्रभो! तेरी माया, ग्रहण करने में गहन है ।

मगर सच्चे मन से, स्मरण करके वो सुगम है ।।

अंतरा-1

पृथ्वी छन्द + शिखरिणी छन्द

। ऽ।, ।। ऽ, । ऽ।, ।। ऽ, । ऽ ऽ, । ऽ

। ऽ।, ।। ऽ, । ऽ।, ।। ऽ, । ऽ ऽ, । ऽ

। ऽ ऽ, ऽ ऽ ऽ, ।।।, ।। ऽ, ऽ।।, । ऽ

। ऽ ऽ, ऽ ऽ ऽ, ।।।, ।। ऽ, ऽ।।, । ऽ

♪ मप- ध्_रपम ग_-, ग_म- पमग_ रे-, सारे- मग_रेसा-

कोई नमन से, कोई भजन से, तुझे पूजता ।

कोई धन तथा, कोई सुख सदा, तुझे माँगता ।।

प्रभो! तेरी लीला, कथन करने में कठिन है ।

मगर पक्के मन से, मनन करना ही यजन है ।।

अंतरा-2

---

[103] ♪ **शिखरिणी छन्द** : ह्या छंदाच्या चरणात 17 वर्ण व 25 मात्रा येतात. ह्यात य म न स भ गण व एक-एक लघु गुरु मात्रा येते. लक्षण सूत्र । ऽ ऽ, ऽ ऽ ऽ, ।।।, ।। ऽ, ऽ।।, । ऽ असे असते.

रत्नाकर रचित ओवीबद्ध श्री शवाजी चरित्र

44. साध्य करा किंवा मरा, 1639 AD

सदा चरण में, रहो शरण तो हरि साथ है ।

सभी जगत का, अनाथ जन का, वही नाथ है ।।

हरे! तेरी सेवा, सतत करना ही धरम है ।

सतत सच्चे मन से, करम करना उद्धरण है ।।

पुणें 1638, बालक शिवाजी आठ वर्षांचा

ॐॐओवी॰ शिवबा आठ वर्षांचा आता । परम ध्येयाचा पूर्ण ज्ञाता । जागरुक होती जिजामाता । सदोदित ।। 1107 ।। आई सांगे त्यास नीति । राज्य चालवाया रीति । जागवीत राष्ट्रप्रीति । त्याचे मनी । 1108 ।। शिवाजीचा मित्रमेळा । होई वाड्यामध्ये गोळा । खेळती खेळ ते सोळा । व्यायामांचे ।। 1109 ।। ढाल-तलवार सहित । सैन्यशिस्तीची कवाईत । करिती मुलें व्यवस्थित । क्षात्राभ्यास ।। 1110 ।। स्वातंत्र्यप्रेमें उत्तेजित । अंगी उत्साह अगणित । अश्वारोहण पटाईत । वीर सारे ।। 1111 ।। बालवीरांचा चहाता । नीति-नियमांचा जाणता । शिवाजी लाडका नेता । सर्वप्रिय ।। 1112 ।।

YEAR : 1639 AD

44. बाल शिवाजी-9 :

44. साध्य करा किंवा मरा, 1639 AD

कर्णाटक 1638, ललित महाल

ॐॐओवी॰ शहाजींचा सुंदर तंबू । संग होते कुमार शंभु । शिवाजीचे थोरले बंधु । बंगळुरूला ।।

44. साध्य करा किंवा मरा, 1639 AD

1113 ।। कर्णाटकाची राणी । म्हैसुरू राजधानी । राजे इथे खानदानी । वोडीयार[104] ।। 1114 ।। कर्णाटकात घडामोडी । झाल्या बळकावया गादी । आला नवा राजा इम्मादी । वोडीयार ।। 1115 ।। कांतिरवला देऊनी मान । राजेशाही नजराणा छान । शहाजींनी निवडले स्थान । बंगळूरू ।। 1116 ।। जसा पुण्याचा लाल महाल । तसा बंगळूरूचा विशाल । घडविला "ललित महाल" । शहाजींनी ।। 1117 ।। राजवाडा महाभव्य । कलाकुसरीं त्यात दिव्य । सर्व प्रांतत दृष्टव्य । महान तो ।। 1118 ।।

शिवाजी नऊ वर्षांचा शिशु । तरणा आता लागला दिसूं । मुखे त्याच्या सदा वसे हसूं । कोमलसे ।। 1119 ।। शिवबाच्या अंगी तेज । नित्य उल्हासची सेज । वदनकमळ सतेज । प्रफुल्लित ।। 1120 ।। प्रभावशाली व्यक्तित्व । ओजसवाणी वक्तव्य । आकर्षक रूप दिव्य । शिवबाचे ।। 1121 ।। जिजामातेची तो आशा । मराठ्यांची अभिलाषा । स्वातंत्र्याची एक भाषा । त्याचे मुखी ।। 1122 ।। आता नौवे वर्ष सरले । आता बलपण नुरले । मोठेपण अंगीं भरले । शिवाजीचे ।। 1123 ।। पुणे-चाकण-सुपे प्रांत । जागीर शिवाजीला प्राप्त । मिळाले शिक्का मोरबत । शिवाजीला ।। 1124 ।। पुण्याचा तो जागीरदार । शिवराया वीर कुमार । परम त्याची तलवार । नावाजली ।। 1125 ।। प्रौढाची भूमिका आली । प्रजा आता हाताखाली । टिळक लागला भाळी । "राजे" इति ।। 1126 ।। वय लहान, ज्ञान महान । कुणी न मोठा त्याच्या समान । सगळे शिवाला देतीं मान । छोटे-बडे ।। 1127 ।। हुशार, शास्त्र-पंडित । गुणवान, कलावंत । नीतिज्ञ, मुत्सदी, संत । सभेमध्ये ।। 1128 ।।

श्रीओवी॰ राजे शिवाजी सरकार । पुण्याचे जहागीरदार । प्रवेश आता करणार । गृहस्थाश्रमीं ।। 1129 ।। मोठे होणे लागे भराभर । पुढे कामांचा डोंगर । चढणें आहे डोंगरावर । ध्वज हाती ।। 1130 ।। भगवा ध्वज गेरवा साचा । जसा कपिध्वज अर्जुनाचा । उंच मान गडावर त्याचा । होणे लागे ।। 1131 ।। जमा रे! जमा! ध्वजा खाली । वेळ आता आहे रे! आली । लावून गुलाल भालीं । पुढे चलूं ।। 1132 ।। प्रौढ होणे लागे त्वरा । नको दिरंगाई जरा । "साध्य करा, किंवा

---

[104] **वोडीयार :** Chamaraja Vodiyar IV (r. 1617-1637), Immadi Wodiyar (1637-1638), Kantideva Narasaraja Wodiyar (1638-1659).

मरा” । हाच मंत्र ।। 1133 ।। जन गण करीती आदर । बहु मानाने होती सादर । राजेशिवाजींचे अनुचर । मनोभावे ।। 1134 ।।

YEAR : 1640 AD

45. किशोर शिवाजी-10 :

45. सईबाई भोसले : 1640 AD

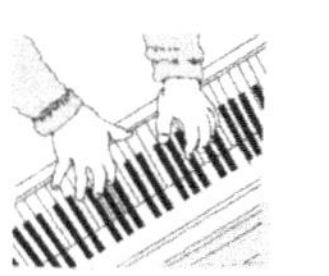

 संगीत श्री शिवाजी चरित्र राग-छंद माला, पुष्प 165

लावणी

(सईबाई ती)

बाळपणी ती जुळली नाती, नवी संपदा आली हाती ।

जन्मोजन्मी माझी होती, ह्या जन्मीही इथे पुन्हा ती ।

ह्याला नशीब म्हणती ।। 1

दैवाची ही किमया भारी, तीच घडविते माया सारी ।

फलदायी ती व सुखकारी, चैतन्याला उजळविणारी ।

देवा पुढची पणती ।। 2

मंद ज्योत ती स्वत: जळते, मंगळ आभा ती झळझळते ।

दर्शन प्रभुचे ज्याने फळते, ती प्रियदर्शिनी हे मग कळते ।

भाग्यलक्ष्मि कण-कण ती ।। 3

ती राधा ती सीता गौरी, ती मीता ती सजणी नौरी ।

सौभाग्यवती ती अर्धांगिनी, ऋद्धि-सिद्धि डुलवित चौरी ।

स्तुति-स्तोत्र गुणगुणती ।।

45. सईबाई भोसले : 1640 AD

पुणे, 1640, किशोर शिवाजी दहा वर्षांचा

ॐओवी॰ सन सोळाशे-चाळीस । लागले दहावे शिवाजीस । भवानी मातेचे शुभाशीष । प्राप्त त्याला ।। 1135 ।। वयाने तो जरी छोटा । वाटे जगाला तो मोठा । उत्तुंग त्याची प्रतिष्ठा । समाजात ।। 1136 ।। समाजात त्याचे नांव । मंडळींत ज्यांना भाव । पाठवूं लागले प्रस्ताव । विवाहाचे ।। 1137 ।। त्यांत एक परिवार । प्रतिष्ठित बेसुमार । नाईक निंबाळकर । फलटणचे ।। 1138 ।। कन्या नाईकांची सईबाई[105] । जिच्या विवाहाची घाई । मागणी घातली तिची आई । लग्नासाठी ।। 1139 ।।

ॐओवी॰ परकर नेसती सई । बघून, ती लाडकी लई । मोहित होत्या जिजाबाई । हो! म्हणाल्या ।। 1140 ।। दिसते पोरगी छान । रंग तिचा गोरा पान । आहे अजून लहान । तरी काय? ।। 1141 ।। खेळकर कन्या फार । शस्त्र कलेत हुशार । बुद्धिमान चिकार । सईबाई ।। 1142 ।। लहान असली सध्या जरी । शिवबासाठी हवी ती परी । शहाणी होतां, आणूं सासरी । अशी रीत ।। 1143 ।। करूनी आलाप सुविचार । दोन्हीं बाजूंनी झाला होकार । काढला शुभ-मंगल वार । लग्नासाठी[106] ।। 1144 ।।

(समारंभ)

ॐओवी॰ लोक लागले तयारीस । झाड-पूस सफेदीस । लावले तोरण हवेलीस । पताकांचे ।। 1145 ।। जशी तारीख जवळ आली । तशी लगीनघाई उडाली । झोप सगळ्यांची बुडाली । मोदामुळे ।। 1146 ।। शिवाजीला हळद लागली । मोत्याची मुंडावळ सजली । वाजंत्री सनईची वाजली । शुभंकर ।। 1147 ।। सुमन गुलाब उधळले । ताशे-चौघडे कडाडले । टाळ्या कडकडाट घडले । एकतान ।। 1148 ।। सईबाईने वरमाला । घातली शिवरायाला । आशीर्वाद आईने दिला । जोडप्याला ।। 1149 ।। शुभ मंगल सावधान! । झाले सह-समाधान । नवरा-

---

[105] **सईबाई** : Saibai Nimbalkar (1633-1659), daughter of Mudhoji and Renubai Naik Nimbalkar Pawar of Faltan.

[106] **लग्न तारीख** : May 16, 1640.

नवरी छान । सुशोभले ।। 1150 ।। दोन कुटुंबांत व्हावे सख्य । हाच त्यात उद्देश मुख्य । होतो प्रभुत्व-विस्तार शक्य । संबंधांनी ।। 1151 ।। राजनैतिक ऐसे संबंध । त्या काळी बहुपत्नी प्रबंध । प्रचलित देशात सबंध । राजकुळांत ।। 1152 ।।

YEAR : 1641 AD

46. किशोर शिवाजी–11 :

46. विजयनगरचे पुनर्स्मरण : 1641 AD

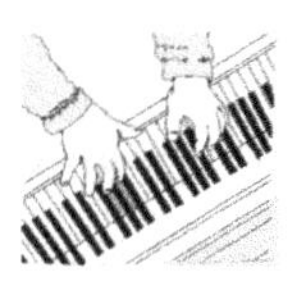

 <u>संगीत श्री शिवाजी चरित्र राग–छंद माला, पुष्प 166</u>

(विजय नगर)

स्थायी

विजयनगरचा यादवकुळचा, रामदेव नृपति ।

नंदनवन हे राज्य जयाचे, स्वर्ग धरेवरती ।।

अंतरा–1

यादव असुनी नसे यादवी, स्नेहभाव शांति ।

सदाचार सर्वत्र जनमनीं, अद्वितीय जगती ।

सगळे रामराज्य म्हणती ।।

अंतरा–2

कणी अयोध्या हिला इंद्रपुरी, अमरावती गणती ।

कुणी कैलासा वा वैकुंठा, ची उपमा देती ।

स्तुति चे राग–छंद गाती ।।

अंतरा–3

कांची मथुरा आळंदीचे, साधु-संत येती ।

46. विजयनगरचे पुनर्स्मरण : 1641 AD

बोपदेव-हेमाद्री पंडित, सभेत जे असती ।
त्यांना आशिष ते घेती ।।
अंतरा–4
दानव चमु ने, भीष हत्या, लूठ भ्रष्ट करुनी ।
सुवर्ण नगरी, यदुवंशाची, नरकप्राय होती ।
बघुनी ग्रंथकार रडती ।।

बंगळुरु, 1641, किशोर शिवाजी अकरा वर्षांचा

ॐओवी॰ सन सोळाशे-एक्केचाळीस । अकरावे वर्ष शिवाजीस । शिवबा आणि सईबाईस अभिनंदन ।। 1153 ।। लग्न सोहळे आटोपले छान । परंतु एक उणीव महान । नव्हते शहाजी विद्यमान । सोहळ्यांत ।। 1154 ।। आदिलशहाचे चाकर । परवश सदा सादर । जाणे होते मोहीमेवर । शहाजींना ।। 1155 ।। येऊं न शकले घरी । पुत्राचा विवाह जरी । सुलतानाची नोकरी । आली आड ।। 1156 ।। नाइलाज होता त्यांचा । मालक कठोर ज्यांचा । अवमान मराठ्यांचा । त्यांचे पुढे ।। 1157 ।।

ॐओवी॰ शहाजी होते मोहीमेवर । दक्षिणेत फार शूर । मिळू न शकला अवसर । येण्यासाठी ।। 1158 ।। संपली जेव्हां मोहीम । आटोपली जोखीम । पण चुकले लगीन । शिवबाचे ।। 1159 ।। कराया स्वहस्ते ते काम । केले त्यांनी मत ठाम । जिजावर त्यांचे प्रेम । अधिकच ।। 1160 ।। धाडला मग संदेश । यावे बघाया हा देश । कर्णाटक परिवेश । प्रेक्षणीय ।। 1161 ।। जिजाऊला आवडली ती गोष्ट । ऐकून तो आदेश ती हृष्ट । करून सर्व तयारी इष्ट । निघाली ती ।। 1162 ।।

ॐओवी॰ शिवबा बघेल ते स्थान । राजे शहाजींचे धाम । घेईल अनुभव महान । प्रात्यक्षिक ।। 1163 ।। गाड्या, तंबू, रक्षक, चर । खजीना, सेवक, चाकर । यात्रा फार दूर अंतर । बंगळुर ।। 1164 ।। शहाजींनी दक्ष हुशार । पाठविले घोडेस्वार । मार्गाचे माहितगार । संरक्षक ।। 1165 ।।

46. विजयनगरचे पुनस्मरण : 1641 AD

पुण्यापासोनी बंगळुर । मार्ग यात्रेचा होता दूर । बोलावया अवसर । शिवबाला ।। 1166 ।।
शिवबाचे मन चौकस । ऐकावया इतिहास । दिव्य कर्णाटकाचा खास । सोज्ज्वळ जो ।। 167 ।।
पूर्वी आई कथा सांगे सुखें । ऐकूं आता सेवकांच्या मुखें । कर्णाटकाची विशेष दु:खें । इतिहास
।। 1168 ।।

इतिहास-पुनस्मरण, विजयनगर १५६५

ॐओवी॰ सन पंधराशे-पासष्ट । केले हिंदुसाम्राज्य भ्रष्ट । पाच सुलतानांची दुष्ट । अनागोंदी[107]
।। 1169 ।। जगात पट्टण जे सर्वोत्कृष्ट, विजयनगर झाले उध्वस्त । शहात्तर वर्षांपूर्वीची गोष्ट ।
ऐका राजे! ... ।। 1170 ।। **निजाम** अहमदनगरचा । **इमादशहा** अचलपूरचा । अली **बारीदशाह**
बीदरचा । सुलतान; ।। 1171 ।। बिजापुरी अली **आदिलशाह** । गावळकोंड्याचा **कुतुबशाह** ।
पाच हे करूनी आपसी तह । एक झाले ।। 1172 ।। विजयनगरचा नृप । हिंदुसाम्राज्याचा भूप ।
वीर साहसी होता खूप । रामराया ।। 1173 ।। आले संकट अचानक । वातावरण भयानक ।
धर्मवेडे घातक । पिसाळले ।। 1174 ।। तत्त्वांची मानूनी हार । टाळण्या नर संहार । केला
शांतीचा प्रस्ताव । नायकाने ।। 1175 ।। सुलतान रक्त पिपासु । शांति ऐकोनी आले हसूं ।
नायकाच्या लोचनीं आसू । असाह्याचे ।। 1176 ।। आला कुणी न संगी । राष्ट्रप्रेम त्याचे अंगी ।
घेरून संगीन नंगी । तो निघाला ।। 1177 ।। तालीकोटच्या[108] रणावर । झाली लढाई घनघोर ।
पाच शत्रूंशीं एक वीर । लढूं गेला ।। 1178 ।। कापले गेले हिंदू सर्व । संख्या शत्रूंची होती
खर्व । जेणे त्यांचा वाढला गर्व । अमर्याद ।। 1179 ।। कैद झाला रामराया । यत्न सारे गेले
वाया । चिच्या करोनी त्याची काया । शिरच्छेद ।। 1180 ।।

ॐओवी॰ उफाळला सुलतानी राग । घराघराला लावुनी आग । विजयनगर बेचिराग । कत्लेआम
।। 1181 ।। कधी न झाला ऐसा कहर । अनर्थाची विषारी लहर । निर्जन झाले सारे शहर ।
खंडहर ।। 1182 ।। हिंदूंची सुवर्ण नगरी । मातीत मिळाली सगळी । विजापूरने गिळली ।

---

[107] **अनागोंदी** = Anarchy. **अनेगोंदी** = A place called Talikot.

[108] **तालीकोट** = अनेगोंदी अथवा राक्षसीतंगडी.

रत्नाकर रचित ओवीबद्ध श्री शवाजी चरित्र

46. विजयनगरचे पुनर्स्मरण : 1641 AD

संपत्ति ती ।। 1183 ।। खलनेता त्यांचा अघोरी । आदिलशाह विजापूरी । ज्याने बळकावली सारी । संपदा ती ।। 1184 ।। लूटलेले धन–दागिने । सोने चांदी हीरे नगिने । तुडुंब भरले खजीने । विजापूरी ।। 1185 ।। विजापूरचे बदलले रूप । आता इथे वैभव खूप । नायकांचा मारूनी भूप । श्रीमंत हे ।। 1186 ।। परदेशी हा सुलतान । सत्तेचा असीम गुमान । त्याचा धाक इथे महान । राज्यामध्ये ।। 1187 ।।

ॐ ओवी॰ भव्य विजापूरी दरबार । जिथे उगवतो भ्रष्टाचार । इथे शान-शौकत फार । चोरलेली ।। 1188 ।। आलिशान दामी सिंहासन । आरूढ त्यावर सुलतान । सेवक हुजरे दरबान । हिंदू इथे ।। 1189 ।। महाल तो रोमांचकारी । किल्ला त्याचा भक्कम भारी । तलवार-बंदुकधारी । संरक्षक ।। 1190 ।। सभोवती उंच तटबंदी । बुरुजांची चिरेबंदी । खोल खंदक विस्तीर्ण रुंदी । भव्य द्वार ।। 1191 ।। दारांवर अणकुची खिळे । तुटूं न शकतीं हत्तीबळें । ऐसे द्वार कुठेही न मिळे । मजबूत ।। 1192 ।। बुरुजांवर तोफा प्रचंड । तटबंदी बळकट चंड । शास्त्रधाऱ्यांच्या रांगा अखंड । किल्ल्यावर ।। 1193 ।।

(मराठे)

ॐ ओवी॰ इतुके भव्य वैभव । युद्ध-शक्तीचा आर्णव । शक्य झाला हा तांडव । कसा त्यांना ।। 1194 ।। मराठेच त्यांचे नोकर । मराठेच ह्यांचे चाकर । नाना मराठे सरदार । ह्यांचे बळ 1195 ।। हात जोडोनी अनेक । धर्म सोडोनी अनेक । झालेत त्यांचे सैनिक । लढावया ।। 1196 ।। मारणारे मराठेच । मराणारे मराठेच । अज्ञानाने आम्हां ठेच । देतो आम्हीं ।। 1197 ।। ह्यांचेपुढे दिन-रात । मराठेच झुकतात । करतात कुर्निसात । शिवराया! ।। 1198 ।। जे त्यांच्या नियमांना चुकले । जे न त्यांचेसमोर झुकले । किती वीर प्राणांस मुकले । स्वाभिमानी ।। 1199 ।। असे ताठावलेले । फाशीं चढून मेले । तोफेच्या तोंडी गेले । शिरच्छेद ।। 1200 ।। आता स्वातंत्र्याचा नेता वीर । प्रतापासारखा रणधीर । मराठ्यांत विना चि उशीर । येणे लागे ।। 1201 ।। ऐकोनी ते संभाषण । इतिहासाचे वर्णन । दुखावुन गेले मन । शिवबाचे ।। 1202 ।। बोलता-चालता गेला वेळ । कळळे न कसा गेला काळ । शिवाजी पोचले बंगरुळ । द्विधा मन ।। 1203 ।।

YEAR : 1642 AD

47. किशोर शिवाजी-12 :

47. शहाजींचा ललित महाल, कर्नाटक : 1642 AD

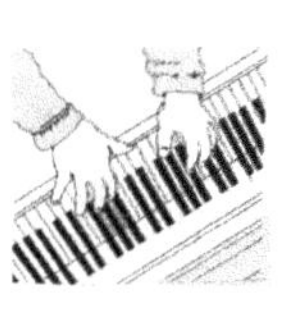

 **संगीत श्री शिवाजी चरित्र राग-छंद माला, पुष्प 167**

राग बिलावल, कहरवा ताल 8 मात्रा

(शंकर भोले!)

स्थायी

आज चलो हम सब मिल गाएँ, शिव के मंगल नाम सुनाएँ ।

♫ सां–ध पमग मरे गम पग मरेसा–, साग मरे गपनिनि सां–रें सांनिधप– ।

अंतरा–1

भालचंद्र हैं भाते सबको, शंकर–तांडव मन भरमाए ।

♫ प–पध–ध नि– सां–सां सांरेंसां, सांगंमंग रेंसांधप गम पगमरेसा– ।

अंतरा–2

एकलिंग जब आते मुख में, दरशन करने मन ललचाए ।

अंतरा–3

गंगाधर शिवशंभु दिगंबर, भोले! हमको नेह लगाए ।

कर्नाटक, 1642, किशोर शिवाजी बारा वर्षांचा

ओवी॰ सन सोळाशे-बेचाळीस । बारावे सुरू शिवाजीस । मोठ्या अपेक्षा शहाजीस । पुत्राद्वारे ॥ 1204 ॥ जसे शहाजींचे मन । बघाया सुत-लगीन । केली तयारी चटकन । सोहळ्याची ॥ 1205 ॥ शिवबाचे दूसरे लगीन । आल्या मागण्या दूरून । शिर्के घराण्याची सून । आवडली ॥

47. शहाजींचा ललित महाल, कर्णाटक : 1642 AD

1206 ।। बघुनी शिर्के कुळ-संस्कार । समाजात आदर सत्कार । शहाजींनी दिला होकार । लग्नासाठी ।। 1207 ।। कोंकणस्थ कन्या छान । सुस्वरूप गोरी पान । कुळात बहु सन्मान । त्या मुलीला ।। 1208 ।। सगुणाबाई मुलीचे नांव । शृंगारपुर कोंकणी गाव । स्वीकारला तो प्रस्ताव । शहाजींनी ।। 1209 ।। लग्नाचा महिना वैशाख । काढून मंगळ तारीख । केला सोहळा सुरेख । विवाहाचा ।। 1210 ।।

श्रीओवी॰ हा शहाजींचा ललित महाल । ह्यात बसविले खरप लाल । सुलतानाच्या सेवेची कमाल । महाल हा ।। 1211 ।। जो करील सुलतानाची सेवा । खाईल तो पुरणपोळी मेवा । पारतंत्र्याचा जो न करी हेवा । सुखी इथे ।। 1212 ।। कर्णाटक आदिलशाही देश । विजनगरचा अवशेष । इथे मराठ्यांचा सध्या निवेश । गुलामीचा ।। 1213 ।। मराठमोळा लाल महाल । इथे तर वेगळाच हाल । सुलतानाने केले बहाल । सर्व इथे ।। 1214 ।। आदिलशहा इथे देव । त्याचेच नांवें देवघेव । नको अधिक उठाठेव । हा नियम ।। 1215 ।।

श्रीओवी॰ शिवबाला इथे गमेना । त्याचे मन इथे रमेना । काम त्याचे इथे जमेना । स्व-तंत्र तो ।। 1216 ।। मागे पुण्यात शिवबाचे मित्र । ज्यांनी स्वीकारले कार्य पवित्र । जागें राखतीं स्वातंत्र्याचे चित्र । चिकाटीने ।। 1217 ।। पण बंगळुरात इथे । आदिलशाही जिथे तिथे । शहाजींची वतन इथे । गुलामीची ।। 1218 ।। शहाजींनी राखले सेवक । सुखसोयीं विविध अनेक । सुरक्षेचे उपाय प्रत्येक । पुत्रासाठी ।। 1219 ।। अंगरखा सोईस्कर । वर जरीकाम सुंदर । जिरेटोप डोईवर । डौलदार ।। 1220 ।। कमरेवर तलवार । कासवी ढाल पाठीवर । सजविला राजकुमार । शहाजींनी ।। 1221 ।।

श्रीओवी॰ पुरे झाले बंगळुर । न्यावे ह्याला तिथे दूर । दाखवाया विजापुर । दरबार ।। 1222 ।। शाही दरबारी आस्वाद । राज्याधिकाऱ्यांशीं संवाद । बादशहाचा आशीर्वाद । द्यावा ह्याला ।। 1223 ।। मग जाईल वेडा नाद । सुटेल स्वराज्याचा छंद । जो करील बरबाद । पूर्ण त्याला ।। 1224 ।। स्वातंत्र्याचा सोडोनी ध्यास । शिवबा होईल का दास । आदिलशहाचा खास । स्वामीनिष्ठ ।। 1225 ।। मोठे मोठे आम्हां सारखे । झालेत जिथे नासके । काय तिथे करूं हा

शके । बाल वीर ।। 1226 ।। ज्यांनी दिली पुण्याची जागीर । त्यांच्या सेवेत झडो शरीर । होईल हा शहाचा वजीर । पुत्र माझा ।। 1227 ।।

(तरी)

(शहाजी)

श्रीओवी॰ जाणून होते सुतास जरी । आपल्या मनाची स्थिति खरी । बोलले तया शहाजी तरी । एकदा ते ।। 1228 ।।

YEAR : 1643 AD

48. किशोर शिवाजी–13 :

48. बिजापुरी आदिलशहा तोंडघशी : 1643 AD

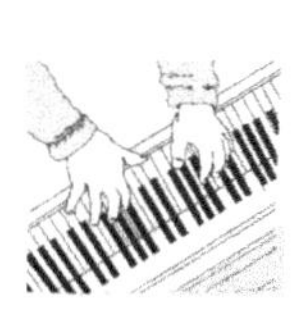 

संगीत श्री शिवाजी चरित्र राग–छंद माला, पुष्प 168

खयाल : राग बिलावल, तीन ताल 16 मात्रा

(शंकर भोले!)

स्थायी

आज चला या कीर्तन गाऊं, शिव नामें शुभ मंगल सारी ।

♪ धनिसांध पमग मरे गमपग मरेसा–, साग मरेगप निनि धनिसांरेंनिसां निधप– ।

अंतरा–1

भोला शंकर, सबदुखहारी, मंगल पावन गंगाधारी ।

♪ ग–प– सां–सांसां, धनिसांरेंगंरेंसां–, सांगंरेंसांसांनिधप धनिसांरें सांरेंसांनिधपमग ।

अंतरा–2

शंभु सदाशिव, त्रिशूलधारी, सर्वांचा प्रभु सबसुखकारी ।

अंतरा–3

48. बिजापुरी आदिलशहा तोंडघशी : 1643 AD

रुद्र महेश्वर, भवभयहारी, तूच नाथ वैकुण्ठविहारी ।

(कर्णाटक, 1643)

श्रीओवी॰ सन सोळाशे-त्रेचाळीस । लागले तेरावे शिवाजीस । झाला विश्वास शिवाजीस । स्वातंत्र्याचा ॥ 1229॥ तरी शहाजींना वाटे । पुत्र यावा माझ्या वाटें । इतर वाटेत काटे । बोचतील ॥ 1230 ॥ एकदा म्हणाले त्याला । इच्छा फार आहे मला । माझे बरोबर चला । शिवा राजे! ॥ 1231 ॥ चला जाऊंया विजापुर । राजे! बघाया दरबार । आवडेल तुम्हाला फार । शाही थाट ॥ 1232 ॥ दूर दूरचे राजश्री येती । बादशहाचे दर्शन घेती । राजेशाही नजराणे देती । मनसोक्त ॥ 1233 ॥ ऐरा-गैरा जाऊं शकेना । किल्ल्यामध्ये शिरूं शकेना । बादशाशीं भेटूं शकेना । विना मुभा ॥ 1234 ॥ आपण सेवक नामांकित । सरदारपदाने अंकित । बसूं शकूं शाही पंक्तीत । जेव्हां वाटे ॥ 1235 ॥ व्हावे लागे तिथे हुजरा । द्यावया मानाचा मुजरा । तेव्हां होतो कृपाळु जरा । बादशहा ॥ 1236 ॥ येणे प्रमाणे करोनी विचार । थाटात निघले ते घोडेस्वार । ऐतिहासिक भेट होणार । शिवाजीची ॥ 1238 ॥ कोणी न जाणे काय होईल । कोण बा ऐन वेळीं नडेल । कोण वा तोंडघशीं पडेल । बादशहा? ॥ 1239 ॥

विजापुर, 1643, किशोर शिवाजी तेरा वर्षांचा

श्रीओवी॰ शाही सभेची झाली तयारी । आले मोठमोठे अधिकारी । सेनादळांचे पुढारी । भेटावया ॥ 1240 ॥ "राजे श्री शिवाजी येणार" । ऐकोनी ताजा समाचार । गच्च भरला दरबार । बघण्याला ॥ 1241 ॥ वाटेत पुत्राला दाखविती । वैभव विजापुरचे किती । सैन्य सैनिक घोडे हत्ती । शाही किल्ला ॥ 1242 ॥ लुटोनी विजयनगर । दाग दागीने जवाहर । साठले हे धन अपार । नायकांचे ॥ 1243 ॥ बादशहाला निरोप गेला । आले राजे शहाजी सभेला । संगे पुत्र नावाजलेला । येत आहे ॥ 1244 ॥ झाला इंतजाम जंगी सारा । गूंजला जय जय चा नारा । झाली सलामी तोफांची बारा । स्वागतास ॥ 1245 ॥ रंग पताकांचा झळझळला । सुगंध फुलांचा दरवळला । हर्ष जनांत सळसळला । अतोनात ॥ 1246 ॥

48. बिजापुरी आदिलशहा तोंडघशी : 1643 AD

श्रीओवी॰ आले शहाजी दरबारात । उभे बादशहाचे पुढ्यात । झुकले करोनी कुर्निसात । आदराने ।। 1247 ।। जैसाचि आदिलशाही थाट । उधळले रूपयांचे ताट । टाळ्यांचा झाला कडकडाट । आनंदाने ।। 1248 ।। हात उंच करोनी सम्मत । बादशहाने केले स्वागत । मानासनावर केले स्थित । शहाजींना ।। 1249 ।। मग करोनी इशारा फक्त । बोलविले शिवाजीला आंत । आला शिवबा दरबारात । धीटपणे ।। 1250 ।। वदनी तेज त्या मुलाचे । बघुनी भोसले कुळाचे । भान बादशाचे उडाले । क्षणभर ।। 1251 ।। बादशहाशीं पडली गाठ । समक्ष उभा शिबबा ताठ । केले नमन, न कुर्निसात । आदिलाला ।। 1252 ।। मोडेन मी, झुकणार नाही । बादशहा तू, न तू इलाही । माय-बाप-गुरु-देवा-ठायीं । झुकेन मी ।। 1253 ।। सर्व दरबारात झाले थक्क । "बादशहाचा अपमान हा चक्क" । क्रोधाग्नीस आवरणें अशक्य । आदिलाला ।। 1254 ।।

(पुण्याला गमन)

श्रीओवी॰ रचला नवीन इतिहास । देऊन शह बादशहास । प्रसिद्ध तो परिहास । आदिलाचा ।। 1255 ।। वार्ता पसरली जग भर । जैसा प्रलयाचा कहर । शिवाने केले नाम अमर । पृथ्वीवर ।। 1256 ।। कुणी बा भुलेल कैसी । घटना अपूर्व ऐसी । न झाली कधी ही जैसी । होणार वा ।। 1257 ।। पुत्राने दाखविले धैर्य । स्वाभिमान ठेवुनी वर्य । काय कार्य, काय अकार्य । सारासार ।। 1258 ।। शहाजींना आली प्रतीति । दिव्य शिवबाची प्रकृति । शंकराची तो प्रतिकृति । सुत माझा ।। 1259 ।। जे काम झाले आम्हां अशक्य । ते सुत माझा करील शक्य । करोनिया मराठ्यांचे ऐक्य । खात्री मला ।। 1260 ।। धर्मसंख्यापना ह्याचे कर्म । गोब्रह्मण रक्षा त्याचे काम । अधर्मोत्थापन याचा धर्म । हेचि खरे ।। 1261 ।। लिहोनी अमर इतिहास । शिवबा परतला पुण्यास । इथे खूप बाखाणले त्यास । मराठ्यांनी ।। 1262 ।।

(पुणें)

श्रीओवी॰ आईसाहेब फार प्रसन्न । म्हणाली, "शिवबा तू धन्य । आता वाजव पांचजन्य । स्वराज्याचा" ।। 1263 ।। आरंभ झाल्या बैठकी गुप्त । बहिरंगी वाटे सर्व सुप्त । करावया पारतंत्र्य लुप्त । मराठ्यांचे ।। 1264 ।। स्वातंत्र्याच्या ध्येयात जे लीन । रोज जुळती वीर नवीन । करोनी शिवबाचे आधीन । निज प्राण ।। 1265 ।। वीर जेथे कान्होजी । मालुसरे तान्हाजी ।

रत्नाकर रचित ओवीबद्ध श्री शिवाजी चरित्र

48. बिजापुरी आदिलशहा तोंडघशी : 1643 AD

पासळकर बाबाजी । जेधे बाजी; ।। 1266 ।। काकाडे सूर्याजी । शितोळे विठोजी । मालुसरे सूर्याजी । सर्जेराव; ।। 1267 ।। देशपांडे मुद्गल बापूजी । कंक येसाजी । मल्हार कावजी । महादेव; ।। 1268 ।। देपपांडे चिमणाजी । नाईक गोमाजी । गुप्ते नरसोजी । बांदल बाजी; ।। 1269 ।। नारोबाजी देशपांडे । बळभाऊ देशपांडे । माणकोजी दहातोंडे । पाणसंबळ ।। 1270 ।।

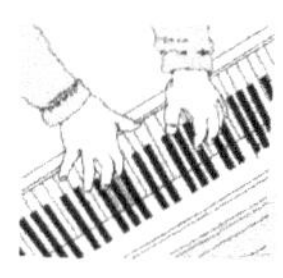  **संगीत श्री शिवाजी चरित्र राग–छंद माला, पुष्प 169**

(शिवाजीं ची प्रार्थना)

स्थायी

तुला मागतो अज, भवानी! एक मला वरदान दे ।

स्वातंत्र्याची ज्योत जन–मनीं, जागविण्याचे, ज्ञान दे ।।

♪ निरे–! नि–सा– रेगरे–, सासासा सासारेगरे गरेनि सा–।

गम–प–प– ध–प मगरेग–, सा–सासारे–ग– प–म ग– ।।

अंतरा–1

बापा रावळ, चितोड राणा, प्रसंग त्यांचे ज्वलंत नाना ।

अमर करूं, अवधान दे ।। स्वातंत्र्याची ...

♪ ग–मप ध–धध, निध–प म–प–, धप–म ग–प– धप–म गम– ।

रेरेरे गम– पप–ध–प म– गम–, सासा रेरे गगम–, प–म ग– ।। गम–प–प–

अंतरा–2

वीर मराठे धृष्ट करूं मी, परदेशी अरि नष्ट करूं मी ।

देवी! मला अभिधान दे! ।। स्वातंत्र्याची ...

अंतरा–3

नर नारी जन भ्रष्ट होत हे, मूर्ति–मंदिर ध्वस्त होत हे ।

रक्षण करण्या, भान दे! ।। स्वातंत्र्याची ...

अंतरा–4

रत्नाकर रचित ओवीबद्ध श्री शवाजी चरित्र

48. बिजापुरी आदिलशहा तोंडघशी : 1643 AD

प्रति दिन अत्याचार हे इथे, धर्मांतर व्यभिचार हे दिसें ।
असुरांना अवसान दे! ।। स्वातंत्र्याची ...

(शिवाजीचे मंत्री मंडळ)

श्रीओवी॰ शिवाजींचे मंत्री मंडळ । झाले तयार सुमंगळ । शूर वीर **बुद्धिचंचल** । अनुभवी ।। 1271 ।। "पेशवे" झाले रांझेकर । हणमंते "मुजुमदार" । सोनो विश्वनाथ "डबीर" । प्रमुख जे ।। 1272 ।। "सबनीस" रघुनाथ बल्लाळ । "बक्षी" नरहरपंत बल्लाळ । "मजालसी" हरि हरजी बाळ । अन्य मंत्री ।। 1273 ।। दादोजींना "गुरु" स्थान । ज्यांच्या वचनांस सदा सन्मान । भगव्या झेंड्याला अभिधान । राष्ट्रध्वज ।। 1274 ।। अष्टपैलु राजमुद्रा । शिक्का-मोरबत सुद्धा । बहाल राजाचा हुद्दा । शिवाजीला ।। 1275 ।। झाली ही व्यवस्था सारी । नीति रीति सरकारी । मंत्री-तंत्री कारभारी । नियोजिले ।। 1276 ।। कारभार गुप्त मात्र । कळूं नये अत्र-तत्र । सुलतानी काळं कुत्रं । सुंघूं नये ।। 1277 ।।

रायरेश्वर

श्रीओवी॰ देव दर्शन शिवबाचा छंद । घोडे दौडविणे त्याचा आनंद । सवंगड्यांसह स्वच्छंद । सह्याद्रीत ।। 1278 ।। सह्याद्रीच्या दुर्गम वाटा । दऱ्या-खोरें दगड काटा । उन्ह पाणी चिखल गाटा । तुडवीत ।। 1279 ।। कधी जेजुरीचे मंदिर । कधी शिव **रायरेश्वर** । मोरगाव, आळंदी द्वार । दर्शनास ।। 1280 ।।

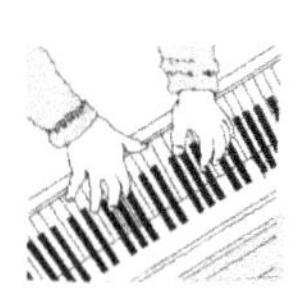  **संगीत श्री शिवाजी चरित्र राग-छंद माला, पुष्प 170**

मावळे वंदना

स्थायी

वंदना रे तुला, वरि मावळ्या! वंदना ।

अंतरा-1

तूच आमुचा स्फूतीदाता, तूच आमुची स्पंदना । वंदना ...

 रत्नाकर रचित ओवीबद्ध श्री शिवाजी चरित्र

48. बिजापुरी आदिलशहा तोंडघशी : 1643 AD

अंतरा–2

धन्य केली तू भारतमाता, हिंदुभूमिच्यानंदना! । वंदना ...

अंतरा–3

बाळकडू पय पाजते तुला, जिजामातुवीरांगना! । वंदना ...

अंतरा–4

सद्धर्मिचे शस्त्र धारुनी, पारतंत्र्यदुखभंजना! । वंदना ...

अंतरा–5

सुगंध शुभमंगल दरवळला, कीर्तिसौरभचंदना! । वंदना ...

रणनीति

ॐ ओवी॰ आता लढण्याची रीति । गनीमी काव्याची नीति । कुठे लढावे व किती । ह्याचे ज्ञान ।। 1281 ।। शिवाजींच्या मराठा पक्षात । युक्ति एकच होती लक्षात । मुगलांशीं लढावे पहाडांत । यशासाठी ।। 1282 ।। सैन्य मुगलांचे अफाट । रण हवे त्यांना सपाट । दऱ्या खोरें कडे उभाट । नको त्यांना ।। 1283 ।। मराठे वीर खंबीर । डोंगरातले उंदीर । गिरिशिखर जंजीर । त्यांचे बळ ।। 1284 ।। सह्याद्रीच्या दऱ्या-खोऱ्यांत । पळविती घोडे तोऱ्यात । पवन-वेगाने जोऱ्यात । शिव संगी ।। 1285 ।। इंच इंच भूमि तपासून । शिखरापर्यंत तळापासून । करीती सह्याद्रीस तासून । परिचित ।। 1286 ।। दरडी-कपारा सर्व । होत्या ज्ञात पूर्ण खर्व । चोर वाटांचे अपूर्व । चक्रव्यूह ।। 1287 ।। सुळके चढतां येई घाम । येरागबाळांचे नव्हे काम । मराठ्यांचे होते हे रान । नैसर्गिक ।। 1288 ।। नाचणी, ज्वारी वा बाजरी । कांदा-तेल-मीठ भाकरी । राजे शिवाजींची चाकरी । मराठे ते ।। 1289 ।। आंबेमोहोर भात । सणा-वारांना ते खात । मिरच्यांशीं ज्यांना प्रीत । मराठे ते ।। 1290 ।। नद्या-नाले त्यांचे धन । करिती खड्या उत्पन्न । थोडक्यात जे संपन्न । मावळे ते ।। 1291 ।। मायभूमीशीं ज्यांना प्रेम । तिची मातीच ज्यांचे हेम । तिचे रक्षण ज्यांचा नेम । मावळे ते ।। 1292 ।। रोज नवे वीर येतीं । शिवाजीला भेट देतीं । स्वातंत्र्याचा मंत्र घेतीं । आनंदाने ।। 1293 ।। रोज नवे लोक येतीं । दर्शनाचा मोद घेतीं । दान मोहीमेला

रत्नाकर रचित ओवीबद्ध श्री शिवाजी चरित्र

48. बिजापुरी आदिलशहा तोंडघशी : 1643 AD

देतीं । सढळ ते ।। 1294 ।। रोज नवे हेर येतीं । नवीन माहीती देतीं । कुठे कमजोरी किती । मुगलांची ।। 1295 ।।

(सह्याद्रीची गोष्ट)

ॐ ओवी० सह्याद्रि फार विशाल । दऱ्या कपाऱ्या सखोल । उंच शिखरांची कमाल । नभचुंबी ।। 1296 ।। उभाट ताठ कडे । उतार घसरडे । सुळके सरळ खडे । भयानक ।। 1297 ।। सह्याद्रीच्या रांगा असंख्य । त्यांत चोवीस खोरे मुख्य । परस्परांत ज्यांचे सख्य । "मावळ" ते[109] ।। 1298 ।।

ॐ श्लोक

गिरिवरेषु सह्याद्रि: स प्राचीनतमो मत: ।

एका च प्राङ्मुखी शाखा दक्षिणाभिमुखी परा ।।

ज्वालामुख्यास्तु संभूतो नदीनां स पिता महान् ।।

पवित्रा भारते सर्वा:–ता: पूर्वाभिमुखास्तथा ।।

सह्याद्रि: पर्वत: श्रेष्ठ: सर्वदक्षिणभारते ।

प्राक्तना: पावनास्तमिन्–महानद्यो नु नि:सृता: ।।

कन्यासु वैनगंगा च वर्धा गोदावरी तथा ।

मांजरा प्रवरा भीमा नीरा कृष्णा मुळा तथा ।।

कोयना तुङ्गभद्रा च कावेरी वरदा तथा ।

घटप्रभा तथा ताम्री वैगाई च शरावती ।।

गोण्डा खोण्डाश्च मुण्डाश्च भिल्ला वैगाश्च कोरवा: ।

---

[109] **24 मावळ** = जुन्नर ते चाकण 12 मावळे : जुन्नर, शिवनेर, भीमनेर, घोडनेर, माननेर, भामनेर, जामनेर, पिंपळनेर, पारनेर, सिन्नेर, संगमनेर, अकोळनेर, आणि पुणें ते शिरवळ; आणि

12 मावळे : पुणें, नाणें, आंदरमावळ, कानदमावळ, कोरबारसे खोरे, गुंजनमावळ, पवनमावळ, मुठा खोरे, मुसे खोरे, रोहिड खोरे, वळवंड खोरे, हिरडसमावळ.

49. समर्थ स्वामी रामदास : 1644 AD

वारल्य: कातकर्यश्च सह्याद्रेरादिवासिन: ।।
मराठाजातयो नाना वसन्ति पश्चिमे गिरे: ।
अयुध्यत शिवाजीश्च तत्र स न्यवसद्घदा ।।

YEAR : 1644 AD

49. किशोर शिवाजी-14 :

49. समर्थ स्वामी रामदास : 1644 AD

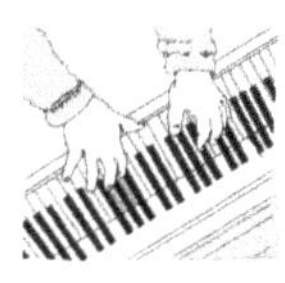

 **संगीत श्री शिवाजी चरित्र राग-छंद माला, पुष्प 171**

राग भूपाली,[110] कहरवा ताल 8 मात्रा

(नाम जप, हिंदी)

स्थायी

नाम जपन करले, तन मन से ।

सुख-दुख घड़ी हर! हर! मन भज ले ।।

♫ सां–ध पगरे सारे प–, गरे गप ध–, गग गरे गप धसां धसां धप गरे सा– ।

अंतरा–1

मन में भर ले पूजन कर ले, अंदर शिव का सुमिरन धर ले ।

♫ गग ग– पप ध– सां–सांसां सांरे सां–, ध–धध सांसां रें– सांरेंगंरें सांध प– ।

अंतरा–2

---

[110] **राग भूपाली :** हा कल्याण ठाठ चा राग आहे. ह्याला **भूप राग असेही म्हणतात.** आरोह : सा रे ग, प, ध सां । अवरोह : सां ध प, ग रे सा ।

रत्नाकर रचित ओवीबद्ध श्री शिवाजी चरित्र

49. समर्थ स्वामी रामदास : 1644 AD

जिसके मुखमें राम बसा है, जीवन मानो वही भला है ।

अंतरा–3

जिसके मन में शिवजी भोले, दीपक जानो वहीं जला है ।

अंतरा–4

दुनिया में हैं लोग लुटेरे, शंकर है रखवारा ।

श्री शिवाजी, चौदा वर्षांचे

ओवी॰ सन सोळाशे–चौरेचाळीस । लागले चौदावे शिवाजीस । मराठी जनतेचे अधीश । पण दु:खी ।। 1299 ।। जन सुशिक्षित खास । मुगलांचे झाले दास । कसे जागवावे त्यांस । निद्रेतून ।। 1300 ।। चिंता त्यांना सदोदीत । काय काढावे ईगीत । जेणे होतील ते जागृत । मूढ लोक ।। 1301 ।। मोठे मोठे वीर मराठे । गुलाम बादशहाचे होते । वाटत होती त्यांना कोठे । त्याची लाज ।। 1302 ।। तळवे चाटत ते सरकारी । व्हावया सुलतानी अधिकारी । जीवन जगत अत्याचारी । षंढपणे ।। 1303 ।। बादशहा हा परकीय । पिळतो लोकांना तो स्वकीय । हेच न कळे ज्ञापनीय । त्या मूर्खांना ।। 1304 ।। मुगलांविरुद्ध बंड । "नको" म्हणती ते षंढ । रक्त त्यांचे ऐसे थंड । लोचटांचे ।। 1305 ।। चार तुकड्यांवर तृप्त । सारासार विचार लुप्त । लाचारीच्या पाशात सुप्त । बावळट ।। 1306 ।। स्वत: होऊन ते भ्रष्ट । दास मुगलांचे दुष्ट । देत आपल्यांना कष्ट । भ्रष्टमति ।। 1037 ।। स्वाभिमान त्यांचा नष्ट । सद् विचार त्यांचा भ्रष्ट । जीव होता त्यांचा हृष्ट । गुलामीत ।। 1308 ।। पारतंत्र्य त्यांना मान्य । गुलामीत होते ते धन्य । त्यांना मार्ग न दिसे अन्य । नेमळट ।। 1309 ।। त्यांना जागविणे लागे । सत्य दाखवावे लागे । भीति भागविणे लागे । देशासाठी ।। 1310 ।। अशा घोर परिस्थितीत । देवाने पाठविले मीत । जे करतील पराजीत । अज्ञानाला ।। 1311 ।। कराया करणीय हे काम । घेऊनी रघुवीराचे नाम । आले समर्थ संत महान । रामदास ।। 1312 ।।

रत्नाकर रचित ओवीबद्ध श्री शिवाजी चरित्र

49. समर्थ स्वामी रामदास : 1644 AD

समर्थ रामदासांची कथा

ॐ ओवी॰ जै जै रघुवीर समर्थ! । रामदास सांगती सार्थ । अनर्थाच्या निवारार्थ । भाविकांना ।।
1313 ।। सह्याद्रीत स्वामींचा मठ । भक्त येती तिथे कर्मठ । श्लोक ऐकती एकनिष्ठ । जागृत जे
।। 1314 ।। राम-हनुमानाच्या गोष्टी । मनोरम स्वामींच्या ओष्ठीं । करी श्रद्ध श्रोत्यांची तुष्टी ।
श्रवणाने ।। 1315 ।। रामदास कर्मयोगी । लंगोटधारी वैरागी । स्वामी फिरे जागोजागी ।
सह्याद्रीत ।। 1316 ।। ज्यांनी उघडले डोळे । ऐकती ते ज्यांना कळे । पूर्वी होते ते अंधळे ।
गुलामीत ।। 1317 ।। जन गुलाम भोळे-भाळे । शिष्य श्रद्ध झाले सगळे । मठांचे पसरले जाळे
। चहुकडे ।। 1318 ।। ज्यांचे जागले राष्ट्रप्रेम । त्यांचा स्वातंत्र्याचा नेम । शिवचरणीं निष्काम ।
आपोआप ।। 1319 ।। स्वामी करीती जनजागृति । निष्कामकर्म स्वामीची कृति । शिवबाने
ऐकली ती स्तुति । समर्थांची ।। 1320 ।। कोण बरे हे राष्ट्रप्रेमी । समर्थ रामदास स्वामी । भेटूं
त्यांस त्यांचे धामी । शिवा म्हणे ।। 1321 ।। जावे तिथे मी एकांतात । कळो न कुणाला ही
बात । मुगल होतील आक्रांत । स्वामीवर ।। 1322 ।। परम सेवक हाच खरा । प्रेमळ
उपदेशांचा झरा । देओ दीर्घायु अशा नरा । रघुवीर ।। 1323 ।। वायु प्रमाणे फिरतो हा । एके
जागीं न स्थिरतो हा । जनमनांत शिरतो हा । न कळत ।। 1324 ।। दाढी, लंगोटी, कमंडलु ।
पुष्ट बांधा, बोलतो हळु । "एष ईश्वरीदूत खलु" । राम दास ।। 1325 ।। ह्याची स्तोत्र-श्लोक
वाणी । भक्ति वाङ्मयांची राणी । ऐकोनी नर होतो ज्ञानी । व शहाणा ।। 1326 ।। ह्यांचा
कर्मयोग बोध । ज्यात आहे आत्मशोध । त्यात असे अवरोध । अकर्माचा ।। 1327 ।।

(सदुपदेश)

ॐ ओवी॰ स्वामी बोलतीं उपदेशांत । करणे काय लागे देशात । काय भले वा बुरे कशात । काय
कार्य ।। 1328 ।। व्यवहार असावा रोकडा । साबणा सारखा चोपडा । नसो दिरंगाई वा तोकडा
। नडूं नये ।। 1329 ।। जीवन सद्गुणांनी समृद्ध । गबाळेपणाच्या विरुद्ध । आचार-विचार अशुद्ध
। नसो कधी ।। 1330 ।। आळसापासोनी दूर । करा प्रयत्न चौखूर । नसा कधी मजबूर ।
कुणामुळे ।। 1331 ।। दैवाला देऊं नका दोष । रडत करूं नका क्रोश । असावा मनत संतोष ।
सर्वकाळ ।। 1332 ।। आले त्यास तोंड द्यावे । जशास तसे व्हावे । सदा ईश्वरास ध्यावे ।

रत्नाकर रचित ओवीबद्ध श्री शवाजी चरित्र

एकनिष्ठ ।। 1333 ।। कर्तव्य बजावा चोख । देवघेव रोकटोक । काय बोलतील लोक । चिंता नसो ।। 1334 ।। जनीं निंद्य ते सोडावे । जनीं वंद्य ते जोडावे । अनिश्चित ते मोडावे । हिशेबाने ।। 1335 ।। धीर कधी न सोडावा । षंढपणा न ओढावा । वाणीत असावा गोडावा । खरेपणा ।। 1336 ।। ताठा नसावा आचारात । काटा नसावा विचारात । घाटा नसावा सदाचारात । कधींकाळी ।। 1337 ।। फुका वाद घालूं नये । घमेंडीत चालूं नये । ध्येयापासोनी हलूं नये । काहीं केल्या ।। 1338 ।। स्वच्छ ठेवावा देह । मंदिर असावे गेह । मनी असावा स्नेह । सर्वांप्रति ।। 1339 ।। वेश असावा साधासुधा । अभ्यासाची असावी क्षुधा । कला-गिरा-गायन सुधा । आत्मसात ।। 1340 ।। सुरळीत चालावा संसार । मुलांना चांगले द्या संस्कार । ज्ञान मान उद्योग संचार । असो घरीं ।। 1341 ।। असा सदा सावधान । देवदेवतांना मान । सत्कीर्तीचा अभिधान । असो तुम्हां ।। 1342 ।। असावी संगती चांगली । वाईट संवय पांगली । दुर्मति दूरच टांगली । असो सदा ।। 1343 ।। अविश्वासूवर विश्वास । न जाणणे शत्रूंचा पाश । दोन्हीं देती आत्मनाश । अज्ञान्याला ।। 1344 ।। मारुती हृदयी धरा । वडिलांचा मान करा । लक्ष्मीदेवी येते घरा । उद्योगींचे ।। 1345 ।। मायभूमीस पूजावे । तिचेसाठी बळी जावे । द्रोह करूं न धजावे । राष्ट्राप्रति ।। 1346 ।। गुलामी नरक जाणावी । विदेशींना सत्ता न द्यावी । लाज अबलांची राखावी । प्राणप्रणें ।। 1347 ।। एका योध्याला जे अशक्य । स्वामींना ते झाले शक्य । जनमनांचे ऐक्य । वाणीद्वारें ।। 1348 ।।

संत तुकाराम महाराजांची कथा

श्रीओवी॰ एव्हाच होते दूसरे संत । भक्तिमार्गाचे दूत महंत । विठ्ठल नाम घोष अनंत । तुकाराम ।। 1349 ।। अभंग वाणी तुकोबांची । जीत प्रतीति विठोबाची । जशी प्रीत आई-बाबांची । मनोहर ।। 1350 ।। अत्याचार सुलतानी । जुलूम त्यांचे तूफानी । सज्जनांवर शैतानी । विना सीमा ।। 1351 ।। सुलतानी ती बळजोरी । मुगलहरामखोरी । दिवसदहाडे चोरी । देशभर ।। 1352 ।। भय दूर भागविण्या । मनीं निष्ठा जागविण्या । भक्तिमार्ग दाखविण्या । संत आले ।। 1353 ।। सह्याद्रीच्या डोंगरात । भंडाऱ्याच्या पहाडात । इन्द्रायणीच्या खोऱ्यात । देहू गावी ।। 1354 ।। पाण्यात फेकले अभंग । पण भिजले न अंग । न ही अक्षरांचा रंग । पिघळला ।।

1355 ।। निर्व्याज प्रेम त्यात । शुद्ध अध्यात्म ज्यात । जोडतो जो पुंण्यात । भक्तिभाव ।। 1356 ।। भागवतधर्मध्वजा । मनी विठ्ठलाची पूजा । अवडंबरांच्या वजा । निष्कलंक ।। 1357 ।। जेव्हां राष्ट्र होते पेटले । हृदय चिंतेने दाटले । शिवराया त्यांना भेटले । स्वत:हून ।। 1358 ।। शिऊन शिवाजीचे शीर्ष । दक्षिण हाताने विशेष । दिधले मंगल आशीष । तुकोबाने ।। 1359 ।।

YEAR : 1645 AD

50. किशोर शिवाजी–15 :

50. स्वराज्याची शपथ : 1645 AD

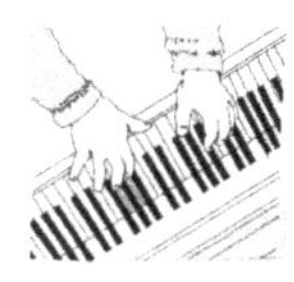  **संगीत श्री शिवाजी चरित्र राग–छंद माला, पुष्प 172**

(हरि)

स्थायी

शिवाजी मराठा, महावीर राजा, धीरोदात्त नेता, सदा युद्ध जेता ।

सुकर्मी महात्मा, अशी कीर्ति ज्याची, स्फूर्ति शक्ति ज्योति, जिजाबाई त्याची ।।

♪ सानि–सा– रेग–ग–, रेग–म–प म–ग–, मप–म–ग रे–म–, रेग– म–ग रे–सा– ।

रेग–म– पधध–, पध– नि–सां नि–ध–, नि–ध प–म ग–म–, पम–म–ग रे–सा– ।।

अंतरा–1

महाराष्ट्र भूमि, तया मातृभूमि, कर्मभूमि त्याची, तथा धर्मभूमि ।

पुण्यभूमि तीच, तपोभूमि तीच, यशोभूमि तीच, स्वर्गभूमि त्याची ।।

♪ सानि–सा–रे ग–ग–, रेग– प–मग–रे–, ग–रेप–म ग–म–, पम– ग–रेसा–सा– ।

रे–ग–म पध–, पध–नि–सां नि–ध–, निध–प–म ग–म–, पम–म–ग रे–सा– ।।

50. स्वराज्याची शपथ : 1645 AD

श्रीशिवाजी पंधरा वर्षांचे

श्रीओवी॰ सन सोळाशे-पंचेचाळीस । वर्ष पंधरावे शिवाजीस । प्रारंभ झाला चळवळीस । खुले आम ॥ 1360 ॥ राजे अनेक झाले । जन्मीं आले नि गेले । तामसी नीति वाले । देशोदेशीं ॥ 1361 ॥ मिळतात इश्कबाज । लुटणारे स्त्रीची लाज । ज्यांना अत्याचारी खाज । सुलतानी ॥ 1362 ॥ नावाजले महा-असभ्य । पण रामासमान सभ्य । कलियुगात ह्या अलभ्य । जगामध्ये ॥ 1363 ॥ राजा बघा इथेच एक । ज्यात स्त्रीदाक्षिण्य अचूक । गुण सात्त्विक स्वाभाविक । आढळतो ॥ 1364 ॥ जसा शूर तसा भद्र । कधी राम, कधी रुद्र । सुर, तार तथा मद्र । यथा योग्य ॥ 1365 ॥ द्रौपदीचा जसा कृष्ण । स्त्री-रक्षेस सदा तृष्ण । दुष्टनिकंदने उष्ण । यथोचित ॥ 1366 ॥ सज्जनांचे त्राण अखंड । दुर्जनांना उचित दंड । अत्याचाराविरुद्ध बंड । जसे ठीक ॥ 1367 ॥ ज्याचे ठायी योग्य आचार । सदा सारासार विचार । राजा झाला एक थोर । शिवराया ॥ 1368 ॥

रांझे पाटीलची गोष्ट

(एके दिवशी)

श्रीओवी॰ एकदाची बघा गोष्ट । शिवाजीस कळले स्पष्ट । एका पाटीलाने खाष्ट । पाप केले ॥ 1369 ॥ माझ्या राज्यात बलात्कार । स्त्रीचा जघन्य असत्कार । कोण हा पापी गुन्हेगार । सांगा मला ॥ 1370 ॥ राजा असो वा प्रजा । ज्याला पापात मजा । तो बळीची अजा । हीच सजा ॥ 1371 ॥ परस्त्री मानावी आई । काकू, मामी, कन्या, ताई । लक्ष्मी ती घरची बाई । धर्म सांगे ॥ 1372 ॥ स्त्री ही पूजनीय देवी । पृथ्वीवर रूप दैवी । तिचा मान जो न ठेवी । असुर तो ॥ 1373 ॥ स्त्रीचा मान सदा राही । भेद उच्च-नीच नाही । जाति धर्म इथे काही । म्हणे शिवा ॥ 1374 ॥ सीता, द्रौपदी, तारा । करूनी पाणउतारा । अपमानिल्या दारा । दुष्टात्म्यांनी ॥ 1375 ॥ रावण, दुर्योधन, बाली । गर्वाचे घर झाले खाली । आले मरण त्यांचे भालीं । यथा नीति ॥ 1376 ॥ स्त्री ही दैवत मराठ्यांची । आद्य देवता देव्हाऱ्यांची । योग्य मानाच्या मुजऱ्यांची । देवी रूपें ॥ 1377 ॥ तीच लक्ष्मी, तीच अंबा । सीता राधा दुर्गा रंभा । सरस्वती

रत्नाकर रचित ओवीबद्ध श्री शिवाजी चरित्र

50. स्वराज्याची शपथ : 1645 AD

जगदंबा । गायत्री ती ।। 1378 ।। तीच रामायण गीता । नर्मदा व प्राणहिता । गंगा यमुना सरिता । गोदावरी ।। 1379 ।। तीच रामराज्याचा पाया । अपरंपार तिची माया । स्निग्ध शुभ मंगल छाया । स्त्रीजातीची ।। 1380 ।। करूनी प्रणाम दंडवत । स्त्रीप्रतिष्ठा करूं शाश्वत । तेणे घडवूं 'शिवभारत" । मराठ्यांचे ।। 1381 ।। इथे व्हाया रामराज्य । तानाशाही पूर्णत्याज्य । सदाचार सदा पूज्य । असो आम्हां ।। 1382 ।।

रांझे गावच्या पाटीलाची कथा

ॐ ओवी॰ आला एक कारभारी । द्यावया बातमी सारी । बलात्काराची विषारी । शिवाजीला ।। 1383 ।। येथून दहा कोस दूर । रांझा नांवाचे आहे पुर । तेथे पाटील मगरूर । बाबा राव[111] ।। 1384 ।। पाटील फार माजलेला । घमेंडीत नावाजलेला । डंका त्याचा वाजलेला । चहुकडे ।। 1385 ।। करतो तो अत्याचार । स्त्रियांवर बलात्कार । त्याचा कुणी न प्रतिकार । करूं शके ।। 1386 ।। गुजर पाटीलाने बेडर । रामजी खोडेच्या मुलीवर । बहुत भीषण बलात्कार । केला काल ।। 1387 ।। ऐकोनी शिवाजी कोपले । अविश्वासाने थरकापले । तळ-मस्तक संतापले । दुःख झाले ।। 1388 ।। म्हणाले, कोण बरे हा नेणा । मुसक्या बांधून त्याला हाणा । त्वरीत दरबारात आणा । लफंग्याला ।। 1389 ।। आवरून आपला क्षोभ । शिवाजीने ताबडतोब । धाडले स्वार अविलंब । रांझे गावी ।। 1390 ।।

(बाबाराव गुजर)

ॐ ओवी॰ रांझेगावी येसाजी आले । पाटीलाच्या घरात शिरले । हात-पाय बांधून धरले । बाबाजीला ।। 1391 ।। आणोनी त्याला केले उभा । बोलायची दिली मुभा । विचारला मनसुबा । पाटीलाला ।। 1392 ।। म्हणाला मी पाटील । मला कोण दाटेल । करीन जे वाटेल । रांझे गावी ।। 1393 ।। मला काय कुणाची भीति । ही माझ्या वागण्याची रीति । इथे सर्व नीति-अनीति । मला माफ ।। 1394 ।। पोरी बाळी माझ्या गावी । धन सर्व माझ्या नांवी । त्यात दखल कां द्यावी । कुणी बरे? ।। 1395 ।। माझे गावी मीच राजा । माया-लेकीं माझी प्रजा ।

---

[111] **बाबा राव** = रांझेगावचा पाटील बाबाजी भिकाजी गुजर.

50. स्वराज्याची शपथ : 1645 AD

त्याची जर घेतो मजा । गुन्हा काय? ।। 1396 ।। आणि म्हणे काय झाले । मी हे कित्येकदा केले । त्यात कुणाचे काय गेले । पाटील मी ।। 1397 ।। मिटवितो माझी भूक । त्यात काय बरें चूक । सर्व सुरळीत मूक । चाले इथे ।। 1398 ।। राजा करे मनमानी । हीच प्रथा सुलतानी । ते आहेत आम्हां धनी । तुम्हीं कोण? ।। 1399 ।। वचन पाटीलाच्या मुखी । नारी संभोगात मी सुखी । ह्यात नाही आहे मी दु:खी । मुलींच ही ।। 1400 ।। त्याच्या तोंडी होत्या शिव्या । त्याच्या मनी जशा हव्या । काहीं जुन्या काहीं नव्या । घाणेरड्या ।। 1401 ।। त्याचा तोरा तो सुलतानी । डोळ्यांस नव्हते पाणी । उभा तसाच तो गुमानी । स्त्रीलंपट ।। 1402 ।।

श्रीओवी० शिवाजीने ऐकले त्याचे । शब्द गलिच्छ उद्धटाचे । घेऊनी मत सचिवांचे । न्याय दिला ।। 1403 ।। ह्याचे हात-पाय कापा । घरावर मारा छापा । ह्याचे धन सर्व दापा । प्रजेसाठी ।। 1404 ।। जरी कलियुगाचा काळ । आला फोडोनी अंतराळ । स्त्री-गो-ब्राह्मण प्रतिपाळ । शिवराया ।। 1405 ।।

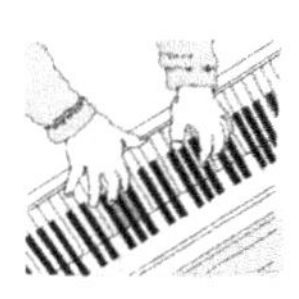

संगीत श्री शिवाजी चरित्र राग-छंद माला, पुष्प 173

रांझे पाटील

छंद : मराठी दोहा

13, 11 मात्रा

कुठे वसे पाटील तो, इतकी ज्याला खाज ।

आणा दुष्टाला इथे, मुसक्या बांधुनी आज ।। 1

ज्या पायांनी चालला, करावया अपहार ।

काटुनी टाको, पाय ते, त्याची ती तलवार ।।2

ज्या हातांनी ओढले, त्या बाईचे वस्त्र ।

कापुनी टाकूं हात ते, घेउनी त्याचे अस्त्र ।। 3

ज्या कानांनी टाळले, दारुण तिचे विलाप ।

फोडुनी टाकूं कान ते, चुकेल त्याचे पाप ।। 4

आदिलशाही देश ना, इथे मराठा राज्य ।

रत्नाकर रचित ओवीबद्ध श्री शिवाजी चरित्र

50. स्वराज्याची शपथ : 1645 AD

नारी रक्षा कायदा, नसे कुणाला त्याज्य ।। 5

रोहिडेश्वरची शपथ

ॐ ओवी॰ रांझे प्रकरणी खास । जनतेचा झाला विश्वास । मानावे प्रतिपाळ ह्यास । मराठ्यांचा ।। 1406 ।। एके दिवशी अकस्मात । रोहिडेश्वर मंदिरात । झाले मित्र उपस्थित । शिवबाचे ।। 1407 ।। शपथ घेण्या स्वराज्याची । मातृभूमीच्या रक्षणाची । हिंदू स्वदेश स्थापण्याची । जीवानिशीं ।। 1408 ।। शिवाजीचे स्नेही प्यारे । बाळ तरुण म्हातारे । होते देशभक्त सारे । उपस्थित ।। 1409 ।। मालुसरे तान्हाजी । त्यांचे बंधु सूर्याजी । देशपांडे बाजी । चिमणाजी; ।। 1410 ।। पासळकर बाजी । डबीर, जेधे बाजी । गुप्ते, कंक येसाजी । प्रभु गुप्ते ।। 1411 ।। शिवाजीच्या जीवनात । मराठे इतिहासात । <u>जाणावी ही सुरवात</u> । स्वातंत्र्याची ।। 1412 ।।

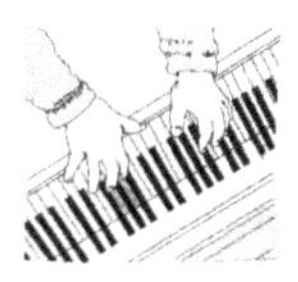

🎵 **संगीत श्री शिवाजी चरित्र राग-छंद माला, पुष्प 174**

स्वराज्याची शपथ

छंद : सरसी[112]

राजा हमको कहते सारे, अगल-बगल के लोग ।

मगर हमें तो दुखा रहा है, भारत माँ का सोग ।। 1

भूमि हमारी, मालिक वे हैं, जिन्हें न हमसे प्यार ।

लूट-मार औ तोड़-फोड़ भी, बेशर्म बलात्कार ।। 2

लोग हमारे बने हैं कई, मुरख उनके दास ।

माता-बहनें भ्रष्ट हो रही, शर्म न जिनके पास ।। 3

मरे हुए अभिमान जिन्हों के, ठंढा उनका खून ।

पशुवत् जीवन बिता रहे हैं, गुलामी का जुनून ।। 4

---

[112] 🎵 **सरसी** : ह्या 27 मात्रावाल्या नाक्षत्रिक छंदात शेवटी एक गुरु व एक लघु मात्रा तेते. ह्याचे लक्षण सूत्र 16, 8 + ऽ। असे असते.

51. तोरणा विजय : 1646 AD

चलो मावळों आज शपथ लें, सफल करें सवराज ।
बाजी दाजी तानाजी प्रभु, सब मिल करिए काज ।। 5
ध्येय शपथ के साथ हो, स्वतंत्र्य एकमेव ।
येळकोट मल्हार भवानी! हर हर महादेव! ।। 6

YEAR : 1646 AD

51. किशोर शिवाजी-16 :

51. तोरणा विजय : 1646 AD

श्रीशिवाजी सोळा वर्षांचे

ॐ ओवी॰ सन सोळाशे-शेहेचाळीस । लागले सोळावे शिवाजीस । ताव आला आता मिशीस । व दाढीस ।। 1413 ।। सौम्य देखणा तो तरुण । वीर पुरुष तो करुण । दया मायेचा तो वरुण । शिवराया ।। 1414 ।। मंगळ त्याचे चारित्र्य । आदर्श त्याचे पावित्र्य । संधान त्याचे स्वातंत्र्य । अचूक जे ।। 1415 ।। प्रखर आत्मविश्वासाचा । प्रचंड तो स्वाभिमानाचा । प्रकांड शहाणपणाचा । दूरदर्शी ।। 1416 ।। वैरी त्याचे अटखोर । चार सुलतान घोर[113] । गुंडे चोरावर मोर । सैन्यशाली ।। 1417 ।। सर्व किल्ले त्यांचे हाती । सैन्यांमध्ये घोडे हत्ती । महाराष्ट्राची केली माती । ह्या चोरांनी ।। 1418 ।। **आदिलशहा** विजापुरी । पुण्याहुनी फार न दूरी । दगलबाज मीठी छूरी । भव्य सेना ।। 1419 ।। **मुगल** शहाजहान । दिल्लीवाला सुलतान । महाराष्ट्रात

---

[113] **The four Sultans :** 1. Mh. Adil Shah of Bijapur (r. 1627-1657); 2. Shihab-ud-din Shah Jahan I of Delhi (r. 1628-1657); Abdullah Qutb Shah of Golkunda (r. 1627-1672); and Abyssinian Habshi Ruler Siddi Jauhar of Janjira.

रत्नाकर रचित ओवीबद्ध श्री शवाजी चरित्र

51. तोरणा विजय : 1646 AD

स्थापन । आहे सध्या ।। 1420 ।। गोळकोंड्याचा **कुतुबशहा** । धूर्त तसा **बर्बर** महा । नंबर तीन चा विरोधी हा । शिवाजीचा ।। 1421 ।। जंजीऱ्याचा **सिद्दी** जौहर । अंगी काळकूट जहर । बलाढ्य त्याचे आरमार । पश्चिमेला ।। 1422 ।। सैन्यबळ महाविराट । तोफा शस्त्र चमचमाट । धन द्रव्य साठा अफाट । लूटलेला ।। 1423 ।।

(पूर्वी)

श्रीओवी॰ कर्नाटकाचा मागला खास । विस्मृत नव्हता इतिहास । हिंदू साम्राज्य केले खलास । यवनांनी ।। 1424 ।। विजनगर केले साफ । न करता कुणास माफ । नऊ लाख प्राण झाले वाफ । एकाएकी ।। 1425 ।। माझी यवनाक्रांत भूमि । पूर्ण स्वतंत्र करीन मी । म्हणे शिवबा पराक्रमी । **बालनृप** ।। 1426 ।। अशा राक्षसांनी व्याप्त । जिथे जनता आहे त्रस्त । भूमि करूं आम्हीं मुक्त । प्रयत्नांनी ।। 1427 ।। शिवाजीला खेद फार । लोक आपुले लाचार । परलोकांचे चाकर । गुलामीत ।। 1428 ।।

तोरणा विजय

श्रीओवी॰ संवादुनी मित्र गुरु । विचारचक्र झाले सुरू । कामास कुठे कसा करू । श्रीगणेशा ।। 1429 ।। दृढ गड एक तरी । असावा आपुल्या करी । तेव्हांच सुरवात खरी । स्वातंत्र्याची ।। 1430 ।। ध्वज भगवा तुंग व्हावा । उंच नभात फडकावा । मराठाराष्ट्रास दिसावा । गौरवाने ।। 1431 ।। सैन्य आपुले थोडके । शस्त्र साधन रोडके । जन मनोबळ मोडके । आहे सध्या ।। 1432 ।। किल्ले आहेत दोन–चार । जिथे नाही सुरक्षा फार । मियां रहीम किल्लेदार । नाही दक्ष ।। 1433 ।। त्यांत किल्ले तोरणा छान । त्या गडाला **बहु** मान । सर करावा तो महान । बाले किल्ला ।। 1434 ।।

(तोरणगड)

श्रीओवी॰ उच्च गडावर स्थित[114] । किल्ले तोरणा नामांकित । ह्याच कारणें हा वांछित । शिवाजीला ।। 1435 ।। राष्ट्रकूटांनी हा केला । विलक्षण ज्यात कला । बहुत दुर्गम किल्ला ।

---

[114] **Torna Fort :** 4600 ft. above sea level, 50 Km South-West of Pune.

51. तोरणा विजय : 1646 AD

तोरण्याचा ।। 1436 ।। पुण्याच्या नैऋत्य दिशेस । दूर अंतर वीस कोस । कानदखोऱ्यात पडला ओस । तोरणगड ।। 1437 ।। करून सर्व विचार । केली योजना तयार । कराया झणकेदार । आक्रमण ।। 1438 ।। डोंगरमाथ्यावर स्थित । किल्ला पुरातन खंडित । नसतो रोज उपस्थित । किल्लेदार ।। 1439 ।।

श्रीओवी॰ किल्ल्यावर ठेऊनी नजर । दिवस-रात्र सर्व खबर । देत होते शिवाचे चर । शिवबाला ।। 1440 ।। कोण किल्यात येतो जातो । किती वेळ तिथे असतो । कोण काय आणतो नेतो । किल्यातून ।। 1441 ।। मियां रहीम होता निर्धास्त । कुणी न किल्यात घाली गस्त । त्यांच्या किल्याला लावील हस्त । कोण बरें? ।। 1442 ।। जेव्हां न्यून तिथे रक्षण । तेव्हां करूनी आक्रमण । किल्ला हातीं ध्यावा आपण । तोरण्याचा ।। 1443 ।। घेऊनीया मित्र थोडे । भाले तलवारी घोडे । निघाले ते किल्याकडे । एके रात्री ।। 1444 ।।

सर्पाकार सडक लंबी । तुंग गड गगनचुंबी । एक कोस किल्याची लांबी । खोल कडे ।। 1445 ।। मुख्य द्वार होते बंद । मागची वाट निरुंद । किल्यात शांत सबंद । सामसूम ।। 1446 ।। जसे बोलले होते हेर । नव्हता तिथे किल्लेदार । न इतर पहारेदार । उपस्थित ।। 1447 ।। चोरवाटेने जाऊन । शिरले भींत चढून । दिले द्वार उघडून । आंत येण्या ।। 1448 ।। किल्ला हातीं आला भव्य । शस्त्र द्रव्य साठा दिव्य । उजळले भवितव्य । मराठ्यांचे ।। 1449 ।।

(मग)

श्रीओवी॰ शिवाजीने केली पाहणी । धन संपदेची मोजणी । कुठे काय हवे, नोंदणी । तोरण्याची ।। 1450 ।। द्वारपाळ, संरक्षक । डाजडुजीचे शिल्पक । बांधणीकामाचे तक्षक । नियोजिले ।। 1551 ।। किल्यावर भगवा ध्वज । उंच फडफडला आज । शिवाजीचे आता स्वराज्य । सुरू झाले ।। 1552 ।। गाऊनी गायत्रीचा मंत्र । तोरणा केला स्वतंत्र । मावळ्यांचे आपले तंत्र । आता इथे ।। 1553 ।।

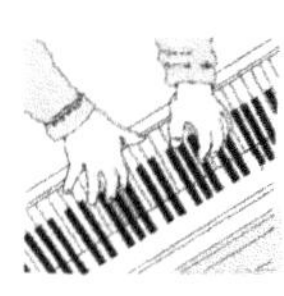  **संगीत श्री शिवाजी चरित्र राग-छंद माला, पुष्प 175**

तोरणा विजय

51. तोरणा विजय : 1646 AD

स्थायी

ध्येय सफल झाले, यश आले,

निश दिन शिशु-गण-दळ श्रय फळले ।

अंतरा-1

आज तोरणा हातीं आला, शत्रूला अमुचे बळ कळले ।

अंतरा-2

शुभारंभ हा, भाग्य शिवाचे,

आता विजय-दिशेला वळले ।

अंतरा-3

बाल-मराठयांचे बळ बघुनी,

सुलतानांचे मन हळहळले ।।

(तिकडे)

ॐओवी॰ आदिलशहा होता व्यस्त । दक्षिणेच्या मोहीमांत ग्रस्त । नायकांना[115] कराया त्रस्त । गुंतलेला ।। 1454 ।। इक्केरीचा वीरभद्र नायक । तंजावूरचा विजय नायक । मदुरेचा तिरुमल नायक । दक्षिणेचे ।। 1455 ।।

(इकडे)

ॐओवी॰ इकडे शिवाजीला मिळाली मुभा । सैनिक घेऊनी तो उभा । जिंकण्यास एक-एक सुभा । शीघ्र गति ।। 1456 ।। बघुनी ध्वज किल्यांवर । मराठे हजारों निडर । झाले शिवबाला सादर । लढावया ।। 1457 ।। शिवाजीची फौज विशाल । बनली स्वराज्याची ढाल । कराया अद्भुत कमाल । भविष्यात ।। 1458 ।।

राजगड किल्याची कथा

---

[115] **Nayaks :** 1. Tirumal Mayak of Madura (r. 1623-1659), Vira Bhadra Nayak of Ikkeri (r. 1629-1646), Vijay Nayak of Yanjavur (r. 1614-1646), etc.

रत्नाकर रचित ओवीबद्ध श्री शवाजी चरित्र

51. तोरणा विजय : 1646 AD

श्रीओवी॰ शिवबाला मिळाले धन । पुष्कळ आयुध साधन । सेना त्याची झाली सधन । कटिबद्ध ॥ 1459 ॥ तोरणगडच्या यशाने धीट । ठेवाया पाऊल पुढे इष्ट । शिवबाने केला विचार नीट । यशासाठी ॥ 1460 ॥ तोरण्याच्या पूवेस, न दूर । मुरुंबदेव डोंगरावर । किल्ला अत्युच्च शिखरावर । अति मोक्याचा ॥ 1461 ॥ मुरुंबदेव दुर्गम अत्यंत । दुर्ग शिवाजीला आला पसंत । तिथे बांधावा आपुला तुरंत । बाले किल्ला ॥ 1462 ॥ काढून माहिती पुरेशी । जुळवुन तयारी खाशी । गाठली मुरुंबदेव वेशी । हल्ला केला ॥ 1463 ॥ किल्ला होता जुनाट पडका । बहुतेक कुजका सडका । पण पुष्कळ रसद अडका । होता त्यात ॥ 1464 ॥ पुरातन सातकर्णी[116] पाया । त्यावर शिल्पकारांची माया । पण सर्व गेले वाया । युद्धांमुळे ॥ 1465 ॥ बांधणी जेव्हां आठवली । रसद खूप पाठवली । किल्यामध्ये साठवली । आदिलाने[117] ॥ 1466 ॥ निर्धास्त होते विना त्राण । भ्रष्टाचारात त्यांचे भान । मराठे आहेत गतप्राण । त्यांना वाटे ॥ 1467 ॥ केले दुर्लक्ष किल्यांकडे । जे होते दुर्गम वाकडे । त्यांवर खेळत माकडें । स्वच्छंदाने ॥ 1468 ॥ मागल्या बारा वर्षांपासोनी । आला कुणी न इथे चुकोनी । गडाचे रूप झाले झिजोनी । खंडहर ॥ 1469 ॥ ह्या सर्व संधीचे चांगले । महत्त्व शिवाजीने जाणले । तिला उपयोगात आणले । स्वराज्याच्या ॥ 1470 ॥ किल्ला आणला कबजात । विना विरोध अजीबात । आणले सर्व आटोक्यात । यथा ध्येय ॥ 1471 ॥ केली सुरवात जीर्णोद्धाराला । स्वराज्याच्या जलद विस्ताराला । दिले नवीन नांव त्याला । "राजगड" ॥ 1472 ॥ राजगडाची करून पहाणी । शिवरायाचे नीट आले ध्यानी । स्वराज्याची भावी राजधानी । हीच असो ॥ 1473 ॥ जशी इच्छा तसे करूं । म्हणाले दादोजी गुरु । बांधकाम केले सुरू । झपाट्याने ॥ 1474 ॥ भिस्ती, गवंडी, लोहार । पाथरवट सुतार । शिल्पी, राज, कामगार । व्यस्त झाले ॥ 1475 ॥ चुना, वाळु, दगड । विटा, वेळू, लाकुड । गिट्टी, मुरुम, बरड । माती गोटे ॥ 1476 ॥ छेन्या,

---

[116] **Satkarni :** Gautamiputra Satkarni (r. 62-86 AD), the 23rd king of Satvahan dynasty (r. 271BC-174AD), built this mighty hilltop fort.

[117] **Adil Shah :** Ibrahim Adilshah (r. 1580-1627 AD), the 7th Sultan of Bijapur.

रत्नाकर रचित ओवीबद्ध श्री शवाजी चरित्र

51. तोरणा विजय : 1646 AD

कुदळ्या, फावडें । सब्बल, घण, हातोडे । रंदे, कौचे, आच्या, फडे । मजुरांचे ।। 1477 ।।
तटबंदी वळसेदार । थाटदार प्रवेशद्वार । भव्य तलाव घाटदार । तीन माच्या ।। 1478 ।।

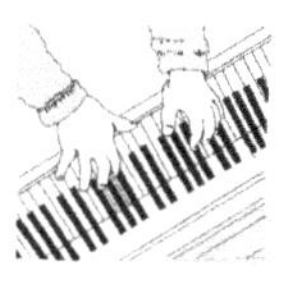  **संगीत श्री शिवाजी चरित्र राग-छंद माला, पुष्प 176**

राग दुर्गा, दादरा ताल

(राजगड)

स्थायी

नाम जपा, काम करा, राम म्हणा, नाम रे! ।

♪ध–ध पम–, प–प मरे–, सा–सा धध–, प–म म– – ।

अंतरा-1

वीट रचा, नीट रचा, एक एक छान, रे! ।

कोट उभा तुंग करूं, त्वरें करा काम, रे! ।।

♪म–म पसां–, सां–सां सांसां–, ध–सां रें–सां ध–ध प– – ।

ध–ध पम– प –प मरे–, सासा– धध– प–म म– – ।।

अंतरा-2

शत्रु घातकी महा, मातृभूमि संकटे ।

देश रक्षणाय करा, दुर्ग हा महान, रे! ।।

अंतरा-3

छत्रपतीने दिले, काम मुल्यवान, रे! ।

भूल मुळी नसो कुठे, असो सदा ध्यान, रे! ।।

अंतरा-4

राष्ट्रहितें त्याग करे, वीर अर्पण प्राण, रे!

पुण्यवान क्षात्र तोच, स्वर्ग त्यास धाम, रे! ।।

51. तोरणा विजय : 1646 AD

स्थायी

राम लिखो, नाम लिखो, राम लिखो, नाम रे ।

♪ ध–ध पम–, प–प मरे–, सा–सा साध–, प–म म– – ।

अंतरा-1

शिला तरे, सेतु बने, स्वेद बिंदु ढार रे ।

राम जपो, नाम रटो, तभी बने काम रे ॥

♪ म–म पध–, सां–सां सांसां–, ध–सां रें–सां ध–ध प– – ।

ध–ध पम–, प–प मरे–, सासा– धध– प–म म– – ॥

अंतरा-2

जादू भरा, महा भला, राम राम-नाम रे ।

काम करो, काम करो, राम को लो थाम रे ॥

अंतरा-3

राह तके, सिया वहाँ, रात दिवस जाग के ।

अँगुठी को देख देख, कहे प्रभो राम रे ॥

कुवारीगडाची कथा

श्रीओवी० जो पावेतो आदिल आहे व्यस्त । दक्षिणेत सेना घालते गस्त । इकडे आपण करावी फस्त । त्याची सत्ता ॥ 1479 ॥ पुण्याहून बावीस कोस । किंचित वायव्य दिशेस । मुळा नदीच्या उगमास । सह्याद्रीत ॥ 1480 ॥ वाट फार अवगड । पुराणा किल्ला उजाड । मोडका कुवारीगड । क्लृप्ति युक्त ॥ 1481 ॥ दादोजींनी केले यत्न । हिरावण्या किल्लेरत्न । झाले शिवाजी प्रसन्न । यशामुळे ॥ 1482 ॥ किल्ले तीन हाती आले । सबळ शिवाजी झाले । बारा मावळ आणले । सत्तेखाली ॥ 1483 ॥

188

रत्नाकर रचित ओवीबद्ध श्री शवाजी चरित्र

52. जावळी प्रकरण : 1647 AD

रोहिडे विजय

ॐ श्रीओवी॰ स्वातंत्र्याची घेऊन शपथ । मराठे जे होते तेथ । श्रीगणेश कराया अस्वस्थ । होते सर्व ॥ 1484 ॥ सुदैवयोगे कानावर । आली नुकतीच खबर । रोहिडेश्वर किल्यावर । अन्न टंचाई ॥ 1485 ॥ सरपण, रसद, दाणा-पाणी । नेत आहेत खाद्य पुरवणी । कामगार लोक विना जाचणी । गावातून ॥ 1486 ॥ मावळ्यांनी बदलून वेश । शस्त्र लपवुन झाले पेश । किल्यात केला गुप्त प्रवेश । सावकाश ॥ 1487 ॥ शे-दोनशे मावळे रांगेत । मिळताच बिगुल संकेत । पडले तुटून अकस्मात । शत्रूंवर ॥ 1488 ॥ जिंकले शिवाजीने मावळ । रोहिडेखोर व शिरवळ । मियां रहिम झाला घायाळ । लढाईत ॥ 1489 ॥

YEAR : 1647 AD

52. किशोर शिवाजी–17 :

52. जावळी प्रकरण : 1647 AD

श्रीशिवाजी सतरा वर्षांचे

ॐ श्रीओवी॰ सन सोळाशे-सत्तेचाळीस । वय सतरावे शिवाजीस । गति मिळाली चळवळीस । स्वातंत्र्याच्या ॥ 1490 ॥ रोहिडा व तोरणा आला । मुरुंबदेव सर झाला । रोहिडेश्वराचा मिळाला । आशीर्वाद ॥ 1491 ॥

(दादोजींचे स्वर्गारोहण)

ॐ श्रीओवी॰ दादोजींनी केली सेवा । मराठ्यांची देवा! देवा! । शरीर खंगले जेव्हां । थकले ते ॥ 1492 ॥ अंतिम दुखणे कोंडदेवाला । दादोजी खिळले अंथरुणाला । घ्यावे निमंत्रण मरणाला । देह म्हणे ॥ 1493 ॥ जरी डोळ्यांत आनंद । झाकूं लागले ते मंद । न कळतच केले बंद ।

दादोजींनी ।। 1494 ।। झाले विसर्जन आत्म्याचे । स्वर्गारोहण महात्म्याचे । गावें सद्गुण किती त्याचे । चिरंतन ।। 1495 ।। स्वराज्याची कोरूनी चाकोरीं । गेले दादोजी अमरपुरी । चालले मराठे त्या वाटेवरी । अनवाणी ।। 1496 ।।

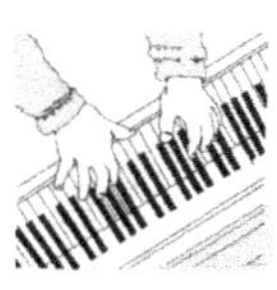  **संगीत श्री शिवाजी चरित्र राग-छंद माला, पुष्प 177**

वीर शिवाजी, रायगड

स्थायी

एक से दूजा दीप जलाओ, स्वतंत्रता की ज्योत जगाओ ।

अंतरा–1

घन अँधियारा पारतंत्र्य का, सब मिलजुल कर, दूर हटाओ ।

अंतरा–3

मन में डर का शत्रु छिपा है, दास्य भाव को मार मिटाओ ।

अंतरा–4

आओ मिल कर फौज बनाएँ, स्वाभिमान का, शस्त्र उठाओ ।।

जावळी प्रकरण

ॐओवी॰ जावळीचे खोरे अगम । पाटील त्याचा भीमासम । वीरश्री-जरबीचा संगम । चंद्रराव[118] ।। 1497 ।। जावळी दाट अरण्यात । कोयनेच्या दऱ्यां-खोऱ्यात । वसली होती सुरक्षित । सह्याद्रीत ।। 1498 ।। कोकण-कृष्णाकाठी त्याचा धाक । त्यामुळे वर होते त्याचे नाक । आदिलशहाचा उपासक । दुर्दैवाने ।। 1499 ।। आदिलशहाचा तो गुलाम । त्याच्या मनी होता हा गुमान । त्याला मुळीच नव्हता मान । शिवाजींचा ।। 1500 ।। असा तो शहाणा-दीड । स्वातंत्र्याची त्याला चीड । त्याच्या जावळीत भीड । अज्ञानींची ।। 1501 ।। त्याला स्वातंत्र्य वाटे व्यर्थ । दिसे ना काही त्यात अर्थ । सुलतान फार समर्थ । वाटे त्याला ।। 1502 ।। आदिल

---

[118] **चंद्रराव :** दौलतराव गणपतराव मोरे उर्फ चंद्रराव.

52. जावळी प्रकरण : 1647 AD

आहे जोपर्यंत । अमर आम्हीं तोपर्यंत । मोरे कुळाची सत्ता अंत । होणे नाही ।। 1503 ।। मोरे स्वातंत्र्याचा अरि । पहिल्या क्रमाचा वैरी । द्वेष शिवाजींचा करी । चंद्रराव ।। 1504 ।। शेवटी ठेपली ती वेळ । कराया बंद त्याचा खेळ । वाट बघत होता काळ । उत्कंठेने ।। 1505 ।। चंद्रराव मेला निपुत्रक । आता धनी कोण स्वाभाविक । विना वारीस, घेणे दत्तक । भाग होते ।। 1506 ।।

(चंद्रराव-2)

ॐ ओवी॰ विधवा बाई हुशार । तिने केला विचार । घ्यावा आता आधार । शिवाजीचा ।। 1507 ।। सुलतान धोकेबाज । नाही त्याला काही लाज । हडपेल सर्व राज्य । जावळीचे ।। 1508 ।। करील तो भ्रष्टाचार । स्त्रीलंपट आहे फार । संपत्तीचा अपहार । करील तो ।। 1509 ।। नीति नाही काडीचीही । गिळेल तो सर्व काही । करावा मी लवलाही । सुविचार ।। 1510 ।। राजे शिवाजी सात्विक । धोरण त्यांचे धार्मिक । डोके त्यांचे सुपीक । सदाचारी ।। 1511 ।। तिने पाठविला संदेश । सेवकाचे हाती निर्देश । "जावळीत व्हावे पेश" । तातडीने ।। 1512 ।। "शिवथरच्या मोऱ्यांचे मूल । हवे दत्तक ते फूल । चालवील माझे कूल । तुझ्या कृपें" ।। 1513 ।। शिवरायाची नजर । होतीच जावळीवर । पण चंद्रराव हेकेखोर । जुमाने ना ।। 1514 ।। आता वाट मोकळी झाली । संधि स्वत: चालून आली । शिवाजीने तयारी केली । जाण्यासाठी ।। 1515 ।। घेऊनी सैन्य निवडक । निघाले शिवाजी तडक । ठेऊनी पहारा कडक । राजे आले ।। 1516 ।। जावळी पूर्ण हाती आली । बिन विरोध सर झाली । मोरे बाईस भेट दिली । शिवाजीने ।। 1517 ।। जशी इच्छा मोरे बाईची । दत्तक घेण्याच्या घाईची । ओटी भरली त्या आईची । विश्वासाने ।। 1518 ।। पीढीजात "चंद्रराव" । दिले त्या मुलाला नांव । कुळाचा केला बचाव । शिवाजीने ।। 1519 ।।

रत्नाकर रचित ओवीबद्ध श्री शवाजी चरित्र

YEAR : 1648 AD

53. वीर शिवाजी-18 :

53. खानाची सून प्रकरण : 1648 AD

श्रीशिवाजी अठरा वर्षांचे

श्रीओवी॰ सन सोळाशे-अठ्ठेचाळीस । वर्ष अठरावे शिवाजीस । केले सुरक्षित जावळीस । शिवबाने ।। 1520 ।। कळली बातमी आदिलास । रहीम मियांने दिली खास । "काबीज केले जावळीस । शिवाजीने" ।। 1521 ।। मियां गेला बीजापुरला । द्यावया खबर हुजूरला । जावळीचा नाही उरला । अधिकार ।। 1522 ।। आदिल भडकला खूप । क्रोधाने लाल त्याचे रूप । ओतले आगेमध्ये तूप । रहीमने ।। 1523 ।। "कोंढाण्याची पुढली स्वारी । करील शिवाजी भारी । खाविंद! असावी तयारी । तोंड देण्या" ।। 1524 ।। ऐकोनी तो त्याचा सल्ला । वाचवाया कोंढाणा किल्ला । नेमले किल्लेदार त्याला । कोंढाण्याचा ।। 1525 ।।

(इकडे, कोंढाणा विजय)

श्रीओवी॰ शिवाजीस पूर्ण ज्ञात । रहीम मियांची जात । शिवाजी कुटील त्यात । त्यांचेपेक्षा ।। 1526 ।। मियां वापस परतण्याआधी । शिवाजीने युक्ति काढली साधी । कोंढाणा कबजात घेण्यासाठी । ताबडतोब ।। 1527 ।। कोंढाणा किल्ल्याचा किल्लेदार । पुराणा गडी सिद्दी अंबर । केला त्या अंबरला फितुर । बापूजींनी ।। 1528 ।। देशपांडे बापूजी मुद्दल । कूटनीतीत फार कुशल । वाटाघाटीने केले सफल । काम त्यांनी ।। 1529 ।। जो पावेतो मियां आला । झेंडा गडावर लागला । बघुनी मियां जळला । भस्मसात ।। 1530 ।। मियां उदास परतला । घरी ठाणें-शिरवळला । कराया विचार पुढला । युद्धासाठी ।। 1530 ।। इकडे तो मग्न विचारात । तिकडे शिवाजी तयारीत । कराया मियांचे विपरीत । मनोरथ ।। 1531 ।। मियां रहीम भांबावला । त्याचा धीर आंबावला । त्याचा विचार थांबावला । पळाला तो ।। 1532 ।। **शिरवळ** ठाणा

53. खानाची सून प्रकरण : 1648 AD

हाती आला । **सुभानमंगळ**ही मिळाला । शिवरायाचा विजय झाला । वीज गति ।। 1532 ।। वीर कावजी मल्हार । ख्यात त्याचे शौर्य फार । मानी ना तो मुळी हार । लढताना ।। 1533 ।। ठाणें गड शिरवळ । किल्ले सुभानमंगळ । वाढविले युद्धबळ । शिवाजीचे ।। 1534 ।।
(तिकडे, विजापुर)

ॐओवी॰ आता आदिल घाबरला । विषारी फण उगारला । कपटी कट उगारला । कारस्थानी ।। 1535 ।। कट केला विना शोर–गुल । कारण तिकडे होते दल । कुतुबशाही आणि मुगल । टपलेले ।। 1536 ।। त्याने रचले चक्रव्यूह । शिवाजीला देण्या शह । अनिवार्य कराया तह । विना युद्ध ।। 1537 ।। शहाजींशीं मिथ्या मैत्री । करावया हेरगिरी । मुस्तफाला[119] कामगिरी । दिली त्याने ।। 1538 ।। मुस्तफा वजीर आदिलाचा । आदिल जावई त्याचा । बाप ताजजहाँ बेगमचा । नवाब तो ।। 1539 ।। सेना विजापुरी भव्य । आणि मुबलक द्रव्य । दिले कारस्थान दिव्य । आदिलाने ।। 1540 ।। शहाजींचा करूनी घात । फार थोड्या वेळाचे आंत । शिवाजीला देण्या मात । निघाला तो[120] ।। 1541 ।। शहाजींना करणे अटक । आदिलाचा आदेश कडक । मुस्तफा निघला तडक । मोहीमेला ।। 1542 ।। आला **बेंगलूरूला** बदमाश । सजविली त्याने छावणी खास । शहाजींकडे पाठविला दास । भेट घेण्या ।। 1543 ।। **दाखविण्या** आपुली शान । धाडुनी नजराणे छान । केला शहाजींचा सन्मान । कपटीने ।। 1544 ।। धाडोनी पुन: पुन: दूत । आणला स्नेहास ऊत । म्हणे, "आमचे मन पूत । मैत्री करूं" ।। 1545 ।। त्याने स्नेह दर्शविला । व विश्वास वाढविला । न कळले शहाजीला । दंभ त्याचा ।। 1546 ।।

शहाजींना कैद

ॐओवी॰ खानाने दिले आश्वासन । आण ईमानाची घेऊन । भाऊ-भाऊ दोघे आपण । शहाजींना । 1547 ।। एक आपुला राजा । एक आपुली प्रजा । मनी नसो भाव दूजा । आपणांत ।। 1548 ।। शहाजी राजे भोळे-भाळे । शपथीवर भुरळले । त्यांना नाटक न कळले ।। खोटाड्याचे ।।

---

[119] **Mustafa Khan** : Mirza Muh. Amin Khan, father-in-law and minister of Adilshah of Bijapur.

[120] January 1648.

53. खानाची सून प्रकरण : 1648 AD

1549 ।। झाला जेव्हां पूर्ण विश्वास । खानाने टाकला निःश्वास । सफल झाले ते प्रयास । धीर आला ।। 1550 ।। निघाला तो मध्यरात्री । सगळी करोनी खात्री । बरोबर मारेकरी । आणि सेना ।। 1551 ।। गेली खबर ती शहाजीला । घात कराया खान निघाला । पण त्यांना विश्वास न आला । बातमीचा ।। 1552 ।। पृथ्वीराजाने चूक जी केली । भूल तीच शहाजींची झाली । जात खानाची न ओळखली । सुलतानी ।। 1553 ।।

(तेव्हां)

ॐ ओवी॰ करून हेरांशीं सल्ला । केला त्या खानाने हल्ला । जागा! जागा! झाला कल्ला । मराठ्यांचा ।। 1554 ।। अंधारात सर्वव्यापी । झाली सुरू कापाकापी । शहाजी झाले तथापि । घोडेस्वार ।। 1555 ।। छावणीला गराडा होता । मुस्तफाचा दरोडा होता । मराठ्यांचा चूराडा होता । वेढ्यामध्ये ।। 1556 ।। नाकेबंदी चहुंकडे । मारेकरी होते खडे । सुटका मुळी न घडे । कुणाचीही ।। 1557 ।। शहाजी सुटूं न शकले । पळून पळून थकले । कचाट्यामध्ये अडकले । हाती आले [121] ।। 1558 ।। शहाजी झाले बंदिस्थ । मुस्तफाने ठोकल्या मस्त । बेड्या हाती-पायी-गळ्यात । लोखंडाच्या ।। 1559 ।। शहाजी झाले होते जखमी । तरी ओढत होता तो छद्मी । अपमान केला नाही कमी । मुस्तफाने ।। 1560 ।। वचनभंग केला भयंकर । विश्वासघात केला अवांतर । छद्म कपट धोका निरंतर । नवे काय ।। 1561 ।। शहाजींना चिंता न जीवाची । परंतु काळजी शिवबाची । त्याहून अधिक बचावाची । स्वातंत्र्याच्या ।। 1662 ।। शहाजी नव्हते भावुक । त्यांना होते ते ठाऊक । राजकारण हे नाजुक । रचलेले ।। 1563 ।। आदिलाला हवा ओलीस । खंडणीच्या वसूलीस । नष्ट कराया शिवाजीस । गळा दाबून ।। 1564 ।।

(विजापुरी धमकी)

ॐ ओवी॰ पाठविली धमकी जिजाऊला । स्वातंत्र्य हवे की सौभाग्य तुला । आण पुत्राला आमच्या बाजूला । ताबडतोब ।। 1565 ।। अन्यथा विसर पतीला । आणि गमव शिवाजीला । मिळेल स्वराज्य मातीला । हट्ट सोड ।। 1566 ।।

---

[121] July 1648.

53. खानाची सून प्रकरण : 1648 AD

(पण)

जिजाबाई नारी वाघीण । चवताळलेली जोगीण । स्वराज्य-कोषाची कातीण । धोरणी स्त्री ।। 1567 ।। तन-मन तिचे अर्पण । देशभक्ति तिचे सर्पण । कार्मयोग तिचे तर्पण । योगिनी ती ।। 1568 ।। मराठ्यांची ती भूषण । आली न त्यांना शरण । स्वातंत्र्याची राखण । सर्वांगिण ।। 1569 ।। ऐकून जिजाऊचा अस्वीकार । आदिल झाला लढाया तयार । पाठविली त्याने सेना अपार । सूड घेण्या ।। 1570 ।।

(आक्रमण)

ॐॐओवी॰ जसे म्हणाला सुलतान । निघाला फौजी फत्तेखान[122] । जिंकावया किल्ले मोठे लाहान । ज्याला रक्ताची तहान । शिवाजींच्या ।। 1571 ।। बरोबर विख्यात सरदार । बाजी घोरपडे विद्रोही फार । आदिलशहाचा विश्वासु फार । मराठा तो ।। 1572 ।। जवळ येत होते बिजापुरी । परिस्थिति गंभीर खरी खुरी । कशा हातावर द्याव्या तुरी । हाच प्रश्न ।। 1573 ।। भवानीला स्मरावे । व करूनी मरावे । कि स्वातंत्र्य विसरावे । समजे ना ।। 1574 ।। झुंज देण्या योग्य गड । आहे किल्ले पुरंदर । रणक्षेत्र बेलसर । बेत केला ।। 1575 ।। किल्लेदार बहु धार्मिक । महादेवजी सरनाईक । शूर वीर प्रामाणिक । वृद्ध भट ।। 1576 ।। सोडोनी अन्य पर्याय । करोनी मन निर्भय । शेवटी केला निर्णय । लढण्याचा ।। 1577 ।। सगळ्यांनी कसली कंबर । एक करोनी पृथ्वी–अंबर । प्रत्येकाने मारावे शंभर । रणांगणी ।। 1578 ।। शिवाजीचे पाठी जमा झाले । पोरें तरुण म्हातारे वाले । ढाला तलवारी पट्टे भाले । शस्त्रधर ।। 1579 ।।

पुरंदरची लढाई

ॐॐओवी॰ शिवरायाने जासूद धाडला । विनंती करण्या महादजीला । पुरंदर उघडावा, आम्हाला । आंत येण्या ।। 1580 ।। महादजी मित्र शहाजींचे ।। 1581 ।। संबंध पुराण्या घराण्यांचे । नोकर असूनी ते म्लेंच्छांचे । नैतिक ते ।। 1582 ।। त्यांनी सदसत् ताडले । "आंत या," उत्तर धाडले ।। किल्ल्याचे द्वार उघडले । शिवासाठी ।। 1583 ।। सैन्यासह शिवाजी आले । आणि सर्व

---

[122] **Fateh Khan :** Son of Malik Ambar (1549-1626, r. 1601-1626), and the murderer of Murtaza Burhan Nizamshah (r. 1603-1630).

53. खानाची सून प्रकरण : 1648 AD

सुसज्ज झाले । हजार-बाराशे मावळे । लढाईला ।। 1584 ।। धनुष्य-बाण तलवार । जिरेटोप डोईवर । ढाल चिलखत अंगावर । पार्थ जसा ।। 1585 ।। धर्मयुद्ध धर्मक्षेत्र । हेच आज कुरुक्षेत्र । "जय भवानी!" हाच मंत्र । गरजला ।। 1586 ।। हर हर महादेव! । खंडोबा! तू छत्र ठेव । मनीं नसो काहीं भेव । मावळ्यांच्या ।। 1587 ।। बेलसर रणांगण । लाल होणार हे रण । जिंकेल-हारेल कोण । देव जाणे ।। 1588 ।। येळकोट जी! जय मल्हार! । तुळजाभवानी जयकार! । गरजले मावळे हजार । एकवट ।। 1589 ।।

(शिरवळ)

ॐओवी॰ आम्हीं आधी घेऊं शिरवळ । मग जिंकूं सुभानमंगळ । नंतर बेलसर सरळ । गाठूं रण ।। 1590 ।। ऐकोनी शिवाजींचा आदेश । सगळ्या मावळ्यांत आवेश । सफल कराया उद्देश । आतुर ते ।। 1591 ।। वाजूं लागली नौबत । रणशिंगें सोबत । झेंड्यांनी होता शोभत । पुरंदर ।। 1592 ।। संभाजी काटे, बाजी पासळकर । बाळाजी नाईक, कावजी मल्हार । गोदाजी जगताप, भैरोजी चोर । बाजी जेधे ।। 1593 ।। सर्वांचे अंगी स्फूरण । देशप्रेम विलक्षण । आनंदाने सर्व जण । कूच झाले ।। 1594 ।। शिरवळचा प्रभाव । बाजी हैबतराव । मारला करोनी घाव । कावजीने ।। 1595 ।। बघोनी ते मावळ्यांचे बळ । शत्रु सारे झाले निर्बळ । फत्ते झाला सुभानमंगळ । किल्ला पुन्हा[123] ।। 1596 ।। सुभानमंगळ पडला । भगवा निशाण चढला । गडावर फडफडला । मराठ्यांचा ।। 1597 ।।

बेलसरची लढाई, नव्हेंबर १६४८

ॐओवी॰ शहाजी बेंगलुरुला बंदिस्थ । मुस्तफाखानाचे कारागृहस्थ । विजापुरला नेण्याच्या घाईत । मेला खान ।। 1598 ।। मुस्तफा वारला अवेळी, बीमार । अफजलखान आता सरदार । जसा मुस्तफा कपटी फार । तसाच हा ।। 1599 ।।

(इकडे बेलसरला)

---

[123] August 1648.

53. खानाची सून प्रकरण : 1648 AD

जिंकताच शिरवळ गड । केली स्वारी फत्तेखानावर । गनीमी काव्यांचा केला वापर । शिवाजीने ।। 1600 ।। बेलसरला छावणी खानाची । बेसावध होती शाही तानाची । चारीं बाजूंनी किर्र रानाची । लपावया ।। 1601 ।। मावळे दाट झाडींत दडले । छावणीच्या भवती पसरले । वाट बघत ठहरले । इशार्‍याची ।। 1602 ।। अचानक ही चढाई । भीषण ही लढाई । झाली सुरू हातघाई । भयानक ।। 1603 ।। खानाची फौज विशाळ । मावळे तुकड्या किरकोळ । छापे मारोनी काढती पळ । शिताफीने ।। 1604 ।। छावणीत गोंधळ धावपळ । घाबरूनी उडाली तारांबळ । पिसाळलेल्या कुत्र्यांचा धुमाकूळ । अशी स्थिति ।। 1605 ।। मराठ्यांच्या मुसंड्या वारेमाप । केवढा गलबला, अरे बाप! । मुठ भर मावळ्यांचा हा शाप । महाघोर ।। 1606 ।। खानाने आता केला विचार । मराठ्यांना द्यावे बेलसर । आपण जिंकावा पुरंदर । शिवाजीचा ।। 1607 ।। सोडोनी बेलसरचे ठाणे । पळ काढला फत्तेखानाने । नवी चढाई योजिली त्याने । पुरंदर ।। 1608 ।। निघाला खान गडाकडे । पण उंच किल्ल्याचे कडे । मार्ग ते बाकडे-तिकडे । अवघड ।। 1609 ।। उभा तिथे त्याचा काळ । तो रघुनाथ बल्लाळ । शिवाजींचा प्रतिपाळ । महावीर ।। 1610 ।। कराया त्याचा सत्कार । मावळे होते तयार । पाषाणांचा भडिमार । केला सुरू ।। 1611 ।। धोंड्यांचा पाऊस सडासड । शिपाई पडले धडाधड । गाठूं शकले न ते गड । परतले ।। 16121 ।। खानाला वाटली हळहळ । धैर्यगलित तो निर्बळ । गाठले त्याने, काढोनी पळ । विजापुर ।। 1613 ।। न लागता त्याचा टिकाव । धूम पळाला तो गाढव । विना अधिक अडकाव । पोहचला ।। 1614 ।। खान वाचवुनी जीव । आला घरी एकजीव । केला जंगी त्याचा पराभव । शिवाजीने ।। 1615 ।।

शिवाजी महाराज छत्रपति

श्रीओवी॰ स्वातंत्र्याचे प्रथम युद्ध । जिंकले शिवराया शुद्ध । आनंदित तरुण-वृद्ध । मराठे ते ।। 1616 ।। शिरवळ-वीर बापूजी मुद्गल । पुरंदरचा रघुनाथ बल्लाळ । बेलसरचा बाजी पासळकर । गौरविले ।। 1617 ।। हर्षित झाला अख्खा देश । विरला जनमन क्लेश । सिद्ध झाला राष्ट्रनरेश । शिवराया ।। 1618 ।। जन जमाव झाला गोळा । कराया साजरा सोहळा । मुजरा तोफांचा सोळा । दिला छान ।। 1619 ।। जन गण सर्व तोषित । मंडळीं-द्वारे पतिष्ठित । शिवराया झाले

53. खानाची सून प्रकरण : 1648 AD

घोषित । छत्रपति ।। 1620 ।। शिक्का-मोरबत मुद्रा मान । मंत्री-मंडळ अष्टप्रधान । पेशव्याचे पद विधान । नियोजिले ।। 1621 ।। श्यामजी निळकंठ पारासनीस[124] । पात्र झाले पेशव्याच्या पदवीस । मराठ्यांच्या दैनंदिन उन्नतीस । प्रारंभ हा ।। 1622 ।।

खानाची सून प्रकरण

श्रीओवी॰ स्वातंत्र्य स्थापित केले । आता हवे नवे जिल्हे । आणि हवे नवे किल्ले । शीघ्ररीत्या ।। 1623 ।। नवे किल्ले कराया उभे । हस्तगत कराया सुभे । शत्रूंच्या धनावर ताबे । आवश्यक ।। 1624 ।। वाटमारे मावळे दळ । लूटती शत्रूंचे धन । कराया खजीना सधन । मराठ्यांचा ।। 1625 ।। एकदा झाला प्रकार ऐसा । जात होता कराचा पैसा । जातो विजापूरला जैसा । नेहमीच ।। 1626 ।। कल्याणचा दरबान । मुल्ला अहमद खान । धाडीत होता लगान[125] । विजापूरला ।। 1627 ।। आबाजी सोनदेव बहुतकर । आणि शिवाजींचे इतर चाकर । लूटते झाले विजापूरचा कर । वाटेमध्ये ।। 1628 ।। आबाजीने धन लुटून । बंदी केले लोक धरून । त्यांत होती खानची सून । रूपवती ।। 1629 ।। बघूनी नारी रूपमती । आबाजीची फिरली मति । दिली शिवाजीला त्याने ती । नजराणा ।। 1630 ।।

(पण)

श्रीओवी॰ शिवाजी नीतीचे थोर । म्हणाले, "गुन्हा हा घोर । दंडितव्य हा स्त्री-चोर । सोनदेव ।। 1631 ।। परत देओनी धन लुंठित । मागोनी क्षमा विनयपूरित । पाठवा त्या नारीला सुरक्षित । तिच्या घरी ।। 1632 ।। आपण नाही सुलतानी । करूं न शकूं मनमानी । नीति आपली सनातनी । सदाचार ।। 1633 ।। आपण जर करूं दुराचार । जसे ते करतात अत्याचार । उरेल आपण-त्यांत अंतर । काय बरें? ।। 1634 ।। ठेवावा आपण आदर्श । करूं नये पापांस स्पर्श" । दिला शिवाजींनी आदेश । मराठ्यांना ।। 1635 ।।

(मगर)

---

[124] Shyamji Parasnia, 1st Peshwa (r. 1648-1662)

[125] **लगान** : Zakat and other annual taxes.

53. खानाची सून प्रकरण : 1648 AD

 <u>संगीत श्री शिवाजी चरित्र राग–छंद माला, पुष्प 178</u>

खानाची सून प्रकरण

लावणी

स्थायी

स्वभाव सुंदर, प्रभाव मंगल, तुझा शिवाजी, अनन्य ग! ।

असा जाणता, तथा शहाणा, महान राजा, न अन्य ग! ।।

♪ मसानि–रे ग–गग, पम–ग रे–रेरे, धप– मग–म–, गम–ग, रे– ।

अंतरा–1

परस्त्री ज्याला, सुवंद्य माता, तुझा शिवाजी सुवंद्य ग! ।

परम धुरंधर तुझा पुत्र हा, जिजाऊ माते तू धन्य ग! ।।

अंरात–2

अगम्य लीला, अनेक ज्याच्या, चरित्र त्याचे, सुरम्य ग! ।

स्वदेश ज्याने स्वतंत्र केला, तया भवानी प्रसन्न ग! ।।

 <u>संगीत श्री शिवाजी चरित्र राग–छंद माला, पुष्प 179</u>

(सदाचारी शहाणा राजा)

असो नार तरणी, असो नार गोरी ।

असो वा नसो ती, कुणी नार कोरी ।। 1

असो ती कुणाची, सुशालीन पत्नी ।

आसो माय–बहीणीं, सुकुमार पोरी ।। 2

असो कोण राजा, सैनिक सुलतानी ।

जयने न केली, खुले आम चोरी ।। 3

आले नि गेले, अरब–अफगाणी ।

53. खानाची सून प्रकरण : 1648 AD

लंपट-लुटारू, गजनी व घोरी ।। 4

गळे कापती वा, बलात्कार करुनी ।
पळवून नेती, करुनी बरजोरी ।। 5

जगी एक झाला, असा भूप ज्ञानी ।
मातएवत् परदारा, सुस्वरूप छोरी ।। 6

नारी सुरक्षा, सर्वोच्च जाणी ।
स्वधर्मी असो वा, परधर्म नारी ।। 7

सदाचार ज्यांचे, रक्त खानदानी ।
राजा तयांचा, शिवा अवतारी ।। 8

शहाजहान

ओवी॰ बादशहा शहाजहान[126] । आग्याचे सोडोनी स्थान । दिल्लीला नेतो कुशासन । राजधानी[127] ।। 1636 ।। दिल्ली राजधानी पांडवांची । मग पृथ्वीराज चौहाणाची । मग झाली दुष्ट यवनांची । सहा शतकें[128] ।। 1637 ।। मोठा पुत्र दारा शुकोह । आसनाचा त्याला न मोह । नीति अध्यात्म उहापोह । त्याचा छंद ।। 1638 ।। पुत्र दूसरा शुजा शहा । शांत सरळ तो महा । भावाच्या हाती मेला हा । जसा दारा ।। 1639 ।। पुत्र तीसरा औरंगजेब । दुष्ट, क्रूर, कपटी फरेब । आचरण त्याचे गजब । धर्मांधळा ।। 1640 ।। आसनावर त्याचे लक्ष । राजकारणात तो

---

[126] **शहाजहान** : Ruled 1627-1658. He had four sons : 1. * Dara Shukoh (1615-1659), 2. * Shah Shuja (1617-1659), 3. Aurangzeb (1618-1707, r. 1658-1707), 4. Murad Baksh (1625-1661). * Murdered by Aurangzeb.

[127] **राजधानी** : Lal Quila, coustructed bteween 1639-1648.

[128] **सहा शतकें** : 1206-1858.

54. तुकाराम महाराजांचे स्वर्गारोहण : 1649 AD

दक्ष । द्रोही खादिमांचा अध्यक्ष । महाघोर ।। 1641 ।। पुत्र चौथा मुरादबक्ष । शासनावर त्याचे लक्ष । सांभाळतो मुगल-पक्ष । गुजरातेत ।। 1642 ।।

YEAR : 1649 AD

54. वीर शिवाजी–19 :

54. तुकाराम महाराजांचे स्वर्गारोहण : 1649 AD

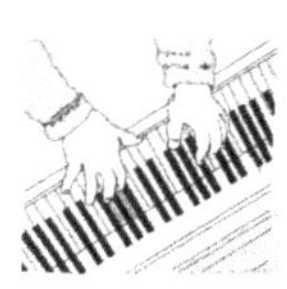 संगीत श्री शिवाजी चरित्र राग–छंद माला, पुष्प 180

शिवा

स्थायी

गावें गान खुशीने त्याचे, घ्यावें नाम शिवाचे ।

सुंदर मंगल लक्षण साचे, आवडत्या शिवबाचे ।।

♪ग–मप रे–नि निसा–साग रे–सा–, ग–प– धऽध धनिसांधप– – – – ।

सां–सांसां सां–सरिं नि–धप धसांसां, सां–सरिनिध मपग– –मरेसाग– ।।

अन्तरा– 1

वीरांचा रणवीर खरा जो, चरित्र रोचक ज्याचे ।

शूर बहादुर संगी ज्याचे, देशभक्त रक्ताचे ।

पूज्य नरोत्तम पावन ऐशा, आदरणीय शिवाचे ।।

अंतरा–2

स्वातंत्र्याचा जो सेबानी, जन सेवा सुख ज्याचे ।

तन मन अर्पण करुनी करतो, रक्षण जो देशाचे ।

नारी–आदर सद्गुण ज्याचा, अवगुण दूर जयाचे ।।

♪निसांसां–रें– सांसांनिधप धनिसां सां–, निसां–सां नि–धध निसांसां– – – – – ।

54. तुकाराम महाराजांचे स्वर्गारोहण : 1649 AD

नि-सां सांसां-सांसां निसांसां- निधप-, धनिध प-म पधनिसांसां- – – – – ।
निसांसां सांसां-सिरें निधपध निसांसां-, धसांसांसांनिध मपग- -मरेसाग- ।।

अफजल खानाचे आगमन

ॐओवी॰ जेव्हां मुस्तफाचा गेला प्राण[129] । नेता झाला अफजल सान । शहाजींवर तो पहारे-श्वान । महापापी ।। 1643 ।। त्याला धाडला आदिलाने आदेश । विजापूरला आणावे शहाजीस । त्वरित देणे आहे अपराधीस । मृत्युदंड ।। 1644 ।। खान निघाला विजापूरकडे । हत्यावर शहाजींचे कठडे । हातांत-पायांत लोखंडी कडे । साखळदंड ।। 1645 ।। आला अफजल विजापूरला । आदिलशहा अति आतुरला[130] । आता वेळ फार नाही उरला । प्राण घ्याया ।। 1646 ।।

वीर शिवाजी, एकोणवीस वर्षांचे

ॐओवी॰ सन सोळाशे-एकोणपन्नास । शहाजी कैदेत होते उदास । कैसे बंदीमुक्त करील त्यांस । शिवराया ।। 1647 ।। तिकडे शिरच्छेदाची तयारी । इकडे जिजाऊ उत्सुक भारी । काय काढील शिवबा अखेरी । तडजोड ।। 1648 ।। शिवाजी राजे गूढ चिंतेत । काहींच उमजेना किंचित । नंतर ध्यानी आले इंगित । नामी युक्ति ।। 1649 ।। नाक दाबूनी तोंड उघडावे । आदिलशहाला पेचात पाडावे । त्याने राजे शहाजींना सोडावे । मुकाट्याने ।। 1650 ।।

ॐओवी॰ योजना शिवाजीने केली अशी । पाडाया आदिलाला तोंडघशी । कधी न शहाने कल्पिली जशी । चातुर्याची ।। 1651 ।। शिवाजीने रचले छान । पाताळयंत्री कारस्थान । गाठला त्याने सुलतान । दिल्लीवाला ।। 1652 ।। शहा न जाणे संकट आगत । कुणकुण कुणाला विना लागत । आलेली होती मुगली आफत । डोक्यावर ।। 1653 ।। शहाचे मनोरथ कोसळले । ऐन वेळी नशीब ओशाळले । सूड घेण्याचे स्वप्न मावळले । निरूपाय ।। 1654 ।।

---

[129] Nov. 09, 1648.

[130] March 10, 1649.

54. तुकाराम महाराजांचे स्वर्गारोहण : 1649 AD

(अचूक युक्ति)

(युक्ति)

ॐ ओवी॰ लिहिले एक शिवाजीने पत्र । शहाजहानला अचूक तंत्र । "आम्हीं व आमचे पिता पवित्र । शरण तुम्हां ।। 1655 ।। "करूं आम्हीं आपली चाकरी । खाऊं जी द्याल भाकरी । आपल्या चरणाशीं नोकरी । द्यावी आम्हां ।। 1656 ।। "सेना आमची होईल आपली । आदिलाचीं मुलें जिने कापली । राज्य समृद्धि होईल चांगली । दक्षिणेत ।। 1657 ।। "आमच्या वीरश्रीचे खचित । सर्वच आहेत परिचित । आदिलशाही राज्यासहित । आपणही ।। 1658 ।। "आम्हीं सेवेस आहो राजी, पण । त्यात मात्र एकच अडचण । पिताश्री बंदिस्थ विनाकारण । आदिलांचे ।। 1659 ।। "बाळगून स्वामीभक्ति । सेवेसाठी यथाशक्ति । व्हावी पिताश्रींची मुक्ति । अविलंब ।। 1660 ।। "पाठवावा तसा फर्मान । जेणे व्हावा आमचा मान । पिताश्रींना जीवनदान । देण्यासाठी" ।। 1661 ।।

ॐ ओवी॰ साम दाम दंड भेद । योजितो जो विना खेद । ठीक समयी विच्छेद । तोच वीर ।। 1662 ।। चाल होती अजब अचाट । करील कामगिरी अफाट । प्रयत्न करोनी अटोकाट । गेले पत्र ।। 1663 ।। गुजरातेत मुराद बक्ष । सांभाळतो मुगल पक्ष । गेला खलिता त्याचे समक्ष । दिल्लीकडे ।। 1664 ।। ऐकोनी खलित्याची खबर । आदिल भांबावला जबर । शहाजींना मारले अगर । तोबा! तोबा! ।। 1665 ।। येईल धाड आपल्यावर । शहाजहानचा तो चाकर । त्याचे संरक्षण अत:पर । करणीय ।। 1666 ।। मुगल आहेत टपलेले । मराठे आहेत लपलेले । नष्ट कराया लोभावलेले । आपल्याला ।। 1668 ।। नको! नको! हा धोका । द्वेष आपला फोका । आताच आहे मोका । सुधारण्या ।। 1669 ।।

(आणि मग)

ॐ ओवी॰ आदिलशहा घाबरले । मुळापासोनी हादरले । प्रकरण त्यांनी सावरले । शहाजींचे ।। 1670 ।। बेड्या शहाजींच्या तोडल्या । शृंखला त्यांच्या खोलल्या । विस्कलित घड्या जोडल्या । मुकाट्याने[131] ।। 1671 ।। देऊन त्यांना उपहार । करोनी त्यांचा सत्कार । केला त्यांचेशीं करार

---

[131] May 16, 1649.

54. तुकाराम महाराजांचे स्वर्गारोहण : 1649 AD

। सुटकेचा ।। 1672 ।। आदिलाने केली हुशारी । जात होती इभ्रत सारी । अशाही स्थितीत अखेरी । युक्ति केली ।। 1673 । सुटकेची सांगितली अट । द्यावा लागेल कोंढाणा-तट । बेंगलुरु व कंदर्पाचा गड । मोबदला ।। 1674 ।। शहाजींनी नव्हते जाणले । आदिलाला होते ताणले । शिवाजीनेच हे आणले । घडवून ।। 1675 ।। शहाजींनी खंत आवरली । मनात शांति अवधारली । आदिलाची अट स्वीकारली । भोळेपणे ।। 1676 ।। युक्ति चालली शिवाजीची । झाली सुटका शहाजींची । जळली खूब विरोधकांची । मराठ्यांच्या ।। 1677 ।। अफजलखान, फत्तेखान । झाले आश्चर्याने बेभान । बघुनी ते कारस्थान । शिवाजीचे ।। 1678 ।।

राज्य व्यवस्था, राजगड

॥श्रीओवी॰ कोंढाणा किल्ला जरी गमावला । पूज्य पित्याचा जीव वाचला । राज्य व्यवस्थेस वेळ मिळाला । शिवाजीला ।। 1679 ।। सर्व गडांची राणी । राजगड राजधानी । बांधली गोजिरवाणी । शिवाजीने ।। 1680 ।। आईसाहेबांना आवडली । राजधानीकरिता निवडली । त्यांच्या मताप्रमाणे सजविली । राजगड ।। 1681 ।। गगनचुंबी शिखरावर । बांधला किल्ला शानदार । तटबंदी वळसेदार । सर्पाकार ।। 1682 ।। गडाला जोडल्या माच्या तीन । बालेकिल्ला चढाया कठीण । तीन भव्य तलाव प्राचीन । गडावर ।। 1683 ।। कारखाने बांधले अठरा । देवता देवालयें अकरा । राजवाडे, घरांचा पसारा । फार मोठा ।। 1684 ।। सुव्यवस्था राज्यात सगळ्यांची । शेती, सैन्य, शस्त्र, हेर, किल्ल्यांची । न्याय, कर वसुली, देवळांची । चोख केली ।। 1685 ।। विहिरी, धान्य कोठारें । कालवे-पाटबंधारे । धरण, तलाव सारे । बांधकाम ।। 1686 ।। वृक्ष-झडें लागवण । गोरक्षा-गोसंवर्धन । गोहत्येवर बंधन । लागू केले ।। 1687 ।। जाळपोळी, डाके सबंद । खून मरामाऱ्यांचे छंद । तस्करी दरवडे बंद । राज्यामध्ये ।। 1688 ।।

संत तुकारामांचे स्वर्गारोहण[132]

श्रीओवी॰ तुकोबा लहान बंधुवर । सोडोनी रुखमाबाई दार । तुकारामांनी त्यागले घर । विरक्त झाले ।। 1689 ।। मिळाले गुरु बाबाजी चैतन्य । "रामकृष्ण हरि!" मंत्र अनन्य । विठोबा-भक्तीत पळाले दैन्य । संत झाले ।। 1690 ।। तुकोबांचे अभंग पावन । रामेश्वर भट्टाने घेऊन । इन्द्रायणीत दिले फेकून । ईर्षेमुळे ।। 1991 ।। न ते पाण्यात बुडले । न ते पाण्याने भिजले । पाण्यावर तरंगले । कोरडेच ।। 1692 ।। बहिणाबाई, शिवबा कासार । आले मग भट्ट रामेश्वर । शिष्य तुकारामांचे अमर । झाले सर्व ।। 1693 ।। होण्या आधी स्वर्गवास । भेटले ते शिवाजीस । उपदेश दिला त्यांस । प्रेमभावें ।। 1694 ।। महाराष्ट्राचे महासंत । उपकार त्यांचे अनंत । अमर ते, होओनी अंत । तुकाराम ।। 1695 ।। मरोनी ते अमर । जिरोनी जे अजर । खरे भक्त ते नर, । वारकरी ।। 1696 ।।

YEAR : 1650 AD

55. वीर शिवाजी–20 :

55. सोयराबाई भोसले : 1650 AD

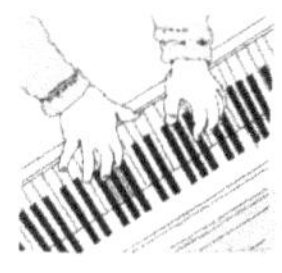 **संगीत श्री शिवाजी चरित्र राग–छंद माला, पुष्प 181**

शिवाजींची चौपाई

कहरवा ताल

चौ. 16, 16; दो. 8 + र, 7 + ज; श्लो. 4 + य + 1, 4 + ज + 1

श्लोक

---

[132] **संत तुकाराम** (1608-1649)

55. सोयराबाई भोसले : 1650 AD

हानि: कुर्वन्ति धर्मस्य पापाचारा यदा यदा ।

दुष्कृतानां विनाशाय हर: सृजति वै तदा ।।

दोहा

शिव अवतरले कलियुगे, पुत्र-जिजाऊ स्वरूप ।

नष्ट कराया भ्रष्टता, रूप मराठा भूप ।।

निनि निनिनिनि नि- सांसां निसां – – –, नि-निनिनि-रें सांसां – – सां ।

नि-नि निनिपप- ग-प रे – – –, ग-ग परे-रे- सा – – सा ।।

स्थायी

मंगल शुभ मुखमंडल ज्याचे, नाम सुमंगल शिवबा त्याचे ।

शिव ओम् जय ओम् जय जय शिव ओम् ।

जय ओम् शिव ओम्, जय जय जय ओम् ।। टे॰

ग-परे सासा निनिध्-रेरे गरेसारे, ग-परे रेरे सासानि परेरे गरेसारे,

पगप पनिसांरें सां निपगप रे-सा- ।

गग परे रेसा सा-सा निप रेरे गरे   सा-सा ।

गग ग-प रेरे सा-सा, निप रेरे गरे सा-सा ।।

अंतरा-1

सत् आचरणी, अद्भुत नृप जो, विश्रुत धर्मी तीन-जगीं तो ।

झाला जगती कुठे न ऐसा, भूप महात्मा, शिवबा जैसा ।।

पग प-सांसांसां-, निनिनिरें धध प-, ग-गग परेसा- निप   रेगरे   सा – ।

ग-गप रेरेसा- निपरे रे गरेसा-, ग-ग परे-सा- निपरे- गरेसा- ।।

अंतरा-2

वीर बहादुर तो रणजेता, स्वातंत्र्याचा धीट प्रणेता ।

त्याने शत्रु अधम वध केले, बहुत अपेशी वापस गेले ।।

अंतरा-3

अचाट किल्ले रचले ज्याने, अनेक गड सर केले त्याने ।

किल्ले-किल्ली चंचल फिरतो, म्हणतीं, पहाडी जणूं उंदीर तो ।।

55. सोयराबाई भोसले : 1650 AD

अंतरा–4

एक अनेकांशीं तो लढतो, गनिमी–कावे करुनी बढतो ।

अश्वारोह कुशल लढवय्या, रण मैदान तयाची शय्या ।।

अंतरा–5

जिरें–टोप तो मनांत ठसतो, रुतबा ज्याचा चित्तीं बसतो ।

स्थापन केले राज्य–हिंदवी, "दैवत" घ्यावी तयास पदवी ।।

अंतरा–6

धन्य! धन्य! तू जिजामाता! अमर करो तो तुला विधाता ।

वाह! वाह! तू भारत माते! जिजा–शिवाचे केले नाते ।।

दोहा

शिवबा तू शाबास रे! दान तुझे अति खास ।

तुझ्या विना अपुरा, गडे! भारतीय इतिहास ।।

निनिनि– नि– नि–सांसां निसां – – –, नि–नि निनि– रेंसां सां – – सां ।

नि–नि निनि– पपग– परे – – –, ग–गप–रे रेरेसा – – सा ।।

वीर शिवाजी वीस वर्षांचे

ॐॐओवी॰ सन आले सोळाशे–पन्नास । लागले वीसावे शिवाजीस । थोडा मंदावा गतीस । चार वर्षे ।। 1697 ।। आदिलाच्या ताब्यात शहाजी । मुगलांचे आभारी शिवाजी । आणि चिंता पित्याच्या जिवाची । शिवाजीला ।। 1698 ।। नको आदिलाशीं सध्या वैर । न हो मुगल ही हल्ली गैर । त्यातच वाटली आता खैर । शिवाजीला ।। 1699 ।। कैचींत सापडला जीव । आदिलाला मुळी न कीव । मुगलांचा मिथ्या ऐकीव । मोठेपणा ।। 1700 ।। आदिलाला मुळी न लाज । मुगलांना तंट्याची खाज । संकटात हिंदू समाज । आला आहे ।। 1701 ।। आदिलाला नाही लाज । मुगलांना सत्तेचा माज । करोनी असा अंदाज । सध्या तरी ।। 1702 ।। ठेवाव्या लागल्या मोहीमा बंद । राज्य–विस्तार हालचाली मंद । पडला चार वर्षांचा खंड । नाइलाज ।। 1703 ।। केले स्तब्ध संघर्ष । पुढील चार वर्ष । आवरले हर्षमर्ष । मराठ्यांनी ।। 1704 ।।

207

56. सोयराबाई भोसले : 1651 AD

(तरी)

राज्य सुधारणांस । मिळाला अवकाश । आसन सावकाश । करावया ।। 1705 ।। नवीन सख्य-संबंध । वैवाहिक अनुबंध । जे जाहले उपलब्ध । त्या समयी ।। 1706 ।।

सोयराबाई भोसले

श्रीओवी॰ संभाजी मोहिते तळबीडचे । हंबीरराव वीर पुत्र त्यांचे । घराणे राजकीय महत्वाचे । शिवाजीला ।। 1707 ।। सोयराबाई त्यांची कन्या । रूपवती सुश्री अनन्या । झाली शिवाजीला मान्या । लग्नासाठी ।। 1708 ।। शिवाजींचा तृतीय विवाह । मोहिते कुळाची वाह! वाह! । राजपुत्राची तिला चाह । फार होती ।। 1709 ।। सोयराबाई ही मुत्सद्दी । राजकारणी त्यांची बुद्धि । भावासमान त्यांना सिद्धि । प्राप्त होती ।। 1710 ।। मोहित्यांची वाढली ख्याति । शिवाजी सोयराबाईंचे पति । हंबीरराव सरसेनापति । मराठ्यांचे ।। 1711 ।। सरसेनापति हंबीरराव । मोहित्यांचे वाढले भाव । तळबीड त्यांचे लहान गाव । झाले श्रुत ।। 1712 ।। हंसराज उर्फ हंबीरराव । रणात विलक्षण त्याचे डाव । "सरनौबत" हा त्यांचा प्रभाव । त्याचमुळे ।। 1713 ।।

YEAR : 1651 AD

56. वीर शिवाजी-21 :

56. सोयराबाई भोसले : 1651 AD

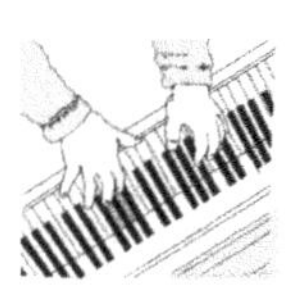  **संगीत श्री शिवाजी चरित्र राग-छंद माला, पुष्प 182**

(नाम जप, मराठी)

स्थायी

नाम जपन करूं या, शिवजीं चे ।

56. सोयराबाई भोसले : 1651 AD

सुख-दुख जरी, हर! हर! मनीं भजु या ॥

♪ सां–ध पगरे सारे प–, गरे गप ध–, गग गरे गप धसां धसां धप गरे सा– ।

अंतरा–1

मनात भरूं या, पूजन करूं या, आंत शंभु चर स्मरण धरूं या ।

♪ गग ग– पप ध– सां–सांसां सांरे सां–, ध–धध सां–रें रें सांरेंगंरें सांध प– ।

अंतरा–2

मनात ज्याच्या शिवा राहतो, जीवन त्याचे तोच वाहतो ।

अंतरा–3

मुखात ज्याचे नाम सदा ही, त्या भक्ताला शिवा चाहतो ।

अंतरा–4

जगात सगळ्या लोक लुटेरे, रक्षण अमुचे शिवा पाहतो ।

(सोयराबाई)

ॐओवी॰ सन सोळाशे-एक्कावन्न । इतिहासाचे नवे पान । एकवीसावे वयोमान । शिवाजींचे ॥ 1714 ॥ राज्यव्यवस्थेत हातभार । सोयराबाईंचा अधिकार । राजकारणी होती ती नार । जन्मजात ॥ 1715 ॥ जिजाबाईंना मिळाली सून । चंट अधिक सगळ्यांहून । जिजामातेची आज्ञा पाळून । वागे सदा ॥ 1716 ॥ हवा होता तिला पुत्र । धरील जो राज्य सूत्र । करील धारण छत्र । साम्राज्याचे ॥ 1717 ॥ सोयराबाई आशावादी । तिला हवी होती गादी । पडली ती त्याच नादी । महाराणी ॥ 1718 ॥ शिवाजींना होती प्रिय । जिजाऊला लोभनीय । मराठ्यांना शोभनीय । होती बाई ॥ 1719 ॥ तिला आस्था शहाजींची । काळजी सतत त्यांची । आणि चिंता संभाजींची[133] । होती तिला ॥ 1720 ॥

(शहाजी राजे)

---

[133] **संभाजी राजे :** Shivaji's elder brother (1623-1656).

57. औरंगजेबचे आगमन : 1652 AD

श्रीओवी॰ शहाजी अजूनही अस्वस्थ । विजापूरात गृह-बंदिस्थ । आदिलशहाचे लोहहस्त । बळकट ॥ 1721 ॥ आशिदलशहा धोकेबाज । मुगलांनाही नाही लाज । केव्हांही बिघडेला काज । जमलेले ॥ 1723 ॥ शहाजी विजापूरात जोपर्यंत । शिवाजीही हस्तबद्ध तोपर्यंत । समय हा होता नाजूक अत्यंत । महत्वाचा ॥ 1724 ॥

गोवळ्याची लढाई

श्रीओवी॰ कथनीय हातघाई । गोवळ्याची ती लढाई । वीर सावंत सवाई । जिंकली ती ॥ 1725 ॥ सिद्दी युद्ध हारोनी पळाले । गोवळे मराठ्यांना मिळाले । पश्चिम तट जुळाले । स्वराज्याला ॥ 1726 ॥

YEAR : 1652 AD

57. वीर शिवाजी–22 :

57. औरंगजेबचे आगमन : 1652 AD

(बंगळूरु)

श्रीओवी॰ सन सोळाशे–बावन्न । शांत सुखाचे पावन । बावीसावे वयोमान । शिवाजींचे ॥ 1727 ॥ इकडे आदिलही शांत । तिकडे मुगलांनाही भ्रांत । काही न कुठे आकांत । कुणाचाही ॥ 1728 ॥ बंगळूरुला दृढ संभाजी । त्वरीत सुटणार शहाजी । आदिलशहा होणार राजी । सोडायला ॥ 1729 ॥ करोनी करार आपस । शहाजी जाणार वापस । जिथे अफजलचा वास । आणि त्रास ॥ 1730 ॥ शहाजी मुक्त होतील । बंगळूरुला जातील । मग शिवाजी करील । स्वाच्या पुन: ॥ 1731 ॥

57. औरंगजेबचे आगमन : 1652 AD

औरंगजेब

श्रीओवी॰ दिल्लीहून पुन्हा आला । औरंगजेब लाला । सुभेदार दक्षिणेचा झाला[134] । मुगलांचा ।। 1732 ।। शिवाजी त्याला न आवडे । आदिलशहाशीं वाकडे । कुतुबशाही नावडे । धर्मांधाला[135] ।। 1733 ।। हिंदूंचा त्याला तिटकारा । शियांचा करे कोंडमारा । सुन्नी एकच प्यारा । पंथ त्याला ।। 1734 ।। आदिलशाहीचा विनाश । कुतुबांना लावाया फास । मराठ्यांचा कराया नाश । आला दुष्ट ।। 1735 ।। शांति सर्व झाली भंग । कापले सर्वांचे अंग । उडाला वैभवी रंग । दक्षिणेचा ।। 17370 ।। सुरू झाल्या नव्या चाली । कुणी न बसला खाली । कुणी न कुणाचा वाली । गडबड ।। 1738 ।। तीन्हीं पक्षांत तो भारी । कुणाशीं न त्याची यारी । केव्हां करील तो स्वारी । कोण जाणे ।। 1739 ।। संकट हे अग्रेसर । दक्षिणेत सर्वांवर । मुगल हा विषधर । येत आहे ।। 1740 ।। तोडेल मंदिर–मूर्ति । भ्रष्टाचार त्याची स्फूर्ति । जगामध्ये त्याची कीर्ति । ख्यात आहे ।। 1741 ।।

श्रीओवी॰ अफगाणिस्थानात हारला । म्हणून दक्षिणेत धाडला । ह्या कारण होता वैतागला । औरंगजेब ।। 1742 ।। हारोनी ते युद्ध महान । सोडोनी अफगाणिस्थान । होओनी बहुत बदनाम । आला इथे ।। 1743 ।। लाजून तो परतला । दक्षिणेत थडकला । बऱ्हाणपुरला झाला । सुभेदार ।। 1744 ।।

YEAR : 1653 AD

58. वीर शिवाजी–23 :

शिवाजी तेवीस वर्षांचे

---

[134] **औरंगजेब सुभेदार :** November 1652.

[135] औरंगजेब – सुन्नी, **आ**दिलशहा – शिया, कुतुबशहा – शिया, शिवाजी – हिंदू.

रत्नाकर रचित ओवीबद्ध श्री शवाजी चरित्र

58. पुतळाबाई भोसले : 1653 AD

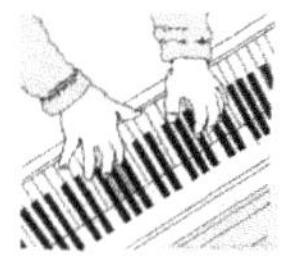

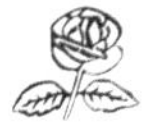 <u>संगीत श्री शिवाजी चरित्र राग–छंद माला, पुष्प 183</u>

राग यमन कल्याण, कहरवा ताल

शिवाजी वंदना

स्थायी

भारतनंदन वीर शिवाजी, भारतनंदन वीर शिवाजी ।

अद्भुत राजा महा प्रतापी ।।

♪ नि–रेरे ग–पप रे–ग रेनिरेसा–, प–मंग प–पप मंधनि धप–मंग ।

निनिरेरे गमंप– रेग– रेनिरेसा– ।।

अंतरा–1

भारतमाते! पुत्र तुझा हा, शाश्वत जगती कीर्ति तयाची ।

♪ पगपपपसां–सां–! निरेंग रेंनिरे सां–, सांनिधप पधमंप मंधनिध प–मंग ।

अंतरा–2

महाराष्ट्र हा देश तयाचा, स्वतंत्र करणें शपथ तयाची ।

अंतरा–3

प्रसन्न त्याला देवी भवानी, तिच्या कृपें तलवार तयाची ।

(गांधार)

श्रीओवी॰ शहाजहानचे पुत्र चार । सिंहासनासाठी मारामार । दुर्लक्ष शासनाकडे फार । झाले त्यांचे ।। 1745 ।। कुणी सर्व धर्म मानणारा । कुणी करणीय जाणणारा । बापालाही न जुमानणारा । त्यांत एक ।। 1746 ।। दिल्ली राजकारण अशांत । मुगलांच्या शासकांना भ्रांत । निसटला

59. शहाजी राजे मुक्त : 1654 AD

कंदाहर प्रांत । सत्तेतून[136] ।। 1747 ।। जैसा क्रूर तैमूर । जैसा दुष्ट नादीर । तसाच हा ही घोर । होता पापी ।। 1748 ।।

पुतळाबाई भोसले

ॐओवी॰ सन सोळाशे-त्रेपन्न । वय तेवीस आपन्न । विवाह चौथा सम्पन्न । शिवाजीचा ।। 1749 ।। पुतळाबाई पालकर । कन्या सुखरूप सुंदर । कुळ पूर प्रसिद्ध फार । कायस्थ ते ।। 1750 ।। नेताजींची ती पुतणी । मुलगी सुरेख देखणी । बाई होती फार गुणी । मौन वृत्ति ।। 1751 ।।

YEAR : 1654 AD

59. वीर शिवाजी–24 :

59. शहाजी राजे मुक्त : 1654 AD

वीर शिवाजी चोवीस बर्षांचे

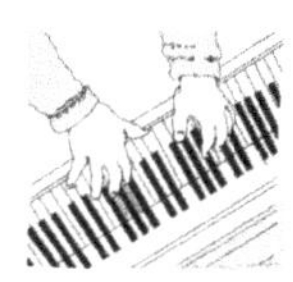

संगीत श्री शिवाजी चरित्र राग–छंद माला, पुष्प 184

अभंग[137]

शिवराया

शिवाजींचे नांव, सुवर्ण लिहावे ।

---

[136] **गांधार :** Ruler Shah Abbas II (r. 1542-1666), the 7th king of Imperial Safavid Dynasty (r. 1501-1753) of Iran ruled Kabul-Gandhar. Mughals lost Afghanistan for good in Sept. 1653.

[137] ♪ **अभंग छंद :** ह्या भक्तिभावाच्या साडे तीन चरणांच्या व 22 अक्षरांच्या छंदात 6-6-6 अक्षरें पहिल्या तीन चरणांत आणि 4 अक्षरें चौथ्या चरणात असतात.

59. शहाजी राजे मुक्त : 1654 AD

भक्तिभावे गावे, आनंदाने ।। 1

महाराष्ट्र राजा, मराठयांचा देव ।

ज्याला नाही भेव, दानवांचे ।। 2

मावळयांची सेना, केली ज्याने जंगी ।

वीर त्याचे संगी, तान्हा जैसे ।। 3

रणधीर राजा, क्षात्रधर्म अंगी ।

नसे ज्याला तंगी, सद्भावांची ।। 4

卐ओवी॰ वत्सर सोळाशे-चौपन्न । आले नवा जोम घेऊन । वय चोवीसावे सम्पन्न । शिवाजीला ।। 1752 ।। शहाजी रवाना कर्नाटकास । मिळाली मुभा राजकारणास । उरली भीती न आता कुणास । आदिलाची ।। 1753 ।। चार वर्ष शिवाजी थांबले । स्वार्‍यांचे बेत होते लांबले । राज्याचे विस्तार खोळंबले । होते सर्व ।। 1754 ।। गांधार राज्य गमावले । मुगल होते दमावले । हेच शिवाजीला फावले । स्वार्‍यांसाठी ।। 1755 ।।

(पुरंदर, नेताजी पालकर)

卐ओवी॰ पुरंदरचे सरनाईक । शिवाजींचे सेवक लायक । झाले स्वर्गवासी आकस्मिक । महादजी ।। 1756 ।। महादजी निळकंठराव । सासवडकडे त्यांचे गाव । चांबळी हे त्याचे नांव । इनामदारी ।। 1757 ।। आली वार्ता अचानक । शिवाजीला दुःख अनेक । मनुष्य फार प्रमाणिक । तारफेचा ।। 1758 ।। मुलें पंतांची तरुण चार । निळो, विसा, त्र्यंबक, शंकर । कोण सरनायकी घेणार । वाद झाला ।। 1759 ।। झाले भांडण विना सबर । भाऊबंदकी महा जबर । शिवाजींना मिळाली खबर । तातडीची ।। 1760 ।। महाराज आले गडावर । बोलावले चौघांना जवळ । त्यांना समजावले सकळ । ऐकेना ते ।। 1761 ।। त्यांना हवी मदत खानाची । आदिलशहाच्या दीवाणाची । विजापूरच्या शाही मानाची । अमान्य जे ।। 1762 ।। शिवाजीने त्यांना केली अटक । टाकल्या बेडया तडकाफडक । दिली तुरुंगाची शिक्षा कडक । चौघांनाही ।। 1763 ।। जेव्हां आले ते भानावर । तेव्हां झाले चौघे तयार । शिवाजींचे होण्या चाकर । आनंदाने ।। 1764 ।। चौघेही झाले शिवाजींचे चाकर । सरनाईक नेताजी पालकर । पुरंदरचे

रत्नाकर रचित ओवीबद्ध श्री शवाजी चरित्र

नवीन किल्लेदार । नियुक्त झाले[138] ।। 1765 ।। निर्भीड धैर्यशील वीर । कठिण प्रसंगी खंबीर । धीट पुरुष सदा स्थिर । पालकर ।। 1766 ।।

YEAR : 1655 AD

60. वीर शिवाजी–25 :

60. चंद्रराव मोरे : 1655 AD

वीर शिवाजी पंचवीस वर्षांचे

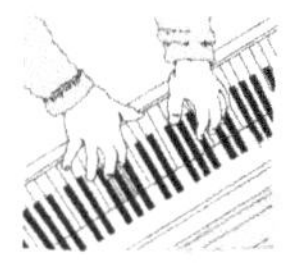 संगीत श्री शिवाजी चरित्र राग–छंद माला, पुष्प 185

भावगीत

शिवराया

आवडीचा माझा, तृप शिवराया । ज्याने सिद्ध केले, स्वातंत्र्य स्वप्न ।। 1

ज्याने जुळवीले, महावीर नाना । तोचि एक माझा, वीरश्री रत्न ।। 2

किल्ले ज्याचे हाती, तीनशे-साठ । नित्य केले त्याने, भीष्म प्रयत्न ।। 3

हरले अनेक, ज्यासी महा विघ्न । हरविले त्याने, नाना सपत्न ।। 4

ओवी॰ वत्सर सोळाशे-पंचावन्न । पंचवीशीचे प्रतिपादन । आले सुलक्षण घेऊन । शिवाजीला ।। 1767।। चार वर्षे गेली मंद । स्वराज्याची कामें बंद । आता शिवाजी स्वच्छंद । स्वांच्यांसाठी ।। 1768 ।। आता पुरे झाल्या गप्पा । तयार झाले पंत, अप्पा । पहिला जावळीचा टप्पा । बेत झाला ।। 1769 ।।

(जावळी)

---

[138] नेताजी पालकर, किल्लेदार पुरंदर : November 1654.

60. चंद्रराव मोरे : 1655 AD

श्रीओवी॰ चार पहाडांत लपली जावळी । दऱ्यांच्या झुडुपांत विणली जाळी । घनदाट वृक्षछायेने सावळी । सुखरूप ।। 1770 ।। भव्य मंगळगड, मकरंदगड । महाबळेश्वर, पारघाट पहाड । चहुं बाजूंनी उभे पर्वत प्रचंड । रक्षणाला ।। 1771 ।। हिंस्र श्वापदें शोधती भक्ष । निरुंद वाटांवर काटेरी वृक्ष । पाल्या-पाचोळयांत दडलेले तक्ष[139] । प्राणांतक ।। 1772 ।। दगड धोंडे पाषाण गोटे । व्यापती भूमि, लहान मोठे । चालताना पाय द्यावा कोठे । हाच प्रश्न ।। 1773 ।। ताठ पहाडांचे कडे । चंड उतार निसरडे । किर्र जिकडे तिकडे । दाट रान ।। 1774 ।।

(चंद्रराव मोरे)

श्रीओवी॰ जावळीच्या गादीवर चंद्रराव । ठेविला शिवाजीने जाणोनी साव । काही वेळाने त्याचे वाढले भाव । बंड झाला ।। 1775 ।। कराया शिवाजी राजेंचा घात । आदिलाशीं जोडले त्याने हात । झाला शिरजोर द्याया मात । मराठ्यांना ।। 1776 ।। नसो असा सुभा स्वराज्यात । आदिलशहाचा ताबा ज्यात । होते हे शिवाजींच्या मनात । नेहमीच ।। 1777 ।। मोऱ्याने स्वराज्यात यावे । सेवकांत सामील व्हावे । आदिलाचे दास नसावे । वाटे त्यांना ।। 1778 ।। शिवाजींनी तसे लिहिले पत्र । पाठविले चंद्राववला तत्र । त्यात संदेश होता भद्र । साम नीति ।। 1779 ।।

(पण, चंद्रराव)

श्रीओवी॰ चंद्रराव मोरे मगरूर । त्याला वाटे तो फार शूर । त्याला न शिवाजींची जरूर । अजीबात ।। 1780 ।। चंद्रराव मोरे तापट । त्याने दिले उत्तर उद्धट । भाषा त्याची होती तिखट । तिरकट ।। 1781 ।। लखोटा तो शिवाजीला मिळाला । वाचोनी त्यांचा संयम पळाला । मग कडक लखोटा निघाला । शिवाजींचा ।। 1782 ।। वाचोनी चंद्रराव हसला । त्याचा विश्वास न बसला । शिवाजी हा राजा कसला । तो म्हणाला ।। 1783 ।। जावळी-कोकण चे आम्हीं राजे । नको लुडबुड आमच्या काजें । आदिलाशी नाते आमुचे ताजे । अधिकृत ।। 1784 ।। जावळी आमची अगम । समजूं नये ती जंगम । इथे येणे न सुगम । कुणासाठी ।। 1785 ।। सैनिक

---

[139] **तक्ष** : तक्षक, साप Snake

61. रायगड विजय : 1656 AD

आमचे फिरती । जावळीत जे शिरती । आक्रमकांना ते चिरती । ध्यानीं असो ।। 1776 ।। वाचून मोऱ्याची वल्गना पाजी । शिवाजीने धाडली थैली ताजी । निमुटपणे व्हावे तुम्हीं राजी । हेच बरे ।। 1787 ।। आपण हे ध्यानी घ्यावे आधी । आम्हींच तुम्हां दिली ही गादी । आता आपण झालां उन्मादी । भले न हे ।। 1788 ।। आम्हीं आपणांस करूं कैद । दूर होईल तुमची ऐद । ताळ्यावर यावे तुम्हीं ही उमेद । आहे आम्हां ।। 1789 ।। चंद्रराव चिडोनी लिहीतो उणे । उद्या यायचे करा आजच येणे । येथोन परत होईल न जाणे । बजावितो! ।। 1790 ।। पुरुषार्थ असेल तो दाखवावा । ज्याचे मरणे आले तो पाठवावा । जावळीचा हा इशारा आठवावा । भूल नसो ।। 1791 ।। इथे याल तर होईल अपाय । येथून दूर रहा हाच उपाय । आता, उचित वा अनुचित काय । निवडावे ।। 1792 ।।

(शिवाजी राजे)

श्रीओवी॰ शिवाजींनी दिली ताकीद अंतिम । अधिक न व्हावे आपण उद्दाम । जावळी खाली करोनी यावे शरण । हा हुकूम ।। 1793 ।। अधिक कराल जर घाण । घेणार आम्हीं आपले प्राण । सूचना ही, भवानीची आण । ऐकून घ्या ।। 1794 ।।

YEAR : 1656 AD

61. वीर शिवाजी–26 :

61. रायगड विजय : 1656 AD

वीर शिवाजी सव्वीस वर्षांचे

श्रीओवी॰ सन सोळाशे–छप्पन, स्वराज्य कराया स्थापन । दिले शत्रूंना आवाहन । शिवाजीने ।। 1795 ।। सव्वीस वर्षे वयाचा तरुण । शिवाजी धोरणी तसा करुण । नीति-नियमांना धरून । वागतो तो ।। 1796 ।।

61. रायगड विजय : 1656 AD

लक्ष्मीबाई भोसले

ॐओवी॰ कराया राजकारणी प्रबंध । जुळविला विवाह संबंध । पाचवे लगीन सानंद । शिवाजींचे ॥ 1797 ॥ लक्ष्मीबाई पत्नी पाचवी । शिवाजींची नवेली नवी । राजकारण अनुभवी । सुशील स्त्री ॥ 1798 ॥

(जावळी काबीज, जानेवारी 1656)

ॐओवी॰ ऐकोनी चंद्ररावचा जवाब । केला निर्णय ताबडतोब । बोलाविले गडी विना विलंब । शिवाजीने ॥ 1799 ॥ शिवरायाने जोडले वीर । निवडक धारकरी धीर । कराया चढाई विना उशीर । जावळीवर ॥ 1800 ॥ तुटून पडले अचानक सारे । संभाजी कावजी धावले सामोरे । ठार केला हणमंतराव मोरे । कट्यारीने ॥ 1801 ॥ लढाई झमकली भयाण । मोऱ्यांची उडाली दाणादाण । मोऱ्यांत उरला नाही त्राण । तोंड देण्या ॥ 1802 ॥ झाली कापाकापी घोर । चाले ना मोऱ्यांचा जोर । पळाला हरामखोर । चंद्रराव ॥ 1803 ॥ सोडोनी रण ते अवघड । गाठला त्याने रायरीचा गड । दिधली जावळी, मनाने जड । शिवाजीला ॥ 1804 ॥ एक मोरे प्रतापराव उरला । तो भिऊन पळाला विजापूरला । आता इथे कोणीच नुरला । जावळीत ॥ 1805 ॥ मोऱ्यांना करून खारीज । केली जावळी काबीज । प्रशांत झाले काळीज । शिवाजींचे ॥ 1806 ॥

रायगड विजय

(मोरे)

ॐओवी॰ मोरे हळहळले । धैर्य त्यांचे गळाले । वेगळाले ते पळाले । सैरावैरा ॥ 1807 ॥ आले रायरीच्या गडावर । जीव वाचवोनी भराभर । डोंगरी किल्ला शिखरावर । फार उंच ॥ 1808 ॥ सोबत मोठा मुलगा बाजी । आणि लहान पुत्र कृष्णाजी । जसा बाप तसेच ते पाजी । दोन्हीं मुलें ॥ 1809 ॥ दडून बसले सुरक्षित । तिघेही रायरीच्या कुक्षीत । शिवाजींच्या आले ते लक्षात । पलायन ॥ 1810 ॥ शिवाजीला आला राग । त्यांनी केला पाठलाग । पोहचले मागोमाग । रायरीला ॥ 1811 ॥ शिवाजीने घेरला गड । परंतु मोरे वरचढ । संकेत देईना ते

रत्नाकर रचित ओवीबद्ध श्री शवाजी चरित्र

61. रायगड विजय : 1656 AD

धड । तहासाठीं ।। 1812 ।। शिवाजीने ठोकला तळ । बघाया त्यांचे किती बळ । काढूं न शकले ते पळ । एक मास ।। 1813 ।। रसद संपली जेव्हां पूर्ण । अभिमान त्यांचा झाला चूर्ण । मोरे तिघेही आले शरण । शिवाजीला ।। 1814 ।। चंद्रराव मोऱ्याची झाली माती । गड पडला शिवाजींच्या हातीं । पराक्रम हा जग जन पहाती । कौतुकाने ।। 1815 ।।

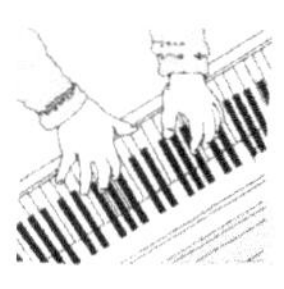

 **संगीत श्री शिवाजी चरित्र राग-छंद माला, पुष्प 186**

रायगड

स्थायी

रायगडावर, उंच नभांतर,

शिव-विजयाच, ध्वज फडफडतो ।

अंतरा-1

सूर्य-उगवता, रंग जयाचा,

उज्ज्वळ पावन नभीं शोभतो ।

अंतरा-2

शिवरायाचा बालेकिल्ला,

शत्रूंच्या मनीं सतत बोचतो ।

(चंद्रराव मोरे)

(शिवाजी)

ॐ**ओवी॰** शिवाजीने करोनी विश्वास । घेतले राज्य सेवेत मोऱ्यांस । मोरे झाले स्वराज्याचे दास । वरपांगी ।। 1816 ।। शिवाजीला आली दया । केली त्यांची गयावया । त्यांना दाखवोनी माया । मान दिला ।। 1817 ।। छावणीत दिली मोकळीक । पण त्यावे केली आगळीक । संबंध त्याचे अप्रामाणिक । आदिलाशीं ।। 1818 ।। मुक्ति मिळतां आल्यापावली । चोरून पत्रें त्याने धाडली । पण हेरांनी ती पकडलीं । वाटेतच ।। 1819 ।। तिन्हीं मोऱ्यांना पुन्हा पकडले । साखळीने बांधून जकडले । आता त्यांचे नशीब दवडले । मृत्यूकडे ।। 1820 ।। साम-दामादि सर्व काही । मोऱ्यांवर करून पाही । जित्याची खोड जात नाही । मेल्याविना ।। 1821 ।।

61. रायगड विजय : 1656 AD

विश्वास अविश्वासूंचा ही । करून लाभ झाला नाही । दिला शेवटी तिघांनाही । मृत्युदंड ।। 1822 ।। चंद्रराव मोरे मेला । रायरी देऊन गेला । शिवाजींनी पुन्हा केला । जय प्राप्त ।। 1823 ।।

(रायगड)

ओवी० बांधला पक्का, पडका गड । केला विस्तार त्याचा बेजोड । दिले नांव "रायगड" । त्या किल्ल्याला ।। 1824 ।। गड फारच विशाळ । उंच स्पर्शतो आभाळ । कीर्ति त्याची सर्वकाळ । इतिहासें ।। 1825 ।। मैत्रीचा आणोनी आव । साळसूद बंधुभाव । दर्शविले आम्हीं साव । मुगलांना ।। 1826 ।। जोहोर, कांगोरी, चंद्रगड । सोनगड, चांभारगड । चतुर्वेद, मकरंदगड । सर केले ।। 1827 ।। आदिलशहा पडला आजारी । जाणत होते त्याची कमजोरी । कुतुब, मराठे शेजारी । मुगलही ।। 1828 ।। विजापूरी मोहीमा तहकूब । आणि सुस्त होते कुतुब । शिवाजीने घेतला लाभ खूब । राज्यासाठी ।। 1829 ।। सुपे, दाभोळ, कोकण । आदिल निष्क्रिय बघुन । जिंकले अनेक रण । शिवाजीने ।। 1830 ।।

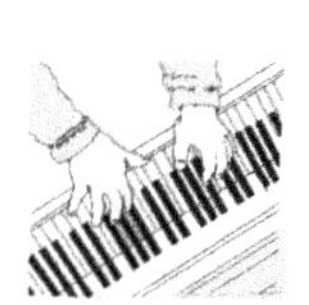

संगीत श्री शिवाजी चरित्र राग-छंद माला, पुष्प 187

वीर शिवाजी, रायगड

स्थायी

वीर शिवाजी आमुचा, महा झुजारू, रे! ।

रायगडावर त्याचा झेंडा, उंच उभारू, रे! ।।

अंतरा-1

किल्ले त्याने विविध जिंकले, आणि रचले नाना ।

विस्मयकारक विश्व जाहले, बघुनी गड किल्ल्यांना ।

अभिनंदन या! करू तयाचे, पोवडे गाऊं, रे! ।

या! नाचूं गाऊं, रे! ।।

अंतरा-2

देवी भवानी प्रसन्न ज्याला, शुभ वर अर्पण त्याला ।

61. रायगड विजय : 1656 AD

दिली तिने तलवार आपुली, आनंदाने त्याला ।
अपुला नेता करूं तयाला, शब्ब उगारूं, रे! ।
जुलमींना मारूं, रे!

(आदिलशहा चा मृत्यु)

ॐओवी॰ चतुर्थ नोव्हेंबरला । आदिलशहा वारला । सुतुक विजापूरला । शोकसभा ॥ 1831 ॥ अली त्याचा पुत्र किशोर । एकुलता एक तो पोर । विजापूरच्या गादीवर । बसविला ॥ 1832 ॥ आई त्याची बडी बेगम[140] । धूर्त बाई नवऱ्यासम । झाली महाराणी सक्षम । अलीतर्फे ॥ 1833 ॥ एका भावाला मारून । दूज्याचे डोळे फोडून । झाला होता सुलतान । तिचा पति ॥ 1834 ॥

(संभाजी राजे ह्यांचा मृत्यु)

ॐओवी॰ कर्णाटकातून आली खबर । दुःख दायक होती जबर । संभाजी राजे[141] मोहीमेवर । गेले जेव्हां ॥ 1835 ॥ कनगगिरीच्या स्वारीवर । अफजलखानच्या बरोबर । आदिलशहाचा जो वजीर । दगाबाज ॥ 1836 ॥ विश्वासघातकी चतुर । अफजल झाला फितूर । मिळाला ऐन वेळेवर । शत्रुसंगे ॥ 1837 ॥ संकट कोसळले घोर । संभाजी राजे झाले ठार । अफजल झाला फरार । रणातून ॥ 1838 ॥ घटना ही दुःखद फार । कोसळली मराठ्यांवर । ज्येष्टबंधु कर्तबगार । शिवाजींचा ॥ 1839 ॥

YEAR : 1657 AD

62. वीर शिवाजी–27 :

---

[140] **बडी बेगम** : A Taz-ul-Mukhaddirat Uliya Janaba, wife of Muh. Adil Shah (r. 1626-1655).

[141] **संभाजी राजे** : (1623-1656), Shivaji's elder brother.

62. शिवाजी, 40 किल्ले सर : 1657 AD

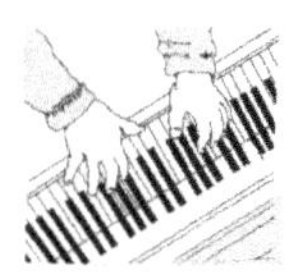

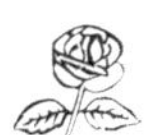 **संगीत श्री शिवाजी चरित्र राग-छंद माला, पुष्प 188**

चाल : बेथोवीन ची सिंफनी-9 प्रमाणे

शिवाजीं ची अर्चना

स्थायी

दरशन दिज्यो देवी! मोहे सपनन में ।

♪ गगगम मग गरे! निनि रेगरेरे नि- ।

अंतरा-1

निश दिन अरपण चरण कमल में ।

♪ गगगम मगगरे निनिरे गगरे रे- ।

अंतरा-2

शुभ वर दिज्यो देवी! मोहे गरदिश में ।

अंतरा-3

मोहे यश दीज्यो देवी! अब इस रण में ।

सकवारबाई, काशीबाई, गुणवंताबाई भोसले

ओवी॰ वाढविण्या राजकीय बंध । शिवाजीने केला प्रबंध । तीन वैवाहिक संबंध । घडवुनी ।। 1840 ।। सकवारबाई पत्नी सहावी[142] । गायकवाड कुळ होते नावी । शिवाजींचे अंगरक्षक भावी । कृष्णराव ।। 1840 ।। काशीबाई पत्नी सातवी[143] । जाधव कुळ अनुभवी । सिंदखेड-राजे पदवी । संताजींना ।। 1841 ।। संताजींची मुलगी काशी । जिजाबाईंची नात-भाची । होती

---

[142] **सकवारबाई गायकवाड :** Married Jan 10, 1657.

[143] **काशीबाइ जाधव :** Married April 08, 1657.

62. शिवाजी, 40 किल्ले सर : 1657 AD

फार त्यांच्या लाडाची । हसमुखी ।। 1842 ।। विदर्भांची वऱ्हाडी भाषिणी । इंगळे कुळाची सौभागिनी । गुणवंताबाई आठवी पत्नी[144] । शिवाजींची ।। 1843 ।। विदर्भाशीं संबंध जुळला । एक नवीन मार्ग खुलला । पूर्वेकडे प्रभाव वळला । स्वातंत्र्याचा ।। 1844 ।।

(छापेमारी)

ॐ ओवी॰ सन सोळाशे-सत्तावन । सत्तावीस वर्षांचा तरुण । रण राजनीति निपुण । शिवराया ।। 1845 ।। नव्या मोहिमांना आरंभ । गनीमी स्वाऱ्यांस प्रारंभ । छापेमारीचा अवलंब । अविलंब ।। 1846 ।। किल्ले बांधणीस हवा पैसा । वाहवावा लागे पाण्या जैसा । शत्रूंपासोनी तो घ्यावा कैसा । मुबलक ।। 1847 ।। जनतेवर न देतां भार । विना वढविता कृषि-कर । एक उपाय असेल जर । शत्रुघात ।। 1848 ।। मुगलांनी लूटला जैसा । जनगणांपासोनी पैसा । घ्यावा लागे वापस तैसा । माल तोचि ।। 1849 ।। उभारली गनीमी सेना । वर्णन जिचे करवेना । हातीं शत्रूंच्या ती लागेना । पळपुटी ।। 1850 ।। छापा इथे, छापा तिथे । संधि प्राप्त झाली जिथे । कराया खजीने रिते । सुलतानी ।। 1851 ।।

जुन्नर, चाकण, अहमदनगर

ॐ ओवी॰ शिवाजींची सेना खास । दरोडे निपुण निःशेष । शिलेदारांची विशेष । मावळ्यांची ।। 1852 ।। मुगलांचे ठाणे जुन्नर । राजेशाही फार सुंदर । पहारेदार पाच-शंभर । ठाण्यामध्ये ।। 1853 ।। आहे तिथे धन द्रव्य । शस्त्र साठा फार भव्य । घोडशाळा अवाढव्य । ज्ञात होते ।। 1854 ।।

(एक दिवस)

ॐ ओवी॰ एके रात्री मावळे धाड । रात्रीच्या काळोख्या आड । घेऊनीया हेर लबाड । कूच झाली ।। 1855 ।। तटबंदी मजबूत । अभेद्य ही त्यांची समजूत । द्वार बंद करोनी सुप्त । ठाणेदार ।। 1856 ।। दोरांनी भींत चढून । तटबंदी ओलांडून । मावळे आले जपून । किल्ल्यामध्ये ।। 1857 ।। मुळी न लागूं देता चाहूल । शिरले आंत मंद-पाऊल । कापाकापी शत्रूची तुमुल । चालू

---

[144] **गुणवंताबाई इंगळे :** Married April 15, 1657.

62. शिवाजी, 40 किल्ले सर : 1657 AD

केली ।। 1858 ।। झोपेतच मेले किती । कुणांला वाटली भीती । लढाया झाली न छाती । कित्येकांची ।। 1859 ।। उघडोनी मुख्य द्वार । मराठे झाले फरार । द्रव्य, घोडे, शस्त्रभार । घेओनिया[145] ।। 1860 ।। जुन्नरचा सर्व खजीना । हिरे मोती सोने दागीना । नेले आडकाठी विना । मराठ्यांनी ।। 1861 ।। "लूटके खजीना, पाग । म्न्हाटे गये सब भाग" । आपादमस्तकीं आग, औरंग्याच्या ।। 1862 ।।

(इतर लूट)

श्रीओवी॰ तेथून आले पळून । लूटले ठाणे चाकण । जिथे न मुगल राखण । मजबूत ।। 1863 ।। मग आसपासचे भाग । लूटून नेले मागोमाग । मुगलांना आला राग । पण काय? ।। 1864 ।। मग मुगलांचे शहर । ठाणे अहमदनगर । घेओनी लूट थोडी-फार । निसटले ।। 1865 ।। मुगलांचे अशेरी-कल्याण । राजापुर सिद्दी पासून । जिंकले स्वाऱ्या करून । मावळ्यांनी ।। 1866 ।।

संभाजी राजे ह्यांचा जन्म

श्रीओवी॰ सईबाई वय चोवीस वर्ष । दिव्य-पुत्र प्राप्तीचा हर्ष[146] । भावी महाराष्ट्र-नृप आदर्श । महावीर ।। 1867 ।। नांव त्याला दिले "संभाजी" छान । स्वर्गीय काकांना घ्यावया मान । स्मृति त्यांची ठेवाया विद्यमान । चिरकाळ ।। 1868 ।। संभाजी निघाला विक्रमी । इतिहासात पराक्रमी । स्वराज्यसंग्रामाचा प्रेमी । बापासम ।। 1869 ।। बापासमान तो शूर । बापासमान मशहूर । संभाजींची कीर्ति दूर । पसरली ।। 1870 ।। सईबाईंच्या सुकन्या तीन । संभाजीपेक्षा लहान । सखु, राणु, अंबिका छान । नावें त्यांची ।। 1871 ।।

(औरंगजेबची धडपड)

---

[145] **जुन्नरची लूट :** April 1657.

[146] **संभाजी राजे :** 1657-1689.

62. शिवाजी, 40 किल्ले सर : 1657 AD

ॐॐओवी॰ मराठ्यांनी माजविली लूट । पण मुगल न एकजूट । औरंगजेबला खुटखुट । गादीसाठी ।। 1872 ।। शिवाजीने चालविला धुमाकुळ । तरीही औरंगजेब निर्बळ । त्याला सिंहासनाची कळकळ । दिल्लीवाल्या ।। 1873 ।। लागे न त्याची कुठेच किल्ली । महाराष्ट्रात तो "भीगी बिल्ली" । पळून त्याने गाठली दिल्ली । शीघ्र गति ।। 1874 ।। शहाजहान पडला आजारी । त्याने वारसाची केली तयारी । दारा शुकोहवर भीस्त भारी । होती त्याची ।। 1875 ।। औरंगजेबला गादीचा मोह । भावांविरुद्ध केला विद्रोह । मुराद, शुजा, दारा शुकोह । भाऊ त्याचे[147] ।। 1876 ।। शुजा बंगालचा प्रांत । मुरादबक्ष गुजरातेत । दारा शुकोह पंजाबात । सुभेदार ।। 1877 ।। भावा–भावंत आलं वाकडं । झाली सुरू धरपकड । औरंगजेबची अकड । तिखट ती ।। 1878 ।। दिल्लीकडे धावपळ । घेऊनी हेरांचे दळ । बाप, भावांच्या सकळ । नाशासाठी ।। 1879 ।।

ॐॐओवी॰ शाह शुजाने सर्व प्रथम[148] । केले जाहिर आपले नाम । दिल्लीचा मुगल सुलतान । माझा मान ।। 1880 ।। राजमहल त्याची राजधानी । नाणीं छापली आपल्या नामी । खुतबा पढून निघाला सेनानी । दिल्लीकडे ।। 1881 ।। मुराद बक्ष दूसरा । औरंगजेब तीसरा । पण दारा होता खरा । वारसदार ।। 1882 ।।

दिल्ली का सुलतान मैं, सुना दिया फरमान ।। 1601

शिवाजी, 40 किल्ले सर

ॐॐओवी॰ मुगलांची भाऊबंदकी । आदिलशहा परलोकी । कुतुबशाहीत बेकी । छान संधि ।। 1883 ।। शत्रु बघुनी कमजोर । किल्ले केले नाना सर । मागोमाग भराभर । मराठ्यांनी ।। 1884 ।। तुंग, तिकोना, लोहगड । राजमाची प्रबळगड । विसापुर, सरसगड । अन्य नाना ।। 1885 ।। जिंकले किल्ले दुर्गाडी । ठाणीं कल्याण-भिवंडी । कोंढाणा, माहुली गढी । शिवाजीने ।। 1886

---

[147] **औरंगजेबचे भाऊ :** See footnote in year 1648.

[148] **जाहीरनामा :** Dara Shukoh - Sept 1657 early, Shuja - Sept. 1657, Maurad Dec. 1657; Aurangzeb - July 1658.

YEAR : 1658 AD

63. वीर शिवाजी–28 :

नौसेना

63. नौ सेना : 1658 AD

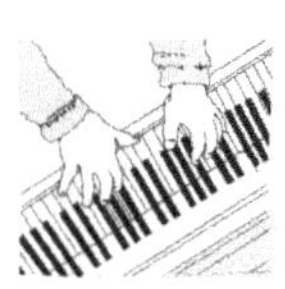  **संगीत श्री शिवाजी चरित्र राग–छंद माला, पुष्प 189**

चाल : बेथोवीन ची सिंफनी–9 समान

(शिवाजी ची प्रार्थना)

स्थायी

दरशन दिज्यो देवी! मोहे सपनन में ।

♫ गगगम मग गरे! निनि रेगरेरे नि– ।

अंतरा–1

निश दिन अरपण चरण कमल में ।

♫ गगगम मगगरे निनिरे गगरे रे– ।

अंतरा–2

शुभ वर दिज्यो देवी! मोहे गरदिश में ।

अंतरा–3

मोहे यश दीज्यो देवी! अब इस रण में ।

(नौसेना)

ओवी॰ सन सोळाशे अट्ठावन । अट्ठावीसचा तो जवान । तीक्ष्ण बुद्धीचा धैर्यवान । शिवराया ।। 1887 ।। केले उभे आरमार । पश्चिम सागरावर । लढाऊ तडफदार । गलबतें ।। 1888 ।। जलसेना त्याचे हाती । तो महार्णवाचा पति । शिवाजीला हे माहिती । होते स्पष्ट ।। 1889 ।।

63. नौ सेना : 1658 AD

संगमिरी खलबतांची । निर्मिती नव्या जहाजांची । शिवाजी महाराजांची । जलसेना ।। 1890 ।।
जंजीऱ्याचा सिद्दी हादरला । तेरदळचा गौड मारला । माहुलीचा प्रदेश जिंकला । शिवाजीने ।।
1891 ।। हिरावलीं चौल, घोसले । समुद्री कोटबंदी तळें । पोर्तुगिजांची ठाणीं बळें । मराठ्यांनी
।। 1892 ।।

(औरंगजेब)

ॐॐओवी॰ टाकोनी नहिल्यावर दहिली । औरंगजेबने जिंकली दिल्ली । बळकाविली साम्राज्याची
किल्ली । सार्वभौम ।। 1893 ।। सुलतानी प्रघात पाळून । भाऊबंधांचे खून पाडून । बापालाही
कैदेत डालून । राजा झाला[149] ।। 1894 ।।

(आदिलशाही, बडी बेगम)

ॐॐओवी॰ बघूनी मुगलांना व्यस्त । आदिलांना कराया त्रस्त । केल्या तीन स्वाऱ्या निर्धास्त ।
शिवाजीने ।। 1895 ।। प्रतापगड–तुंग । पन्हाळा, रायबाग । जिंकले लागोलाग । मराठ्यांनी ।।
1896 ।। ऐकून ती बुरी खबर । चिडली ती शिवाजीवर । बडी बेगम अनावर । रागामध्ये ।।
1897 ।। बडी बेगम विजापूरची । कारभारीण मन निष्ठुरची । तिखट जशी लाल मिरची ।
कैदाशीण ।। 1898 ।। खून पाडले तिने कित्येक । वाकडा आला जो जो प्रत्येक । शिवाजी
उरला फक्त एक । शत्रु तिचा ।। 1899 ।। बोलाविला तिने दरबार । आले मोठमोठे सरदार ।
निवडक मारेकरी घोर । शिवाजीचे ।। 1900 ।। नांव आले एक समोर । अफजलखान अघोर ।
दुष्ट मारेकऱ्यांत थोर । नावाजला ।। 1901 ।। कापले त्याने अनेक गळे । केले कित्येक नर
अंधळे । केले जखमी लंगडे लुळे । अंगभंग ।। 1902 ।। अफजलखान झाला खुश । गर्वाने
फुगला भृश[150] । म्हणाला, "मी लोह पुरुष । सदा जेता" ।। 1903 ।। "शिवाजीला मी मारीन
। त्याला धोक्यात पाडून । डोके कापून आणीन । शिवाजीचे" ।। 1904 ।। भरला त्याचे अंगी

---

[149] **औरंगजेब सुलतान :** July 21, 1658. Aurangazeb was born at Dohad in Gujrat Oct 24, 1618. His
first wife was as Irani girl Dilras Bano and 2nd wife was a Rajput girl Nawab Bai of Rajaur. He
became 53rd Sultan on June 5, 1659 at Delhi.

[150] **भृश** = (संस्कृत) अत्यधिक, अत्यंत.

रत्नाकर रचित ओवीबद्ध श्री शवाजी चरित्र

64. अफजलखानचा वध : 1659 AD

जोश । त्याने सभेत केला घोष । बडी-बेगमला संतोष । दिला त्याने ।। 1905 ।। आनंदित झाली सभा । दिली त्याला सर्व मुभा । मराठ्यांना कराया तभा[151] । पूर्णपणे ।। 1906 ।।

अफजलखान

ॐओवी॰ अफजल धिप्पाड बंदा । धूर्त कपटी शठ गंदा । तगडा अकलेचा कांदा । दगाबाज । 1907 ।। घेऊन तो परवानगी । आणि रक्तपिपासु संगी । त्याने केली तयारी जंगी । मोहीमेची ।। 1908 ।। घेऊन तोफा धन सेना । हत्ती घोडे लवाजमा । कराया भाग्याशीं सामना । निघाला तो ।। 1909 ।।

ॐओवी॰ तालीकोटची जशी कत्तल । करीन मी तिचीच नक्कल । घडेल मग खरी अद्दल । मराठ्यांना ।। 1910 ।। अफजल जाणतो सर्व । शिवाजीचे वीरश्री पर्व । तरीही त्यास होता गर्व । स्वतःवर ।। 1911 ।। शिवाजी मराठा शूर फार । बुद्धिशाली चंचल हुशार । जाणून होता ह्या गोष्टीं चार । अफजल ।। 1912 ।। शिवाजी रणी न हारे । अच्छा-अच्छांना तो मारे । जाणून होता हे सारे । अफजल ।। 1913 ।।

(म्हणून)

ॐओवी॰ मैत्रीचे नाटक करावे । कपटाने त्याला धरावे । गफलतीत मारावे । ही योजना ।।1914।।

YEAR : 1659 AD

64. वीर शिवाजी-29 :

64. अफजलखानचा वध : 1659 AD

(सईबाई)

---

[151] **तभा** = तबाह, नायनाट, बर्बाद.

रत्नाकर रचित ओवीबद्ध श्री शिवाजी चरित्र

64. अफजलखानचा वध : 1659 AD

ॐओवी० महाराणी सईबाई । राजे संभाजींची आई । ज्यांची परम पुण्याई । स्वर्गी गेल्या ।। 1915 ।। सन सोळाशे एकोणसाठ । एकोणतीसावी वर्षगाठ । शिवाजींची पडणार गाठ । अफजलशीं ।। 1916 ।। मैत्रीचा करूनी बहाणा । अफजल दीड शहाणा । भव्य सेनेसह एव्हाना । सिद्ध झाला ।। 1917 ।। सैनिक वीस हजार । पायदळ घोडेस्वार । अफजल हत्यावर । कूच झाला ।। 1918 ।। ऐकोनी ती खबर । ठोकला तळ निडर । प्रतापगडावर । शिवाजीने ।। 1919 ।। खानाचे खरे ध्येय । गुह्य जे, होते श्रेय । हेरांना त्याचे श्रेय । शिवाजीच्या ।। 1920 ।। शिवाजीला संपूर्ण ज्ञात । अफजलखानाची जात । दगलबाज करे घात । मिठी छूरी ।। 1921 ।। शिवाजी होते तयार । देण्या योग्य टक्कर । नरकाचा चक्कर । देण्यासाठी ।। 1922 ।। मराठे झाले सर्व सिद्ध । खानाशीं कराया युद्ध । कपटी नायकाविरुद्ध । कपटाने ।। 1923 ।।

(खान)

ॐओवी० फोडीत मंदिर मूर्त्या । दाखवीत ज्ञान मिथ्या । चालला खान तोतया । मृत्यूकडे ।। 1924 ।। मंदिर मूर्त्या दैवी अभंग । पंढरपुरचा पांडुरंग । तुळजापुरभवानी भंग । करूं गेला ।। 1925 ।। बुत-शिकनने[152] केले पाप । भवानी देवीने दिला शाप । आत्मघात करशील आप । तू अधमा! ।। 1926 ।। नरसिंह तुला धरील । घात तुझा तो करील । पोट तुझे तो चिरील । स्वहस्ताने ।। 1927 ।। जसा पापी हिरण्यकश्यपु । तशी तो फाडेल वपु । प्राण तू न शकशील जपूं । ह्यापुढे, गा! ।। 1928 ।।

वीर शिवाजी एकोणतीस वर्षांचे

ॐओवी० शिवाजीला नको संग्राम सवानात[153] । त्याला हवे युद्ध जावळीच्या वनात । अफजलला नको संघर्ष रानात । शिवाजीशीं ।। 1929 ।। शिवाजी रायगडावर सुरक्षित । अफजलला नव्हते हे अपेक्षित । गप्प बसणे छावणीत प्रतीक्षेत । शिवाजीच्या ।। 1930 ।। शिवाजी डोंगरातला उंदिर । लपला तो उंच गडावर । खानचे हत्ती न चढती वर । नाइलाज ।। 1931 ।। अफजलची

---

[152] **बुत शिकन** = मूर्त्या फोडणारा. **कुफ्र शिकन** = परधर्मियांना मारणारा.

[153] **सवान** = मोळे रण.

रत्नाकर रचित ओवीबद्ध श्री शवाजी चरित्र

64. अफजलखानचा वध : 1659 AD

सेना भव्य । लवाजमा ही अवाढव्य । शिवाजीची अक्कल दिव्य । श्रेष्ठ कोण? ।। 1932 ।। अफजलने केली युक्ति । दाखवाया आपुली शक्ति । नियोजिली चाल उत्पाती । आत्मघाती ।। 1933 ।। करूनी कटाची उभारणी । केली सुरू तहाची बोलणी । कराया शिवाजीची चटणी । ठकवून ।। 1934 ।। लपवून प्रतारणा कुटिल । कराया मैत्रीची भेट कबूल । शिवाजीकडे वकिल कुशल । पाठविला ।। 1935 ।। खानानी धोक्यानी खून पाडले । कित्येक यमसदनी धाडले । सलगी जोडून गळे फाडले । इतिहास ।। 1936 ।। आला दूत अफजलखानाचा । घेऊन नजराणा मानाचा । द्यावया संदेश निमंत्रणाचा । कपटाचा ।। 1937 ।।

(तर)

ॐॐओवी॰ शिवाजीने केला परामर्श । मुत्सद्दी वकिलांशीं विमर्श । टाळावया संघर्ष । शक्य जर ।। 1938 ।। त्यांनी केला विचार । आम्हीं राहूं तयार । खानाने अविचार । जर केला ।। 1939 ।। स्वीकारावे त्याचे आमंत्रण । खानालाही द्यावे निमंत्रण । असो स्थितीवर नियंत्रण । सर्वकाळ ।। 1940 ।। कपटी तो आहे फार । विश्वास नसो त्यावर । दगा तो देईल जर । तोंड द्यावे ।। 1941 ।।

(खान)

ॐॐओवी॰ स्वीकृति घेवोनी दूत । झाला प्रसन्न बहुत । घेऊन आला सबूत । खानापाशी ।। 1942 ।। आनंदित झाला खान । त्याला फार अभिमान । शिवाजीचा घेऊ प्राण । भेटतांच ।। 1943 ।। दोन्हीं पक्षांनी घेओनी आण । केली दिखाव्याची ओढताण । मित्रृत्वाची देवाणघेवाण । वरपांगी ।। 1944 ।। योजना झाली अशी तयार । कराया शिवाजीवर वार । आलिंगुनी भोसकूं कट्यार । पाठीमध्ये ।। 1945 ।। पाठीवर करूनी वार । करीन शिवाजीला ठार । दाखवीन किती हुशार । जगाला मी ।। 1946 ।। ऐकोनी शिवाजीचा विनाश । आदिलशहा होईल खुश । मिळेल मला बक्षीस । फार मोठे ।। 1947 ।। झाल्या सुरू वाटाघाटी । भेटीच्या ठिकाणासाठी । जिथे नसो आडकाठी । योजनेला ।। 1948 ।। नि:शस्त्र होणार होती भेट । लागणार होते गळीं थेट । बोलणी करणार मजेत । दोन्हीं नेते ।। 1949 ।। शिवाजी संगे दहा जण । तेवढेच खानाचे पण । सभोवती सर्व निर्जन । तंबू जिथे ।। 1950 ।। जरी ठरला होता करार । तरी करूनी अविचार

64. अफजलखानचा वध : 1659 AD

। खानाने केले स्थान तयार । दगा देण्या ।। 1951 ।। उभा केला तंबू विशेष । काळजी घेओनी निःशेष । शिवाजीला कराय शेष । तंबूमध्ये ।। 1952 ।।

(शिवाजी)

ॐओवी॰ शिवाजी त्यावर न विश्वासला । केला पलटवाराचा फैसला । जर दगा कुठेही दिसला । जीवावर ।। 1953 ।। शिवाजीने योजना आखली । कामें योग्य नेत्यांना वाटली । पण गुप्तता पूर्ण राखली । बदल्याची ।। 1954 ।। आला दिवस जेव्हां भेटीचा । झाला शेवट वाटाघाटीचा । झाला कळस खटपटीचा । देण्या मात ।। 1955 ।। खानाचे सैनिक उभे दूर । विजयाच्या आनंदात चूर । शिवाजी मरणार जरूर । त्यांना भ्रम ।। 1956 ।। खानाने लपविली कट्यार । शिवाजीला करणार ठार । करूनी पठीवर वार । भेटतांच ।। 1957 ।। शिवाजी नेसले अंगरखे । चिलखत सद्‍र्‍यासारखे । चार बोटांवर वाघनखें । धारदार ।। 1958 ।। चार तुकड्या चार दिशांना । लपल्या अशा, कुणा दिसेना । बघत होत्या खानाची सेना । न कळत ।। 1959 ।। खान ऊंच जसा ताड । दुहेरी त्याचे मांस हाड । देह प्रचंड धिप्पाड । बलिवर्द ।। 1960 ।। शिवाजी न ऊंच, न पुष्ट । ना ही क्रूर, ना ही तो दुष्ट । सर्व परिस्थितींत हृष्ट । सदा तुष्ट ।। 1961 ।। शिवाजी मराठा-राजपूत । देह कसलेला मजबूत । जुलमी पाप्यांचा यमदूत । शिवरूप ।। 1962 ।।

(भेटी करिता कूच)

ॐओवी॰ जेव्हां झाला दूसरा प्रहर । दडून बसले मराठा वीर । दाट झाडी-झुडपांत स्थिर । सभोवतीं ।। 1963 ।। लपले होते वीर खास । वाट बघत आठ तास । विना चाहुल आसपास । कुणासही ।। 1964 ।। विना खाणे-पीणे काहीं । अन्न-पाणी इथे नाही । अन्य भाव कशाचाही । नाही मनीं ।। 1965 ।। वाट बघत इशाऱ्याची । झडप घालाया माऱ्याची । कराया सफाई साऱ्यांची । वेळेवर ।। 1966 ।।

(प्रथम, तंबू मध्ये)

ॐओवी॰ आली खानाची पालखी । सजली डोली सारखी । आंत बसला घातकी । अफजल ।। 1967 ।। पालखीचा रूंद बांधा । चार भोयांनी दिला खांदा । पालखीत सडका कांदा । बसलेला ।। 1968 ।। खाली उतरला खान । सूरीवर त्याचे ध्यान । लपविली होती छान ।

रत्नाकर रचित ओवीबद्ध श्री शिवाजी चरित्र

64. अफजलखानचा वध : 1659 AD

झग्यामध्ये ।। 1969 ।। जेवढा तो धटिंग मोठा । तेवढा आत्मविश्वास खोटा । खोटयाचे कपाळी गोटा । बसणार ।। 1970 ।। तंबूमध्ये खान खोता[154] । भ्रमामध्ये खात गोता । वाट तो बघत होता । शिवाजीची ।। 1971 ।।

(शामियाने में)

(शिवाजी)

ॐओवी॰ मातोश्रींचे धरोनी चरण । भवानीचे करोनी स्मरण । शिवाजीने स्फुरण धारण । केले होते ।। 1972 ।। चिलखत अंगावर । जिरेटोप डोईवर । वाघनखें बोटांवर । लपविले ।। 1973 ।। घेओनी दहा जण बरोबर । विना धारूनी ढाल-तलवार । समय जेव्हां तीसरा प्रहर । निघाला तो ।। 1974 ।। आला जेव्हां शामीयाना । दरबान म्हणाला त्यांना । आत प्रवेश शिवाजींना । आहे फक्त ।। 1975 ।। बाकी अलग दालनात । सर्व निःशस्त्र लागतात । शस्त्र लपविले आंत । सर्वांनीच ।। 1976 ।। शिवाजीचे दहा जण । तितकेच खानाचे पण । ऐसपैस ते दालन । होते छान ।। 1977 ।। शस्त्र सर्वांनी लपविले । मुखीं हास्य दाखविले । न कुणीच विश्वासले । कुणावर ।। 1978 ।।

(प्रवेश)

ॐओवी॰ शिवाजीने केला प्रवेश । बघुनी, खानाला आवेश । उफाळला त्याचा द्वेश । एकवटून ।। 1979 ।। उठून तो उभा झाला । "आओ भाई!" तो म्हणाला । मारावया शिवाजीला । सज्ज झाला ।। 1980 ।। जवळ आला तो खान । दोन्हीं हात पसारून । देण्यासाठी आलिंगन । शिवाजीला ।। 1981 ।। शिवाजीला मारली मिठी । हस्तबद्ध करण्यासाठी । ज्याला राखतो जगजेठी । सदोदित ।। 1982। झाला उद्धत मग खान । शिवाजीची दाबली मान । डाव्या काखेत त्याने छान । घट्टपणें ।। 1983 ।। मग काढोनी कट्यार । दग्याने कराया ठार । पाठीवर केला वार । शिवाजींच्या ।। 1984 ।। खानाची कट्यार पाठीत न गेली । चिलखत कामी आले ऐन वेळी । वाघाच्या तोंडून वाचली शेळी । छोटा घाव ।। 1985 ।। खानाने होते पकडले ।

---

[154] **खोता** = गाढव.

मुंडके काखेत अडकले । धैर्य तरीही न सोडले । शिवाजींनी ।। 1986 ।। अफजल पहाड । बांधा त्याचा धिप्पाड । मुस्तंडा तुंग ताड । राजे खुजे ।। 1987 ।।

(शिवाजी)

ॐओवी॰ शिवाजी म्हणाला, अंबे! । वाचव तू, जगदंबे! । कर ह्या खानाला लंबे । भवानी! तू ।। 1988 ।। भवानी म्हणाली त्याला । कर ठार ह्या पाप्याला । मी मारले आहे ज्याला । आधीच, रे! ।। 1989 ।। खान आणि त्याचे लोक । साधलेत परलोक । निमित्त व्हावे तू स्तोक[155] । शिवराया! ।। 1990 ।। शिवाजी म्हणाला, जय भवानी! तुळजापुरची वरदायिनी! । तूच आमुची रक्षणकारिणी । संकटात ।। 1991 ।। शिवाजीने झटकन । काढला हात वामन । बाहेर अस्तनीतून । अंगरख्याच्या ।। 1992 ।। उगारूनी हस्त उजवा । बाहेर काढला बिचवा । लपविलेला नागवा । पटकन ।। 1993 ।। बिचवा उजव्या हस्ती । वाघनखें डाव्या हाती । भोसकलीं पोटामधी । त्या खानाच्या ।। 1994 ।।

अफजलखानाचा वध

ॐओवी॰ उदर खानाचे फाडले । आंतडे बाहेर काढले । त्याला भूमीवर पाडले । शिवाजीने ।। 1995 ।। खान उताणा पडला । विव्हळोनी तो रडला । दगा! दगा! ओरडला । मारो! मारो! ।। 1996 ।। ऐकोनी शिवाजीचा संकेत । संभाजी कावळे आले तेथ । खान लवंडला होता जेथ । भूमीवर ।। 1997 ।। कावजीने काढोनी तलवार । खानाच्या मानेवे केला वार । मुंडके उडवोनी केले ठार[156] । क्षणार्धात ।। 1998 ।।

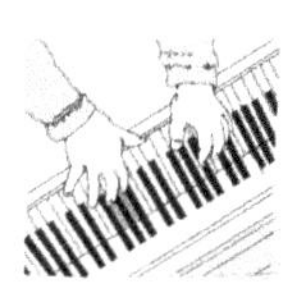  संगीत श्री शिवाजी चरित्र राग-छंद माला, पुष्प 190

राग : 𝄞मालकंस, कहरवा ताल 8 मात्रा

(सिद्दी जौहर)

---

[155] **स्तोक** = ईषत्, फक्त, मात्र, जरा.

[156] **Death of Afjhal Khan :** Thursday Nov. 10, 1659 at Rajapur at 2.00 pm.

64. अफजलखानचा वध : 1659 AD

स्थायी

सुनो, अकल बड़ी या भैंस बड़ी ।

जब मुश्किल हो कोई आन पड़ी ।।

♪ मम–, गमग सानिसा धनि सामम मम– ।

मम गमगसा निसा धनि सा–म मम– ।

अंतरा–1

अफजल मोटा, ऊँचा तगड़ा, दिमाग मंदा, मन का खोटा ।

वीर शिवाजी, चंचल बंदा, उसके आगे कद में छोटा ।

बोलो, अकल बड़ी या भैंस बड़ी ।

जब मुश्किल हो कोई आन पड़ी ।।

♪ गागमम ध–नि–, सां–सां– गंनिसां–, निनि–नि नि–निध, धनि सांनि धमम– ।

धनिसां गंगं–गंसां, सांमंगंसां नि–सां–, सांमंमंगं गंसांनिध धनि सांनिधम ।

मम–, गमग सानिसा धनि सामम मम– ।

मम गमगसा निसा धनि सा–म मम– ।।

अंतरा–2

चला शिवाजी, शूर मराठा, मिलने निहत्था, जब अफजल से ।

शठ ने शिव को, जकड़ा भुज में, मारा पीठ में जब, चाकू रे! ।

सोचो, अकल बड़ी या भैंस बड़ी ।

जब मुश्किल हो कोई आन पड़ी ।।

अंतरा–3

सिद्ध शिवाजी था देने को, जवाब ईंट का पत्थर से ।

शिव ने झट से बाघनखों से, पेट उधेड़ा राक्षस का ।

कहो, अकल बड़ी या भैंस बड़ी ।

जब मुश्किल हो कोई आन पड़ी ।।

रत्नाकर रचित ओवीबद्ध श्री शवाजी चरित्र

64. अफजलखानचा वध : 1659 AD

अंतरा–4

दगा! दगा! चिल्लाया पापी, गिरा धरा पर औंधा, रे! ।

निकल रहे थे प्राण अधम के, दे ना पाया धेखा, रे! ।

देखो, अकल बड़ी या भैंस बड़ी ।

जब मुश्किल हो कोई आन पड़ी ।।

(आणि)

ॐओवी॰ मिळतांच मृत्यूची खबर । लपलेले मराठे तत्पर । शत्रूंवर धावले जबर । हातघाई ।। 1999 ।। खानाचे सैनिक असावध । यशाच्या स्वप्नात बेसावध । अनेकांचा तिथे झाला वध । महाभारी ।। 2000 ।। खानाचे सैनिक घाबरले । स्वामीचा आदेश विसरले । शस्त्र टाकोनी ते निसरले । रणातून ।। 2001 ।। जैसी शिवाजीची सुबुद्धि । निःशस्त्र शत्रु झाले बंदी । खानाचे पुत्र केले कैदी । मराठ्यांनी ।। 2002 ।। राजगडावर निगडयुक्त । आणले कैदी जे शरणागत । शिवाजीने सादर केले मुक्त । यथा नीति ।। 2003 ।। शिवाजीचे सात्त्विक वर्तन । न कापली बंदींची गर्दन । न केले धर्मपरिवर्तन । जबरीने ।। 2004 ।। हेच आचरण हिंदू धर्म । मानवी– हक्कानुसारे कर्म । सदाचाराचे ते वर्म । शास्त्रांमध्ये ।। 2005 ।।

(नीति)

श्लोक

बन्दिस्थं शरणाधीनं न कोऽपि सैनिकस्तुदेत् ।

भग्नं स्यादायुधं यस्य योद्धव्यो न स सैनिकः ।।

न च पलायिनो हत्या न घातो रणत्यागिनः ।

मृतदेहतिरस्कारो विखण्डनं च पातकम् ।।

(मग)

ॐओवी॰ मारला गेला जेव्हां दुष्ट । मराठ्यांना मिळाली लूट । खजीना हत्ती घोडे ऊंट । तोफा नीट ।। 2006 ।। मराठा–जगात आनंद । लोकांनी विसरली धुंद । हसले नाचले सबंद । जनगण ।। 2007 ।। गडावर भारी मोद । शिंगे नौबतींचा नाद । आनंद अमर्याद । स्वातंत्र्याचा ।। 2008

235

64. अफजलखानचा वध : 1659 AD

।। सगळ्यांना आला चेव । गरजले एकमेव । हर हर महादेव! । जयघोष ।। 2009 ।। खानाला अंत्य संस्कार । दिला सहित सत्कार । सद्धर्माचा हाच प्रकार । हिंदू रीत ।। 2010 ।। हीच भारतीय संस्कृति । मानवी दया क्षमा शांति । नव्हे सुलतानांची रीति । जरी तशी ।। 2011 ।। निःशस्त्र नर जो रणावर । थकला भागला भ्याला जर । शरण आला असेल तर । मारूं नये ।। 2012 ।। मृतचा देह विखंडन । अथवा त्याचा अपमान । अंतिम संस्कार वंचन । अनैतिक ।। 2013 ।। पराजितांचा कत्तलेआम । किंवा धर्मपरिवर्तन । त्यांच्या स्त्रियांशीं दुर्वर्तन । निषेधित ।। 2014 ।। मानवी-अधिकारांचा मान । आर्य नीतीचा सन्मान । धोरण हे श्रीरामासमान । शिवाजींचे ।। 2015 ।। शिवाजी जैसा जाणता । जगात अन्य कोणता । राजा कधीच नव्हता । होणार वा ।। 2016 ।। इतिहासात त्याला आदर । करिती प्रामाणिक सादर । सद्गुणांचा जो आगर । शिवाजी तो ।। 2017 ।।

संगीत श्री शिवाजी चरित्र राग–छंद माला, पुष्प 191

अभंग

जाणता राजा

जाणता जो राजा, रक्षितो समाजा । मालोजी ज्याचा आजा, शिवाजी तो ।। 1

पुत्र शहाजींचा, बाळ जिजाऊंचा । नृप मराठ्यांचा । शिवाजी तो ।। 2

जीव मावळ्यांचा, कोणी नाही ज्यांचा । प्रिय सखा त्यांचा, शिवाजी तो ।। 3

बघोनी अशांति, केली ज्याने क्रांति । दया क्षमा शांति, शिवाजी तो ।। 4

तान्हा बाजी ज्याचे, वीर संगी साचे । पुढे सिद्धि नाचे, शिवाजी तो ।। 5

सदाचार राशी, सदा ज्याचे पाशी । शिष्य रामदासी, शिवाजी तो ।। 6

तुकोबाने ज्याला, दिली रुद्रमाला । धन्य धन्य झाला, शिवाजी तो ।। 7

(लगेच नंतर)

ॐ ओवी॰ अफजल मरण पावला इकडे । शिवाजीने हल्ले चढविले तिकडे । मराठ्यांची भूमि जप्त होती जिकडे । मुक्तीसाठी ।। 2018।। पहिली धडक राजापुरावर । आक्रमण केले, कराया सर ।

64. अफजलखानचा वध : 1659 AD

मग अचानक हल्ले भराभर । मराठ्यांचे ।। 2019।। सासवड, सुपे, शिरवळ । ठाणीं जिंकली त्यांनी सकळ । शरण गेले नेते सबळ । मराठ्यांना ।। 2020 ।।

(बिजापुर)

ॐ ओवी॰ बडी बेगम स्वप्नांत रंगली । भ्रमात निद्रस्थ आदिल अली । शिवाजींच्या मुंडक्याची लागली । आस त्यांना ।। 2021 ।। शुभ वार्तेची बघत वाट । प्रसाधित बादशाही थाट । सजले होते बाजार-हाट । बिजापुरी ।। 2022 ।। खान आमुचा बघून संधी । करील त्या शिवाजीला बंदी । अथवा कापून त्याची मुंडी । आणील तो ।। 2023 ।। धरोनी विश्वास ऐसा चिकार । होते तिथे सर्व आतुर फार । मोदोत्सवाला सगळे तयार । बिजापुरी ।। 2024 ।। खान आमुचा इतुका हुशार । कधीच त्याला मिळाली न हार । समजा शिवाजी नक्कीच ठार । होणार तो ।। 2025 ।। जयोत्सवाची जंगी तयारी । करीत होती जनता सारी । कधी न ऐसा होणार भारी । मोदोत्सव ।। 2026 ।। मुळी न आली कुणाच्या मनात । अथवा कुणाच्या कधी स्वप्नात । मरेल तो खान ऐसा रणात । बळीची अजा ।। 2027 ।। ठार केला शिवाजी ने खान । पोट फाडोनी घेतला प्राण । केली त्याची सेना दाणादाण । लूटले सर्व ।। 2028 ।।

(बिजापुर)

ॐ ओवी॰ वार्ता पसरल्या विजापुरात । झाले धस्स सगळ्यांच्या ऊरात । भीषण आक्रोश एका सुरात । अनावर ।। 2029 ।। घाला दुःखाचा घडला सुखात । तोंडचा घास अडला मुखात । गडा मिठाचा पडला दुधात । बासुंदीच्या ।। 2030 ।। खान मेला! खान मेला! । सर्वांनी आक्रोश केला । आनंद निसरून गेला । क्षणार्धात ।। 2031 ।। मुगल, इंग्रज, डच । सिद्दी, मूर, पोर्तुगीच । कुतुबशाही सर्वच । दणाणले ।। 2032 ।। विश्वास वार्तेत कुणाचा बसेना । कसे शक्य झाले कुणाला दिसेना । अफाट इतकी अफजलची सेना । तरी हार? ।। 2033 ।। महातुंग होती खानाची काया । गेली कशी ती क्षणार्धात वाया । केली शिवाजीने कोणती माया । दैवी लीला ।। 2034 ।। सेना प्रबळ झाली बरबाद । उंदरापुढे वाघ झाला बाद । उरला तो शिवाजीच नाबाद । आश्चर्यच! ।। 2035 ।। चेहरे सगळ्यांचे उतरले । सुतक नगरीत पसरले । सामर्थ्य आदिलांचे घसरले । एकाएकी ।। 2036 ।। समारंभ होते जिथे जिथे । झाल्या शोकसभा तिथे तिथे । धाक शिवाजींचा जिथे जिथे । संचारला ।। 2037 ।। त्यांची हादरली क्षिति ।

64. अफजलखानचा वध : 1659 AD

आश्चर्य घडले अति । सर्वांनाच वाटली भीति । शिवाजीची ।। 2038 ।। केव्हां चालून तो येईल । राज्य जिंकून घेईल । विजापुरला शह देईल । कोण जाणे ।। 2039 ।। आता कोण आमुचा तारण । बसली पाचांवर धारण । आता न द्यावे त्याला कारण । स्वारीसाठी ।। 2040 ।। अली आदिलशहा थरकांपला । बडी बेगमचा पारा तापला । म्हणाले, "सूर्य लोपला आपला । अचानक" ।। 2041 ।। श्रीमुखात बसली थापड । अंगांचा झाला तीळपापड । गमावला सेनानी धाकड । अफजल ।। 2042 ।। शोकाघात होईना सहन । दु:ख धाडले होते गहन । गर्व सर्वांचे केले दहन । शिवाजीने ।। 2043 ।। बडी-बेगम आजारी पडल्या । शिवाजीचे नांवे शिव्या झडल्या । ओक्साबोक्सी पुन्हा पुन्हा रडल्या । अनावर ।। 2044 ।। सर्वांची विरली आशा । आशेने गुंडाळला गाशा । पडली पदरी निराशा । फार मोठी ।। 2045 ।। जरी सगळ्यांचे उडले अवधान । केले राज्यात सगळे सावधान । जागृत चाकरांपासून प्रधान । आणीबाणी ।। 2046 ।।

(बदला)

ॐओवी॰ आता घेण्यासाठी सूड । धाडावे कोणते धूड । शौर्याने जे न आखूड । शिवाजीपुढे ।। 2047 ।। आता करावे लागेल अन्य कार्य । शिवाजीला मारणे अपरिहार्य । कोण बरे दाखवील तसे औदार्य । हाच प्रश्न ।। 2048 ।। कृपा भवानी-शिवाची जयाला । मारेल कैसा कुणीही तयाला । सूरमा जगी ह्या पैदा न झाला । सुलतान ।। 2049 ।। ऐसा त्या शिवाजीचे गुणगान । करावे आपण काव्यांनी छान । झाला न ऐसा पुरुष महान । अद्वितीय ।। 2050 ।।

(शिवाजी)

ॐओवी॰ मराठ्यांच्या स्वाच्या । वाघ्यासम साच्या । स्वातंत्र्याच्या आच्या । कूच झाल्या ।। 2051 ।। वादळी चढाई । पहिला टप्पा वाई । पुढे जाण्या घाई । झपाट्याने ।। 2052 ।। खटाव, वाळवे, रामपुर । अष्टी, पाली, सावे, वेलापुर । कऱ्हाड, सुपे, तांबे, मसूर । कलेढोण ।। 2053 ।। नेरले, कमेटी, औदुंबर । उरण, कोले व विसापुर । तेरा दिवसांत केले सर । मराठ्यांनी ।। 2054 ।। वसंतगड, वर्धनगड । मच्छिंद्रगड, कल्याणगड । रांगणा, खेळणा, पन्हाळगड ।

64. अफजलखानचा वध : 1659 AD

रायबाग ॥ 2055 ॥ गडग, तिकोटे, लक्ष्मेश्वर । हुक्केरी, गोकाक, कोल्हापुर । पाच दिवांत झाले सर । त्यानंतर[157] ॥ 2056 ॥

बिजापुर

ॐओवी० शिवाजीने घेतले कोल्हापुर । आता पुढला टप्पा विजापुर । आदिलशहाचे कांपले ऊर । भीतीमुळे ॥ 2057 ॥ घ्यावया त्यास समाधान । सज्ज झाला फाजलखान । त्याच्या संगे रुस्तुमेजमान । स्वारीवर ॥ 2058 ॥ कराया शिवाजीला ठार । सेना घेतली दहा हजार । तोफखान हत्ती घोडेस्वार । लवाजमा ॥ 2059 ॥ जेव्हां मारला अफजलखान । कैद झाला होता फाजलखान । शिवाजीने दिले जीवनदान । शरणागताला ॥ 2060 ॥ जिवंत सोडला साप । बसेल ना चुपचाप । पुन्हा करील तो पाप । गुण त्याचा ॥ 2061 ॥ जसा महमुद घोरी । पुन्हा पुन्हा करे स्वारी । त्याची ती जातच न्यारी । सुलतानी ॥ 2062 ॥ जन्मजात ते कृतघ्न । सुखशांतीत अप्रसन्न । मरेपर्यंत ते विघ्न । महाघोर ॥ 2063 ॥

कूच झाली सेना बिजापुरी । कराया मनोकामना पूरी । अफजलखाची अधुरी । राहिली जी ॥ 2064 ॥ आदिलशाही मातबर । सेना येत आहे जबर । हेरांनी धाडली खबर । शिवाजीला ॥ 2065 ॥ शिवाजीने आखली योजना । धडाडीने तोंड घ्याया त्यांना । पाच हजार मावळ्यांना । केले उभे ॥ 2066 ॥ मावळ्यांचे जुळविले बळ । पन्हाळ्यावर ठोकला तळ । काढावा लागेल त्यांना पळ । ह्यांचेपुढे ॥ 2067 ॥ स्वातंत्र्याची कळकळ । निरंतर चळवळ । न होतां डळमळ । तसूभर ॥ 2068 ॥ शिवरायाने फाजलखान । नेताजीने रुस्तुमेजमान । फेटाळल्या दोन्हीं फळ्या छान । धडाडीने ॥ 2069 ॥ दाळ त्यांची न गळाली । हिंमत त्यांची चलाली । गुरमी त्यांची पळाली । ह्यांचेपुढे ॥ 2070 ॥ दोन प्रहरांच्या आंत । फौजांची झाली वाताहात । कापले गेले अतोनात । विजापुरी ॥ 2071 ॥ मराठ्यांनी किती तरी । ठार केले विजापुरी । हार देओनी माघारी । फिरविले ॥ 2072 ॥ भीतीने गाळण उडाली । धीठाई पार बुडाली । शेपूट दाबोनिया खाली । पळाले ते ॥ 2073 ॥ पळाला फाजलखान । वळला उस्तुमेजमान । झाली फार

---

[157] December 28, 1659.

दाणादाण । सैनिकांची ।। 2074 ।। मागे फिरले चेंदून । अपमान वरतून । घरी आले परतून । बिजापुरी[158] ।। 2075 ।। घरी आला जेव्हां खान । खाली झुकवुनी मान । पुन्हा केला अवमान । आदिलाने ।। 2076 ।।

इंग्रजांशी टक्कर

ॐॐओवी० बघुनी शिवाजीचे भव्य यश । इंग्रज, फ्रेंच, पोर्तुगीज, डच । चार गोरे परदेशी अवश । हिरसले ।। 2077 ।। इंग्रज त्यांत उचापती मुख्य । आदिलशहाशीं करूनी सख्य । सागरी मार्गांवर शक्य । धंदापाणी ।। 2078 ।। मराठेही त्यांचे दास । ज्यांना गुलामीची आस । ज्यांचा स्वाभिमान खलास । झाला होता ।। 2079 ।। मित्र सारे आदिलांचे । भले त्यात होते त्यांचे । चोर-चोर ह्या भावांचे । नाते होते ।। 2080 ।। शिवाजीची जलसेना । ह्या चोरांना पाहवेना । समुद्र हा त्यांचा मेना । त्यांना वाटे ।। 2081 ।। आपसांत प्रतिस्पर्धी । टोपीकर एक वर्दी । देश लूटण्याची गर्दी । फिरंग्यांना ।। 2082 ।। मुखवटा व्यापाऱ्यांचा । सत्ता खरा हेतु त्यांचा । धर्मपरिवर्तनांचा । व्यवसाय ।। 2083 ।।

(राजापुर)

ॐॐओवी० इंग्रजी वखार राजापुरात । प्रमुख बंदर त्यांचे सूरत । हेनरी रेव्हिंगटन टोपीकरांत । मुख्य साहेब ।। 2084 ।। शिवाजीचा एक पद्धतशीर । दारोजी नावाचा सागरी वीर । सांभाळत होता दाभोळ तीर । चिकाटीने ।। 2085 ।। एकदा त्याने घालून छापा । इंग्रजी माल केला गपापा । ताब्यात घेतला कप्पा-कप्पा । आणि कैदी[159] ।। 2086 ।। होऊनी तिथे पदच्युत । कराया

---

[158] Dec. 28, 1659

[159] **Prisoners** : Daroji marched with 600 soldiers and took following seven people in custody. 1. Henry Revington, the Governor for the factory at Surat (r. 1656-1662), 2. Randolph Taylor, 3. Richard Taylor, 4. Robert Ferrand, 5. Richard Napier, 6. William Mingham and 7. Philip Gifford. After negotiations six people were released and Gifford was imprisoned at the fort of Kharepathan. Gifford was released after Revington promised British help to Shivaji in taking the sea fort of Jangira from Siddi Jauhar.

गलबतें मुक्त । इंग्रजांनी धाडला दूत । शिवाजी कडे ।। 2087 ।। मुक्त केले शिवाजीने बंदी । जेव्हां इंग्रजांनी केली संधि । शिवाजीशीं मैत्री संबंधी । सिद्दी विरुद्ध ।। 2088 ।।

YEAR : 1660 AD

65. वीर शिवाजी-30 :

65. पन्हाळ्याहून सुटका : 1660 AD

वीर शिवाजी तीस वर्षांचे

बाजीप्रभु देशपांडे

ॐओवी॰ सोळाशे-साठ इसवी सन । धीट करित मराठी जन । तीशीत करतो पदार्पण । शिवराया ।। 2089 ।। एकामागे एक संकट । नवे होत होते प्रकट । संपूर्ण आश्चर्यांसकट । महाघोर ।। 2090 ।। शिवाजी जिवाची जोखीम घेतो । आणि तो विपदांना तोंड देतो । विजय संपादोनी पुढे जातो । ध्येयाकडे ।। 2091 ।। शत्रूंचा झाला आहे सुकाळ । नवीन उभा प्रतिसकाळ । उद्या येणार कोण विक्राळ । बघूं आता ।। 2092 ।।

(विजापुर)

ॐओवी॰ आदिलाला रोज नवी हार । बघूं आता काय करणार । कोणते भूत पाठविणार । मरावया ।। 2093 ।। जसा कंस धाठवी राक्षस । पाठोपाठ होती जे खलास । कृष्ण मारण्याचा त्याला ध्यास । तसाच हा ।। 2094 ।। हारले जेव्हां सर्व नौकर । शिवाजीला मारील कोण लौकर । एक नांव सुचले, सिद्दी जौहर । जंजीऱ्याचा[160] ।। 2095 ।। सिद्दी शिपाई आडदांड । मजबूत

---

[160] **सिद्दी जौहर** : The Abyssinsan Habshi ruler of Jangira (d. 1660).

65. पन्हाळ्याहून सुटका : 1660 AD

जणू लोखंड । शूर लढवय्या प्रचंड । हबशी तो ।। 2096 ।। काळा कभिन्न असुर । उंच धिप्पाड प्रचुर । आक्राळ विक्राळ क्रूर । भयानक ।। 2097 ।। सैनिकांनी आणली खबर । शिवाजी आहे पन्हाळ्यावर[161] । घातला वेढा किल्ल्याला जर । फसेल तो ।। 2098 ।। ऐकोनी ती खबर । झाले बिजापुरी तत्पर । जातो सिद्दीच्या बरोबर । फाजलखान ।। 2099 ।। बरोबर रुस्तुमे-जमान । आदिलाने दिले सैन्य । न व्हावी अवस्था दैन्य ।। सूडघेण्या[162] ।। 2100 ।। फाजलची स्वारी तीसरी । रुस्तुमे-जमानची दूसरी शरणागतिप्राप्त होते अरि । हे दोघेही ।। 2101 ।। माफ करोनी त्याचा गुन्हा । शत्रु सोडला होता पुन्हा । तोच फाजलखान जुना । कृतघ्न जो ।। 2102 ।। दुष्टाला पुन्हा पुन्हा सोडणे । दया नाठाळावर जोडणे । नीति अशी मोठेपण म्हणे । आत्मघाती ।। 2103 ।। इतिहास सांगे नीति । ज्यांची असे नीच जाति । त्यांशीं होऊं नये मीति । चुकोनही ।। 2104 ।। सुलतान तथा गोरे । त्यांचे मन नसे कोरे । दगाबाज जाणा सारे । परदेशी ।। 2105 ।। रिव्हिंग्टन गोऱ्या साहेबानेही । केली होती शपथेवर सही । पण द्रोही झाले साहेब हेही । वेळेवर ।। 2106 ।। सिद्दीला इंग्रजांच्या । तोफा लांब पल्ल्यांच्या । तुकड्या शिपायांच्या । पुरविल्या[163] ।। 2107 ।। वचनभंग, विश्वासघात । नीतीवर करणे आघात । परकियांचे कळले प्रघात । शिवाजीला ।। 2108 ।। जंजीरा व बिजापुरी । सेना ऐसी ही दुहेरी । त्यांत मिळाली फितूरी । इंग्रजांची ।। 2109 ।। करोनी जैयत तयारी । कूच झाली फौज तिहेरी । त्यांत मराठ्यांची हजेरी । देशद्रोही[164] ।। 2110 ।।

(आक्रमण)

---

[161] **पन्हाळा :** Shivaji arrived at Panhala Fort on March 2, 1660. This fort was one of the fifteen forts built by the last Silahara King Bhojdeva (r. 1178-1193). It was taken by Yusuf Adil Khan (r. 1489-1510) from the Yadava kings of Devgiri.

[162] March 1660.

[163] April 1660.

[164] **देशद्रोही :** मुधोळचा बाजी घोरपडे (1605-1664), वाडीचा लखम सावंत (r. 1641-1675).

रत्नाकर रचित ओवीबद्ध श्री शवाजी चरित्र

65. पन्हाळ्याहून सुटका : 1660 AD

ॐ**ओवी॰** सैन्य असे हे **चव्हेरी** । आपसी मिथ्या कैवारी । ज्यांना शिवाजीचा भारी । द्वेष होता ।। 2111 ।। आले पन्हाळ्याच्या निकट । घातला वेढा बळकट । परिस्थिति झाली विकट । मराठ्यांची ।। 2112 ।। पन्हाळ्याला घातला वेढा । शत्रूंनी वाकडा-तिकडा । कधी न पडला एवढा । अभेद्य जो ।। 2113 ।। सिद्दी जौहर चे दहा हजार । आदिलशहाचे तीस हजार । इंग्रजांचे टोपीकर हजार । छावणीत ।। 2114 ।। किल्ल्याबाहेर भटकणे । वेढ्यातून आता निघणे । शक्य नव्हते निसटणे । शिवाजीला ।। 2115 ।। शत्रूंच्या मनात अख्खी । समजूत होती पक्की । शिवाजीचा मृत्यु नक्की । होणारच ।। 2116 ।। इंग्रजी तोफांचा मारा । भीषण, महिना सारा । करावया कोंडमारा । शिवाजीचा ।। 2117 ।। आतील कुणी जाऊं शके ना बाहेर । बाहेरचा आंत न येऊं शके हेर । तरी सुटका होणार कशी अखेर । शिवाजीची ।। 2118 ।। पन्हाळगड मजबूत । तटबंदी त्याची साबूत । वर दाणापाणी बहुत । साठलेले ।। 2119 ।। सिद्दी करूं पाहतो घात । कोंडून मराठे किल्यात । शिवाजी अडकले आंत । निरूपाय ।। 2120 ।। कराया पन्हाळ्याचा वेढा सैल । मराठ्यांनी ओतले ऐल पैल । गनीमांवर उकळते तैल । चढायांचे ।। 2121 ।। मारोनी नाना छापे चौफेर । ताडले पुणे ते बिजापुर । तरी वेढा ठेवला प्रखर । जौहरने ।। 2122 ।। कचाट्यात फसला जीव । आक्रमकांना नाही कीव । पिपासु ते रक्ताचे इव । शिवाजीच्या ।। 2123 ।। वाटले, होणार आता अंत । घोर रक्तपात अत्यंत । हिंदवी स्वराज्याचा देहांत । जिजाऊंच्या ।। 2124 ।। चुरडण्या शिवाजीला सपशेल । जळत्या आगेत ओतून तेल । दिल्ली– सुलतानाशी साधला मेल । आदिलाने ।। 2125 ।। औरंगजेबाने सह सन्मान । पाठविला वीर शाहिस्तेखान[165] । एक लाख सैन्य तूफान । दिले त्याला ।। 2126 ।। अंशी हजार घोडेस्वार । पायदळ तीस हजार । तोफा–बंदुका बेशुमार । हत्ती ऊंट ।। 2127 ।।

(पण)

ॐ**ओवी॰** आदिलाशीं न मिळविता हात । शिवाजीस करावया नेस्तनाबूत । स्वतंत्र मोहीम घेतली हातात । मुगलाने ।। 2128 ।। मुगल शिवाजीचे जरी शत्रु । बिजापुरचे ते न मित्रु । अरब–

---

[165] **शाहिस्तेखान** = औरंगजेबाचा मामा, मीर्झा अबूतालीब मूळ नांव. Mughal Governor of Bengal (r. 1664-1668)

रत्नाकर रचित ओवीबद्ध श्री शवाजी चरित्र

हबशी न त्यांचे पितृ । सुन्नी न जे ।। 2129 ।। पन्हाळ्याकाडे गेली न ती फौज । पुण्याकडे वळली करीत मौज । विजापुरचे हित न त्यांची हौस । आपलपोटी ।। 2130 ।। खान चालला तुडवीत गावें । फोडीत मंदिरें धर्माच्या नांवें । दुष्मन शिवाजीचा मनोभावें । पुण्यात आला ।। 2131 ।। सवा लाखावर सैन्य बळ । पुणें नष्ट कराया सकळ । मुठेच्या काठीं ठोकला तळ । छावणीने ।। 2132 ।। लाल महाल शिवबाचे धाम । जिजाऊने बनविले छान । मराठ्यांचे भवन महान । थाटामध्ये ।। 2133 ।। लाल महालात खानाचा वास । वध शिवाजीचा, त्याला ध्यास । मरेल शिवाजी, त्याला विश्वास । होता पूर्ण ।। 2134 ।। राजेशाही लाल महालात । खान निश्वासला आरामात । पुढील स्वारीच्या विचारात । गर्क झाला । 2135 ।।

ॐओवी॰ खानाला आली भीतीची लहर । पुणे घोषिले मुगल शहर । मराठ्यांना प्रवेश चार प्रहर । मना केला ।। 2136 ।। पुणे प्रांताचा केला नायनाट । एकच ज्यास न लागले बोट । उरला होता किल्ला भुईकोट । चाकणचा ।। 2137 ।। बाकी मुलुख खग्रास ग्रहण । चमकत होता किल्ले चाकण । भगवा ध्वज करूनी धारण । स्वातंत्र्याचा ।। 2138 ।। भगवा झेंडा फडकतो बुलंद । मराठे उभे छाती करोनी रुंद । नावडे खेळ हा सबंद । मुगलांना ।। 2139 ।। जोवर चाकणचा होत न अंत । तोवर पदच्युत न पुणे प्रांत । बोचत होते शल्य हे अत्यंत । मुगलांना ।। 2140 ।। मुगलांनी करोनी सल्ला । ठरविले घेण्या तो किल्ला । करोनी एके रात्री हल्ला । एकाएकी ।। 2141 ।। करोनी पूर्ण तयारी । घेओनी लश्कर भारी । खानाची निघाली स्वारी । उत्तरेला ।। 2142 ।। कूच झाली मुगल फौज प्रचंड । करीत समरगर्जना अखंड । शामील त्यांत मराठ्यांची झुंड । गुलाम जे ।। 2143 ।।

चाकणची लढाई, जून-ऑगस्ट १६६०

ॐओवी॰ खानाने वेढला किल्ले चाकण । द्यावया मराठ्यांवर झाकण । करोनी चारीं दिशा आक्रमण । रावणाने ।। 2144 ।। पडतांच मुगल सेनेशीं गाठ । मराठे सिद्ध बुरुजांवर ताठ । झाडत तोफगोळे दिशांनी आठ । शत्रूंवर ।। 2145 ।। मराठ्यांनी केले जंगी घाव । सबळ मराठ्यांचा प्रभाव । खानाचा फिसकटला डाव । थबकला ।। 2146 ।। किल्ल्यावरील चारशे वीर

65. पन्हाळ्याहून सुटका : 1660 AD

। झाडती तोफा, बंदुका, तीर । मुगलांचे हजारों खोगीर । गांगरले ।। 2147 ।। खानाची स्थिति ही दारूण । औरंगजेबाने जाणून । पाडण्या मराठे हाणून । चाकणचे; ।। 2148 ।। जोडले नवीन मुगल सैन्य । सांभाळण्या खानाची गति दैन्य । नेतृत्व जयसिंहाचे[166] अनन्य । नियोजिले ।। 2149 ।।

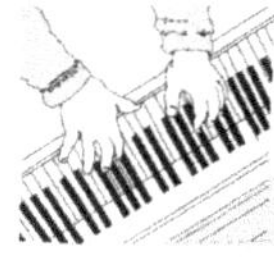  **संगीत श्री शिवाजी चरित्र राग–छंद माला, पुष्प 192**

चाकण–भूपाळगडचा वीर, फिरंगोजी नरसाळा

राग : यमन कल्याण

स्थायी

अमर फिरंगोजी नरसाळे, अर्पण तुजला चंपक माला ।

♪ निनिप परे–सा–ग– गर्मनिधप–, गपगप पधर्मंप निधपप रेरेसा–।

अंतरा–1

चाकणचा तू भट लढवैया, भूपगडाचा तू रखवाला ।

♪ प–गगप– निध सांसां सांसांनिरेंसां–, निरेंगरेंसांनिधप गर्म धपरे–सा– ।

अंतरा–2

तेजस्वी तू बेडर योद्धा, आशीष शिवाजींचा ज्याला ।

अंतरा–3

धन्य धन्य! ती भारतमाता, वीर जिचा सुत तू नरसाळा ।

(तिकडे, पन्हाळ्यावर)

---

[166] **जयसिंह** = सन 1617 पासून मुगलांचा सेवक मीझर्ा राजा जयसिंह (1605-1667), अंबरच्या राजा मानसिंह (1562–1614) चा पुत्र. ह्याने अकबर (r. 1556-1605), जहांगीर (r. 1605-1627) आणि औरंगजेची सेवा केली.

65. पन्हाळ्याहून सुटका : 1660 AD

ॐओवी॰ शिवाजीची वाढली चिंता गहन । कोंडमारा होत नव्हता सहन । भवानी देवीला करोनी नमन । युक्ति काढली ॥ 2150 ॥ कोंडून अधिक राहवे ना । जौहरचा वेढा पाहवेना । येण्याआधी मुगलांची सेना । सुटका हवी ॥ 2151 ॥ खानाला चकमा देणे आहे । मुगलांशीं झुंज घेणे आहे । येथून बाहेर जाणे आहे । तातडीने ॥ 2152 ॥ शिवाजीने आणोनी आवेश । वीर हेरांना दिला आदेश । रात्री जाण्या बदलोनी वेश । गडाबाहेर ॥ 2153 ॥ हेर गेलेत बाहेर थेट । अंधारात जोखीमे सकट । शोधाया असुरक्षित फट । वेढ्यामध्ये ॥ 2154 ॥ हेरांनी दृढ धरोनी धीर । चालविला तपास गंभीर । वेढ्यात कुठे आहे का चीर । पळावया ॥ 2155 ॥ शेवटी हेरांना आनंद । सापडली वाट अरुंद । जी नव्हती मोच्र्यांनी बंद । सुदैवाने ॥ 2156 ॥ वाट निरुंद किरकोळ । दोन टेकडांतील बोळ । वर झुडपांची खोळ । झाकलेली ॥ 2157 ॥ इथे न पहारा, न गस्त । जिथे वेढ्याचा होता अस्त । ही संधि सुटकेची मस्त । काळोखात ॥ 2158 ॥ जिथे भवानी देवीची माया । जिथे शंभूच्या कृपेची छाया । तिथे प्रयत्न न जातीं वाया । सज्जनांचे ॥ 2159 ॥

(युक्ति)

ॐओवी॰ मिळतांच ती बित्तम बातमी । शिवाजीने काढली युक्ति नामी । होणार जीत काहीच न कमी । हमखास ॥ 2160 ॥ पळायला हवी होती रात्र । शांत काळी एकच मात्र । जीत शत्रु असावा सर्वत्र । बेसावध ॥ 2161 ॥ शिवाजीने लिहीले खत । करोनी शिक्का-मोरबत । शरण आम्हीं आहो जात । आपणाला ॥ 2162 ॥ किल्ले, सत्ता, सर्व आमुचे धन । तयार आम्हीं कराया अर्पण । द्यावी आम्हांस कृपया शरण । बिनशर्त ॥ 2163 ॥ आम्हीं केले अनेक अपराध । आम्हांस ते सर्व आहेत याद । आपली मर्जी आहे अगाध । माफी द्यावी ॥ 2164 ॥ चार मास आहेत लोटले । वेढ्यामध्ये आहोत कोंडले । दाणा-पाणी सकळ संपले । किल्ल्यावर ॥ 2165 ॥ कुमक नाहीं आमुचेपाशीं । इथे सर्व आहेत उपाशी । लागत आहे गळ्यास फाशी । निरूपाय ॥ 2166 ॥ जर द्याल आम्हां खात्री । भेटूं इच्छितो उद्या रात्री । आणूं मोजके आम्हीं मंत्री । बरोबर ॥ 2167 ॥ शिवाजीचा घेओनी आदेश । निघाला वकील जो वागीश । कराया शरणनामा पेश । जौहरला ॥ 2168 ॥

सिद्धी जौहर

ॐओवी॰ वाचोनी ती शरणागति । जौहर आनंदित अति । गर्वान्वित जंजीरापति । कमालीचा ।। 2169 ।। जे न साधले आदिलशहाला । जे असाध्य अफजलखानाला । ते शक्य झाले आज आहे मला । मीच खरा ।। 2170 ।। प्रथम तो झाला स्तब्ध । बोलला न एक शब्द । मग झाला तो संदिग्ध । मनामध्ये ।। 2171 ।। शिवाजी फार लबाड । कारस्थानी आहे द्वाड । करूं नये त्याचे लाड । चुकोनही ।। 2172 ।। पण ही सुवर्ण संधि । घ्यावी मी सर्वांचे आधी । करोनी मी त्याला बंदी । ख्यात व्हावे ।। 2173 ।। जीव त्याला टोचत होता । इतिहास बोचत होता । तरी मनी रोंचत होता । लोभीपणा ।। 2174 ।। त्याच्या मनी एकच विचार । जरी शिवाजी फार हुशार । येओनी तो काय करणार । उचापत ।। 2176 ।। उभा करीन मी त्याला दूर । फाडूं शकेल ना माझे ऊर । सर्व खात्री घेईन जरूर । सुरक्षेची ।। 2177 ।। येतांच मी त्याला धरीन । नि:शस्त्र मी त्याला करीन । मी शिवाजीला न डरीन । बेडर मी ।। 2178 ।। शिवाजी येणार बिन शर्त । किल्ले मुलूख देण्या परत । संधि ही दवडूं नये व्यर्थ । घाबरून ।। 2179 ।। राहीन मी अति सावध । करूं शकेन मी त्याचा वध । अशा भ्रमांत झाला मुग्ध । मूढ सिद्धी ।। 2180 ।। मला हवी आहे जी गोष्ट । तीच कबूल त्याला स्पष्ट । होकार देणे हेच इष्ट । त्याला वाटे ।। 2181 ।। होईल तो स्वत: हजर । ठेवील मी तीक्ष्ण नजर । फसला आहे तो जबर । असहाय ।। 2182 ।। देऊं शकेल मला न दगा । इथे येऊन शिवाजी उगा । आता उरली न त्याला जागा । हुशारीची ।। 2183 ।। किल्ल्याच्या सभोवार वेढा । हजारो वीरांचा गराडा । पळतां होईल चुराडा । शिवाजीचा ।। 2184 ।। यश माझे हे अतुलनीय । श्रेष्ठ सेनानी मी अद्वितीय । पर्याय नाही आता द्वितीय । शिवाजीला ।। 2185 ।। आला जरी नाही इथे । मरेल उपाशी तिथे । वेढलेला किल्ला जिथे । अडकून ।। 2186 ।। उरले ते काय आता । मीच त्याचा मोक्ष दाता । मीच परिस्थितीचा ज्ञाता । सारासार ।। 2187 ।।

(मग)

ॐओवी॰ गंगाधरपंत प्रांजल । चालोनी आलेत जवळ । घेओनी लिखित सकल । सही सह ।। 2188 ।। संपला शिवाजीचा खेळ । आता गमवूं नये वेळ । स्वीकार द्यावा तत्काळ । विनंतीला

65. पन्हाळ्याहून सुटका : 1660 AD

।। 2189 ।। जौहरने करोनी हा विचार । शिवाजीचा अर्ज केला स्वीकार । उसळला आनंद अपार । छावणीत ।। 2190 ।। बाळगोनी विश्वास दाट । सर्व मनीं उल्हासाची लाट । बघत शिवाजीची वाट । आतुर ते ।। 2191 ।।

(यों)

(इकडे गडावर)

ॐओवी॰ इकडे शिवाजीने गडावर । डाव आखला जोखीमेचा फार । दक्षतेने अगदी काटेकोर । तंतोतंत ।। 2192 ।। शरणागतीची दाखवोनी भूल । दिली सिद्दी जौहरला झूल । पळणार मावळे विना चाहूल । फटीतून ।। 2193 ।। गडावर मावळे सहा हजार । त्यांतील सहाशे होतील पसार । जीवावर होओनी उदार । गुपचुप ।। 2194 ।। मावळे सोजीर शूर । सहाशे झाले तयार । सर्वच जवाबदार । वीर भट ।। 2195 ।। देओनी आमीश फाजील । सिद्दीला करोनी गाफील । आज पळून जातील । रातोरात ।। 2196 ।। केवढ्या धोक्याचे हे काम । दगा नसो कुठे नाम । योजना व्हावी कृतकाम । हाच बेत ।। 2197 ।। पन्हाळ्याहून प्रयाण । वीस कोस पलायन । विशाळगड ठिकाण । गाठायचे ।। 2198 ।। वीस कोस वाट विकट । किर जंगल घनदाट । दगड वाटेत अफाट । पसरले ।। 2199 ।। निरुंद खिंडीची वाट । कडे खिंडीचे उभाट । तसू भर ही न सपाट । भूमि जिथे ।। 2200 ।। पावसाळ्याचा दिवस । धो धो पडतो पाऊस । शिथिल होता माणूस । छावणीत ।। 2201 ।। हिरवे गार विपिन । चिखल ओली जमीन । ठीक निवडला दिन । पळावया ।। 2202 ।।

पलायन

ॐओवी॰ आले गंगाधर पंत । झाला उत्कंठेचा अंत । हर्ष सर्वांना अत्यंत । गडावर ।। 2203 ।। सिद्दीने दिला स्वीकार । मानावे त्याचे आभार । होणार बेत साकार । सुटकेचा ।। 2204 ।। लोक बेसावध छावणीत । मस्त जणू अफूच्या गुंगीत । समजूं शकले न ईंगीत । योजनेचे ।। 2205 ।। सहाशे पैदल सोजीर । झाले क्षणार्धात तयार । रात्रीचा द्वितीय प्रहर । वेळ होती ।। 2206 ।। जशीच गेली संध्याकाळ । मेघांनी भरले आभाळ । काळोखले अंतराळ । अनुकूल ।।

2207 ।। गरजले वादळ । पावसाचा सुकाळ । विजांची वरदळ । धुमाकूळ ।। 2208 ।। आकाशात होता चंद्र । आणि रक्षक तो इंद्र । नभी पसरले अभ्र । काळे भोर ।। 2209 ।। सिद्दी छावणीत बसतो । इंद्र आकाशाला हसतो । ईश्वरी असाच दिसतो । चमत्कार ।। 2210 ।। छावणीत सर्व शांत । अति आतुर नितांत । शिवाजीच्या प्रतीक्षेत । बसलेले ।। 2211 ।। सजविली एक पालखी । वजनानी फार हलकी । दिसाया गोपाल सारखी । हुबेहुब ।। 2212 ।। करावया पलायन । पालखीचे काय काम । नेतात ती उचलून । कशासाठी? ।। 2213 ।। नेतात पालखी रिकामी । येईल ती काय कामी । युक्ति ही कोणती नामी । कळेलच ।। 2214 ।। स्तब्ध दिसे गडावर । उघडले चोर द्वार । निघाले पाई सोजीर । बेमालूम[167] ।। 2215 ।। विजांचा कडकडाट । ढगांचा गडगडाट । पावसाच्या धारा दाट । मदतीला ।। 2216 ।।

शिवा न्हावी

 संगीत श्री शिवाजी चरित्र राग-छंद माला, पुष्प 193

शिवा न्हावी

होओनी जिवावरी उदार, करतो जो क्षणी उपकार ।

असो न्हावी, चांभार, कुंभार, ब्राह्मण, माळी, तेली, सुतार ।।

धुंडोनी जगती दिशा चार, सेवक असा दुर्मिळ फार ।

वीर खरा तो जबाबदार, जाणावा बा! देव अवतार ।।

(शिवा न्हावी, गडावर)

ॐओवी॰ शिवा न्हावी एक इसम । रंग-रूप शिवाजी सम । शिवाजीचे वस्त्र नेसून । तोतया तो ।। 2217 ।। झाला तोतया तयार । दोन शिवाजी फरार । युक्ति ही फार हुशार । कामी आली ।। 2218 ।। जाणारे गेले सबंद । चोरद्वार केले बंद । लागला मुळी न गंध । छावणीत ।। 2219 ।। मावळे चालले झपाट्याने । सहाशे मराठे मुकाट्याने । केली कमाल पळपुट्याने । निसटला

---

[167] July 12, 1660

65. पन्हाळ्याहून सुटका : 1660 AD

।। 2220 ।। बाहेर पडला जसा कृष्ण । कंसाच्या बंदीतून भीषण । तसाच शिवाजी वेढ्यातून । सटकला ।। 2221 ।। पाऊस जोराने पडत आहे । वारा सोसाट्याचा उडत आहे । सुटका झपझप घडत आहे । शिवाजीची ।। 2222।। मराठे अंतर चिरत आहेत । वनात दूर शिरत आहेत । सिद्दीचे हेर फिरत आहेत । इथे सुद्धा ।। 2223 ।। पाहिले त्यांना जासूदांनी दोन । वेगाने पळत आहेत कोण । सगळे वऱ्हाडी आहेत मौन । घाईमध्ये ।। 2224 ।। लवकरच आता हेर येणार । पाठलाग आपला होणार । आम्हीं त्यांना झुकांडी देणार । ठरलेच ।। 2225 ।। वाटले मावळ्यांना बेत फसला । पण शिवा न्हावी गालांत हसला । आणि रिकाम्या पालखीत बसला । हुल द्याया ।। 2226 ।। गट शिवा न्हाव्याचा गेला समोर । बाकी वळले शिवाजी बरोबर । योजना कामात आली खरोखर । ऐन वेळी ।। 2227 ।। डबकें खळगें उंच सखल । तुडवीत काटे गोटे चिखल । ओले चिंब मराठे सकल । धावतात ।। 2228 ।।

(तिकडे)

ॐओवी॰ बघून त्यांना दोन्हीं हेर । थांबले तिथे काही देर । वळले माघारे अखेर । गडाकडे ।। 2229 ।। घेऊन खबर सणसणीत । आनंदाने अन्वित अगणित । पोहचले छावणीत । घोडेस्वार ।। 2230 ।। जासूद म्हणाले सिद्दी जौहरला । शिवाजी पळाला! शिवाजी पळाला! । मेण्यात बसून विशाळगडाला । जात आहे ।। 2231 ।। साधारण ती नव्हती बात । कानांवर त्याच्या वज्राघात । शिवाजीने त्याला दिली मात । अशक्य जी ।। 2232 ।। बातमी ऐकोनी सिद्दी म्हणे । निगराणी होती चोख पणे । कसा सटकला कोण जाणे । वेढ्यातून ।। 2233 ।। वेढा होता अति बळकट । नव्हती त्यात कुठेच फट । कसा निघाला मेण्या सकट । शिवाजी तो! ।। 2234 ।। कैसा उसको मिल गया मौका । भाग निकला देके धोका । किसीने उसे रोका न टोका । आश्चर्यच! ।। 2235 ।। नजर किसी को कैसे न आया । अदृश्य होकर वो भाग पाया । कैसी कमाल शिवाजी की माया । कोण जाणे ।। 2236 ।। शिवाजी निकला बगैर घोड़ा । उसने गड पालखी में छोड़ा । मावळों को साथ लेकर दौड़ा । न कळत ।। 2237 ।। मेरे सैनिक पसतीस हजार । तोफा इंग्रजांच्या होत्या हजर । हमारी कडक होती नजर । किल्ल्यावर ।। 2238 ।। हक्के बक्के झाले जौहर-सेनानी । खबर ऐकून झाले बेजुबानी । चार महिन्यांच्या कष्टांवर पाणी । फिरलेले ।। 2239 ।। सिद्दी जौहर झाला खिन्न । डोळे कान पडले सुन्न । मग झाला फार उद्विग्न

रत्नाकर रचित ओवीबद्ध श्री शवाजी चरित्र

65. पन्हाळ्याहून सुटका : 1660 AD

। पिसाटला ।। 2240 ।। सिद्दी जौहर झाला दिङ्मूढ । कळले न शिवाजीचे गूढ । झाला तयार घ्यावया सूड । शिवाजीचा ।। 2241 ।। चवताळोनी म्हणाला, जाओ! । शिवाजी को धर कर लाओ । वेळ अधिक मत गमाओ । यहाँ खड़े ।। 2242 ।। क्षणात जणू आले वादळ । छावणीत उडाली धांदल । सैनिकांची सुरू धावपळ । निघण्यास ।। 2243 ।।

(सिद्दी जौहर)

ॐओवी॰ सिद्दी मसूदला केले तयार । संगे दोन हजार घोडेस्वार । आणि पायदळ एक हजार । दिले त्याला ।। 2244 ।। मसूद निघाला सह आवेग । सेना घेओनी अति शीघ्र वेग । पालखीचा कराया पाठलाग । शिवाजीच्या ।। 2245 ।। जाओनी बरेच अंतर । पुष्कळ समयानंतर । दृष्टीस पडले शंभर । मेणे वाले ।। 2246 ।। मसूदला झाला आनंद । बघोनी तो मावळा वृंद । पकडला तो सबंद । शिपायांनी ।। 2247 ।। गराडा पालखीला घातला । शिवाजी बघितला आंतला । घोळका घेन्यात घेतला । मावळ्यांचा ।। 2248 ।। मसूद प्रफुल्लित फार । आज नांव माझे होणार । शिवाजीला कैद मी नेणार । छावणीत ।। 2249 ।। स्वप्नें सजवीत अगणित । मसूद परतला धावणीत । बांधोनी मराठ्यांना दावणीत । गार्वान्वित ।। 2250 ।।

(छावणीत)

ॐओवी॰ शिवाजी आला! शिवाजी आला! । छावणीत बोलबाला झाला । चला चला रे! बघू त्याला । जो तो म्हणे ।। 2251 ।। गोळा झाले अधिकारी । छोटे-मोठे पदधारी । आणि जौहरची सारी । खास सेना ।। 2252 ।। पालखीच्या सभोवती । उभे होते मूढमति । आतुर ते सर्व अति । बघावया ।। 2253 ।। जौहरची खूण झाली । पालखी ठेवली खाली । तोतयाची पाळी आली । निघण्याची ।। 2254 ।। बघोनी त्या तोतयाला । बघ्यांना संशय झाला । कोण बा इथे हा आला । पालखीत ।। 2255 ।। जौहरने तोतयाला । आश्चर्याने प्रश्न केला । काय आहे नांव तुला । कोण रे तू? ।। 2256 ।। शिवा न्हावी माझे नांव । पुणे आहे माझे गाव । शिवाजींचा सर्व ठाव । सेवक मी ।। 2257 ।। सगळे लोक हक्के-बक्के । सर्वांना विस्मयाचे धक्के । मसूदचे सुटले छक्के । ओशाळला ।। 2258 ।। बघोनीया ती कमाल । जौहर क्रोधाने लाल ।

रत्नाकर रचित ओवीबद्ध श्री शिवाजी चरित्र

स्वेदपूर्ण त्याचे भाल । कापला तो ।। 2259 ।। फार मोठा घोटाळा झाला । फजीती सहन न त्याला । सिद्दी जौहर वैतागला । भयंकर ।। 2260 ।। मोद जौहरचा विरला । रंग छावणीचा फिरला । गर्व मसूदचा जिरला । क्षणार्धात ।। 2261 ।। लागलीच येऊनी भाना । मसूदने काढली सेना । पाठलाग कराया पुन्हा । तीच वाट ।। 2262 ।।

बाजी प्रभु देशपांडे
घोडखिंडीचे युद्ध

(तिकडे)

॥श्री॥ओवी॰ मराठे चालले आगे । शत्रु होता त्यांचे मागे । फत्ते व्हा! शिवाजी सांगे । मावळ्यांना ।। 2263 ।। विशाळगड पाच कोस । लागतील सहा तास । घोडखिंड होती पास । पुढे त्यांच्या ।। 2264 ।। शिवाजी विशाळगडाकडे । निघाले, ठेओनी वीर खडे । नेता बाजीप्रभु देशपांडे । खिंडी मध्ये ।। 2265 ।। बाजीप्रभूचा लोखंडी पिंड । त्याने संरक्षिली घोडखिंड । बंद कराया खिंडीचे तोंड । उभा झाला ।। 2266 ।। शिवाजी चालले गडाकडे । मसूद योतोच खिंडीकडे । खिंडीचे तोंड बंद साकडे । थांबला तो ।। 2267 ।। हाय खुदा! कौन ये शेर । खड़ा खिंडीच्या तोंडावर । शिवाजी न येत नजर । कहाँ गया ।। 2268 ।। खिंडीत दोनशे मावळे । कांति शुभ्र, रंगानी सावळे । तुटोनी पडले क्रुद्ध कावळे । शत्रूंवर ।। 2269 ।। लढला एकटा शंभरांशीं । सिद्दी जौहरच्या चाकरांशी । मराठा गुलाम कातरांशी । देशघ्न जे ।। 2270 ।। युद्ध झाले भयंकर । हातघाईचे निकर । केला तीव्र प्रतिकार । मसूदचा ।। 2271 ।। करूं लागली घोर वार । बाजीप्रभूची तलवार । ज्याचे अंगी भूत सवार । वीरश्रीचे ।। 2272 ।। बाजीचे अंगी प्रलयकाल । गळवीतो मसूदची दाल । ज्यांवर मावळ्यांचे आभाळ । कोसळले ।। 2273 ।। जखमी होऊनही गंभीर । मनात धरोनी दृढ धीर । लढत राहिला बाजी वीर । सहा तास ।। 2274 ।। अभिमन्यु जसा तिथे । तसा बाजीप्रभु इथे । वीर पुत्र सृष्ट जिथे । धन्य भूमि ।। 2275 ।।

(शिवाजी)

65. पन्हाळ्याहून सुटका : 1660 AD

ॐॐओवी॰ शिवाजी येताच गडाच्या पायथ्याशीं । सूर्यराव सुर्वेने अडविले त्यासी । मराठा असोनही सख्य आदिलाशीं । होते त्याचे ।। 2276 ।। आला हल्ला अचानक । झाली स्थिति भयानक । क्षणात चिंता जनक । शिवाजींची ।। 2277 ।। थकले होते मावळे फार । एकवीस तास श्रम अपार । आता युद्ध होते अनिवार । मराठ्याशीं ।। 2278 ।। शिवाजी लढले महाघोर । सूर्वेचा चालला न जोर । भांबाऊनी तो हरामखोर । माघारला ।। 2279 ।। शिवाजींनी मारोनी धडक । मोडली त्याची फळी कडक । निसटले मराठे तडक । गडाकडे ।। 2280 ।। शिवाजी शिरले गडावर । जीवित सुखरूप अखेर । बाजीप्रभूची चिंता जबर । होती त्यांना ।। 2281 ।। पोहोचतांच गडावर । बाजीला द्यावया खबर । तोफांचा केला भडीमार । इशाऱ्याच्या ।।2282 ।।

संगीत श्री शिवाजी चरित्र राग-छंद माला, पुष्प 194

बाजी प्रभू देशपांडे

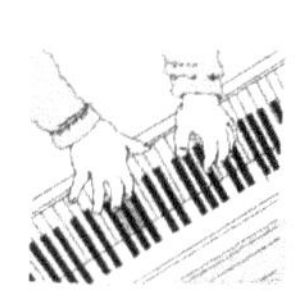

स्थायी

काज सफल झाले, सुख आले ।
विजयाचा ध्वनि कानीं आला ।।

अंतरा–1

भारत माते! तुझा पुत्र हा, मातृभूमि च्या कामीं आला ।

अंतरा–2

ऐकुनी धीर कथा वीरांच्या, अज्ञानी जन ज्ञानी झाला ।

अंतरा–3

बाजी प्रभुनी, प्राण अर्पुनी, स्वामीभक्त तो, नामी झाला ।।

(बाजीप्रभु)

ॐॐओवी॰ ऐकोनी तोफांचा इशारा । बाजीप्रभु थांबला बिचारा । जखमांनी लालबुंद सारा । देहत्याचा ।। 2283 ।। दोन्हीं हातांनी लढला सहा तास । क्षण विश्रांतीचा न मिळाला त्यास । लढत राहिला, झाला न हताश । वीर बाजी ।। 2284 ।। मावळे त्याचे दोनशे । एकास दहा माणसे । हे प्रमाण ।। 2285 ।। मारले किती शूर त्याने । छाटले किती शिर त्याने । कापले

किती वीर त्याने । कोण जाणे ।। 2286 ।। झाला न ऐसा कधीही वीर । हजारोंच्या समोर खंबीर । परिस्थितीत अशा गंभीर । प्रबळ जो ।। 2287 ।। तोफांचे बार ऐकले । तेव्हां त्याने ओळखले । महाराज पोहोचले । गडावर ।। 2288 ।। झळकत होती त्याची आभा । तलवार टाकोनी झाला उभा । शत्रूला मारण्याची दिली मुभा । त्या वीराने ।। 2289 ।। मसूदने दाखविली जात । करूनी नि:शस्त्रावर घात । केला तलवारीचा आघात । बाजीवर ।। 2290 ।। पराक्रम बाजीचा फळला । योग्य रीतीने जिम्मा ढळला । शिवाजींचा आशय कळला । कृतकृत्य ।। 2291 ।। हर हर महादेव! गरजला । दमदार घोष त्याचा परजला । प्राण विरजुनी त्याचा विराजला । स्वर्गासिनीं ।। 2292 ।। रुद्र रूप करोनी धारण । शिव-विजयास तू कारण । घोडखिंड केली तू पावन । "पावनखिंड" ।। 2293 ।। हे भारतमातानंदन । न करतां दु:खी क्रंदन । साष्टांग तुला वंदन । लाख तुला ।। 2294 ।।

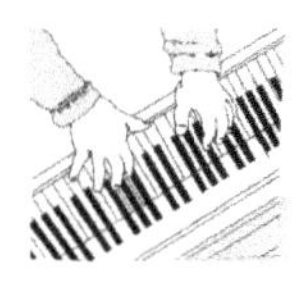 

संगीत श्री शिवाजी चरित्र राग-छंद माला, पुष्प 195

बाजी प्रभु देशपांडे

स्थायी

ऐसा कुणी न झाला, होणार ही कधी वा ।
बाजी प्रभु हमारा, तारों में गुलसितारा ।।

♪ रे-रे- मप- म ग-रे-, म-प-ध प- पमग- म- ।
नि-ध- पम- ग रे-म-, ध-प- म गगमरे-ग- ।।

अंतरा–1

है धन्य वो शिवाजी, जिसका सख है बाजी ।
आदर्श वो मराठा, सा-या जगात न्यारा ।।

♪ नि- निधप म- पध-प-, सांसांनि- धप- ध प-म- ।
रे-रे-ग प- मग-म-, ध-प- मग-म रे-ग- ।। ध-प-

अंतरा–2

दोन्हीं करांनी लढला, जिंकोनी शूर, पडला ।

65. पन्हाळ्याहून सुटका : 1660 AD

न हजार से वो हारा, वीरों में एक हीरा ॥

अंतरा-3

आया जभी दुबारा. सिद्दी मसूद हारा ।

घायाळ बाजी लढला, सांडीत रक्त धारा ॥

अंतरा-4

लाखों प्रणाम त्यला, अर्पोनी पुष्प माला ।

वैकुंठ में पधारा, महाराष्ट्र का दुलारा ॥

शिवाजीची चाल

ॐओवी॰ छावणीत परतला मसूद । मान झुकलेली, चाल मंद । चेहऱ्यावर गहन विषाद । व्यक्त स्पष्ट ॥ 2295 ॥ ऐकोनी, "शिवाजी पळाला" । विश्वास सिद्दीचा गळाला । संयम लागला तळाला । कापला तो ॥ 2296 ॥ प्रयत्न सर्व गेले व्यर्थ । वेढ्यात उरला न अर्थ । घडविला घोर अनर्थ । शिवाजीने ॥ 2297 ॥ सिद्दी जौहर चिंतातुर । काय करावे ह्या ऊपर । मनाला एकच विचार । खात होता ॥ 2298 ॥ न हाती आला पन्हाळगड । न मिळाले शिवाजीचे धड । परिस्थिति झाली अवघड । जौहरची ॥ 2299 ॥ आदिलशहा काय म्हणेल । जेव्हां अपयश हे जाणेल । कोणते संकट आणेल । माझेवर ॥ 2300 ॥ एवढा पैसा झाला खर्च । चार महिने गेले व्यर्थ । प्रयत्न वाया गेले सर्व । निरर्थक ॥ 2301 ॥

सिद्दी जौहरचा खून

ॐओवी॰ शिवाजीने काढली युक्ति । मिथ्या देओनी त्याला तृप्ति । जोहरची कराया मुक्ति । जगातून ॥ 2302 ॥ शिवाजीला होते पूर्ण ज्ञात । कशी असे सुलतानी जात । घात करणे मामूली बात । कुणाचाही ॥ 2303 ॥ परम ज्याने केली सेवा । त्याचाच मनातुनी हेवा । करील खून त्याचा केव्हां । नेम नसे ॥ 2304 ॥

(म्हणून)

65. पन्हाळ्याहून सुटका : 1660 AD

ॐॐओवी० शिवाजी होते निसटले । पण तीनशे अटकले । वाचविणे त्यांचे टकले । वेढ्यातून । 2305 ।। शिवाजीने धाडोनी वकील । देऊं केला पन्हाळा अखिल । प्राणदान जर देईल । मराठ्यांना ।। 2306 ।। भेटले सिद्दीला त्र्यंबक पंत । करावया त्याची काळजी अंत । पेश केली योजना तंतोतंत । आखलेली ।। 2307 ।। आता लढाई पुरे झाली । गड आम्हीं करतो खाली । येऊं द्या मराठ्यांना खाली । सुखरूप ।। 2308 ।। बेत बोलले त्र्यंबक पंत । योजना सिद्दीला आली पसंत । आनंदित होऊन अत्यंत । "हो" म्हणाला ।। 2309 ।। सिद्दीला हाच वाटला न्याय । अन्य नव्हता त्याला पर्याय । "नाही" म्हणून करील काय । वेगळे तो ।। 2310 ।। करोनी पन्हाळगड रिकामा । दूरदर्शी योजना आली कामा । काय द्यावी ह्या युक्तीला उपमा । शिवाजीच्या ।। 2311 ।। सिद्दीला पन्हाळगड मिळाला । त्याने सुखाचा अवंढा गिळाला । त्याला खरा खतरा न कळाला । अनागत ।। 2312 ।।

(दुसरा वार, सिद्दी ठार)

ॐॐओवी० दिला पन्हाळ गड सिद्दीला । आणि संकेत आदिलाला । चुपचाप पोहचविला । शिवाजीने ।। 2313 ।। "शिवाजी सोडले वेढ्यातून । सिद्दीला पन्हाळगड देऊन । विना लढाई आणि खून । मुकाट्याने ।। 2314 ।। "करोनी पन्हाळगड खाली । सुटका मराठ्यांना मिळाली । सिद्दी जौहरने संधि केली । परभारें ।। 2315 ।। "विना विजापुरी स्वीकार । शिवाजीशीं केला करारा । बिन शर्त वा तकरार । जौहरने" ।। 2316 ।। ऐकोनी ती घोर खबर । आदिलशहाचा पारा वर । म्हणे, सिद्दी झाला बंडखोर । फितुर तो ।। 2317 ।। केली होती सर्व तयारी । तोफा बंदुका शस्त्रधारी । सेना दिली होती भारी ।। जौहरला ।। 2316 ।। खर्च करोनी इतका पैसा । वाहोनी खजीना पाण्याजैसा । हातचा कैदी पळाला कैसा । वेढ्यातून ।। 2319 ।। "जौहरने लेकर लाच । मारी है हमको टाच । अच्छी संधि मिळतांच । धोका दिया" ।। 2320 ।। आदिलशहा भडकला । त्याचा क्रोधाग्नि धडकला । त्याचा श्वास अडकला । सूडासाठी ।। 2321 ।। आदिलाने करोनी तयारी । केली जौहरवर स्वारी । द्याया फितुराला दंड भारी । सुलतानी ।। 2322 ।।

(सिद्दी जौहर)

रत्नाकर रचित ओवीबद्ध श्री शवाजी चरित्र

65. पन्हाळ्याहून सुटका : 1660 AD

ॐओवी॰ आता सिद्दी घाबरला फार । पन्हाळ्याहूनी झाला फरार । जीव घेओनी पळाला दूर । कोकणात ।। 2323 ।। आदिलाने मग रचला कट । कराया सिद्दीला सफाचट । गुप्त हेर सोडले फटाफट । त्याचे मागे ।। 2324 ।। हेरांनी गाठला सिद्दी जौहर । लाओनी त्याला पिण्याची लहर । पाजले त्यांनी धोक्याने जहर । ठार केले[168] ।। 2325 ।। केली सेवा दिन रात । त्याचा केला असा घात । शिवाजीला होती ज्ञात । रीत त्यांची ।। 2326 ।। शिवाजीने केला कावा । जौहरच्या घेण्या जीवा । संधीच्या घेओनी नांवा । शह दिला ।। 2327 ।। काट्याने काढला काटा । शिवाजीला आला न घाटा । ज्याचा व्यवहार खोटा । त्याला तोटा ।। 2328 ।। पळतांच सिद्दी जौहर । शिवाजीने केला प्रहार । गडांवर पलट वार । सर केले[169] ।। 2329 ।।

(चाकणची लढाई, पुढे ...)[170]

ॐओवी॰ चाकणच्या किल्ल्याला वेढा । मुगल सैन्याचा गराडा । मराठे देत होते लढा । दोन मास ।। 2330 ।। सुरक्षा चाकणची चांगली । एक निमिष न थांबली । पंचावन दिवस लांबली । कडेकोट ।। 2331 ।। खानाने मारल्या नाना मुसंड्या । पण मावळ्यांनी पाडल्या थंड्या । मराठे तुझे रे, भगव्या झेंड्या! । धन्य! धन्य! ।। 2332।। शुर वीर चिवट मावळे । सभोवती मुगल कावळे । मगर मिठी त्यांची आवळे । प्रति दिन ।। 2333।।

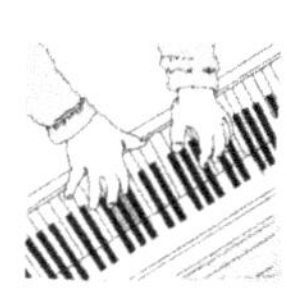

 **संगीत श्री शिवाजी चरित्र राग–छंद माला, पुष्प 196**

राग : मालकंस, कहरवा ताल 8 मात्रा

(सिद्दी जौहर)

स्थायी

---

[168] Nov. 1660

[169] **गड जिंकले :** (नेताजी) पन्हाळा, कोंकण, मीरज; शहापुर, तिकोटेपर्यंत, वासेटा, गोरखगड, सिद्धगड, वैरागड; (दोरोजी) राजापुर; (मुरारबाजी) सासवड; रायगड, इत्यादि.

[170] June-August 1660.

65. पन्हाळ्याहून सुटका : 1660 AD

परम हे नांव गडे – – – – – –,

स्मरण हे छान गडे – – – ।

अंतरा–1

नरसाळा जे करणार, काम ते सफल घडे – – – – ।

अंतरा–2

हा शूर महा दमदार, कुणाशीं जो न अडे । – – – ।

अंतरा–3

शिवरायाचा सरदार, वीर हा चंड लढे – – – – ।

ओवी॰ वारंवार हल्ले न आले कामी । तोफा बंदुका झाल्या कुचकामी । तेव्हां नियोजिली युक्ति नामी । मुगलांनी ॥ 2334 ॥ छावणीतून खोदले भुयार । कराया सर्व मराठ्यांना ठार । बारूद ठासोनी केले तयार । किल्ल्याखाली ॥ 2335 ॥ पोखरला सुरुंग बेमालूम । गुप्तपणे दारूचे काम । लागला न मागमूस तमाम । मावळ्यांना ॥ 2336॥ तिसऱ्या प्रहरी एके राती । भडकविली डांबर बत्ती । विस्फोट झाला महा घाती । धडाक्याने ॥ 2337 ॥ गगनीं उसळले दगड । किल्ल्याला पडले भगदड । बुरूज कोसळला धडाधड । कोपऱ्याचा ॥ 2338 ॥ फुटला बॉंब हरामखोरांचा । झाला विस्फोट फारच जोराचा । बुरुज राखत्या सर्व पोरांचा । झाला चेंदा ॥ 2339 ॥ बुरुजाचे झाले पीठ । तरी फिरंगोजी धीट । त्याने केला विचार नीट । सुरक्षेचा ॥ 2340 ॥ त्याने उभे केले वीर । पोलादी ज्यांचे शरीर । घेवोनी धनुष्य तीर । तोंड देण्या ॥ 2341 ॥ धूर जेव्हां मंद झाला । मुगलांचा लोंढा आला । पण पुढे थबकला । आश्चर्याने ॥ 2342 ॥ बुरुज ढासळला जरी । वीर उभे आहेत तरी । असंभाव्य आश्चर्यापरी । मुगलांना ॥ 2343 ॥ घेवोनी पट्टा-तलवार । एकाने मारले हजार । दोन हातांनी लढला वीर । फिरंगोजी ॥ 2344 ॥ मग आल्या मुगली टोळ्या । सोडीत बंदुकींच्या गोळ्या । जाळपोळ करीत होळ्या । सभोवती ॥ 2345 ॥ वीर सर्व दिवस लढले । मोठ्या संख्येत बळी पडले । मग मावळे कोलमडले । शत्रूंपुढे ॥ 2346 ॥ एकेक मराठा वीर लढला । दोन महिन्यांनी गड पडला[171] ।

---

65. पन्हाळ्याहून सुटका : 1660 AD

मुगलांचा मग झेंडा चढला । गडावर ।। 2347 ।।

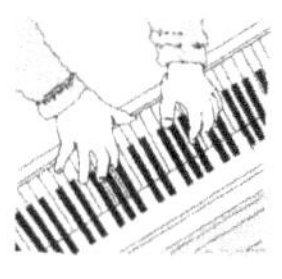  **संगीत श्री शिवाजी चरित्र राग–छंद माला, पुष्प 197**

बाजीप्रभु आणि फिरंगोजी नरसाळा

स्थायी

बजा कर झांझ डफ घुंघरू, सुनाते गीत पोवाडे ।

बघा हे, संग गाणारे, खंजिरी तुणतुणी वाले ।।

♪ मगम रेरे धपम गग ममप–, सांनि–ध– सां–नि ध–प–ध– ।

सानिसा रे–, प–म ग–रेगम–, पमगरे– पपमग– रे–सा– ।।

अंतरा–1

कभी ना वीर हैं ऐसे, कुणी ना धीर हे ऐसे ।

हुए हैं भुवन में तीनों, जसे बाजी–फिरंगोजी ।

सुनाते युद्ध की गाथा, करोनी हातवारे, हे ।।

♪ धप– मग रे–ग म– गमप–, मगरे रे– ग–म प– मगरे– ।

सानिसा सा– ममग रे– ग–म–, निध– प–ग– गम–रे–सा– ।।

अंतरा–2

कहीं ना भूप इस जैसा, कुणी ना नाथ हा ऐसा ।

हुआ ना शूर दुनिया में, शिवाजी सारखा राजा ।

जिजाऊ सुन रही गाना, ग! डोळे भरुनि हे आले ।।

अंतरा–3

कहीं ना देश है ऐसा, कुठे ना वेश हा ऐसा ।

जहाँ पर नीति का बस है, अर्चना मातृभूमीची ।

जहाँ पर वीर हैं सीधे, मराठे मावळे भोळे ।।

रत्नाकर रचित ओवीबद्ध श्री शवाजी चरित्र

65. पन्हाळ्याहून सुटका : 1660 AD

खंडोजी खापोडे ची कथा

ॐओवी॰ जावळीचा खंडोजी खापोडे । शिवाजीशीं ज्याचे वाकडे । अफजलखानाशीं चोपडे । होते त्याचे ॥ 2348 ॥ स्वराज्याचा हरामखोर । स्वार्थी दगलबाज घोर । भेकड पळपुटा चोर । देशमुख ॥ 2349 ॥ जावळीतून होता पळाला । अफजलला जावोनी मिळाला । तेथोनही खंडोजी गळाला । पळपुटा ॥ 2350 ॥ अफजल जेव्हां मेला । त्याचा आश्रय दाता गेला । आता मित्र कुणी न केला । खंडोजीला ॥ 2351 ॥ एक वर्ष होता दबून । जंगलोजंगजी पडून । कुठेच न आले घडून । भले त्याचे ॥ 2352 ॥ भटकोनी इकडे-तिकडे । शेवटी आला जावयाकडे । जरी होते त्याचे वाकडे । जावयाशीं ॥ 2353 ॥ जावई खंडोजीचा हुशार । हैबतराव शिळमकर । शिवाजींचा शूर सरदार । खातरीचा ॥ 2354 ॥ म्हणाला तो जावयाला । भेटून तू शिवाजीला । द्यावे म्हणा कृपें मला । जीवदान ॥ 2355 ॥ ऐकोनी खापोडयाचे नांव । शिवाजींना क्रोधाचा घाव । म्हणाले ते, हैबतराव! । कां ही क्षमा? ॥ 2356 ॥ शिवाजी बोलले देओनी जोर । खापोडे फितूर हरामखोर । खापोडयाचे अपराध अघोर । देशद्रोही ॥ 2357 ॥ खापोडयास आम्हीं दिले वतन । शिक्का दिला कराया जतन । तोच आमुचे कराया पतन । शत्रु झाला ॥ 2358 ॥ आमुचे खाओनी झाला बेईमान । त्याने स्वीकारला अफजलखान । उद्यत घ्यावया चक्क आमुचे प्राण । विना लाजे ॥ 2359 ॥ जेव्हां कुठेच न त्याला स्थान । सर्वत्र होओनी अपमान । आम्हां मागतो जीवनदान । नाईलाजें ॥ 2360 ॥ खानाकडे नेओनी पत्र । सुरू केले कपटी सत्र । आम्हांवर धरीले शस्त्र । खापोडयाने ॥ 2361 ॥ अशा द्रोह्याचे करोनी तुकडे । फेकोनी द्यावे जिकडे-तिकडे । आणा खापोडयास आमचेकडे । मग बघूं ॥ 2362 ॥ देश द्रोह्यास दिली न शिक्षा । होईल कायद्यांची उपेक्षा । मग काय करावी अपेक्षा । सेवकांनी? ॥ 2363 ॥ आम्हीं जर करोनी हयगय । देशद्रोह्यांना दिधले अभय । असेल कुणास कुणाचे भय । त्याऊपर ॥ 2364 ॥ ज्या हातांनी शस्त्र उगारले । ज्या पायांनी बंड उभारले । ते जर कापोनी उतारले । तर न्याय ॥ 2365 ॥ तुमचे खातीर देऊं जीवदान । हलके करोनी शिक्षेचे प्रमाण । तरी, सदोष-निर्दोष न समान । ह्या राज्यात ॥ 2366 ॥ खापोडयस जीवनदान मिळाले । पण सजेचे भय न पळाले । देशद्रोहाचे पातक फळाले । खंडोजीला ॥ 2367 ॥ जो

रत्नाकर रचित ओवीबद्ध श्री शवाजी चरित्र

दंड रांझे पाटीलाला । तोच खोपड्याला मिळाला । असा स्तुत्य निर्णय झाला । शिवाजींचा ॥ 2368 ॥

शलोक

चेन्न कुर्यामहं कर्म लोके जायेत सङ्करः ।

भ्रंसेत च प्रजा तस्माद्-भवेयं हानिकारणम् ॥

दोहा

अगर करूँ ना कार्य मैं, और करूँ ना कष्ट ।

संकर होगा विश्व में, प्रजा बनेगी भ्रष्ट ॥

(आनंदी–आनंद)

ॐॐओवी० अफजल आला नि गेला । जौहर आला नि गेला । शिवबा पुरोनी उरला । सगळ्यांना ॥ 2369 ॥ आई साहेबांना आनंद । आयाबायांना महानंद । सर्व मनीं आनंदकंद ॥ विजयाचा ॥ 2370 ॥ भव्य उत्सवाची भरली सभा । सेवक मावळ्यांची तिथे प्रभा । शाहीर अज्ञानदासाची आभा । पोवाड्यांची ॥ 2371 ॥ अज्ञानदास झाला उभा । मुखमंडळाची प्रभा । बघोनी स्तब्ध झाली सभा । ऐकावया ॥ 2372 ॥ हातीं डफ, सोबत झांज । मागे तुणतुणीचा साज । घुमला मर्दानी आवाज । शाहीराचा ॥ 2373 ॥ खंजीरी, घुंगरांचा नाद । झणझणीत प्रतिसाद । महाराजांचा आशीर्वाद । गायक्यांना ॥ 2374 ॥ शाहीराने भक्तियुक्त मुद्रा । शिवाजींना ठोकला मुजरा । आणि राज्याभिषेक दुसरा । अदबीने ॥ 2375 ॥

YEAR : 1661 AD

66. वीर शिवाजी–31 :

66. कोकण विजय : AD

66. कोकण विजय : AD

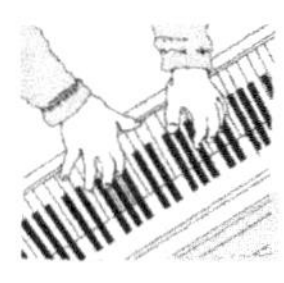 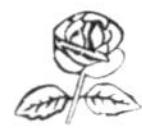 **संगीत श्री शिवाजी चरित्र राग-छंद माला, पुष्प 198**

भगवा ध्वज

स्थायी

भगवा ध्वज हा भजुनी, गरजा हर हर महादेव! ।

ध्वज हा भवानी ने दिला, रक्षण करण्या शिवाला ।।

♪ मगरे– गम रे– रे–गम–, पमग– पम गरे गम–रे–! ।

मग हा– मम–प– ध– पम–, म–मग पपप– रेप–म– ।।

अंतरा–1

गरुडध्वज हा विष्णु चा, कपिध्वज तो शुभ कीर्ति चा ।

रवि सम उज्ज्वल केशरी, नमूया भगवा ध्वजाला ।।

अंतरा–2

भारत माते! हा तुझा, भगवा पावन केतु, ग! ।

प्रताप लक्ष्मीबाईला, स्त्रोत स्फूर्ति चा जहाला ।।

वीर शिवाजी एकतीस वर्षांचे

ॐओवी॰ सन सोळाशे एकसष्ट । जन शिवाजीवर हृष्ट । औरंगजेब मात्र रुष्ट । फार होता ।। 2376 ।। एकतीस वर्षांचा वीर । स्तुति ज्याची गातीं शाहीर । तुणतुणे, डफ, खंजीर । वाजवूनी ।। 2377 ।। हात धरोनी कानावर । मर्दानी पोवाडयांचे सुर । गीत गातात कविवर । शिवाजींचे ।। 2378 ।। कधी न हारला जो युद्ध । लढोनही नीतीने शुद्ध । न होतां दुष्ट वा क्रुद्ध । रणांवर ।। 2379 ।।

उंबरखिंडीची लढाई

ॐओवी॰ चाकणचा भुईकोट लहान । मिळूनही न भागली तहान । मुगलांना झाले कष्ट महान । दोन मास ।। 2380 ।। घ्यावया दख्खन सकल । वाढवूनी खानाचे बळ । पाठविले नवीन दल ।

66. कोकण विजय : AD

औरंग्याने ।। 2381 ।। शिवाजीवर ठेओनी डोळा । शाहिस्तेखानाचे गडी सोळा । लाल महालात झाले गोळा । युद्धासाठी ।। 2382 ।। नेता त्यांचा कर्तलबखान[172] । मायभूमि उझबेगीस्तान । मुगलांचा सूरमा तूफान । नावाजला ।। 2383 ।। कर्तलबने केला बेत । कोकणपट्टी जावी घेत । समुद्रकिल्ल्यांच्या समेत । शिवाजींची ।। 2384 ।। योजना त्याची होती साधी । कोकण ठाणी घ्यावीं आधी । मग किल्ले लोहगडादि । मराठ्यांचे ।। 2385 ।।

(अत:)

ॐॐओवी॰ पुण्याहून निघाली सेना । कुठे चालली कुणा कळेना । गुप्त ठेवली होती योजना । मुगलांनी ।। 2386 ।। इकडे शिवाजींचे हेर । पसरले होते चौफेर । जाणला त्यांनी विना देर । गुप्त बेत ।। 2387 ।। सेना "मुगल" ती नावाचीच । होते मराठे अधिक तीत । देशद्रोही गुलाम अहित । भरलेले ।। 2388 ।। हत्ती, घोडे, बंदूकधारी । भाले, ढाला व तलवारी । जैयत केलेली तयारी । होती त्यांची ।। 2389 ।। जरी बसला होता दूर । पाठीराखा दिल्लीचा असुर । घेत होता सारी खबर । चोखपणे ।। 2390 ।। मुगली सेना सह्याद्रीत । शिरली दाट अटवीत । कडे सरळ जणू भिंत । वाट तंग ।। 2391 ।। सह्याद्रीची उंबरखिंड । घोडखिंडीप्रमाणे अरुंद । दोन्हीं खिंडी समरकुंड । मराठ्यांचे ।। 2392 ।। अडचणीची ही वाट । वन अति घनदाट । भयाण डोंगरी घाट । अवघड ।। 2393 ।। सेना चालली मंद गति । फिरली होती जिची मति । वाटत होती फार भीति । मराठ्यांची ।। 2394 ।। एक हजार वीर मावळे । पोलादी काया, रंग सावळे । लपून बसले जणू कावळे । झाडांवर ।। 2395 ।। नेता नेताजी पालकर । शिवाजींचा उजवा कर । सेनानी तूफान निडर । शिवाजींचा ।। 2396 ।। शिवाजी उभे थोडे दूर । घेओनी लढवैये शूर । योग्य क्षणासाठी आतुर । संकेत द्याया ।। 2397 ।।

(मग)

---

[172] **कर्तलबखान :** Kartalab Khan (d. 1727), an Uzbeki marauder received the titles of Kartalab Khan, Kutluk Khan and Jafar Khan. Ejected from Maharashtra, he was the future Murshid Kuli Khan, the Diwan of Bengal (r. 1701-1727).

66. कोकण विजय : AD

ॐॐओवी॰ सेना येतांच सानिध्यात । उचित टप्प्याच्या मध्यात । केला आक्रमण संकेत । शिवाजीने ॥ 2398 ॥ झाला हल्ला अचानक । कापाकापी भयानक । लढूं न शकले सैनिक । मुगलांचे ॥ 2399 ॥ जागा फारच निरुंद । वाट मागे-पुढे बंद । दाटले खिंडीत सबंद । हत्ती-घोडे ॥ 2400 ॥ हताश झाला कर्तलबखान । हारली मुगली सेना महान । वाचवावा कसा प्राण । चिंता त्याला ॥ 2401 ॥ टाळांवया आता मरण । शिवाजींचे धरोनी चरण । बिनशर्त आला शरण । लाजाळून ॥ 2402 ॥ शरण आला कर्तलबखान । शिवाजीने दिले जीवनदान । शिवाजीच्या दयेने त्याचा प्राण । बचावला ॥ 2403 ॥ हत्ती, घोडे, शस्त्रास्त्र, द्रव्य । मराठ्यांना मिळेले भव्य । विजय त्यांचा होता दिव्य । खानावर ॥ 2404 ॥ परतला कर्तलबखान । खाली धरुन आपली मान । हादरला शाहिस्तेखान । पुण्यामध्ये ॥ 2405 ॥ निराशला शाहिस्तेखान । जिरला त्याचा अभिमान । दिल्लीवाल्याने अपमान । केला फार ॥ 2406 ॥

पाली, शृंगारपुर, चिपळूण, संगमेश्वर विजय

ॐॐओवी॰ हरवुनी मुगलांना भारी । मराठे उतरले सह्याद्री । तळकोकणात केली स्वारी । जागोजागी ॥ 2407 ॥ पहिले ठिकाण पाली । सह्याद्री गिरीच्या खाली । इथे सुरवात झाली । विजयांना ॥ 2408 ॥ कुणी म्हणे पाली, कुणी पालन । कुणी पाळवणी वा पल्लीवन । त्याचेच शेजारी चिपळूण । कोकणात ॥ 2409 ॥ पालीचा जागीरदार दळवी । चाटतो आदिलशाही तळवीं । गुपितें विजापुरला कळवी । मराठ्यांची ॥ 2410 ॥ सिद्दी जौहरचा सेवक । सूर्याजी सुर्वेचा सहायक । शिवाजींचे अपकारक । दोन्हीं दुष्ट ॥ 2411 ॥ सूर्याजी सूर्यराव । दगाबाज त्यांचे नांव । त्याला गुलामीची हाव । विजापुरी ॥ 2412 ॥ शिवाजी जेव्हां आले चालून । यशवंत दळवी गेला पळून । सूर्याजी सूर्वे आला शरण । शिवाजीला ॥ 2413 ॥ पाली नंतर संगमेश्वर । विना लढाई झाले सर । तान्हाजी सुभेदार त्यावर । नियोजिला ॥ 2414 ॥ येथोनी चित्रदुर्ग किल्ला । शिवाजींचा पुढला पल्ला । करोनी तडाख्याने हल्ला । सर केला ॥ 2415 ॥ रचून भक्कम दगड । तटबंदी केली निगड । दिले नांव मंगळगड । त्या किल्ल्याला ॥ 2416 ॥

(राजापुरचा विध्वंस)

श्रीओवी॰ राजापुरचे इंग्रज । धोका देण्यात अग्रज । वचनभंग सहज । करती ते ॥ 2417 ॥ शिवाजीशीं करूनी करार । वचन त्यांचे झाले फरार । सिद्दीकडे मारली भरार । निर्लज्जांनी ॥ 2418 ॥ मोठा चतुर होता सिद्दी । त्याच्या मनात आली बद्दी । शिवाजीला मारण्या जिद्दी । पकडून ॥ 2419 ॥ पन्हाळगडाच्या द्वारांवर । इंग्रजी तोफांचा भडिमार । बघोनी आश्चर्य होते फार । शिवाजीला ॥ 2420 ॥ इंग्रज शिपाई टोपीकर । कंपनीचा झेंडा तोफांवर । झाले होते भाडोत्री नौकर । जौहरचे ॥ 2421 ॥ शिवाजी पन्हाळ्याहून निस्तरले । विशाळगडावर पसरले । पण विश्वासघात न विसरले । इंग्रजांचा ॥ 2422 ॥ शिवाजींचे ठाणे संगमेश्वर । इंग्रजांची वखार राजापुर । दोन्हीं तळ नव्हते दूर । सूड घेण्या ॥ 2423 ॥ शिवाजी निघाले कराया वार । सोबत मावळे चार हजार । गाठली त्यांनी इंग्रजी वखार । राजापुरी ॥ 2424 ॥ साहेब तिथे हेनरी रेव्हिंग्टन । आणि त्याचे इतर कारकून । कैद केले सर्व साहेब जन । शिवाजीने ॥ 2425 ॥ माल सगळाच करोनी जप्त । तोफा दारूगोळा सोने जस्त । वखार खणून केली उध्वस्त । इंग्रजांची ॥ 2426 ॥ जिंकून बहु ठाणीं सभोवती । परतले शिवाजी शीघ्र गति । राजगडावर सुखरूप अति । आईकडे ॥ 2427 ॥ आज आला शिवबा घरी । आता होईल पूजा खरी । मूर्ति स्थापना गडावरी । भवानीची ॥ 2428 ॥ रत्नखचित अलंकार । भूषणें भुजांवर चार । वस्त्र जरतारी अपार । नंदादीप ॥ 2429 ॥

YEAR : 1662 AD

67. वीर शिवाजी–32 :

67. नेताजी पालकर : 1662 AD

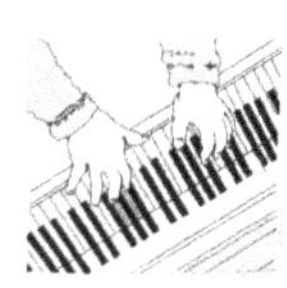

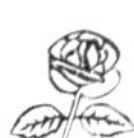

संगीत श्री शिवाजी चरित्र राग–छंद माला, पुष्प 199

शिव लीला

67. नेताजी पालकर : 1662 AD

स्थायी

शिवलीलेची अमर कहाणी, गाऊंया मधु वाणी, रे! ।

शिवरायाची ऐकुनी गाणीं, झाली रयत शहाणी, रे! ।।

♪ पधम–ग– रेसा सासाग गपम–म–, गमप–प– धसां निधपम मधपमग ।

गमध–ध–ध– धनिधनि पधप–, गमप– पपध सांनिधपम, मधपमग ।।

अंतरा–1

दिली शिवजी ला माते ने, स्वातंत्र्या ची किल्ली, रे! ।

वीर मराठयां ची मग सेना, शिवबा ने ती केली, रे! ।।

♪ गमधनि सांसां–सां– नि– सांरेंनिसां निध,

नि–नि–सां– सां–पनि सांरेंनिसां– नि–धप ।

ग–ग मध–ध– धनि धनि पधप–, गमप–प– धसां धप गममध, पमग ।।

अंतरा–2

लागोपाठ सर किल्ले केले, नवीन रचले भारी, रे!

जगात विश्रुत ते गड त्याचे, चढतां येई ग्लानि, रे! ।।

अंतरा–3

अफजुल, सिद्दी, शाहिस्ते खाँ, हार मानले वैरी, रे!

शत्रुदलांवर गनिमी हल्ले, सूरत वर ही स्वारी, रे! ।।

अंतरा–4

किल्लें–किल्लीं फिरतो चंचल, पकडूं शके न, कोणीं रे! ।

अद्भुत सुटका आगऱ्या वरुनी, लीला अनुपम, दैवी रे! ।।

अंतरा–5

सदाचार हा ज्याचा बाणा, परस्त्री माता मानी, रे ।

असा जाणता राजा जगती, कोण भला नृप दानी, रे ।।

अंतरा–6

कथा ऐकाता, नयनीं येई, आनंदाश्रु पाणी, रे !

67. नेताजी पालकर : 1662 AD

भारत देशा! लेकरें तुझीं, प्रताप झाशी-राणी, रे! ।।

वीर शिवाजी बत्तीस वर्षांचे

ॐओवी॰ सन सोळाशे बासष्ट । शिवाजी जाणतो स्पष्ट । स्वराज्यास काय इष्ट । व्यवहार ।। 2430 ।। शिवाजीस लागले वय बत्तीस । सुवर्ण अंबारी स्वातंत्र्यहत्तीस । किल्ले शिवाजीचे मुख्य छत्तीस । स्वराज्यात ।। 2431 ।।

(नेताजी पालकरचे छापे)

ॐओवी॰ कोकणात मारूनी छापे । नेताजीने महाप्रतापें । मुगलांची मोजूनी पापें । त्रस्त केले ।। 2432 ।। ह्यानंतर पुणे प्रांत । नेताजीने केला आक्रांत । अनेक ठाणीं पादाक्रांत । मुगलांची ।। 2433 ।। पुण्यावर घातल्या धाडी । उघडोनी नवी आघाडी । मुगलांना ही नासाडी । भंडावली ।। 2434 ।। शाहिस्तेखान चिडलेला । अपमानांनी पीडलेला । अविचारांनी कीडलेला । वेडा-पिसा ।। 2435 ।। नेताजीचा कराया बंदोबस्त । गनीमी काव्यांचा कराया अस्त । शाहिस्तेखानने केला उध्वस्त । पुणे प्रांत ।। 2436 ।। सैन्य धाडोनी एक लाख । केल्या शेती-वाड्या राख । दिले जनतेला दुःख । नाना रीति ।। 2437 ।। चालवूनी अनागोंदी । कडेकोट नाकेबंदी । पुण्यात येण्यास बंदी । मावळ्यांना ।। 2438 ।।

(तेव्हां)

ॐओवी॰ मराठी जे होते त्रस्त । शिवाजींचे झाले भक्त । करा ह्याचा बंदोबस्त । म्हणाले ते ।। 2439 ।। पडला पाण्याचा अकाळ । दाणा-वैरणीचा दुष्काळ । मुगली गुंडयांचा सुकाळ । राज्यामध्ये ।। 2440 ।। खानाने पेटविली चिता । सभ्यपणा केला रिता । शिवाजीला झाली चिंता । रयतेची ।। 2441 ।। थांबावया खानाचा अन्याय । करावा लागे काय उपाय । कोणता द्यावा त्याला अपाय । हमखास ।। 2442 ।।

मिथ्या डोंगराची लढाई

श्रीओवी॰ कर्तलब झाला निराधार । मग मुगलांचा सरदार । नामदारखान शूर फार । बहु ख्यात ।। 2443 ।। कल्याण भिवंडीचा भाग । खानाने केला बेचिराग । लावोनी मुलुखास आग । तुडवीत ।। 2444 ।। मिटवाया त्याची खोड । करावया खानाचा मोड । शिवाजीने काढली तोड । चढाईची ।। 2445 ।। मिऱ्या डोंगरावर घाई । अकस्मात केली चढाई । निकराची झाली लढाई । मुगलांशीं ।। 2446 ।। युद्ध हारला नामदारखान । मुगलांची उडाली दाणादाण । जीव वाचवोनी पळाला खान । पराभूत ।। 2447 ।।

YEAR : 1663 AD

68. वीर शिवाजी-33 :

68. शाहिस्तेखानचा पराभव : 1663 AD

 संगीत श्री शिवाजी चरित्र राग-छंद माला, पुष्प 200

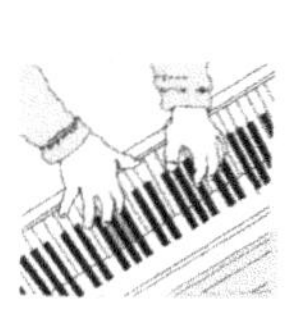

शिवाजी राजा

स्थायी

जसा शिवाजी महान राजा, तसा कुणीं या जगी न झाला ।
अनेक आले नि पार झाले, न कर्मयोगी असा मिळाला ।।

अंतरा-1

कुणीं क्रूर शठ अत्याचारी, नास्तिक दंभी कुणीं पुढारी ।
कुणीं लालची लंपट भारी, नारी पूजा न गंध ज्याला ।

अंतरा-2

मातृभूमिसी न प्रीति ज्याला, सत्ताधारण धोरण ज्याला ।
कुणीं कृपण, कुणीं लोभी झाला, मोह-वासना अनंत ज्याला ।।

अंतरा-3

68. शाहिस्तेखानचा पराभव : 1663 AD

कुणीं तोडतो मंदिर मूर्ति, "धर्म-अंधळा" कुणास कीर्ति ।
स्वार्थ्य-हिताची जयास स्फूर्ति, सर्व-हिताची न खंत त्याला ।।

वीर शिवाजी तेहत्तीस वर्षांचे

ॐओवी॰ नामदारखान गेला । शाहिस्तेखान उरला । त्याचाही उपाय केला । शिवाजीने ।। 2448 ।। लाल महालामध्ये काग । आयत्या बीळावर नाग । मराठी पुण्यावर दाग । शाहिस्तेखान ।। 2449 ।। आले सन सोळाशे त्रेसष्ट । शाहिस्तेखानाला दिले कष्ट । सुभेदारी त्याची केली नष्ट । शिवाजीने ।। 2450 ।। शिवाजीला लागले तेहत्तीसवे । मुगलांच्या डोळ्यांत आसवें । त्रासविले खानाला रडूं-सवे । पुण्यामध्ये ।। 2451 ।। असह्य झाले खानाचे अत्याचार । स्वराज्यात मुगलांचे व्यभिचार । काढला तरी त्यांवर उपाय । शिवाजीने ।। 2452 ।। शिवाजीने ठरविला डाव । मुगलांवर करण्या घाव । पुण्यात जरी होता मज्जाव । मावळ्यांना ।। 2453 ।। डाव होता फार अवघड । होता कामानये उघड । न होतां काही गडबड । शिताफीचा ।। 2454 ।।

(बेत)

ॐओवी॰ असा ठरविला होता बेत । खानाच्या मुखी मारून लात । वाघाच्या तोंडातून दात । चोरण्याचा ।। 2455 ।। शाहिस्तेखान महाक्रूर । डाव सफळ होणे जरूर । अन्यथा तो करील असुर । सर्वनाश ।। 2456 ।। एक लाखाची मुगली फौज । शोषीत होती पुणे समाज । खान करित होता मौज । निर्धास्तीत ।। 2457 ।। मुगलांच्या स्वप्नात सुद्धा नसेल । शिवाजी लाल महालात घुसेल । शाहिस्तेखानाच्या समोर दिसेल । मृत्यु उभा ।। 2458 ।। कुठे, कोण, काय, किती । सर्व आणली माहीती । लाल महालाची स्थिति । जासूदांनी ।। 2459 ।। लाल महालाचे आंतली । तपशीलवार कुंडली । योजने प्रमाणे मांडली । तंतोतंत ।। 2460 ।। कुणी कुठे उभे असावे । केव्हां वा दडून बसावे । कोणत्या समयी दिसावे । उगवून ।। 2461 ।। कोण मारील कोणता पापी । कोण करतील कापाकापी । कोण करील स्तब्ध तथापि । देखरेख ।। 2462 ।। हुलकावुनी सैन्य एक लाख । शिरणे महालामध्ये तलख । मारून खानाला स्वत:

68. शाहिस्तेखानचा पराभव : 1663 AD

सन्मुख । परतणे ।। 2463 ।। जोखीम होती सगळ्यांवर । चुकीला नव्हता अवसर । एक चूक करील कहर । नृसंहार ।। 3464 ।।

(वाटचाल)

ॐओवी॰ सिद्ध झाले स्वत: शिवाजी । सवे पालकर नेताजी । बंधु बाबाजी-चिमणाजी । तीन टोळ्या ।। 2465 ।। शिवाजी बरोबर गडी चारशे । गट इतर दोन, दोन-दोनशे । मध्य रात्री वीर निघाले आठशे । शांततेने[173] ।। 2466 ।। पहारेकरी बेसावध । होणार होता ज्यांचा वध । मावळे सगळे सावध । जसा बेत ।। 2467 ।। मावळ्यांनी केले नाटक । उघडा म्हणाले फाटक । आम्हीं जिंकोनी कर्णाटक । येत आहो ।। 2468 ।। मुगलांत मराठे अनेक । दास बनलेले फार नेक । कोण बरे जाणतो प्रत्येक । गुलामाला ।। 3469 ।। वेश-भाषा होती हमखास । चौकीदारांना झाला विश्वास । मूर्खांनी न अडविले त्यांस । जाऊं दिले ।। 2470 ।। महालाचे द्वार उघडले । आंत मावळे सर्व शिरले । इकडे-तिकडे बिखरले । गुपचाप ।। 2471 ।। जसे ज्याला दिले काम । तसे त्याने घेतले स्थान । दडून बसले सगळे छान । बेमालूम ।। 2472 ।।

(झडप)

ॐओवी॰ जेव्हां झाले सर्व शांत । वाड्यात निद्रस्थ प्रशांत । झाला इशारा तंतोतंत । जसा बेत ।। 2473 ।। ऐकतांच तो गुपित संकेत । वीरांनी मुगल केले अचेत । जसे वानरांनी केले लंकेत । असुरांना ।। 2474 ।। शिवाजी धावले खानाकडे । मुख्य झोपेच्या दालनाकडे । मुगली जनानखान्याकडे । शीघ्रतेने ।। 2475 ।। शिवाजी न मारी निद्रस्थाला । शिवाजी ने जागविले त्याला । पण खान लढावया भ्याला । शिवाजींशीं ।। 2476 ।। लोक ओरडले दगा! दगा! । ऐकोनी कांगावा व तो दंगा । खान झोपेतून झाला जागा । भांबाऊन ।। 2477 ।। खान घेओनी तलवार । पळाला खोलीच्या बाहेर । शिवाजी दिसला समोर । मृत्यु उभा ।। 2478 ।। खान खाली उडी टाकणार । तोच शिवाजीने केला वार । खानाची बोटें कापली चार । शिवाजीने ।। 2479 ।। तीन बोटें कटली सगळीं । अर्धी कटली करंगळी । लाल झाली कड्याची फळी । कूदला तो ।। 2480 ।। कठडा धरोनी कूदला खाली । काळ आला पण वेळ न आली । खान

---

[173] April 06, 1660

रत्नाकर रचित ओवीबद्ध श्री शिवाजी चरित्र

68. शाहिस्तेखानचा पराभव : 1663 AD

बचावला, कमाल झाली । लपला तो ।। 2481 ।। फत्तेखान लाडका पोर । मारला गेला डोळ्यांसमोर । कापकापी झाली घोर । वाड्यामध्ये ।। 2482 ।।

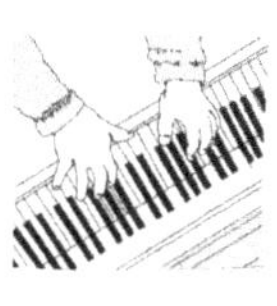
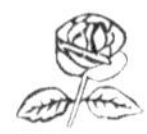

संगीत श्री शिवाजी चरित्र राग-छंद माला, पुष्प 201

छंद : चौपाई

शाहिस्ते खानाचा पराभव

स्थायी

जान बच गई, लाखों पाए, कटी उँगलियाँ भागे आए ।

अंतरा–1

औरंगजेब के मामाजी, एक लाख थे जिनके फौजी ।

अंतरा–2

पुणे प्रांत पर धाक जमाया, किला एक भी जीत न पाया ।

अंतरा–3

मुल्क सभी था नष्ट कर दिया, जन जीवन भी क्लिष्ट था किया ।

अंतरा–4

फिर भी रैयत साथ शिवा के, वीर मावळे सैनिक बाँकि ।

अंतरा–5

आए इक दिन लाल महल में, साथ शिवाजी के थे सूरमे ।

अंतरा–6

देख शिवाजी को थर्राया, शाहिस्तेखाँ था बर्राया ।

अंतरा–7

दुम दबा कर बुजदिल भागा, प्रहार शिवबा का था लागा ।

अंतरा–8

चार उँगलियाँ कटी हाथ की, मगर पाँचवीं बची साथ की ।

रत्नाकर रचित ओवीबद्ध श्री शवाजी चरित्र

68. शाहिस्तेखानचा पराभव : 1663 AD

अंतरा–9

शीश ना कटा, इंशा अल्ला! शुकर मनावे दुखिया मुल्ला ।

(मग)

श्रीओवी॰ जागी झाली मुगल सेना । काय झाले तेच कळेना । द्वार बंद, काही दिसेना । तारांबळ ।। 2483 ।। द्वारपाळ मारलेले । त्यांचे गळे फाडलेले । आणि वस्त्र काढलेले । कुणी केले ।। 33 ।। मराठे पळाले भींत पाडून । मागले द्वार तोडून–फोडून । मिळाला न कुणी, पुणे शोधून । मुगलांना[174] ।। 2484 ।। चार बोटें कापलेला । शाहिस्तेखान लपलेला । करंगळी जपलेला । गुंडाळून ।। 2485 ।। हादरला शाहिस्तेखान । फारच झाला अपमान । बोटें गेली, वाचली मान । इंशा अल्ला! ।। 2486 ।। सोडावे लागले पुणे त्याला[175] । त्याचे जागी मुअज्जम[176] आला । औरंगजेबचा मोठा वाला । राजपुत्र ।। 2487 ।।

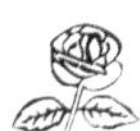

संगीत श्री शिवाजी चरित्र राग–छंद माला, पुष्प 202

पोवाडा

(शाहिस्ते खानाचा पराभव)

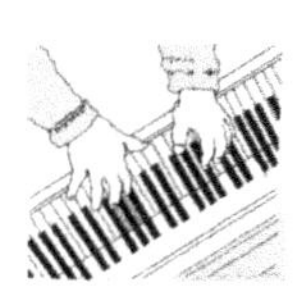

काढली शिवबाने तलवार,

चुकेना जिचा कधी ही वार ।

शत्रु चा, करील तो संहार,

बोला त्याचा जय जयकार, हो! जी जी जी, जी जी, जी ।।

---

[174] April 08, 1663.

[175] Shahistekhan was withdrawn form Pune on April 09, 1663 and he was far away appointed Governor of Bengal (r. 1664-1678 and 1679-1688) with headquarters at Dhaka.

[176] **मुअज्जम :** Future Shah Alam or Bahadur Shah I (1643-1712; r. 1707-1712). 2nd eldest among the five sons and five daughters of Aurangzeb.

68. शाहिस्तेखानचा पराभव : 1663 AD

दिली शिवाला ती देवीने,

जिची अणकुची धार ।

पळूं शके ना शाहिस्तेखाँ,

जरी तिथे अंधार ।।

काढली शिवबाने तलवार, हो! जी जी जी, जी जी जी, जी ।।

कुदूं लागला मजल्या वरुनी,

भित्रा कठडया-पार ।

शिवरायाने जलद कापलीं,

बोटें त्यांचीं चार ।।

काढली शिवबाने तलवार, हो! जी जी जी, जी जी जी, जी ।।

शिवाजी शंभूचा अवतार,

जयाला घडला साक्षात्कार ।

पुत्र जिजाबाई मातेचा,

मराठा वीरांचा सरदार ।।

काढली शिवबाने तलवार, हो! जी जी जी, जी जी जी, जी ।।

मुगल शत्रु हे तुझ्या भीति ने,

पडती थंडे गार ।

हताश होउनी, राणामधूनी,

घेती ते माघार ।

काढली शिवबाने तलवार, हो! जी जी जी, जी जी, जी ।।

सेनानी नरवीर मावळे,

गेले अटके पार ।

वंदन करिती, तुला शिवाजी!

रत्नाकर रचित ओवीबद्ध श्री शवाजी चरित्र

सगळे सह-सत्कार ।।
काढली शिवबाने तलवार, हो! जी जी जी, जी जी जी, जी ।।

शाहिर कवि गातीं पोवाडे,
बोलणीं ज्यांची सद् सुविचार ।
समर्थ स्वामी देती आशिष,
पुण्य ज्या वचनांचा शृंगार ।।
बोला त्याचा जय जयकार, हो! जी जी जी, जी जी जी, जी ।।

भविष्य वाणी त्यांची पावन,
सत्य सदा होणार ।
देश आमुचा महाराष्ट्र हा,
स्वतंत्र तू करणार ।।
बोला त्याचा जय जयकार, हो! जी जी जी, जी जी जी, जी ।।

वीर शिपाई मर्द मराठे,
केले तू तैयार ।
गनिमी कावा छापेमारी,
तुझेच आविष्कार ।।
बोला त्याचा जय जयकार,हो! जी जी जी, जी जी जी, जी ।।

वीर मराठयांची तू स्फूर्ति,
तूच तयां आधार ।
तुझे मानती सकल भारती,
तुझेच रे आभार ।।
बोला त्याचा जय जयकारहो! जी जी जी, जी जी जी, जी ।।

तूच आमुचा महान नेता,

रत्नाकर रचित ओवीबद्ध श्री शवाजी चरित्र

68. शाहिस्तेखानचा पराभव : 1663 AD

थोर तुझे उपकार ।

जय जय गाऊं तुझाच आम्हीं,

परम तुझा संस्कार ।।

बोला त्याचा जय जयकार, हो! जी जी जी, जी जी जी, जी ।।

करुनी तुजला नम्र वंदना,

आम्हीं हर्षित फार ।

करतो आम्हीं सर्व मराठी,

साष्टांग नमस्कार ।।

बोला त्याचा जय जयकारहो! जी जी जी, जी जी जी, जी ।।

तुझ्या मातेस नमस्कार, तुझ्या झेंड्यास नमस्कार ।

तुझ्या सेनेस नमस्कार, साम्राज्यास नमस्कार ।

तुझ्या ब्रीदास नमस्कार, तुझ्या प्रीतीस नमस्कार ।

तुझ्या किल्यांस नमस्कार, तुझ्या घोडयांस नमस्कार ।

तुझ्या आईस नमस्कार, तुझ्या देवीस नमस्कार ।

तुझ्या शौर्यास नमस्कार, तुझ्या धैर्यास नमस्कार ।

तुझ्या वीरांस नमस्कार, तुझ्या धीरांस नमस्कार ।

तुझ्या मित्रांस नमस्कार, तुझ्या चित्रांस नमस्कार ।

तुझ्या ध्येयास नमस्कार. तुझ्या श्रेयास नमस्कार ।

तुझ्या वेशास नमस्कार, तुझ्या देशास नमस्कार ।

तुझ्या त्वेशास नमस्कार, तुझ्या तेजास नमस्कार ।

तुझ्या युक्तीस नमस्कार, तुझ्या उक्तीस नमस्कार ।

तुझ्या शक्तीस नमस्कार, तुझ्या भक्तीस नमस्कार ।।

काढली शिवबाने तलवार ।

बोला त्याचा जय जयकार, हो! जी जी जी, जी जी जी, जी ।।

रत्नाकर रचित ओवीबद्ध श्री शवाजी चरित्र

YEAR : 1664 AD

69. वीर शिवाजी–34 :

69. सूरतची पहिली लूट : 1664 AD

(मावळे)

ॐॐओवी॰ आले सन सोळाशे चौसष्ट । मावळे जाहले धृष्ट । आणले त्यांनी अरिष्ट । गोऱ्यांवर ।। 2488 ।। चौतीस शिवाजींचे वय । त्यांस न मुगलांचे भय । करी न ते वैऱ्यांची गय । स्वराज्याच्या ।। 2489 ।।

(सूरतची लूट)

ॐॐओवी॰ मुगलांनी पीळला देश । विना सभ्यता लवलेश । अत: शिवाजी झाले पेश । सूरतेत ।। 2490 ।। हात मिळवोनी सिद्दीशीं दुष्ट । धूर्त इंग्रजांनी पाडली फूट । म्हणून शिवाजीने केली लूट । सूरतेची ।। 2491 ।। देश केला खानाने ध्वस्त । एक लाख फौजेने फस्त । कसा आता करूं दुरुस्त । देश माझा ।। 2492 ।। नुकसानी खानाने केली जशी । भरून काढावयाची ती कशी । चिंता दिवस-रात्र होती अशी । शिवाजींना ।। 2493 ।। आरमार बलाढय करावे कसे । किल्ले करावयाचे मजबूतसे । कोठून येणार ह्यांकरिता पैसे । कोटि-कोटि ।। 2494 ।। नव्या मोहीमांचे मनसुबे । करीत होते सवाल उभे । धनाच्या टंचाईने खोळंबे । येत होते ।। 2495 ।। मुगलांचे भव्य धन साठे । दौलत भंडार मोठे-मोठे । वसलेले आहेत कुठे । शोध हवा ।। 2496 ।। शिवाजींनी पाठविले हेर । सुगावा लावण्यास चौफेर । ठीक पत्ता मिळाला अखेर । लूटी साठी ।। 2497 ।। हेर बहिर्जी नायक । दूत पूजण्या लायक । सदा संतोष दायक । काम त्याचे ।। 2498 ।। केली त्याने खूप खटपट । उत्तर आणले झटपट । पूर्ण तपशीलासकट । विश्वासाने ।। 2499 ।। राजगडाच्या उत्तरेस । दूरीवर दीडशे-कोस । पश्चिम किनाऱ्याच्या पास । वसलेले ।। 2500 ।। व्यापाराची समुद्र पेठ । सर्व बंदरांत वरिष्ठ । मुगलांची वखार श्रेष्ठ । सुरेची ।। 2501 ।। व्यापार सुरतचे जगभर । मुगल कमावती त्यांवर । कोटयावधि रुपयांचा

69. सूरतची पहिली लूट : 1664 AD

कर । प्रतिवर्षी ।। 2502 ।। कुठे आहेत धनागार । कुठे श्रीमंत लोक फार । कुठे चालतो व्यवहार । दागिन्यांचा ।। 2503 ।। कोणत्या मार्गे येणे बरे । कोणती फोडावीत घरें । कुठे सोन्याचांदीचे झरे । लूटेसाठी ।। 2504 ।। कुठे वखार इंग्रजांची । डच, फ्रांसीस, यहूद्यांची । इराणी, खोजा, अरबांची । मुगलांची ।। 2506 ।। मुगलांचा किल्ला, तट, बुरुज । दारूगोळा आणि हजार फौज । इनायतखान करतो मौज । किल्लेदार ।। 2507 ।। शिवाजीला हवी ती संपत्ति । दोहावयास म्हैस ती दुभती । स्वराज्याची कराया सुस्थिति । खालावलेली ।। 2508 ।।

वीर शिवाजी चौतीस वर्षांचे

श्रीओवी॰ ऐकोनी सारे वर्णन । शिवाजींना समाधान । स्वत: जाण्या आयोजन । केले त्यांनी ।। 2509 ।। आठ हजार घोडेस्वार । विश्वासु जे होते फार । शिवाजींनी केले तयार । निवडक ।। 2510 ।। गुप्त होती योजना ती । कुणास न काही माहिती । कुठे जाणे, दूर किती । ध्येय काय? ।। 2511 ।। आणि बरोबर थोडे । घेओनी रिकामे घोडे । निघाले सुरतेकडे । उत्तरेला[177] ।। 2512 ।। रातोरात करित प्रवास । आणि दिवसा वनांत वास । झाला न बोभाटा आसपास । मोहीमेचा ।। 2513 ।। सात दिवसांचा प्रवास । कळळे न काही कुणास । आले सूरतेच्या पास । अचानक[178] ।। 2514 ।। घोडेस्वार सहा हजार । एकाएकी झाले हजर । विस्कळित झाला बाजार । सूरतेचा ।। 2515 ।। बघोनी तो शिवाजीचा घाला । कल्लोळ एकच मोठा झाला । शिवाजी आला! शिवाजी आला! । पळा! पळा! ।। 2516 ।। बघोनी मोठे घोडेस्वार । बाजारपेठेत हाहा:कार । शेठ लोक भांबावले फार । पैसेवाले ।। 2517 ।। शिवाजीने पाठविला सुशील । इनायतखानाकडे वकील । टाळावया लूटमार अखिल । खंडणीचा ।। 2518 ।। खंडणी जाणोनी अवांतर । खानाने करोनी अनादर । वकीलास दिले उत्तर । गुर्मीने ।। 2519 ।। देऊन त्याला भरपूर खंडणी । खानाने टाळली न लूट तत्क्षणी । वाचविली असती रक्त सांडणी ।

---

[177] December 31, 1663.

[178] January 05, 1664.

रत्नाकर रचित ओवीबद्ध श्री शवाजी चरित्र

69. सूरतची पहिली लूट : 1664 AD

शांतपणे ।। 2520 ।। खानाने उत्तर धाडले उलट । आशय ज्याचा होता उर्मट । फळ ज्याचे मिळाले तुरट । स्वाभाविक ।। 2521 ।। समजुनी खानास अजेय । व्यापाऱ्यांनी याचिला आश्रय । ज्यांनी आणला धन-संचय । त्यांना घेतले ।। 2522 ।। घेओनी व्यापारी वृंद । किल्याचे द्वार केले बंद । सुरक्षित झाले सबंद । किल्यामध्ये ।। 2523 ।। मराठ्यांचे आले आक्रमण । फोडोनी तिजोऱ्या धणाधण । हिसकले व्यापाऱ्यांचे धन । मावळ्यांनी ।। 2524 ।। ग्रीक, डच, कॅपूसियन । इंग्रज, ऎबिसिनियन । हिंदू, ज्यू, अरब सधन । लूटले ते ।। 2525 ।। लूट करोनी पाच दिवस[179] । मराठे परतले वापस । सोने मोती हीरे निखालस । हाती आले ।। 2526 ।। मारोनी सूरतेचा भुजंग । मिळाली संपत्ति गडगंज । सुधारण्या स्वराज्य अपंग । शिवाजीला ।। 2627 ।। लादोनी घोड्यांवर धन खूप । परतला ससैन्य सुखरूप । सूरतेहून मराठ्यांचा भूप । शिवराया ।। 2528 ।। कुणी न केला पाठलाग । न मुळी दाखविला राग । न स्पष्ट केला वैताग । मुगलांनी ।। 2529 ।। मुगलांचा भितरा परेशान । काढला गेला इनायतखान । नवीन ठेवला धियासुद्दीन । किल्लेदार ।। 2530 ।।

इतर लढाया

ओवी॰ कोंढाणा किल्यावर स्वारी । मुगलांनी केली भारी । जसवंत सिंह[180] पुढारी । होता त्यांचा ।। 2531 ।। घातला वेढा गडाला । पण धीर त्याचा गळाला । विश्वास शेवटी पळाला । जिंकण्याचा ।। 2532 ।। पुढे जाण्यास मज्जाव । मागोनी छाप्यांचे घाव । फिसकटला तो डाव । मुगलांचा[181] ।। 2533 ।। केली मोहीम जोरदार । अहमदनगरावर । मुगलांचा अमलदार । माघारला[182] ।। 2534 ।। बांद्याचा खावीस खान । फोंड्याचा महाबतखान । खुदावंदपुरचा खान

---

[179] January 10, 1664.

[180] **जसवंत सिंह :** महाराजा जसवंत सिंह राठोड, मुगल सरदार.

[181] May 28, 1664.

[182] July 30, 1664.

। बिजापुरी ।। 2535 ।। अमलदार हुबळीचा । लखन सावंत कुदळचा । बाजी घोरपडे मुधोळचा । आदिलशाही ।। 2536 ।। रण सोडोनी पळाले । खंडणीने मुक्त झाले । दुरून शरण आले । शिवाजीला ।। 2537 ।।

(शहाजी राजे ह्यांचे स्वर्गरोहण)

ॐ ओवी॰ उत्कर्षाच्या अशा काळी । आली भयंकर काळी । बातमी, देत कांठाळी । कानांवर ।। 2538 ।। कर्णाटकात होदीगिरी ग्रामी । अपघातात होओनी जखमी । शहाजी राजे स्वर्गगामी । कोसळोनी ।। 2539 ।। घोड्याचे पाय वेलीत अडकले । घोडे अडकून कोलमडले । राजे कोसळून खाली पडले । दगडावर ।। 2540 ।। रक्त वाहिले भळभळ । छोटे पुत्र[183] होते जवळ । ज्यांनी केली कळकळ । पण व्यर्थ ।। 2541 ।। फारच मोठा होता घाव । बंद न झाला रक्तस्राव । करूं न शकले बचाव । प्राण गेला ।। 2542 ।। जिजाऊला शोक अपार । दुखले शिवाजी अनावर । पण स्वराज्याचा भार । त्यांचेवर ।। 2543 ।। रडत बसूं न शकले स्थिर । शिवाजी सहित मावळे वीर । कामाला लागले धरोनी धीर । स्वराज्याच्या ।। 2544 ।।

YEAR : 1665 AD

70. वीर शिवाजी–35 :

70. पुरंदरचा तह : 1665 AD

वीर शिवाजी पसतीस वर्षांचे

ॐ ओवी॰ इसवी सन सोळाशे-पासष्ट । आणले स्वराज्यावर अरिष्ट । मुगलांनी योजूनी महाधृष्ट । सुभेदार ।। 2545 ।। राजा जयसिंह त्याचे नांव । राजपुतान्यात त्याचे गाव । मुगल सभेत त्याला

---

[183] **एकोजी राजे :** शिवाजींचा सावत्र भाऊ, तुकाबाईंचा पुत्र, एकोजी राजे (1631–1685).

70. पुरंदरचा तह : 1665 AD

भाव । फार मोठा ॥ 2546 ॥ राजपूत कछवाहा । स्वामीनिष्ठ होता महा । अधिकारी मुत्सद्दी हा । होता फार ॥ 2547 ॥ डोक्यावर जयसिंहाचे संकट । तरी शिवाजी सर्व बळासकट । स्वराज्यसीमा कराया बळकट । लागलेले ॥ 2548 ॥ वय शिवाजीचे पसतीस । लिहिला जाणार नवा इतिहास । होणार सफल कोशीस । मुगलांची ॥ 2549 ॥ स्वातंत्र्ययत्नास क्षति । जयसिंहाने दिली अति । सश्रम यशाची माती । मराठ्यांच्या ॥ 2550 ॥ घटना घडल्या अपूर्व । झाले असंभव संभव । मराठा इतिहास सर्व । उजळला ॥ 2551 ॥ जरी घटनांचा क्रम गंभीर । पायात पडलेली जंजीर । त्यांत होते शिवाजी खंबीर । पुढे बघा ॥ 2552 ॥

सिंधुदुर्ग आणि नौ-सेना

ॐओवी॰ आटोपून कोकणची स्वारी । शिवाजी आले सागरतीरी । लश्कर असावे आरमारी । मनी आले ॥ 2553 ॥ माळवणचे बंदर । स्थान वाटले बरोबर । पश्चिम किनाऱ्यावर । शिवाजीला ॥ 2554 ॥ माळवणचे समुद्र तीर । शिवाजी बघत होते नीर । दृष्टीला पडले जरा दूर । एक बेट ॥ 2556 ॥ कुंटे नांवाचे बेट । पश्चिम दिशेला थेट । दिली शिवाजीला भेट । कोस पुढे ॥ 2557 ॥ थबकली शिवाजींची दृष्टि । जणू बोलावीत होती सृष्टि । शिवाजीला झाली पूर्ण तुष्टि । बघून ते ॥ 2558 ॥ उत्पन्न झाले कुतुहल । मन म्हणाले तिथे चल । बघूं या काय अनुकूल । बेटावर ॥ 2559 ॥ बेट होते ते एक खडक । जमीन त्याची फार कडक । वाटली ती चांगली टणक । किल्ल्यासाठी ॥ 2560 ॥ शिवाजीने केला विचार । बांधावा दुर्ग दमदार । व उभारावे आरमार । इथे शीघ्र ॥ 2561 ॥ लगेच केले भूमि पूजन । वेदमंत्र कीर्तन भजन । नांव बेटास दिले नूतन । सिंधुदुर्ग ॥ 2562 ॥ भवानीचीच ही माया । सदोदित जिची छाया । किल्ल्याचा घातला पाया । शिवाजीने ॥ 2563 ॥ आले गवंडी, पाथरवट । लोहार अवजारांसकट । किल्ला बसवाया दणकट । बेटावर ॥ 2564 ॥

(पण)

ॐओवी॰ किल्ल्याकरिता हवी खंडणी । करावया बुलंद बांधणी । केली प्रजेपासोनी मागणी । आणि स्वाऱ्या ॥ 2565 ॥ सूरत लूटोनी वैभव आले । आणि कोकणात घातले घाले । योजनांसाठी पुरे न झाले । स्वातंत्र्याच्या ॥ 2566 ॥ ज्यांनी दिले नाही मुकाट्याने । त्यांचे हिसकोनी घेतले

त्याने । मोहीमा करोनी झपाट्याने । शिवाजीने ।। 2567 ।। प्रथम खुदावंदपुर । मग छापा हुबळी वर । नंतर वेंगुर्ला बंदर । डच ठाणें[184] ।। 2568 ।। सर्वांना वाटले शिवाजीचे भय । कुणी म्हणाला शिवाजी हवा मय । कुणी म्हणे तो चपळ अतिशय । पंखयुक्त ।। 2569 ।। आज तो असेल इथे । उद्या फार दूर कुठे । मग दिसे इथे-तिथे । एक वेळी ।। 2570 ।। कुणी म्हणे त्याला भीमाचे बळ । टळते त्याचे समोर अटळ । विस्मयकारक त्याचे सकल । व्यवहार ।। 2571 ।। काल तो होता सूरतेत । उद्या अहमदाबादेत । परवा गोव्याच्या सीमेत । अचानक ।। 2572 ।। डोंगरी उंदीर त्याची ख्याति । आला न कधी कुणाच्या हाती । न कुणाची तोंड देण्या छाती । शिवाजीस ।। 2573 ।। तोंडात घालोनी बोटें । म्हणती जन छोटे-मोठे । नाही हे अगदी खोटे । मायावी हा ।। 2574 ।।

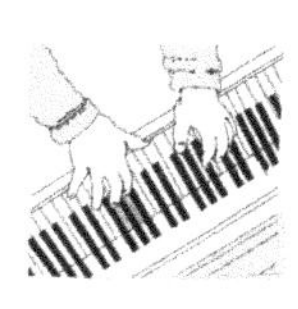  **संगीत श्री शिवाजी चरित्र राग-छंद माला, पुष्प 203**

छंद : चौपाई

सिंधुदुर्ग

स्थायी

स्वराज्य का जो है "जंजीरा," सिंधुदुर्ग यह श्रेष्ठ हमारा ।

अंतरा-1

सूरत से धन हमें मिला है, इसी काम में आवे न्यारा ।

अंतरा-2

लाओ शिल्पक, दर्शन-ज्ञाता, जल-दल गुर जो जानें सारा ।

अंतरा-3

आशिष देती सागर धारा, धन्य धन्य! माळवण किनारा ।

अंतरा-4

द्वीप-अश्म मजबूत बड़ा है, दुर्ग खड़ा जिस पर ध्रुव तारा ।

---

[184] खुदावंदपुर (Nov. 1664), हुबळी (Dec. 1664), वेगुर्ला (Dec 1664).

70. पुरंदरचा तह : 1665 AD

अंतरा-5

शत्रु पास ना आने पावे, नौसेना का रहे पहारा ।।

(पण, औरंगजेब)

काहीं करोनी शोक । देश-विदेशी लोक । स्तुति करिती स्तोक । शिवाजीची ।। 2575 ।। ऐकोनी त्याची ही कीर्ति । औरंग्याला चाटे भीति । तरी, धाडला संप्रति । जयसिंह ।। 2576 ।। जर मी गेलो तिथे । उभा शिवाजी जिथे । येईन का मी इथे । परतून ।। 2577 ।। केव्हांही मारेल मला । कापेल वा माझा गळा । दूरच असो ती बला । दक्षिणेत ।। 2578 ।। अफजलखान मेला । कर्तलबखान गेला । शाहिस्तेखान पळाला । पुण्याहून ।। 2579 ।। नामदारखान च्युत झाला । इनायतखान घाबरला । तरी जयसिंह मी धाडला । राजपूत ।। 2580 ।। अफाट मुगलांची सेना । अमाप धनाचा खजीना । प्रचंड त्यांचा तोफखाना । शस्त्र-अस्त्र।। 2581 ।। तरी मराठे न हारती । मुगलवीरांना मारती । धूळ धुरंधरांना चारती । आश्चर्यच ।। 2582 ।। अत: धाडला राजपूत । पोलादी वीर मजबूत । कुशाग्र बुद्धीचा दूत । मीझी राजे ।। 2583 ।। जयसिंह फार कर्तबगार । प्रचंड अनुभवांचा हुशार । थोर सेनापति यशस्वी फार । मुगलांचा ।। 2584 ।।

(स्वारी)

जयसिंह पुण्यात आला । कराया सफल आपला । नकाशा, युक्तीने रचला । मोहीमेचा[185] ।। 2585 ।। निर्णय योजनेचे असे झाले । प्रथम घ्यावे शिवाजीचे किल्ले । मग जिंकावे मुलूख सगळे । मराठ्यांचे ।। 2586 ।। प्रथम निवडला पुरंदर । गड भक्कम बुलंद सुंदर । पुण्याहून बारा कोस अंतर । आग्नेयेला ।। 2587 ।। शिवाजी आहे कोकणात । सैन्य आणि वीर निष्णात । परतून येण्याच्या आंत । गड घ्यावा ।। 2588 ।। वार्ता जेव्हां त्याला मिळेल । तेव्हां येताना वेळ लागेल । तोपावेतो संपवावा खेळ । ह्या गडाचा ।। 2589 ।। जयसिंहाचा मुगल संच । पुणे तळाहून झाला कूच । पुरंदरला लावाया बूच । धडाक्याने ।। 2590 ।। फौज होती अफाट । तोफखाना विराट । आणि चिकाटी चिवट । ह्या नेत्याची ।। 2591 ।।

(प्रथम)

---

[185] March 03, 1665.

रत्नाकर रचित ओवीबद्ध श्री शवाजी चरित्र

70. पुरंदरचा तह : 1665 AD

ॐॐओवी॰ शिवाजीला आणाया घाम । प्रथम केले त्यांनी काम । जाळपोळले ग्राम-ग्राम । मराठ्यांचे ।। 2592 ।। स्त्रिया नेल्या पळवून । नर टाकले दळून । शेत्या टाकल्या जाळून । मुगलांनी ।। 2593 ।। धान्य-वैरण लूटले । गाई-गुरांना कूटले । शुद्ध काहीं न सुटले । स्वराज्यात ।। 2594 ।। जयसिंहाची कामें ती ओंगळ । मचविला राज्यात गोंधळ । प्रांतात उडविली तारांबळ । मराठ्यांची ।। 2595 ।। जयसिंहाने उठविले तूफान । वाटले आला पुन्हा शाहिस्तेखान । अथवा कुणी पूर्वींचा सुलतान । परदेशी[186] ।। 2596 ।। मुगलांनी पेच गुंफले । मराठे सेवेत गुंतले । मावळ्यांचे बळ खुंटले । व्यत्ययाने ।। 2597 ।। आणोनी व्यवहारिक आव । जयसिंहाने साधला डाव । माराया स्वराज्यावर घाव । बिनचूक ।। 2598 ।। म्हणाया तो राजपूत । नीति नव्हती त्याची पूत । झाला मुगल-यमदूत । जयसिंह ।। 2599 ।। एक लाखाची फौज । करूं लागली मौज । भ्रष्टाचाराची हौस । बिन बाधा ।। 2600 ।। त्यांनी सदा जे जे केले । तेच त्यांनी इथे केले । त्यांत नवे काय झाले । अनैतिक ।। 2601 ।। स्वराज्याचे कातरोनी पंख । करोनी भद्र जनांना रंक । दिला शिवाजीचे हाती शंख । मुत्सद्याने ।। 2602 ।।

(पुरंदर)

ॐॐओवी॰ मुगलांचा आला गराडा । किल्ल्याला घातला वेढा । कधी न पडला एवढा । महाभारी ।। 2603 ।। तोफा, हत्ती, घोडेस्वार । पायदल भोवताल । भाले, तीर, तलवार । उगारूनी ।। 2604 ।। वेढा पडला पायथ्याशीं । सैनिक उभे तटापाशीं । भव्य दारूगोळ्यांच्या राशि । सज्ज झाल्या ।। 2605 ।। तोफा रचल्या प्रचंड । ढांसळाया तट चंड । बुरुज खंड-विखंड । करावया ।। 2606 ।। पुरंदर गड उत्तुंग । महास्थूल त्याचे अंग । दगडांचा काळा रंग । भारदस्त ।। 2607 ।। स्थूलकाय जणू गेंडा । दरवाज्यावर झेंडा । नभस्पर्शी ज्याचा शेंडा । भगव्याचा ।। 2608 ।। किल्ल्यावर मावळे गडी । अंगापिंडाने लोखंडी । खाती भाकरी खंडी-खंडी । कांदा-मीठ ।। 2609 ।। किल्ला फार दणकट । बाले किल्यासकट । तटबंदी बळकट । एकच द्वार ।। 2610 ।। बालेकिल्याच्या वेशीस । बुरुज होते चोवीस । रक्षण देत माचीस । उंच उभे ।। 2611 ।।

---

[186] **परदेशी सुलतानी लूटमार :** Ghazni (998-1030), Ghori (1163-1192), Khilji (1296), Timur (1395), Babur (1526). **Later,** after 1665 : Nadirshah (1739), Abdali (1761).

70. पुरंदरचा तह : 1665 AD

पुरंदरचा सांगाती वज्रगड । दोन किल्ल्यांच्या मध्ये भैरवखिंड । मुरारबाजी[187] किल्लेदार उदंड । त्या किल्ल्यांचा ।। 2612 ।। पुरंदरवर बाराशे । वज्रगडावर चारशे । मराठे नव्हते फारसे । पण दृढ ।। 2613 ।। उंच पहाडांवर दोन्हीं गड । ज्यांवर चढता येईना धड । त्यांवर चढविल्या तोफा जड । मुगलांनी ।। 2614 ।। अशा चिकाटीच्या घोर प्रसंगी । तीन नावाजलेल्या तोफा जंगी[188] । मारूं लागल्या तटावर नांगी । धनाधन ।। 2615 ।। मुगलांच्या फौजा प्रचंड । चारही दिशांनी अखंड । करत्या झाल्या हल्ले चंड । गडांवर ।। 2616 ।। तोफगोळे धडाधड आदळले । दोन्हीं किल्ल्यांचे तट ढासळले । तडाख्यांनी बुरुज कोसळले । मुख्यवाले ।। 2617 ।। इंग्रजी बारूद जहाल । केली चिरेबंदी बेहाल । काय सांगावी बा कमाल । या अस्त्राची ।। 2618 ।। तटांत पडले भगदड । गडगडूं लागले दगड । उघडे पडले दोन्हीं गड । अजिंक्य जे ।। 2619 ।।

(शिवाजी)

शिवाजीला जेव्हां हे कळले । तडकाफडकी परतले । राजगडावर पोहचले । चिंतातुर ।। 2620 ।। शिवाजी हळहळले तिकडे । मावळे तळमळले इकडे । दोन्हीं तट कड्यांचे तुकडे । वज्राघात[189] ।। 2621 ।। शिरूं लागले मुगल खालून । मराठ्यांचा गोळीबार वरून । तरी मुगल उरले पुरून । असंख्य जे ।। 2622 ।। प्राण प्रणाला लाऊन लढले । पण बहुत मराठे पडले । तरी शेवटी अनिष्ट घडले । गड गेला ।। 2623 ।। वज्रगड येतांच ताब्यात । पुरंदर आला धोक्यात । यश मुगलांच्या अवाक्यात । येऊं गेले ।। 2624 ।।

(पण)

ॐ ओवी॰ शिवाजीने पोहचविली कुमक । साठा सामग्रीचा अमुक-तमुक । कुणां काहीं न लागता चुणुक । चुपचाप ।। 2625 ।। आणि मागून केले हमले । छावणीवर जसे जमले । मुगल झुगारोनी दमले । चेकाळले ।। 2626 ।। ह्या संधीचा करोनी सुविचार । मुरार बाजीने केला

---

[187] **मुरार बाजी** : Murarbaji Deshpande, the great Brahmin warrior from Javli, joined Shivaji's Freedom Movement in 1656.

[188] **जंगी तोफा** : 1. अब्दुल्लाखान, 2. फत्तेलष्कर, 3. महेली.

[189] April 1665.

70. पुरंदरचा तह : 1665 AD

एल्गार । पाचशे मराठ्यांनी जोरदार । अचानक ।। 2627 ।। शिरले ते मुगलांच्या छावणीत । भाले तलवारी खणखणीत । हर हर महादेव! म्हणीत । बेधडक ।। 2628 ।। फौज तीस हजारांची । गोंधळली मेंढरांची । झाली भक्ष्य प्रहारांची । मराठ्यांच्या ।। 2629 ।। कापले मुगल धडाधड । पुरंदर दिला नाही गड । प्राण देओनी तो वरचढ । झाला वीर ।। 2630 ।। मराठ्यांना उगवले बळ । मुगल न झाले सफळ । वाटाघाटीची आली वेळ । तहासाठी ।। 2631 ।। दोन महिने उलटले । पण पारडे न पलटले । तेव्हां मुगलांनी म्हटले । पुरे आता ।। 2632 ।। एकेक किल्ला एवढा मुश्किल । तर केव्हां सगळे मिळतील । आणि शिवाजी हाती येईल । कधी बरें ।। 2633 ।। डोंगरातला उंदीर । हाती असा न येणार । तह करून जमणार । काम आता ।। 2634 ।।

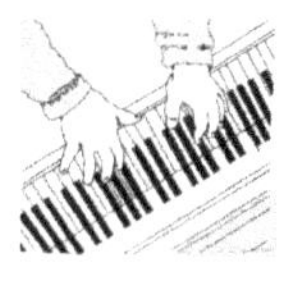  **संगीत श्री शिवाजी चरित्र राग–छंद माला, पुष्प 204**

राग : यमन कल्याण, कहरवा ताल 8 मात्रा

मुरारबाजी देशपांडे

स्थायी

वीर बहादुर मुरारबाजी, शत शत लाख प्रणाम तुला, रे! ।

♪ –पर्मरेरे ग–गग पर्मरेरेग–ग–, –निनि रेरे म्ं–म्ं म्ंम्ंधनि धप– म्ंग ।

अंतरा–1

ऐकुन कीतीचे पोवाडे, पुलकित भारत जनगण सारे ।

♪ –पगपप सां–सां–सां– सांनिध–सांनिप, निगंरेंसां सांनिधप म्ंधनिध प–म्ंग ।

अंतरा–2

दुर्ग पुरंदर तू लढवीला, अर्पण कस्नी परण तुझा, रे! ।

अंतरा–3

धन्य! धन्य! तो वीर शिवाजी, ज्यास तुझ्यासम निष्ठ सखा, रे! ।।

(इकडे)

रत्नाकर रचित ओवीबद्ध श्री शिवाजी चरित्र

70. पुरंदरचा तह : 1665 AD

ॐओवी॰ शिवाजीही चिंताक्रांत । बसवेना त्यांना शांत । गड पडण्याच्या आंत । तह व्हावा ।।
2635 ।। त्यांनी सभेचा करोनी समारोप । धाडला जयसिंहाकडै निरोप । शांत करावा हा युद्धाचा
प्रकोप । तह करूं ।। 2636 ।। मराठ्यांशीं मिळवुनी हात । आदिलशहाला देऊं मात । आम्हीं
येऊं आपल्या सेवेत । राजीखुशी ।। 2637 ।।

(जयसिंह)

ॐओवी॰ जयसिंहाला होता गर्व । मी रचणार नवे पर्व । मला पाहिजे आहे सर्व । मराठ्यांचे ।।
2638 ।। त्याने लिहिले प्रत्युत्तर । आम्हीं आहोत बलवत्तर । तुम्हांस नाही गत्यंतर । शरण या
।। 2639 ।। आम्हीं मुगलांचे गुलाम । तरी आमचे मोठे नाम । आणि आमुचे फत्ते काम ।
त्यांच्या कृपे ।। 2640 ।। विचार तुम्हीं करा थोडा । स्वातंत्र्याचा नाद सोडा । मुगलांशीं संबंध
जोडा । नोकरीचा ।। 2641 ।। मुगलांचे सामर्थ्य अपार । मुगली सेना गगनापार । गुलामीत
आदर-सत्कार । फार मोठा ।। 2642 ।। दाखवूं नका उगा प्रताप । जणू पूर्वीचा राणा प्रताप ।
ज्याने निरर्थ सोसला ताप । स्वातंत्र्याचा ।। 2643 ।। गुलामीत प्राण सुरक्षित । नोकरीत लाभ
अगणित । जाणावे त्यांनाच सुरक्षित । शहाणे ते ।। 2644 ।। तुम्हांस पर्याय काही नव्हे । उत्तर
सकारात्मक हवे । सेवक बादशहाचे व्हावे । हेच खरे ।। 2645 ।।

स्वातंत्र्याचा अर्थ सोळा आणे । ध्येय शिवाजींचे तो न जाणे । मुगलांना शरण जा म्हणे । दीड
शहाणा ।। 2646 ।। स्वातंत्र्याची लागली न हवा । गुलामाला हा विचार नवा । त्याला अनुभव
कैसा यावा । स्वातंत्र्याचा ।। 2647 ।। जन्मभर केली सेवा । गुलामीत चाखला मेवा । त्याला
स्वातंत्र्याचा हेवा । अंधळ्याला ।। 2648 ।। मातृभूमीचा जो वैरी । परकियांचा कैवारी ।
नैतिकतेचा भिकारी । देशद्रोही ।। 2649 ।।

(शिवाजी)

ॐओवी॰ दूर सारूनी अविचार । केला सारासार विचार । नष्ट कराया भ्रष्टाचार । "हो" म्हणाले ।।
2650 ।। अडला नारायण हरि । गाढवाचे पाय धरी । भाग्याशीं समझोता करी । ध्येयासाठी ।।
2651 ।। जिजामातेचा तो शिष्य । बघतो तो खरे दृश्य । परखतो तो भविष्य । जाणता तो ।।
2652 ।। शिवाजी हा नव्हता अज्ञ । जयसिंहापेक्षा सूज्ञ । राजनीतीचा प्रज्ञ । बुद्धिमान ।। 2653
।।

रत्नाकर रचित ओवीबद्ध श्री शवाजी चरित्र

70. पुरंदरचा तह : 1665 AD

ॐओवी॰ शिवाजी म्हणाले, बेशक । आम्हीं आपलेच सेवक । तह कराया उत्सुक । अटी सांगा ।। 2654 ।। आपली चाकरी घेऊं । आणि दोन किल्ले देऊं । बोलणी कराया येऊं । आज्ञा द्यावी ।। 2565 ।। शिवाजीने त्याच क्षणी । आदिलाशीं केली बोलणी । आपण हात मिळवुनी । एक होऊं ।। 2566 ।। आपण करूनी तह । गुप्त योजनेच्या सह । मुगलांना देऊं शह । दिल्लीवाल्या ।। 2567 ।। मुगल तुमचे वैरी । मुगल आमुचे अरि । हीच परिस्थिति खरी । दक्षिणेत ।। 2568 ।। प्रस्ताव हा आदिलाला । गुप्तपणे कळविला । पण, तोच कळूं दिला । मुगलांना ।। 2569 ।। जसा बेत होता केला । आदिलाने नाकारला । जयसिंह हादरला । ऐकोनी ते ।। 2570 ।। जयसिंह घाबरला । जरब वाटली त्याला । तरी दम सांभाळला । मुगलाने ।। 2571 ।। लगेच त्याने शिवाजीला । येण्यास परवाना दिला । गंभीर वाटाघाटीला । सुलहीच्या ।। 2572 ।। नाक दाबोनी तोंड उघडले । जसे योजिले तसे घडले । जयसिंहाने तुरंत धाडले । निमंत्रण ।। 2573 ।। जयसिंह महाधूर्त । युक्तिबाज स्वयंस्फूर्त । राजकारणी समर्थ । अनुभवी ।। 2574 ।। तो न देणार शिवाजीला फार । वाटाघटींत हुशार । देईल एकच, घेईल चार । धमकीने ।। 2575 ।। धाडले वस्त्र भूषण । सन्मानाचे निमंत्रण । तुळशी दळ, विडा–पान । शिवाजीला ।। 2576 ।। पाठवूनी निमंत्रण । दिले त्याने अश्वासन । आम्हीं करूं संरक्षण । जीविताचे ।। 2577 ।।

श्लोक

अज्ञानं नाह्वयेज्ज्ञानी कामुकानां कुबुद्धिनाम् ।

प्रचोदयेत्स तान्मूढान्–योगयुक्तश्च पण्डितः ।।

दोहा

अज्ञानी जड़ मूढ का, छेड़ो मत अज्ञान ।

राह दिखाओ सत् उन्हें, और उन्हें दो ज्ञान ।।

(पुरंदर)

70. पुरंदरचा तह : 1665 AD

ॐॐओवी॰ तिकडे पुरंदर गडावर । युद्ध सुरूच होते भयंकर । तरी मानीत नव्हते हार । दोन्हीं पक्ष ।। 2578 ।। इकडे होणार आहे भेट । मुगलांच्या छावणीत थेट । जयसिंहाच्या शाही सभेत । शिवाजीशीं ।। 2579 ।। केले स्वागत सन्मान । देओनी राजाचा मान । जयसिंहाने छान । शिवाजींचे ।। 2580 ।। आंतून जरी होते दुःखात । आले शिवाजी राजे सुखात । मुगलांच्या मगर-मुखात । धीटपणे ।। 2581 ।। जे जे शक्य ते ते करूं । जिवंत येऊं वा मरूं । लाभ-हानीस न डरूं । ध्येयासाठी ।। 2582 ।। वाटाघाटी चालल्या गंभीर । जयसिंह गर्वात खंबीर । शिवाजी होते धरोनी धीर । संकटात ।। 2583 ।। विघ्न टाळाया आलेले । शिवाजीने देऊं केले । मुगलांना दोन किल्ले । आणि सेवा ।। 2584 ।। दोन किल्ले नको त्याला । तेवीसांची भूक ज्याला । अडेल तट्टू झालेला । जयसिंह ।। 2585 ।। माझे, पुरंदरावर भले । मराठे आहेत अडकले । त्या वीरांचे प्राण वाचविले । पाहिजेत ।। 2586 ।। संकटात धरोनी हिम्मत । द्यावी लागेल त्याची किंमत । न डगमगता किंचित । तात्पुरती ।। 2587 ।। आलेली बला टळून जाईल । गेलेले परत घेता येईल । प्राण त्यांचे वाचतील । तेच बरे ।। 2588 ।। बाजी प्रभु शहीद झाला । मुरार बाजी सुद्धा गेला । निमूळते घ्यावेच मला । लागे सध्या ।। 2589 ।। फार अडचण आहे आली । पण जेव्हां संधि मिळाली । गर्वचे घर करीन खाली । मुगलांचे ।। 2590 ।।

पुरंदरचा तह

ॐॐओवी॰ वाटाघाटी झाल्या दिवस चार । संधीचा मसुदा झाला तयार । कलमें तहात खुलासेवार । होतीं पाच[190] ।। 2591 ।। (1.) तहाचा हा **पहिला कलम** । नोंदविला गेला अग्रिम । मसूद्यामध्ये सर्व प्रथम । स्थान ह्याला ।। 2592 ।। शिवाजी घेतील किल्ले बारा । एक लाख होन शेतसारा । बादशहावर विश्वास खरा । अपेक्षित ।। 2593 ।। (2.) तहाचा हा **कलम दुय्यम** । जसा बाहशहाचा हुकूम । टाकला गेला होता मुद्दाम । आळ्यासाठी ।। 2594 ।। दक्षिणेचा मुगल सुभेदार । वरिष्ठ असेल शिवाजीवर । आज्ञा ज्याची असो सदा स्वीकार । शिवाजीला ।। 2595

---

[190] June 13, 1665.

70. पुरंदरचा तह : 1665 AD

।। **(3.)** तहाचा हा **कलम तिसरा** । शिवाजीने टाकला साजरा । पुत्रास द्याया मातबरा । अधिकार ।। 2596 ।। संभाजी राजे सरकार । होतील मनसबदार । प्रति मास पाच हजार । होन त्यांना ।। 2597 ।। **(4.)** तहाचा हा **चौथा कलम** । दिला शिवाजीला कोकण । द्यावे चाळीस-लाख होन । शिवाजीने ।। 2598 ।। **(5.)** तहाचा हा **पाचवा कलम** । लावोनी दु:खांना मलम । भरून काढेल जखम । मुगलांची ।। 2599 ।। पाचवा कलम मुगलांस । स्वाधीन केले किल्ले तेवीस । छायेतील मुलूखांसहीत । शिवाजीचे ।। 2600 ।।

(पाँच धाराएँ)

जिजाऊ

ॐओवी॰ पुरंदरचा तह हा प्रसिद्ध । इतिहासातील झाला सिद्ध । थांबले मुगल-मराठा युद्ध । तात्पुरते ।। 2601 ।। जिजाबाई होत्या कोंढाण्यावर । मिळाली जेव्हां त्यांना ही खबर । काळीजात खच्चकन खंजीर । खुपसली ।। 2602 ।। कोंढाणा करताना रिकामा । जिजाऊला पडला सदमा । यातनांनी ओलांडली सीमा । त्या देवीच्या ।। 2603 ।। कोंढाणा गड सोडताना । जिजाऊंना वेदना नाना । परतीन मी इथे पुन्हा । प्रतिज्ञा केली ।। 2604 ।। पुरंदर, वज्रगड । इसागड, लोहगड । कोंढाणा, मकरगड । खंडागळा ।। 2605 ।। तुंग, तिकोना, मणिकगड । रोहिडा, माहुली, रूपगड । नरदुर्ग, बख्तगड । माणगड ।। 2606 ।। मामारेबखन, सरूपगड । भंडारदुर्ग, साकरगड । पळसखोळ, सोनगड । व अंकोला ।। 2607 ।। पुरंदरचा जसा झाला तह । दिले तेवीस किल्ले नि:संदेह । चार लाख होन मुलूखासह । मुगलांना ।। 2608 ।।

YEAR : 1666 AD

71. वीर शिवाजी-36 :

आग्र्याहून सुटका

रत्नाकर रचित ओवीबद्ध श्री शवाजी चरित्र

71. आगऱ्याहून सुटका : 1666 AD

(शहाजहानचा मृत्यु)

ॐओवी॰ दारा, शुजा व मुराद भाऊ तीन । इतर नातलग तीस मारून । औरंगजेबने दिल्ली सिंहासन । हिरावले ॥ 2609 ॥ काटे रस्त्यातील काढले । बापाला आग्ऱ्याला धाडले । किल्ल्याच्या कैदेत कोंडले । आजीवन ॥ 2610 ॥ नऊ वर्षे कैदेत पडला । पुत्र-विरहांत तो रडला । आता त्याचा देहांत घडला । कैदेमध्ये ॥ 2611 ॥ औरंगजेबला चिंता अखंड । बाप कदाचित करील बंड । मला पदच्युत कराया कांड । रचेल हा ॥ 2612 ॥ भय सर्व त्याचे मिटले । डोळ्यांचे पारणे फिटले । बघून पित्याला लोटले । दिवंगत ॥ 2613 ॥ दूर गेले संकट । सर्व मुलांसकट । अंत झाला विकट । गृह कलह ॥ 2614 ॥ शहाजहान जेव्हां मेला । औरंगजेब आग्ऱ्याला गेला । आणि तिथेच स्थित झाला । कायमचा ॥26157॥

आग्ऱ्याला चला

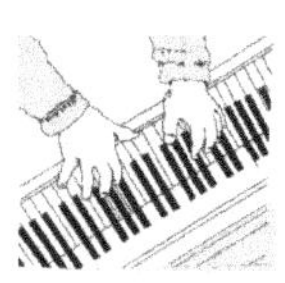

संगीत श्री शिवाजी चरित्र राग–छंद माला, पुष्प 205

भावगीत

शिवाची लीला

जो बोले तैसा चाले, नांव शिवाजी त्याला ।

वंदावी ती पाउलें, वहावी फूलमाला ॥ 1

तान्हाजी ज्याचा छावा, विजय त्याचा व्हावा ।

कोंढाणा हाती यावा, पण सिंह न आला ॥ 2

बाजीप्रभु सारखा, लाभला ज्याला सखा ।

वियन परका, त्या शिवाजी नृपाला ॥ 3

हिरोजी पाठराखा, त्याचा होईना वाखा ।

त्याच्या सुदृढ शाखा, हिरवा गार पाला ॥ 4

हेर बहिर्जी जैसा, त्यास कमी न पैसा ।

71. आगर्‍याहून सुटका : 1666 AD

तुटवडा कैसा, त्या श्रीमान राजाला ।। 5
कोणी शकेना धरूं, कैद शकेना करूं ।
भय शकेना धरू, त्या धीमान वीराला ।। 6

ॐओवी॰ इसवी सन सोळाशे-सहासष्ट । छत्तीस वर्षांचे शिवाजी हृष्ट । घडली फार रोमांचक गोष्ट । ह्याही वर्षी ।। 2616 ।। पुरंदरच्या तहानंतर । जयसिंहाने केला विचार । शिवाजीला करावे तयार । चलावया ।। 2617 ।। तरी तो शिवाजीला म्हणाला । बादशहाला भेटाया चला । होईल आपला लाभ भला । राजकीय ।। 2618 ।। मीझर्‍ा राजे जयसिंहाने । नाना देओनी आश्वासनें । आणि विविध प्रलोभनें । वारंवार ।। 2619 ।। जयसिंहाने केला वायदा । होईल त्यात फायदा । जाऊन बघा एकदा । आगऱ्याला ।। 2620 ।। धरूं नका संशय मनात । मुगलांची तशी नाही जात । होणार नाही विश्वासघात । सांगतो मी ।। 2621 ।। करोनी शपथेने वचन । दिले शिवाजीला आश्वासन । सुरक्षित तुमचे प्राण । असतील ।। 2622 ।। दक्षिणेत तुम्हीं सुभेदार । आदिल-कुतुबशाहींवर । वाढेल तुमचा अधिकार । आणि मान ।। 2623 ।। बादशहाला मानून स्वामी । नोकरी तुम्हां येईल कामी । आम्हीं देत आहो हमी । बोलला तो ।। 2624 ।। आम्हीं करतो त्यांची चाकरी । खात आहो त्यांचीच भाकरी । म्हणून आम्हां उजागरी । बोलावया ।। 2625 ।।

(पण)

ॐओवी॰ औरंगजेब पातळयंत्री । कुणां न कळली त्याची तंत्री । डोकीं हालविती त्याचे मंत्री । भीतीमुळे ।। 2626 ।। मित्र, भावंड, माणसे नेक । नातेदार मारले कित्येक । कलह फत्ते करून प्रत्येक । आनंदाने ।। 2627 ।।

वीर शिवाजी शिवाजी छत्तीस वर्षांचे

ॐओवी॰ ठेवोनिया त्यावर मदार । करोनिया खूप विचार । शिवाजी झाले तयार । निघावया ।। 2628 ।। शिवाजी जाणतो, बादशहा क्रूर । कपटी, दगाबाज, शीत-रुधिर । केव्हांही बदलूं शकतो सुर । क्षणार्धात ।। 2629 ।। तरी आम्हीं मराठे शूर । जाऊं तिथे आगऱ्याला दूर । बघूं

मुगल किती फितुर । होऊं जाती ।। 2630 ।। आम्हां देतात मीर्झा राजे हमी । सुरक्षेत होणार नाही कमी । दगा न देणार तुम्हां तो छत्री । बादशहा ।। 2631 ।। मीर्झा राजे आहेत जामीन । म्हणतात प्राण मी राखीन । घेओनी बघावी जोखीम । एक वेळा ।। 2632 ।। तरी, जाऊन बघावे एक वार । मुगलशाही हा काय बा प्रकार । आल्या संधीस देऊं नये नकार । हेच ठीक ।। 2633 ।। प्रत्यक्ष बघावी त्यांची नाडी । किती सभ्यता, किती लबाडी । करावी नोंदणी काडी-काडी । मुगलांची ।। 2634 ।।

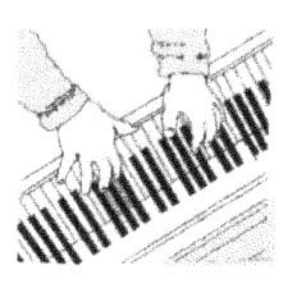
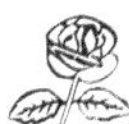

संगीत श्री शिवाजी चरित्र राग-छंद माला, पुष्प 206

आग्रा प्रयाण

स्थायी

परम तुला रे आशिष, शिवबा!

आग्ऱ्याहुनी सुखरूप ये, तू! ।

अंतरा–1

सुलतानाचा काय भरोसा, दुष्ट अधम तो जगीं नकोसा ।

तरी, कार्य हे हातीं घे, तू! ।।

अंतरा–2

स्वर्गसम हा देश आपुला, नरकासम हा आज बापुडा ।

भारतमातेला सुख दे, तू! ।।

अंतरा–3

देशावर हे संकट आले, लोक ज्यामुळें दास जाहले ।

त्यांची मुक्ति आपुला हेतु ।।

प्रवास

71. आगऱ्याहून सुटका : 1666 AD

ॐओवी॰ तारीख ठरली प्रवासास । शुद्ध नवमीचा दिवस । जिजाऊने केला नवस । भवानीला[191]
॥ 2635 ॥ भेटण्याचा ठरला दिवस । आग्र्यात समारंभ खास । औरंगजेबचा जन्मदिस ।
पन्नासवा[192] ॥ 2636 ॥ सुरू झाली जैयत तयारी । धाडाया आग्र्यावर स्वारी । कामाला
लागले कारभारी । शिवाजीचे ॥ 2637 ॥ राजेशाही नजराणे । सोने-हिऱ्यांचे दागीने । मूल्यवान
प्रसाधनें । उपहार ॥ 2638 ॥ शिवाजींच्या बरोबर । संभाजी राजे जाणार । किशोर राजकुमार ।
नऊ वर्षांचे ॥ 2639 ॥ शिबंदी किती घेणार । बरोबर कोण येणार । बारगीर-शिलेदार । गाडी-
घोडे ॥ 2639 ॥ दिले जिजाऊने आशीष । व्हावया सफळ निःशेष । राखोत तुम्हां जगदीश ।
शिव-अंबा ॥ 2640 ॥ समोर हत्यावर भगवा झेंडा । निघाला चारशे मंडळींचा तांडा । गात
मराठा विजयाचा पोवाडा । आग्र्याकडे ॥ 2641 ॥ आग्र्यात सोहळा मोठा । पाहुण्यांचा तिथे
न तोटा । जरी दिखावा होता खोटा । सगळ्यांचा ॥ 2642 ॥ त्यांच्या राहण्या-खाण्याची
व्यवस्था । लगीन घाई सारखी अवस्था । कुणास नव्हती कुणाची आस्था । जरी तिथे ॥ 2643
॥ दिवस लागले एकवीस । गाठण्या आग्र्याच्या वेशीस । वाटले येईल स्वागतास । मोठे धेंड
॥ 2644 ॥

ॐओवी॰ औरंग्याने धाडले दोन । तिसऱ्या दर्जाचे कारकुन । स्वागतासाठी हार घेऊन ।
शिवाजींच्या ॥ 2645 ॥ शिवाजींना न कळला प्रकार । काय औरंगजेबला विकार । तरीही न
दिला नकार । भेटण्यास ॥ 2646 ॥ कारकुनांनी स्वागत केले । धर्मशाळेमध्ये त्यांना नेले ।
आग्र्याच्या बाहेर ठेवले । शिवाजीला ॥ 2647 ॥ औरंगजेबाची मति भिकार । शिवाजीला
हिणविले चिकार । अशा वागण्याचा केला धिःकार । शिवाजींनी ॥ 2648 ॥ शिवाजी सारखा
महापुरुष । आवंढा गिळोनी विना आवेश । सहन करीत होता अवश । अपमान ॥ 2649 ॥
(जन्म दिवस)

---

[191] March 05, 1666.
[192] March 27, 1666.

71. आगऱ्याहून सुटका : 1666 AD

ॐ ओवी॰ दिवस दूसरा उगवला । जन्मदिवसाचा गलबला । दरबार चिकार भरला । पाहुण्यांनी ।। 2650 ।। समारंभ नेत्रदीपक । हीरे-मोत्यांची चमक । सर्वत्र थाटांचा भपक । दालनात ।। 2651 ।। पुढल्या सर्व ओळी मागे ओळ । त्यांत नव्हते शिवाजी केवळ । त्यांना आणाया लावला वेळ । सकारण ।। 2652 ।। शिवाजींना आणले उशीरा । केले उभे सर्वांच्या माघारा । कराया त्यांचा पाणउतारा । सभेमध्ये ।। 2653 ।। पहीली ही सभा दीवाने-आम । इथे हजर अतिथि तमाम । येथून बिघडले होते काम । शिवाजींचे ।। 2654 ।। दूसरी सभा दीवाने-खास । सभेत पाहुणे शे-पन्नास । तेच इथे, निमंत्रण ज्यांस । सरकारी ।। 2655 ।। इथेही होती तीच गति । शिवाजींची केली फजीती । उभे करूनी मागे अति । डिचविले ।। 2656 ।। मग दरबार गुसलखान्यात । मोजकेच आणले अतिथि त्यात । शिवाजी पुन्हा खालच्या दर्जात । उभे केले ।। 2657 ।। त्यांच्यापुढ्यात ते हलकट । लढाया हारलेले नेमळट । अरेरावी उर्मट उद्धट । चाटुकार ।। 2658 ।। मानकरी जे जे दरबारात । दिली गेली मानाची खिल्लत । शिवाजी वगळले गेले त्यांत । उघडपणे ।। 2659 ।।

(शिवाजी)

ॐ ओवी॰ आता शिवाजी वैतागले । अपमानाने संतापले । नखशिखांत ते कापले । स्वाभिमानी ।। 2660 ।। शिवाजीने दर्शविला धि:कार । म्हणाले काय हा तुमचा प्रकार । कुठे गेला आमचा अधिकार । राजे आम्हीं ।। 2661 ।। शिवाजींचा झणकार । ऐकोनी रुबाबदार । दचकला दरबार । मुगलांचा ।। 2662 ।। केवढा हा धीटपणा । सिंहाची गर्जना म्हणा । कोण बरे हा पाहुणा । सभेमध्ये ।। 2663 ।। सभेत न हसायचे । न ही कुणी बोलायचे । न वा उगाच उठायचे । विना आज्ञा ।। 2664 ।। बादशहाला बघून । खाली मान वाकवून । मांजरासारखे दबून । बसायचे ।। 2665 ।। शेकडो वर्षांची रूढी । चालत आली पिढोपिढी । आज केली कुरघोडी । शिवाजीने ।। 2666 ।। बघा कसा हा मराठा । केवढा त्याचा हा ताठा । बेपर्वेची पराकाष्ठा । आज झाली ।। 2667 ।। नको मला तुमची खिल्लत । ज्यात भरली आहे जिल्लत । अशा मानाची काय किंमत । धैर्य ज्याला ।। 2668 ।। शिवाजी बोलले जोरा । मला नको इत्ते थारा । मला धरा किंवा मारा । निघालो मी ।। 2669 ।। हीच औरंगजेब-शिवाजींची । भेट पहिली आणि शेवटची । संपली सभा गुसलखान्याची । अशारीति ।। 2670 ।।

71. आगऱ्याहून सुटका : 1666 AD

(तब)

आग्ऱ्याच्या कैदेत

ॐओवी॰ आग्ऱ्याला येऊन दगा झाला । पैसा, मेहनत, वेळ गेला । कळून चुकले शिवाजीला । आता स्पष्ट ।। 2671 ।। जयसिंह मुगलभक्त । राजपूत नावाने फक्त । गुलामगिरी त्याचे रक्त । तोबा! तोबा! ।। 2672 ।। आम्हीं त्यावर विश्वासलो । राजपूतावर निश्वासलो । वाघाच्या जबड्यात आलो । चूक झाली ।। 2673 ।। मगराच्या दाढेत मी पडलो । मुगलांच्या राज्यात मी अडलो । प्राणघातक धोक्यात नडलो । तोड काय? ।। 2674 ।। कुठे प्रताप, कुंभ, बाप्पा रावळ । उज्ज्वल राजपूतांची वंशावळ । हा तर मुगलांचा प्यादा केवळ । जयसिंह ।। 2675 ।। त्याच्या वचनांना न इथे मान । वाळूत लिहिल्या शब्दांसमान । इथे औरंगजेबाचा गुमान । फक्त खरा ।। 2676 ।। औरंगजेब घातपातकी । भयंकर विश्वासक्षातकी । धर्मांध, कपटी, अविवेकी । क्रूर फार ।। 2677 ।। त्याने केला मंत्र्यांशीं विचार । शिवाजीला करायचे ठार । हलका कराया त्याचा भार । देशातून ।। 2678 ।। कैद करावे त्याला ताबडतोब । पाठवूनी पायदल अविलंब । फरमान सोडले विना विलंब । औरंग्याने ।। 2679 ।। शिवाजी अडकले कोठडीत । कैदी पहारेकऱ्यांच्या कोंडीत । फसले जणू हत्तीच्या सोंडीत । आंवळून ।। 2680 ।। जो पावेतो आहे शिवाजी जिवंत । निसटता कामा नये तोपर्यंत । पहारा असूद्या त्यावर अनंत । अहोरात्र ।। 2681 ।।

आग्ऱ्याहून सुटका

ॐओवी॰ आषाढचा महिना आला । धो धो पाऊस न थांबला । वादळांचा प्रकोप झाला । आग्ऱ्यात ।। 2682 ।। सर्वत्र झाली सामसूम । बंद होती धामधूम । लोक घरांत बसले दडून । अशा वेळी ।। 2683 ।। शिवाजींनी सर्व बहुतेक । बरोबर आलेले सेवक । पावणे-चारशे-अधिक । घरी धाडले ।। 2684 ।। अडका देओनी पुष्कळ । वेगळे-वेगळे सकल । जा म्हणाले गतीने चपळ । काळजीने ।। 2685 ।। शिवाजी गढले विचारांत । योजना आखण्या रेखण्यात । काटेकोरपणे देखण्यात । संभावना ।। 2686 ।। शेवटी नामी युक्ति सापडली । यथा योजना होती घडविली । प्रकृति शिवाजींची बिघडली । त्याच रात्री ।। 2687 ।। शिवाजी कण्हूं-कुथूं लागले

रत्नाकर रचित ओवीबद्ध श्री शवाजी चरित्र

71. आगर्‍याहून सुटका : 1666 AD

। पोटात फार **दुखूं** लागले । अस्वस्थ **बसूं-लोटूं** लागले । जागोजागी ।। 2688 ।। घडविली तारांबळ । वैद्य नव्हते जवळ । केली सुरू धावपळ । लुटुपुटु ।। 2689 ।। गावातून वैद्य आले । नाना अनुमान झाले । उपचार तर्क वाले । दवा-पाणी ।। 2690 ।।

(पण)

काहीं ज्याला झाले नाही । त्याला औषध न काही । तो सगळी गंमत पाही । मजेने ती ।। 2691 ।। स्थिति दिसली फार गंभीर । आता काहीं दिवसांची देर । वाचण्याची आशा नाही फार । उरलेली ।। 2692 ।। मराठ्यांनी आणला आव । चेहऱ्यांवर छान भाव । चुकूं देणार नाही डाव । नाटकाचा ।। 2693 ।। भेटी साठी येती **बुवा** । स्वास्थ्यासाठी देती **दुवा** । शिवाजी खेळत जुवा । मुगलांशीं ।। 2694 ।। पूजा पाठ झाले सुरू । आले महासंत गुरु । अधिक आशा नका धरूं । म्हणतीं ते ।। 2695 ।। दान धर्मात वेळ काटा । जनतेला मिठाया वाटा । करूं नका आटापीटा । जीवनाचा ।। 2696 ।। वार्ता वाऱ्यावर पसरली । शिवाजींची तब्यत घसरली । कानांवर मग ठहरली । औरंग्याच्या ।। 2697 ।। ज्याचे आले आहे मरण । त्याचा वध काय कारण । औरंग्याने धीर धारण । केला थोडा ।। 2698 ।। त्याला वाटले **बरेंच** होईल । मारल्या वाचून बला टळेल । आपोआप प्राण जाईल । तेंच बरें ।। 2699 ।। परवानगी त्याने दिली । मिठाया वाटण्यास उगी । झाली मग तयारी जंगी । मिठायांची ।। 2700 ।। शिवाजींना मिळाला वेळ । जुळवूनी ताळमेळ । कराया सफल हा खेळ । यथा इष्ट ।। 2701 ।।

ॐ ओवी॰ मोठ-मोठ्या आल्या करंड्या । त्यांत छोट्या-छोट्या परड्या । **बड्या** करंड्यांना कड्या । दोरखंडी ।। 2702 ।। दोन-दोन कड्या जुळवून । करंड्यांमध्ये दांडा घुसवून । पाळण्यासारख्या उचलून । खांद्यांवर ।। 2703 ।। पेट्यांत लहान टोपल्या । मेवा-मिठायांनी भरल्या । मावळ्यांनी त्या जेव्हां आणल्या । तुरुंगात ।। 2704 ।। मुगलांनी तपासल्या । त्यांत त्यांना मिठाया दिसल्या । मग शिवाजीकडे जाऊं दिल्या । पूजे साठी ।। 2705 ।। मिठाया शिवाजीकडे आल्या । हस्तस्पर्शने पावन झाल्या । गावामध्ये मग परतल्या । वाटावया ।। 2706 ।। मोठमोठ्या धेंडांकडे । प्रथम गेले परडे । मग ते इतरांकडे । पोहोचले ।। 2707 ।। बघोनी मिठाई सारी । मुफत आलेली द्वारी । मुगल प्रसन्न भारी । गावातले ।। 2708 ।। अमीर उमराव सुखात । उत्तम

71. आगऱ्याहून सुटका : 1666 AD

मेवा मजेने खात । पेटाऱ्यांची आयात-निर्यात । सुरू होती ।। 2709 ।। करंड्या जाऊं लागल्या
सतत । दिवसांमागून दिवस गत । मिठाई घरपोंच जात । मोठ्यांकडे ।। 2710 ।।

ॐओवी॰ चालला हा असा क्रम । दिवसेंदिवस भ्रम । नोकर घेईना श्रम । तापासणारे ।। 2711 ।।
येवढी चांगली मिठाई । गावातच वाटली जाई । पण त्यांना मिळेना काही । जे तपासती ।।
2712 ।। ज्यात ज्यांना मिळेना काही । त्यात त्यांना धन्यता नाही । ते न बारकाईने पाही ।
पेटाऱ्यांना ।। 2713 ।। पेटारे येती त्यांचेपाशीं । तपासाया काळजीनिशीं । त्यांना त्यात नव्हती
खुशी । स्वाभाविक ।। 2714 ।। योजनेची हीच खूबी । आता झाली होती उभी । होऊनी
यशाची चाबी । ऐन वेळी ।। 2715 ।। जेव्हां झाला पूर्ण विश्वास । तपासक करती आळस ।
तेव्हां सुटकेचा दिवस । ठरविला[193] ।। 2716 ।। आणला होता मोठा खजीना । देण्या उपहार
मुगलांना । सफल केली त्याने योजना । मिठायांची ।। 2717 ।।

(सफलता)

येतांच पेटारे तुरुंगात । शिवाजी बसले एकात । संभाजी दडले दुसऱ्यात । झटकन ।। 2718 ।।
वर मिठायांच्या टोपल्या । छान सजवून ठेवल्या । करंड्या जरी उघडल्या । कळूं नये ।। 2719
।। हिरोजी फर्जंद नावाचा वीर । शिवाजी सारखे ज्याचे शरीर । झोपला शिवाजींच्या गादीवर ।
पटकन ।। 2720 ।। घोंगडे घेतले तोंडावर । बाहेर काढोनी एक कर । हातात त्याच्या सोन्याचं
कड । शिवाजींच ।। 2721 ।। पेटारे निघाले तुरुंगातून । नेहमी प्रमाणे रांग करून । सर्वांनी
भाव तोच धरून । साधारण ।। 2722 ।। चौकीवाल्यांनी थांबविले । पेटारे उघडून बघितले ।
जसे नेहमी, तसेच दिसले । "जा" म्हणाले ।। 2723 ।।

(सुटका)

ॐओवी॰ झपझप पुढे निघाले । सगळेच पेटारेवाले । दोन उत्तरेला वळले । अन्य पुढे ।। 2724
।। सगळ्यां जवळ सोने-नाणे । पुष्कळ होते रुपये-आणे । कराया मार्गात खाणे-पिणे । यथोचित
।। 2725 ।। गेल्यावर अंतर थोडे । वाट बघत होते घोडे । दाढी, मिशा, कपडे, जोडे ।
सर्वांसाठी ।। 2726 ।। पेटारे त्यांनी नदीत टाकले । किंवा कुठे कुणी जाळले । कुणास कधींच

---

[193] August 17, 1667.

71. आगऱ्याहून सुटका : 1666 AD

न कळले । इतिहासें ।। 2727 ।। दक्षिणेकडे होते जे गेले । महाराष्ट्राकडे ते वळले । भिन्न-भिन्न मार्गांनी सगळे । कूच झाले ।। 2728 ।। दोन जे गेले उत्तरेकडे । त्यांनीही बदलून कपडे । गमन केले मथुरेकडे । शीघ्र गति ।। 2729 ।। शिवाजीला होते पूर्ण ज्ञान । दक्षिणेकडे जाईल खान । कराया माझा तूफान । पाठलाग ।। 2730 ।। जाऊं द्या त्याला दक्षिणेकडे । आपण जावे उत्तरेकडे । न्यावया संभाजीला तिकडे । मथुरेत ।। 2731 ।। मार्ग मथुरेचा लांब होता । रात्रीचा झाला समय आता । विचार केला जाता-जाता । पुढे काय? ।। 2732 ।। मार्गात रात्र होती काळी । अंधारात चालली टोळी । आले मथुरेला सकाळी । सर्वजण ।। 2733 ।। जेव्हां आले मथुरेच्या द्वारीं । आग्याहून सुटका खरी । कृष्णाजी त्रिमल यांचे घरी । पोहोचले ।। 2734 ।। तिथेच ठेऒनी संभाजीला । जोखीम देऊन कृष्णाजीला । निघावे लागले शिवाजीला । तातडीने ।। 2735 ।। वेष पालटून झाले तयार । थेट दक्षिण दिशेला पसार । थाट बैराग्याचा रुबाबदार । अंगावर ।। 2736 ।। हातातून पक्षी उडाला । औरंग्याचा खेळ बुडाला । कोण बा धरील त्याला । अधर जो ।। 2737 ।। पूसती जन चौकस । पंडित विज्ञ ज्ञानीस । अक्कल मोठी की म्हैस । सांगा बरे ।। 2738 ।। उसको क्या मारे कोई । जिसको राखे हैं साई । जिसको भवानी माई । सँभालती ।। 2739 ।।

(तिकडे)

ॐ**ओवी**॰ तिकडे आग्याच्या तुरुंगात । फर्जंद पडले होते शांत । बाहेर काढोनी हात । पलंगाच्या ।। 2740 ।। बघोनी हातात सोन्याचे कडे । पहारेदार आला न तिकडे । निःशंक हिंडला तो पलिकडे । काहीं तास ।। 2741 ।। मग झाली रात्रीची वेळ । जाणला न कुणी तो खेळ । वाटला सगळा ताळमेळ । बरोबर ।। 2742 ।। रात्री उठला फर्जंद सत्वर । घोंगडे पांघरून उशांवर । केला आकार पलंगावर । शिवाजींचा ।। 2743 ।। गस्तवाल्याला म्हणाला हिरोजी । फार आजारी आहेत शिवाजी । मी दवाई घेऊन येतो ताजी । लवकर ।। 2744 ।। गेला पण परत न आला । तोही तसाच फरार झाला । महाराष्ट्राकडे पळाला । सरळ तो ।। 2745 ।।

(दुसऱ्या दिवशी)

रत्नाकर रचित ओवीबद्ध श्री शवाजी चरित्र

71. आगऱ्याहून सुटका : 1666 AD

दूसरा दिवस उजाडला । लखख सूर्य प्रकाश पडला । अजून कुणी न ताडला । प्रकार तो ।। 2746 ।। मग हशमांच्या आले ध्यानात । एवढे शांत कसे तुरुंगात । त्यांनी डोकावून पाहिले आंत । दिली हाक ।। 2747 ।। शिवाजी न बोलले । न मुळीच हालले । मृत्प्राय भासले । हशमाला ।। 2748 ।। हशम पळत गेला । आणावया द्वारपाला । म्हणाला शिवाजी मेला! । वाटे मला ।। 2749 ।। द्वारपाळ आला पळत । आणि गेला तुरुंगात । शिवाजी दिसला झोपेत । गाढ त्याला ।। 2750 ।। हाका अनेक मारल्या त्याने । उत्तर न दिले शिवाजीने । घोंगडे मग ओढले त्याने । तोंडावरून ।। 2751 ।। बघून तो फार घाबरला । फक्त उशाच दिसल्या त्याला । म्हणाला शिवाजी पळाला! । हाय अल्ला! ।। 2752 ।। अरे! शिवाजी कसा पळाला । भुईत गेला की गुप्त झाला । पसारला घेऊन मुलाला । कसा बरे! ।। 2753 ।। रात्री तसाच निजलेला । हात त्याचा मला दिसला । सोन्याचे कडे घातलेला । कण्हत होता ।। 2754 ।। बघा! बघा! इकडे तिकडे । पाठवा सैनिक चोहीकडे । आणा पाडूनी त्याचे तुकडे । लवकर ।। 2755 ।। कोण्या दिशेस जावे कळेना । काय करावे बुद्धि वळेना । आजूबाजूला शिवाजी मिळेना । काय करूं! ।। 2756 ।। कसे सांगू बादशहाला । सोडणार नाही तो मला । नक्की कापेल माझा गळा । तोबा! तोबा! ।। 2757 ।। खानाची उडाली तारांबळ । सुरू झाली धावपळ । जीवनात उठले वादळ । फार मोठे ।। 2758 ।। शिवाजी गेला, सेवक गेले । मराठे सर्व गायब झाले । पैसा–दागीने लंपास केले । न कळत ।। 2759 ।। सैनिक धावले चोहीकडे । मिळेना कुणीच कुणीकडे । तोंडघशीं पडले उपडे । द्वारपाळ ।। 2760 ।।

(औरंगजेब)

ॐओवी॰ औरंगजेबला कळले मग । ऐकोनी हादरले त्याचे जग । क्रोधाने तप्त त्याची रग-रग । लाल झाली ।। 2761 ।। विश्वास त्याचा बसेना । रडेना की तो हसेना । करावे काय दिसेना । त्याला आता ।। 2762 ।। त्याच्या अंगाचा तिळपापड । तोंडावर बसली थापड । केली सर्वांवर चिडचिड । औरंग्याने ।। 2763 ।। जमीन त्याची हादरली । विना पाण्याने भादरली । इज्जत त्याची कातरली । शिवाजीने ।। 2764 ।। बातमी जगात पसरली । किंमत मुगलांची घसरली । हिंमत मराठ्यांची दूसरली । एकाएकी ।। 2765 ।। शिवाजी म्हणजे आहे काय । चंचल चपल त्याचे पाय । चेटूक करतो उपाय । जादूटोणा ।। 2766 ।। केवढा हा बुद्धिमान । चकविले

रत्नाकर रचित ओवीबद्ध श्री शवाजी चरित्र

71. आगर्‍याहून सुटका : 1666 AD

आम्हां छान । जाणले न डोळे-कान । त्याची कला ।। 2767 ।। केवढी त्याची धडाडी । त्याने केली कुरघोडी । कैदेतून मारली उडी । न कळत ।। 2768 ।। कसा पळाला, कोठून गेला । हवेत कसा अदृश्य झाला । कोण्या मुगलाने साथ दिला । द्रोही कोण ।। 2769 ।। कुणी केली हरामखोरी । कोण शिवाजीचा कैवारी । कुणी लपविले घरी । आहे त्याला ।। 2770 ।। आता मुंडके पडतील । न जाणे किती मरतील । काय प्रकार घडतील । कोण जाणे ।। 2771 ।। इथेच असेल जर लपला । रात्री येऊन करेल घपला । अफजलखान जसा कापला । धावा! धावा! ।। 2772 ।। त्याला बसला धसका । आला जोराचा ठसका । अविश्वासाचा दचका । आला त्याला ।। 2773 ।। शिवाजीला पकडून आणा । शोधा त्याचा गुपित ठिकाणा । घरी पोचूं नये शहाणा । काहीं केल्या ।। 2774 ।।

(शिवाजी)

ॐ ओवी॰ मोठा आला बादशहा । जरी होता क्रूर महा । फसली हुशारी पहा । त्याची कशी ।। 2775 ।। सेना निघाली दक्षिणेला । सरकारी आदेश नेला । गावो-गाव तपास केला । आटापिटा ।। 2776 ।। वेळ होती जरी आणीबाणी । उत्तरेला गेला न कुणी । अक्कलशून्य पागल प्राणी । मुगल ते ।। 2777 ।। रानावनांत शिरले । नद्याखोच्यांत फिरले । प्रयत्न जेव्हां जिरले । परतले ।। 2778 ।। औरंगजेब झाला हताश । अभिमान अत्यंत ज्यास । गर्व त्याचा केला खलास । शिवाजीने ।। 2779 ।। बसला हात चोळीत । पराजितांच्या ओळीत । मनात सूड घोळीत । शिवाजीचा ।। 2780 ।।

शिवाजी धावले वायु वेगाने । मार्गात प्रदेश जरी बेगाने । आड रस्ते घेऊन नवे-जुने । घराकडे ।। 2781 ।। लपत-पळत तीन आठवडे । सरळ निघाले महाराष्ट्राकडे । पार करित नद्या पर्वत कडे । निश्चयाने ।। 2782 ।। विंध्य, नर्मदा, सातपुडा । तापी, सह्याद्रीचा कडा । ओलांडत त्यांचा घोडा । भरधाव ।। 2783 ।। घेत पूर्ण काळजी चौफेर । चुकवीत मुगलांचे हेर । पोहोचले शिवाजी अखेर । सीमेवर ।। 2784 ।। आली महाराष्ट्राची सीमा । मग पार केली भीमा । तेव्हां वेग केला धीमा । शिवाजीने ।। 2785 ।। गाठला जेव्हां रायगड । हलके झाले, मन जड ।

71. आगऱ्याहून सुटका : 1666 AD

तेव्हां थोडे वाटले धड । शिवाजीला[194] ।। 2786 ।। कुणाला नव्हती खबर । सुटकेची देशभर । शिवाजी आले सत्वर । घरी आता ।। 2787 ।।

राजगडावर

ॐओवी॰ घोड्यावर बैरागी आला । कुणी न ओळखले त्याला । म्हणाला आंत घ्यावे मला । काम आहे ।। 2788 ।। किल्लेदार म्हणाला, थांबा! । कोठून आले तुम्हीं, बाबा! । कुणाशीं भेटायची मुभा, ।। हवी तुम्हां? ।। 2789 ।। भेटणे आहे जिजाऊंशी । उदास आहे ज्यांची कुशी । देणे आहे आज खुशी । त्या मातेला ।। 2790 ।। निरोप राजमातेला गेला । कुणी बैरागी भेटाया आला । पाठवावे काय आंत त्याला । वाड्यामधी? ।। 2791 ।। जिजाबाईंना आला मोद । घ्यावा बाबांचा आशीर्वाद । जाईल मनाचा विषाद । प्रसादाने ।। 2792 ।। शिवबा बाबा होते थकले । सर्वांनी बैराग्याला देखले । पण मुलाला न ओळखले । आईनेही ।। 2793 ।। मुलाने ठेवले शिर । आईच्या चरणांवर । म्हणाला मी खरोखर । पुत्र तुझा ।। 2794 ।। पुत्र शब्द ऐकताच आई । गहिवरून आली ती बाई । रडत म्हणाली, "अग बाई । शिवबा हा!" ।। 2795 ।। रडण्यात तिच्या हसूं । हसण्यात होते रडूं । उमजेना काय करूं । गांगरली ।। 2796 ।। तिने दिले आलिंगन । शिवबाला चटकन । गदगदले नयन । त्या मातेचे ।। 2797 ।। म्हणाली, काढ हे सोंग । पुरे झाले आता ढोंग । सांग मला यथासांग । कसा आला ।। 2798 ।। शिवबा बोलले सर्व । विना दुःख, विना गर्व । कसे आटोपले पर्व । सुटकेचे ।। 2799 ।।

(शिवाजी)

ॐओवी॰ जाहली प्रमुदित फार ती । तिने उतरविली आरती । धन्य झाले आज भारती । म्हणाली ती ।। 2800 ।। असंभव झाले संभव । स्वातंत्र्याचा हा गौरव । करावा आता उत्सव । धडाक्याने ।। 2801 ।। उत्सवाचे ऐकताच नांव । उत्सुक झाले सर्व गाव । आरंभ झाली धावाधाव । तयारीला ।। 2802 ।। शिवाजी महाराज आले । कैदेतून मोकळे झाले । लोक वेडाऊन गेले । आनंदाने ।। 2803 ।। कडाडले फटाके बार । आकाशबाण जोरदार । विहरला उल्हास फार ।

---

[194] Sept 12, 1666.

जनमनीं ।। 2804 ।। सजधजले घोडे हत्ती । तोफगोळ्यांची सरबत्ती । कर्णे, शिंगे विना विश्रांती । गडावर ।। 2805 ।। पोवाडे गाईले शाहीर । कवायत करूनी वीर । विजय करीती जाहीर । शिवाजींचा ।। 2806 ।। सुंदर सजला प्रासाद । नाच-लावण्या प्रतिसाद । ललना वाटती प्रसाद । मिठायांचा ।। 2807 ।। चोणके घुंगरांचा नाद । सर्वत्र पसरला मोद । मातेने दिला आशीर्वाद । शिवबाला ।। 2808 ।। यावत् चंद्र-दिवाकर । गंगा, हिमाद्रि गिरिवर । तावत् राहील रे! अमर । कीर्ति तुझी । 2809 ।। कविवर लिहिती गाथा । उदो! उदो! जगनाथा! । चरणीं टेकोनी माथा । शिवशंभो! ।। 2810 ।। सुटका केल्या, करीती नाना । हातावर तुरी देओनी त्यांना । हातीं मिठाई देई पळताना । हाच एक ।। 2811 ।।

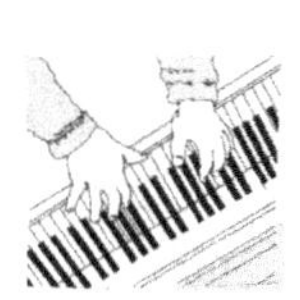

संगीत श्री शिवाजी चरित्र राग-छंद माला, पुष्प 207

आगऱ्याहून सुटका

स्थायी

आला ग बाई! राजा शिवाजी घरी आला ।

♪ रेग प– म–ग–! ध–प मग–प– मग– रेगरे– ।

अंतरा–1

सांगे जिजाऊ माता, शिवबा शहाणा ।

देऊ ग आशिष त्याला ।।

♪ सा–रे– गरे–ग– म–ग–, पमग– रेग–म– ।

ध–प– म ग–म–ग रेगरे– ।।

2.

लपून-छपून कसा, तिथून निघाला ।

देऊन त्रास जिवाला ।।

3

देऊन तुरी ग बाई! मुगलांच्या हातीं ।

बसून पेटारीं निघाला ।।

4

सुलतान त्याच्या मागे, शोधत आला ।
सुगाव न काहींच त्याला ।।

5.

अंबा भवानीचा, वरदान त्याला ।
ओवाळूं ग आरती त्याला ।।

6.

अवतार तो शुभ, शिव-शंकराचा ।
मानाचा मुजरा ग! त्याला ।।

स्वराज्य विस्तार, रांगणा विजय

ॐ ओवी॰ स्वातंत्र्य तंत्र-मंत्र ज्याने दिले । इथे नव्हता, तरी काय गेले । मराठे निष्प्राण नव्हते झाले । राजा विना ।। 2812 ।। सुभेदार सोमनाथ रावजी । ह्यांनी घेओनी अत्यंत काळजी । वाढविली स्वराज्याची आराजी । अलगद ।। 2813 ।। आदिलशाहीवर करोनी हल्ला । विना करतां विनाकारण कल्ला । हस्तगत केला रांगण्याचा किल्ला । स्वराज्यात ।। 2814 ।।

YEAR : 1667 AD

72. वीर शिवाजी-37 :

72. स्वराज्य विस्तार : 1667 AD

शिवाजी सदतीस वर्षांचे

72. स्वराज्य विस्तार : 1667 AD

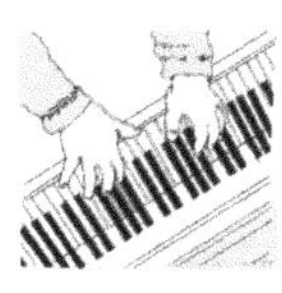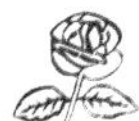**संगीत श्री शिवाजी चरित्र राग–छंद माला, पुष्प 208**

आदर्श शिवाजी

स्थायी

वीर शिवाजी, मंगल पावन, नीति परायण, नृपवर हैं – – – ।

दीनन बंधु, करुणा सिंधु, सद्गुण इंदु, सुधाकर हैं – – – ।।

♪ सारेसा साप–प–, पधनिसां पनिधप, ग–रे निसारेगम, रेगसारे सा – – – ।

सारेनिसा प–प–, पधनिसां पनिधप, गगरेनि सारेग, मरेगसारे सा – – – ।।

अंतरा–1

संकट त्राता, हैं सुख दाता, चंचल चतुर, सुधी नर हैं – – – ।

शूर शिवाजी, तान्हा बाजी, विघ्न विनाशक, शुभंकर हैं – – – ।।

♪ ग–मप ध–नि–, सां– सांसां निरेंसां–, नि–निनि सांसांसां, सांसांरे निसां ध प प प ।

म–प पप–प–, पधनिसां पधपम, गरेनि निसारेग, मरेगसारे सा – – – ।।

अंतरा–2

भारत गौरव, कीर्ति सौरभ, अबला रक्षक, नृपवर हैं ।

कर्म अनेक महान किए हैं, चरित्र मंगल सुंदर है ।।

अंतरा–3

पुत्र बहादुर, भारत माँ का, धर्म ध्वजा का पूजक है ।

राज्य हिंदवी, स्वराज्य स्थापक, शुचि अवतारी शंकर है ।।

ओवी॰ शिवाजींनी सोसले कष्ट । अविश्रांत जलद थेट । मथुरेहून महाराष्ट्र । गाठण्यात ।। 2815 ।। झाली पुष्कळ दगदग । दुखूं लागली रग-रग । तरी न झाले डगमग । शिवराया ।। 2816 ।। काहीं दिवस होते आजारी । पण स्वातंत्र्याची चिंता भारी । झाले स्वस्थ कराया तयारी । मोहीमांची ।। 2817 ।। औरंगजेब दगलबाज । जाणतो हे सकळ समाज । तरी आपण करावे काज । हुशारीने ।। 2818 ।। माझी जरी झाली सुटका । इतरांना झाल्या अटका । पडतो आहे

रत्नाकर रचित ओवीबद्ध श्री शवाजी चरित्र

72. स्वराज्य विस्तार : 1667 AD

त्यांना फटला । आग्ग्यामध्ये ।। 2819 ।। त्यांना सोडविण्या मानासह । द्यावा लागेल त्याला शह । करावा लागेल आम्हां तह । मुगलांशीं ।। 2820 ।। शिवराया म्हणाला, आई! । त्याचे पेक्षा आपण सवाई । द्यावी त्याला त्याचीच दवाई । हीच युक्ति ।। 2821 ।।

(जाळे)

ॐओवी॰ सन सोळाशे सदुसष्ट आले । शिवराया सदतीसचे झाले । जरी ते सुलतानाला न भ्याले । तह केला ।। 2822 ।। वागले जणू, चुकीने झाले । आमचे दोष लक्षात आले । ते औरंगजेबला म्हणाले । पत्रांद्वारे ।। 2823 ।। बाजूला ठेवोनी अपमान । दाखवोनी मिथ्या अभिमान । दिला औरंगजेबला मान । खलित्यांनी ।। 2824 ।। आपण आमचे देवक । तुम्हीं स्वामी, आम्हीं सेवक । अशा प्रकारें उत्तेजक । पत्रें होती ।। 2825 ।। आमचे सर्व किल्ले तुम्हां देऊं । आपल्या सेवेत आनंद घेऊं । कसूर कधींच काहीं न ठेऊं । सर्वमध्ये ।। 2826 ।। विना विचारता आम्हीं निघालो । आग्ग्याहूनी उगाच आलो । आम्हीं फार दिलगीर झालो । खेद आहे ।। 2827 ।। क्षमा कराल ही अभिलाषा । तह करण्याची आहे आशा । बोलले शिवाजी अशी भाषा । पत्रोपत्री ।। 2828 ।। वचन ते तसे चोख । जशी वाळूवर रेख । करीती जे देखरेख । तेही द्राड ।। 2829 ।। बादशहाचे नाक दाबले । तेव्हां त्याने तोंड उघडले । लालची मन राजी झाले । तहासाठी ।। 2830 ।। त्याने धाडला फरमान ताजा । शिवाजीला जाहीर केले "राजा" । माफ केल्या मराठ्यांच्या सजा । मुक्त केले ।। 2831 ।।

(जयसिंहाचा मृत्यु)

ॐओवी॰ जयसिंहाला खेद फार । विश्वास त्याचा झाला ठार । शब्द त्याचे ठरले बेकार । आग्ग्याला ।। 2832 ।। एवढा पुरुष तो थोर । झाला अवमानित घोर । चालला नाही त्याचा जोर । मूढापुढे ।। 2833 ।। उदासले ते मनातून । वाटले जावे जगातून । प्रकृति त्यांची आंतून । बिघडली ।। 2834 ।। शरीराला झाला अपाय । थकले सगळे उपाय । मृत्यूकडे वळले पाय । निरुपाय ।। 2835 ।। स्वामीनिष्ठ ते आपण । अंत त्यांचा झाला दारुण । आज[195] त्यांना आले मरण । निरर्थक ।। 2836 ।। एक राजपूत तरुण । मुगलांना गेला शरण । चाटोनी त्यांचे चरण

---

[195] July 11, 1667.

। राजा झाला ।। 2837 ।। थोर मुत्सद्दी तो आपण । स्वामी त्याचा कृतघ्न, पण । झाला पतनाला कारण । अकारण ।। 2838 ।। संज्ञा त्याला "मीर्झा राजा" । थोर नातवांचा आजा । देशभर वाजागाजा । जयसिंह ।। 2839 ।।

स्वराज्य विस्तार

ॐओवी॰ प्रमुख लढाया चार । गाजल्या ह्यावर्षी फार । शिवाजी लढले चत्वार । शत्रु दोन ।। 2840 ।। आदिल आणि पोर्तुगीज । शत्रु कलहांचे बीज । गमावलेले तमीज । आप्पलपोटे ।। 2841 ।। किल्लेदार सैयद असील । गुलबर्गाचा मुख्य अखिल । आला आदिलशाही वकील । तहासाठी ।। 2842 ।। पोर्तुगीज अम्मलदार । कोळवलचा, झाला तयार । शिवाजीने दिली हार । लढाईत ।। 2843 ।। रांगण्याचा बहलोलखान । आला घेऊनी सेना महान । पण गेला सोडोनी मैदान । शिवाजींपुढे ।। 2844 ।। बार्देशच्या लढाईत । शिवाजीने केले चकित । पोर्तुगीज पटाईत । तह केला ।। 2845 ।।

YEAR : 1668 AD

73. वीर शिवाजी–38 :

73. सिद्दी आणि पोर्तुगीज : 1668 AD

वीर शिवाजी अडतीस वर्षांचे

ॐओवी॰ सन सोळाशे-अडुसष्ट । जंजीरा सिद्दी देई कष्ट । जुमानी ना कुणला तो खाष्ट । फत्तेखान ।। 2846 ।। सेनानी त्याचे तीन फार क्रूर । संबूल, कासीम, खैर्यत शूर । सिद्दी हे एबिसिनीयन मूर । ख्यात फार ।। 2847 ।। हिंदूंना बाटविणे त्यांचा धर्म । दरोडे कापाकापी त्यांचे कर्म । ह्यात त्यांना न लाज न शर्म । तीळ मात्र ।। 2848 ।। उभी शेतें कापून लूटणे ।

73. सिद्दी आणि पोर्तुगीज : 1668 AD

सुंदर बायकांना पळविणे । तरुणांना बाटवुनी विकणे । त्यांची हौस ।। 2849 ।। अति घातक स्वराज्यास । झाले असह्य शिवाजीस । शिवाजी वय अडतीस । नुकतेच ।। 2850 ।। तसेंच शत्रु दूसरे । गोव्याचे फिरंगी गोरे । धर्मांधळे तेही सारे । कमालीचे ।। 2851 ।। पोतुगीजांशीं गोवेवाल्या । लढाया मराठ्यांनी केल्या । पण त्या अपेशी झाल्या । सध्या तरी ।। 2852 ।। पार्तुगीज शास्ता हा । जाओ-नूनो-डा-कुन्हा । चौपन्नवा हा तेव्हां । गोमांतकी ।। 2853 ।।

(सिद्दी)

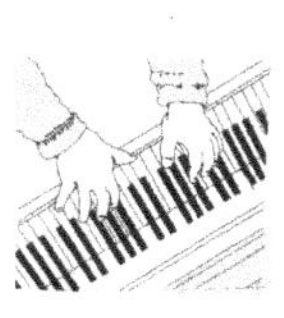

संगीत श्री शिवाजी चरित्र राग-छंद माला, पुष्प 209

शिवाजी राजे

राग : भैरव, कहरवा ताल, 8 मात्रा

स्थायी

वीर शिवाजी, हैं सुख दाता, नीति परायण शासक हैं ।

दीनन बंधु, किरपा सिंधु, विपदा शत्रु विनाशक हैं ।।

♪ सारेसा साप-प-, पध निसां पनिधप, ग-रे निसारेगम रेगसारे सा – – – ।

सारेनिसा प-प पधनिसां पनिधप, गगरे- सारेग मरेगसारे सा – – – ।।

अंतरा-1

कर्म अनेक महान किये हैं, संकट विघ्न निवारक हैं ।

सत्य सहायक अनुपम सज्जन, योगी तापस साधक हैं ।।

♪ ग-म मध-नि निसां-सां निरें- सां-, नि-निनि सां-सां मांमांनिसां धपपप ।

ग-प पप-पप पधनिसां पधधपम, गरेनि- सारेगम रेगसारे सा – – – ।।

अंतरा-2

पुत्र बहादुर भारत माँ का, धर्मध्वजा का पूजक है ।

राज्य हिंदवी स्वराज्य स्थापक, शिव अवतार शुभंकर है ।।

रत्नाकर रचित ओवीबद्ध श्री शवाजी चरित्र

YEAR : 1669 AD

74. वीर शिवाजी-39 :

74. वेडा औरंगजेब : 1669 AD

वीर शिवाजी एकोणचाळीस वर्षांचे

ॐॐओवी॰ सन सोळाशे-एकोणसत्तर । मोरोपंत पेशवे बरोबर । निघाले शिवाजी जंजीऱ्यावर । स्वारी साठी[196] ॥ 2854 ॥ सिद्दी फत्तेखान होता माजला । कोकणपट्टीत फार गाजला । डंका त्याचा सभोवती वाजला । जुलूमांचा ॥ 2855 ॥ शिवाजींचे भव्य आरमार । आधुनिक लढाऊ तयार । झाले कूच तडफदार । समुद्रात ॥ 2856 ॥ शिवाजींचा निघाला तांडा । प्रतिकार पडला थंडा । घेतले राजापुर-दंडा । मराठ्यांनी ॥ 2857 ॥ वाटेत किल्ले केले सर । सहा ठिकाणीं भराभर । मग समोर आले द्वार । जंजीऱ्याचे ॥ 2858 ॥ शिवाजीला ते घाबरतीं । थरकापे त्यांची धरती । उगाच येईल वरती । गंडांतर ॥ 2859 ॥ सिद्दीने मुगलांना बोलाविले । मुगलांनी खलीते डोलाविले । पण सर्वच ते धुडकाविले । शिवाजीने ॥ 2860 ॥

ॐॐओवी॰ जंजीऱ्याहून तोफा सुटल्या । बंदूकांच्या बारुदी फुटल्या । सिद्यांच्या युद्ध आरोळ्या उठल्या । लढो! लढो! ॥ 2861 ॥ जंजीऱ्याचा पडला लढा । कधी न पडला येवढा । सोडावया अंतिम लढा । किल्ल्यावर ॥ 2862 ॥ सिद्दी आला होता जेरीला । फौज त्याची आली टेकीला । झाला सिद्ध तडजोडीला । शिवाजीशीं ॥ 2863 ॥

(सिद्दी कासीम, संबूल, खैर्यत)

ॐॐओवी॰ सिद्दी खैर्यत कासीम संबूल । न झाले त्या संधीला कबूल । फत्तेखानच्या प्रतिकूल । उभे झाले ॥ 2864 ॥ त्यांनी फत्तेखानला पकडले । साखळ्यांनी बांधून जखडले । मग जे

---

[196] May 1669.

74. वेडा औरंगजेब : 1669 AD

नको होते तेच घडले । जंजीच्याचे ।। 2865 ।। संबूलने जंजीरा लढविला । मराठ्यांचा वेढा पडला ढीला । काहीं दिवसांनी तो उठविला । तात्पुरता ।। 2866 ।। शिवाजीनी स्वीकारला तह । करणे होते कारणांसह । औरंजजेबने दिला शह । स्वराज्याला ।। 2867 ।।

वेडा औरंगजेब बुतशिकन, कुफ्रशिकन

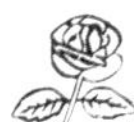 संगीतश्रीकृष्णरामायण गीतमाला, पुष्प **236**

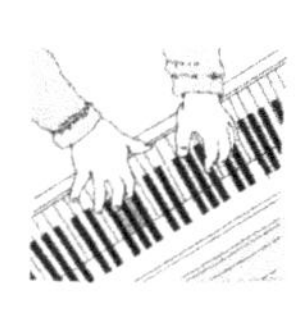

(अज्ञानी दुर्योधन)

स्थायी

मैं ही एक सयाना, बाकी, दुनिया उल्लू की पट्टी ।

♫ सा- रे- ग्-ग मग्-रे-, सा-सा-, रेरेरे- ग्-ग्- प- म-म- ।

अंतरा-1

मैं बलशाली, सबसे जाली । मैं हूँ ज्ञानी, बड़ा तूफानी ।

दुनिया वालों की सत्ती पर, होगी मेरी अट्टी ।।

♫ सा- सासारे-रे-, ग्मग्- म-म-। प- ध्- नि्-ध्-, निध्- पम-प- ।

मग्रे- सा-रे- ग्- म-म- म-, रे-ग्- म-प- म-म- ।।

अंतरा-2

मुझमें बुद्धि, मुझमें सिद्धि । होगी मेरी, निश-दिन वृद्धि ।

चोर फरेबों की है टोली, करली मैंने कट्टी ।।

अंतरा-3

मैं हूँ धार्मिक, मन का मालिक । मुझको कुछ भी नहीं अनैतिक ।

कोई मेरा भेद न जाने, बंधी मेरी मुट्ठी ।।

74. वेडा औरंगजेब : 1669 AD

अंतरा-4

दुष्ट बुद्धि ये क्यों हैं आते । भद्र जनों को जो तरसाते ।

या प्रभु! इसको दो सद्बुद्धि, या हो इनकी छुट्टी ।।

ॐ ओवी० कर्म जे चालविले गझनीने । घोरी, बख्तियार, ऐबकने । खिलजी, तुकलघ, तैमूरने । बाबरने[197] ।। 2868 ।। ह्याने नेले ते कळसास । स्वधर्माचे भूत चढले त्यास । कराया हिंदुधर्म नासधूस । चेकाळला ।। 2869 ।। औरंग्याने काढले फरमान[198] । पसरविण्या अधर्माची घाण । हिंदुस्थानात मांडले थैमान । हाहाकार! ।। 2870 ।। हुकूम सोडले भराभर । मंदिरें पाडली धडाधड । मूर्त्या फोडल्या खडाखड । देशभर ।। 2871 ।। हिंदूंची सुरू छळवणूक । जिथे तिथे फसवणूक । सरकारी करमणूक । झाली होती ।। 2872 ।। बाटवाबाटवी सक्तीने । या ना त्या अधम युक्तिने । हिंदूंच्या कत्तली मुफ्तीने । मनसोक्त ।। 2873 ।। शिरच्छेद झाला स्वस्त । शिवाळे जमीनदोस्त । धर्मपीठें झाली अस्त । जागोजागीं ।। 2874 ।। उत्तुंग कळस ढासळले । मंदिर शिखर कोसळले । मूर्त्या गेल्या कुणा न कळले । सुवर्णाच्या ।। 2875 ।। गदा काशीविश्वनाथवर । पाडले मंदिर विश्वेश्वर । उध्वस्त केले सर्व शहर । बनारस ।। 2876 ।। मथुरेचा केशवदेव । वाराणसी बिंदुमाधव । सोमनाथचा महादेव । तोड-फोड ।। 2877 ।। पडती हिंदूंचीं मंदिरद्वारें । हिंदूच अधिकांश पाडणारे । मुगलांची चाकरी करणारे । षंढ सारे ।। 2878 ।। असूनही अफाट प्रचंड । जनता बघत होती बंड । रक्त पडले सर्वांचे थंड । आत्मघाती ।। 2879 ।।

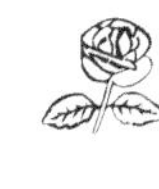

संगीत श्री शिवाजी चरित्र राग-छंद माला, पुष्प 210

---

[197] गझनी (सन 998), घोरी (1163), बख्तियार (1194), ऐबक (1200), खिलजी (1296), तुकलघ (1325), तैमूर (1398), बाबर (1526).

[198] April 1669.

310

74. वेडा औरंगजेब : 1669 AD

भजन

(हे दुष्ट औरंगजेब!)

स्थायी

अगर शिव को तू अपना ले, तो अघ अपने चुका देगा ।

अहम अपना रुका दे तो, तु दुनिया को झुका देगा ।।

♪ सासासा रेरे ग– प मगरे– सा–, ध धधध पमप– गम– प–ध– ।

सांसांरें सांनिध– निध– पम ग–, सा सासारे– ग– पमग रेगसा– ।।

अंतरा–1

शांति में हि भलाई है, जो तुमने भुला दी है ।

करम गंदे तू तज देगा, तो नरक में धाम न पाएगा ।।

♪ सां–सां– रें– सां नि–ध–नि– सां–, ध– धनिप– निध– प–म– ।

गरेरे ग–म– रे गप मगरे–, सा रेरेग म– प–म ग मगरेगसा– ।।

अंतरा–2

जग माया का मेला है, तीन गुणों का खेला है ।

अगर मन को न रोक सका, तो भव सारा दुखा देगा ।।

अंतरा–3

शिव चरणों में सहारा ले, तो सुख में भव तर जाएगा ।

पाप अगर तू तज देगा, तो नाम अमर तेरा होगा ।।

अंतरा–4

मंदिर पावन तुने तोड़े, बुत भगवान के फोड़े हैं ।

अगर जुनून ये तज देगा, तो जनता का भला होगा ।।

(शिवाजी)

ॐओवी॰ परंतु एक होता वीर । ज्याला कळकळ गंभीर । दिन-रात्र त्याला फिकीर । जनतेची ।। 2880 ।। कराया मुगलांचा माज व्यर्थ । कसे वाढवूं आपले सामर्थ्य । आळा घालाया होऊं मी समर्थ । कसा आता ।। 2881 ।। मागील हानि ठेओनी मागे । पुढे पावलें टाकणे लागे । गेलेले

311

रत्नाकर रचित ओवीबद्ध श्री शवाजी चरित्र

74. वेडा औरंगजेब : 1669 AD

सर्व जिंकणे आगे । व अधिक ।। 2882 ।। करोनी मराठे एकजूट । पाडावी लागे शत्रूंत फूट । करावी लागे मुगलांची लूट । धनासाठी ।। 2883 ।। शिवाजींचे हुकूम सुटले । झोपलेले मराठे उठले । उत्सुकतेचे बांध फुटले । कार्यासाठी ।। 2884 ।। निरनिराळे बेत आखले । कोणत्या क्रमाने घ्यावे किल्ले । कुठे कुठे करावेत हल्ले । दणाणून ।। 2885 ।। कुठे दौडाव्या घोड्यांच्या टापा । कुठे मारावा पुढला छापा । जवळचा की दूरचा टप्पा । घेणे ठीक ।। 2886 ।।

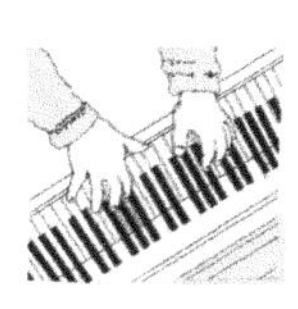

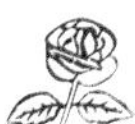 **संगीत श्री शिवाजी चरित्र राग-छंद माला, पुष्प 211**

(दुष्ट औरंगजेबं)

स्थायी

कहाँ से लोग आते हैं, जहाँ में दुष्ट ये सारे ।

करें तो क्या करें इनका, यहाँ के लोग बेचारे ।।

♪ मग॒- रे- म-ग॒- रे-सारे ग॒-, पम- ग॒- प-म ग॒- रे-सा- ।

रेग॒- म- नि॒- ध॒प- ममप-, मग॒- रे- म-ग॒ रे-ग॒रेसा- ।।

अंतरा–1

सताने साधु जन गण को, सयाने लोग पावन को ।

ये जालिम कंस रावण से, असुर ये कुमति के मारे ।

जहाँ में क्यों कर आते हैं, ये पापी हृदय के कारे ।।

♪ सानि॒सारे- म-ग॒ रेसा रेग॒ म-, पम-ग॒- म-ग॒ रे-सासा रे- ।

सा रे-ग॒ग॒ म-प ध॒-निध॒ प-, सांनिध॒ प- निध॒प म- प-ध॒- ।

पम- प- म- ग॒- रे-ग॒- म-, प म-ग॒ ममग रे- ग॒रेसा- ।।

अंतरा–2

दीवाने धर्म के अंधे,

दीवाने धर्म के अंधे, दैत्य ये करम के गंदे ।

चलाने तुच्छतम धंदे, अधम ये पातकी बंदे ।

रत्नाकर रचित ओवीबद्ध श्री शवाजी चरित्र

75. गड आला पण सिंह गेला : 1670 AD

न जाने क्यों ये आते हैं, कलंकी कुल के ये सारे ।।
अंतरा–3
गिराने पूज्य मंदिर को, लुटाने जग तबाही से ।
फरेबी धूर्त ये आये, विदेशी नीति हैं लाये ।
बचा रे, ओ शिवा प्यारे! हमारे नैन के तारे! ।।

YEAR : 1670 AD

75. वीर शिवाजी–40 :

75. गड आला पण सिंह गेला : 1670 AD

वीर शिवाजी चाळीस वर्षांचे

श्रीओवी॰ सन सोळाशे-सत्तर । मिळाले धन प्राप्तीस उत्तर । येणार सूरतेवर वत्तर । बघा पुन्हा ।। 2887 ।। शिवाजीला लागली चाळीशी । तरी आई विना न उडे माशी । सल्ला घेण्या येई मातेपाशी । शिवराया ।! 2888 ।। जिजा म्हणाली करा पराक्रम । पण छाप्यांना लावा लगाम । त्यां आधी करा एक काम । महत्त्वाचे ।। 2889 ।।

गड आला पण सिंह गेला
परम वीर तान्हाजी मालुसरे

(राजगड)

श्रीओवी॰ पुरंदरच्या तहाचे आधी । शिवाजी होते कोंढाण्यामधी । राजाची गादी तिथेच साधी । स्वातंत्र्याची ।। 2890 ।। जिजाऊंना गड तो प्रिय । किल्ला दणकट माननीय । महत्व त्याला

रत्नाकर रचित ओवीबद्ध श्री शिवाजी चरित्र

75. गड आला पण सिंह गेला : 1670 AD

राजकीय । फार होते ।। 2891 ।। दुर्ग सोडला जेव्हां तिने । केला प्रण तेव्हां मातेने । परतीन मी शपथीने । पुन्हा इथे ।। 2892 ।। राजगडावर शिवाजींचा वास । आई बरोबर त्यांना एक ध्यास । गडावरून दिसे कोंढाणा त्यांस । ईशान्येस ।। 2893 ।। अवघे सहा कोस दूर । दोन डोंगरात अंतर । पहाडांच्या उतरणी पार । सह्याद्रीत ।। 2994 ।। अभेद्य हा किल्ला प्रचंड । स्वराज्याचा श्रेष्ठ हा गड । मालकीत पडला खंड । चार वर्षे[199] ।। 2895 ।। घ्यावा लगे हा परत । त्या विना नाही सरत । डोळ्यांत आहे सलत । उणीव ही ।। 2896 ।। करोनी दीर्घ विचार । संकल्प झाला तयार । कराया कोंढाणा सर । सर्वांआधी ।। 2897 ।।

(कोंढाणा)

ॐओवी॰ किल्ला फारच बळकट । चढावया वाट विकट । चहूंकडे बुरुज तट । मोर्चे बंदी ।। 2898 ।। किल्यावर बुरुज तेहतीस । बरुजांवर तोफा चहूं दिश । मोकळी जागा होती ऐसपैस । माथ्यावर ।। 2899 ।। पंधराशे सैनिक किल्यावर । घोडे, दारूगोळ्याचे कोठार । उदयभान राठोड किल्लेदार । राजपूत ।। 2900 ।। किल्यावर पहारे ताठ । गस्त चौक्या दिशांनी आठ । गडाभोवती काठोकाठ । नाकेबंदी ।। 2901 ।। किल्याला फक्त दोन द्वारें । पूर्वाभिमुखीं उघडणारे । अभेद्य होतीं दोन्हीं दारें । टोलेजंग ।। 2902 ।। सभोवती अरण्य दाट । दरड्या घळ्यांतून वाट । काटेरी झुडपें अफाट । तीन बाजूं ।। 2903 ।। चौथ्या बाजूला ताठ कडा । सुरक्षित वाटे सांकडा । तट रहित हा तुकडा । पश्चिमेचा ।। 2904 ।। ही बाजू फारच बळकट । सुरक्षित होती इथे फट । घटूं शके इथे अघट । भविष्यात ।। 2905 ।।

(तान्हाजी मालुसरे)

ॐओवी॰ उमरठे गावाचा वीर । जडीव घडीव शरीर । मिशीदार पद्धतशीर । सिंहमुद्रा । 2906 ।। मारुतीचा अनन्य भक्त । स्वामीनिष्ठा तो जाणे फक्त । युद्ध कलेने पूर्ण युक्त । मावळा हा ।। 2907 ।। स्मरणीय ह्याचे चरित्र । आचरण ह्याचे पवित्र । बालपणीचा हा मित्र । शिवबाचा ।। 2910 ।। प्रत्येक संकटात हा बरोबर । सर्वच मोहीमांत आघाडीवर । अफजलखान वधात हा

---

[199] June 14, 1665 - Feb. 14, 1670.

75. गड आला पण सिंह गेला : 1670 AD

समोर । पाठीराखा ।। 2911 ।। शाहिस्तेखान प्रकरणी । पुढारी होता हा अग्रणी । स्वातंत्र्य वीर हा धोरणी । राजनिष्ठ ।। 2912 ।। शिवाजींचा त्यावर विश्वास । तान्हाजी जवाबदार खास । बोलावणे पठविले त्यास । तातडीचे ।। 2913 ।। जेव्हां आले बोलावणे । तान्हाजीचे घरी पाहुणे । लागले होते उटणे । रायबाला ।। 2914 ।। रायबाचे होते लग्न । तान्हाजी कामांत मग्न । सोहळ्यात आले विघ्न । अचानक ।। 2915 ।। ऐकोनी शिवाजींचा संदेश । शिरोधार्य जो आदेश । तान्हाजीकरिता तो विशेष । प्राथमिक ।। 2916 ।। करोनी अधिक-उणे हिशेब । सोडोनी मुलाच्या लग्नाचा लोभ । तान्हाजी निघाले ताबडतोब । स्वामीकडे ।। 2917 ।। सोबत सूर्याजी बंधु आले । आणि शेलारमामा निघाले । शिवचरणीं सादर झाले । ऐकावया ।। 2918 ।। त्यांना न कल्पना काय । म्हणतील शिवराय । पण, ऐकल्याशिवाय । राहवेना ।। 2919 ।। तनाजी बोलले विधान । राजे! काय ते सांगा काम । ऐकावया आमुचे कान । उतावळे ।। 2920 ।।

(शिवाजी)

ॐओवी॰ शिवाजी राजे जाणती न । रायबाचे आहे लगीन । तान्हाजी आलेत सोडून । सोहळा तो ।। 2921 ।। शांत स्वरात बोलले शिवबा । प्रकट करावयास मनसुबा । विचार होता जो मनात उभा । तातडीचा ।। 2922 ।। किल्ले ताब्यात दोनशे-साठ । घेणे आहेत वर्षांत आठ । तेव्हांच होईल मान ताठ । स्वराज्याची ।। 2923 ।। कोंढाणा आम्हां जीव की प्राण । आरंभ कराया गड छान । किल्लेदार उदयभान । मुगलांचा ।। 2924 ।।

(तान्हाजी)

ॐओवी॰ ऐकतांच वचनांना । "मी घेतो गड कोंढाणा" । बोलला त्वरित तान्हा । नरवीर । 2925 ।। "आधी लगीन कोंढाण्याचे । मग होईल रायबाचे । काम प्रथम स्वराज्याचे । करीन मी" ।। 2926 ।। ऐकोनी तान्हाजीचे शब्द । शिवाजी झाले गदगद । आतुरतेची सरहद । पार झाली ।। 2927 ।। माघ वद्य नवमीची रात्र[200] । मोहीमेकरिता एकमात्र । गडद कभिन्न झाली पात्र ।

---

[200] Friday Feb. 04, 1670.

75. गड आला पण सिंह गेला : 1670 AD

अंधाराची ।। 2928 ।। पाचशे मावळ्यांची तुकडी । तान्हाजी मालुसरेचे गडी । ओतप्रोत धरोनी धडाडी । कूच झाले ।। 2929 ।। लपत-छपत धीर धरत । डोंगराच्या भयाण दरीत । उतरले आवज न करीत । कड्याखाली ।। 2930 ।। कोंढाण्याचा पश्चिम काठ । कडा सरळ उभा ताठ । पडली न शत्रूशीं गाठ । ह्या बाजूला ।। 2931 ।। ह्या दिशेला होती सामसूम । मराठे आले गिरि चढून । मुगलांना न झाले मालूम । यत्किंचित ।। 2932 ।। कडा पश्चिमेचा अवघड । चढावया कोंढाणा गड । म्हणून आणली घोरपड । यशवंती ।। 2933 ।। घोरपडीला बांधला दोर । चढविले तिला कड्यावर । चढून अर्धवट अंतर । थांबली ती ।। 2934 ।। दोन वेळा हाच प्रकार । जाईना घोरपड वर । मग चढली भराभर । कड्यावर ।। 2935 ।। माथ्यावर तटबंदी नव्हती । इकडे पहारे-गस्त न होती । संधि ही फार अनुकूल होती । चढाईला ।। 2936 ।। काही मावळे चढले वर । बाकी लपले द्वारासमोर । वरचे उघडतील द्वार । आंत येण्या ।। 2937 ।। पश्चिम बाजूचा चढून तट । दोनशे चढले बिन बोभाट । तीनशे तिथे बघतात वाट । लपलेले ।। 2938 ।। पुणेद्वाराकडे पळताना । लागली चाहूल मुगलांना । मराठ्यांनी उडविला फन्ना । जे जे आले ।। 2939 ।। झाली सुरू कापाकापी । कटले मुगल पापी । न ते जाणले किमपि ।। कोण आले ।। 2940 ।। जेव्हां गेले अनेक प्राण । सांभाळून आले भान । पुढे आला उदयभान । लढावया ।। 2941 ।। मुगलांकडून राजपूत । मराठ्यांचा मावळा सुपूत । दोन्हीं वीरांच्या अंगात भूत । चढलेले । 2942 ।। युद्ध झाले घनघोर । तलवारीवर तलवार । दोघांच्या अंगात जोर । भयंकर ।। 2943 ।। खणखण तलवारी । चमचम ज्यांच्या धारी । दोन्हीं एकमेकावरी । आदळतीं ।। 2944 ।।

(मग)

ॐॐओवी॰ एक आघात झाला काळ । दुर्दैवाची होती ती चाल । तान्हाजीची तुटली ढाल । लढताना ।। 2945 ।। तरी ताना शरण न गेला । डाव्या हाती लपेटून शेला । ढाली सम उपयोग केला । त्या वीराने ।। 2946 ।। जखमांनी देह झाला व्रणित । बिघडूं लागले मग गणित । तरी धैर्य त्याचे अगणित । उमळले ।। 2947 ।। मृत्यु दिसूं लागला निकट । तरी हिम्मत त्याची चिकट । अंतिम वार केला विकट । शत्रूवर ।। 2948 ।। अंतिम घाव झाला सार्थ

रत्नाकर रचित ओवीबद्ध श्री शवाजी चरित्र

। प्राण घातक जगत्कीर्त । पडले दोघे धारातीर्थ । मृत्युमुखी ।। 2949 ।। तान्हाजी बघोनी पडला । मराठ्यांचा धीर खचला । पळा! पळा! शोक मचला । मावळ्यांचा ।। 2950 ।। शेलारमामांनी दिला धीर । सूर्याजीने आह्वान गंभीर । लढूं लागले मराठा वीर । जिंकले ते ।। 2951 ।। थोडे बहुत मुगल वाचले । पळू न शकले, गेले कापले । काहीं कड्यावरून उत्पतले । मृत्युमुखी ।। 2952 ।। हस्तगत झाला आहे किल्ला । संकेत हा देण्या शिवाजीला । भगवा ध्वज फडकविला । किल्ल्यावर ।। 2953 ।। ठोकत विजय आरोळी । रचूनी लाकडांच्या ओळी । पेटविली पावन होळी । गडावर ।। 2954 ।। कोंढाणा झाला काबीज । कर्तव्याचे झाले चीज । सिद्धीचे पेरले बीज । मराठ्यांनी ।। 2955 ।। किल्ले घ्यावया दोनशे-साठ । पुढील फक्त वर्षांत आठ । हा झाला श्रीगणेशाचा पाठ । अथ इथे ।। 2956 ।।

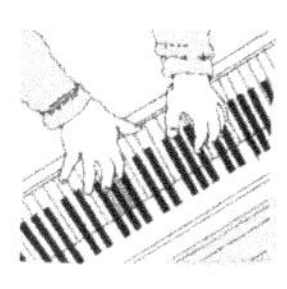

 **संगीत श्री शिवाजी चरित्र राग-छंद माला, पुष्प 212**

तान्हाजी

स्थायी

सिंहगडाला जातो लढाया,

खरा कर्मयोगी, स्वामीनिष्ठ ताना ।

अंतरा–1

सेना घेउनी वीर निघाला, संग तयाच्या शेलार मामा ।

अंतरा–2

लगिन टाकुनी बघा मुलाचे, मातृभूमिच्या येतो कामा ।

अंतरा–3

गड आला पण सिंह न आला, गेला ताना श्रीहरि धामा ।

अंतरा–4

मरुनी वीर जगी तो उरला, आत्मा अमर महान हुतात्मा ।

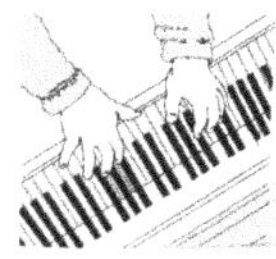 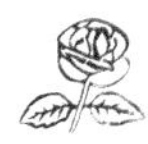 **संगीत श्री शिवाजी चरित्र राग-छंद माला, पुष्प 213**

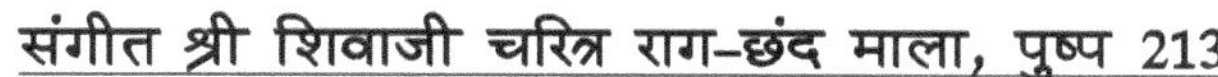

75. गड आला पण सिंह गेला : 1670 AD

कोंढाणा : लावणी

स्थायी

जिरे टोप शुभ झळझळ झळके, कंगन कंठी व कुण्डलें ।

मंगल मुंदरी, मुकुन्द माला, काळीं घनदाट कुन्तलें ।।

अंतरा–1

घण घण करिती घंटा घुंगरू, सैनिक नाचात रंगले ।

कौंढाण्यावर जय-शिवबाच्या, शाहिर गाण्यांत दंगले ।।

अंतरा–2

पुष्प उधळतीं सुंदर ललना, योद्धे युद्धात जिंकले ।

शिंपडतीं जल पावन ऋषि मुनि, घेउनी हातीं कमंडलें ।।

अंतरा–3

विजयी झाले वीर मावळे, मुगलांचे राज्य संपले ।

भारतमाते! तुझ्या मुलांनी, स्वप्न स्वराज्याचे गुंफले ।।

(शिवाजी)

ॐओवी॰ भगवा ध्वज कोंढाण्यावर । होळीची आग आणि धूर । शिवाजी राजगडावर । निरखती ।। 2957 ।। लगेच पोहचला दूत । घोऊन विजय सबूत । आणि सांगाया सर्व वृत्त । लढाईचे ।। 2958 ।। ऐकोनी तान्हाजीचे मरण । शिवाजीला दुःख गहन । म्हणाले, **"गड आला पण । सिंह गेला"** ।। 2959 ।। गड आला पण सिंह गेला । तान्हाजीने इतिहास केला । भवसागरी जरी तो मेला । अमर तो ।। 2960 ।। गड आला पण सिंह गेला । अमरत्व कीर्तिरूप त्याला । नांव "सिंहगड" कोंढाण्याला । त्याचे नवे ।। 2961 ।। गड आला पण सिंह गेला । भावपूर्ण श्रद्धांजलि त्याला । ऐसा साहसी वीर न झाला । हुतात्मा तो ।। 2962 ।। ऐसा नरकेसरी आम्हीं स्मरूं । त्याचे अधूरे काम शिरीं धरूं । रायबाचे लगीन आम्हीं करूं । म्हणाले ते ।। 2963 ।। ह्या शहीदाचे अभिनंदन । गुढगे टेकोनी लाख वंदन । अर्पण करूनी पुष्प-चंदन । मनोभावें 2964 ।।

75. गड आला पण सिंह गेला : 1670 AD

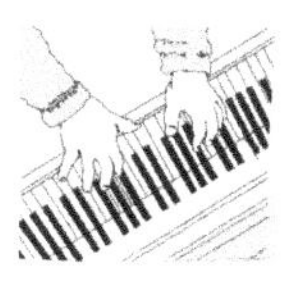  **संगीत श्री शिवाजी चरित्र राग–छंद माला, पुष्प 214**

वीर तान्हाजी, सिंहगड

स्थायी

सिंहगडावर ध्वज शिवबाचा, गड आला पण सिंह न आला ।

अंतरा–1

अज हसूं की रडूं कळे ना, हर्ष मुखावर, आग जिवाला ।

अंतरा–2

तान्हाजीने लगिन सोडुनी, कर्तव्याचा विडा उचलला ।

अंतरा–3

हळद लावुनी अपुल्या माथी, प्राण अर्पुनी, बघा निघाला ।

(राजे राजाराम ह्यांचा जन्म)

ॐओवी॰ कोंढाणा विजय परमानंद । आनंदावर अधिक आनंद । सुपुत्रप्राप्तीचा[201] आनंदकंद । अमर्याद ।। 2965 ।। सोयराबाई झाल्या प्रसूत । मंगल क्षणी जन्मला सुत । राजाराम सद्गुणी अद्भुत । भावी राजे[202] ।। 2966 ।।

(मराठ्यांच्या स्वाऱ्या)

ॐओवी॰ निळोजीपंत पेशव्यांनी गड । पुरंदर व कर्नाळा, लोहगड । सुलतानगड, भुईगड । सर केले ।। 2967 ।। चांदवड मुगल बेगीखान । वाणी दिंडोरीचा दाऊदखान । साल्हेरचा फतहउल्लाखान । शिवाजीने । 2968 ।। कल्याणचा उजबेगखान । माहुलीचा अलीवर्दीखान । भद्रपूरचा हमीदखान । च्युत केले ।। 2969 ।। प्रबळगड, खोज, कारंजा । जुन्नर, राजापुर,

---

[201] Rajaram (Feb. 24, 1670 - March 02, 1700).

[202] Raje Rajaram (r. Sept. 02, 1689 - March 02, 1700).

हिंदोळा । रासकली, त्र्यंबक, रोहीडा । राजमाची; । 2970 ।। सुपे, हिंहिडा, विसापूर । तंग-तिकोना, इंदापूर । चाकण, भिवंडी, वज्रगड । मराठ्यांनी[203] ।। 2971 ।।

सूरतची दूसरी लूट

Oct 17, 1670

卐ओवी० जिंकले किल्ले छोटे–मोठे तीस । लूटली ठाणीं मोठी–लहान वीस । आता लूटणे व्यापार नगरीस । बेत झाला ।। 2972 ।। इथे मुगल, फ्रेंच, युनानी । डच, इंग्रज, अरबस्थानी । सूरत व्यापार राजधानी । भारताची ।। 2973 ।। इथे मोठ–मोठे धन्नाशेढ । हिरे–सोन्याची बाजार पेठ । तोफा–बंदुका विक्रीचे देठ । हेच होते ।। 2974 ।। निघाले पंधरा हजार । मावळे होऊनी तयार । सूरत कडे घोडेस्वार । शिवाजीचे ।। 2975 ।।

(सूरत)

卐ओवी० "शिवाजी आला," जेव्हां कळले । धैर्य व्यापाऱ्यांचे गळले । लोक खेड्यापाड्यांत पळाले ।। सैरावैरा ।। 2976 ।। सूरतेला मुगलांचे पहारे । मराठे बघोनी आले शहारे । पळाले जीव घेओनी माघारे । किल्ल्यामध्ये ।। 2977 ।। तटबंदी सोडोनी उघडी । सुरक्षा पडली उपडी । मराठे आले मारून उडी । शहरात ।। 2978 ।।

(इंग्रज)

卐ओवी० विलायती व्यापार मोठा । दारूगोळ्यांचा भव्य साठा । ईंग्रजी साहेबांत ताठा । सहाजीक ।। 2979 ।। इंग्रजांचे कोठार विशाळ । आक्रमण आले काहीं काळ । पण, गळूं शकली न दाळ । परतले ।। 2980 ।। इथे कडक पहारा । तोफा–बंदुकांचा मारा । वाचविला माल सारा । इंग्रजांनी ।। 2981 ।। टोपीकर न आले शरण । त्यांच्या तोफा–बंदुका भीषण । आक्रमकांना देती मरण । दूरूनच ।। 2982 ।। शेवटी देओनी थोडेसे धन । त्यांनी जिंकले शिवाजींचे मन ।

---

[203] **मुख्य लढाया :** पुरंदर (March 08, 1670), कल्याण, भिवंडी (March 15), नगर, परिंडा (April-May), लोहगड (May 13), हिंगोळा (June 15), माहुली (June 16), कर्नळि (June 22), रोहीडा (June 24), दिंडोरी, त्र्यंबक, ब्रह्मगिरी (Oct. 1660), etc.

75. गड आला पण सिंह गेला : 1670 AD

आणि राखला आपला मान । संकटात ।। 2983 ।। इंग्रजांनी धाडला नजराणा । आणि उपहार गोजिरवाणा । तृप्त कराया मराठ्यांचा राणा । परभारें ।। 2984 ।। इंग्रजांनी सांभाळले छान । होऊं न दिले नुकसान । त्यांचा स्वत:वर अभिमान । कामी आला ।। 2985 ।।

(मुगल)

ॐओवी॰ मुगल किल्यात दडले । द्वार बंद, टाळे जोडले । जैसे मागल्या खेपी घडले । तेच आता ।। 2986 ।। मुगल किल्यात सुरक्षित । मलमत्ता सगळी रक्षित । त्यांना न काळजी किंचित । जनतेची ।। 2987 ।। मुगल विघ्नातून वाचले । धन त्यांचे किल्यात साचले । ते आनंदाने नाचले । खरे वीर ।। 2988 ।।

(हिंदू)

ॐओवी॰ हिंदू-अहिंदू नाना व्यापारी । देते झाले नारळ-सुपारी । निमूटपणे खंडणी भारी । शिवाजीला ।। 2989 ।। त्यांची घरें न जळाली । त्यांची भीती मग पळाली । तडजोड त्यांची फळाली । शिवाजीशीं ।। 2990 ।।

(फ्रेंच)

ॐओवी॰ फ्रेंच गोर्‍यांची भव्य वखार । दारूगोळ्यांचा जंगी व्यापार । पण, लढाया ते न तयार । शिवाजीशीं ।। 2991 ।। त्यांनी केला शिवाजीशीं तह । दिल्या बंदुका, खंडणी सह । वाचविले धन आणि देह । शांतपणे ।। 2992 ।।

(तार्तर)

ॐओवी॰ काशनगरचा तार्तर सुलतान । अति धनाढ्य अब्दुल्लाखान । देऊन पळाला कोटि होन । मराठ्यांना ।। 2993 ।।

(इतर)

ॐओवी॰ स्त्रीयांना न दीनांना त्रास । न परधर्मियांना क्लेश । न धार्मिक स्थळांचा ध्वंस । शिवाजीने ।। 2994 ।। सुलतानांची रीत वेगळी । भ्रष्ट दुष्ट अधम आगळी । नीचतेत खालची पातळी । गाठलेली ।। 2995 ।। तिकडे मंदिरें ढासळतीं । मूर्त्या घरें द्वारें कोसळती । शोतांत

रत्नाकर रचित ओवीबद्ध श्री शवाजी चरित्र

76. साल्हेरची लढाई : 1671 AD

उभी पिकें जळती । मराठ्यांची ॥ 2996 ॥ जरी लूटले रूपये कोटि । न केली आपली जात खोटी । शिवाजीने सोडली न नीति । कदापिही ॥ 2997 ॥

कारंज्याची लूट

श्रीओवी॰ कारंजे गाव व-हाडात । फार नावाजले लाडात । जाणले उच्च श्रीमंतांत । शोभिवंत ॥ 2998 ॥ यादवराज्यात वाढले । मुगलदास्यात लाडले । दिवस भ्रमात काढले । ह्या गावाने ॥ 2999 ॥ गावात मोठ-मोठे वाडे । नाना फळ-फुलांची झाडें । लोकांचे अभिमान जाडे । ह्या धेंडांचे ॥ 3000 ॥ सोने नाणे रेशिम जरी । हीरे दागीने घरोघरी । इथे नांदली लक्ष्मी खरी । गुलामीने ॥ 3001 ॥ धन खजीने दाटलेले । घरोघरी साठलेले । जमीनीत गाडलेले । रांजणांत ॥ 3002 ॥ शिवाजीला कळली खबर । मुगलांचे दास हे गबर । अलेशान कारंजे नगर । धनवान ॥ 3003 ॥ मुगलांना मिळे शेतसारा । पण इथे न त्यांचा पहारा । लाडांना न कुणाचा सहारा । रक्षणास ॥ 3004 ॥ टाळण्या वृथा मरण । सगळे गेले शरण । धरले त्यांनी चरण । शिवाजींचे ॥ 3005 ॥ श्रीमंतांनी खजीने धाडले । बाकी शिवाजींना सापडले । खणून काढले गाडलेले । ढीगोंढीग ॥ 3006 ॥

YEAR : 1671 AD

76. वीर शिवाजी–41 :

76. साल्हेरची लढाई : 1671 AD

वीर शिवाजी एकेचाळीस वर्षांचे

(साल्हेरची लढाई)

76. साल्हेरची लढाई : 1671 AD

ॐ**ओवी॰** कारंज्याच्या आजूबाजू । शिवाजी लागले गाजूं । चौथाईचा कर रुजू । केला त्यांनी ।। 3007 ।। मुगलांचा काटोनी पत्ता । हातात आली मालमत्ता । व-्हाडात शिवाजींची सत्ता । सुरू झाली ।। 3008 ।। मुगलांची एलीचपूर । मराठ्यांची नागपुर । दोन राजधान्या दूर । व-्हाडात ।। 3009 ।। सन सोळाशे एकाहत्तर । एकेचाळीस वर्षांचे वीर । शिवाजी भरभराटीवर । होते आता ।। 3010 ।। ऐकोनी शिवाजीचा पराक्रम । दिल्लीबादशहा झाला चक्रम । शिवाजीवर कराया आक्रम । बेत केले ।। 3011 ।। त्याने धाडला बहादूरखान । महाबतखान, दाऊदखान । गड घ्यावया शिवाजीपासून । दक्षिणेचे[204] ।। 3012 ।। सुंदर किल्ला साल्हेर । अति उंच गिरी वर । नाशिक निकट फार । वसलेला ।। 3013 ।। आली महाबतखानची धाड । घेरला त्याने अहिवंतगड । एक महीना केली धडपड । मुगलांनी ।। 3014 ।। महाबतच्या इतर चार । स्वच्या शिवाजींच्या राज्यावर । महाराष्ट्रात गाजल्या फार । मागोमाग ।। 3015 ।। महाराष्ट्रात अचलगड । मारकिंडा, रावळगड । महाबतला न धड । यश आले ।। 3016 ।। चवथा मुगल दिलेरखान । दिलेरने केल्या मोहीमा दोन । कान्हेरगड, पुणे पेठ छान । लूटावया ।। 3017 ।। पाचवा इखलिसखान । नांव मुगलांत महान । सरदार महा तूफान । मुगलांचा ।। 3018 ।। त्याला मिळाला दिलेरखान । घोओनी फौज महाविस्तिर्ण । कराया लढाई घमसान । शिवाजीशीं ।। 3019 ।। सैनिक अध्र्या लाखावर । घेरला त्यांनी गड साल्हेर । उभे केले नायक चौफेर । मुगलांनी ।। 3020 ।।

(इकडे)

ॐ**ओवी॰** मराठा पेशवे मोरोपंत । प्रतापराव सरनौबत । आले रक्षणाला तुरंत । साल्हेरला ।। 3021 ।। मराठे नामांकित शूर । सैन्य अफाट मशहूर । धावले पळविले घोडे चौखूर । गडाकडे ।। 3022 ।।

---

[204] Janyary 05, 1671.

YEAR : 1672 AD

77. वीर शिवाजी–42 :

77. साल्हेर विजय, 1672 AD

वीर शिवाजी बेचाळीस वर्षांचे

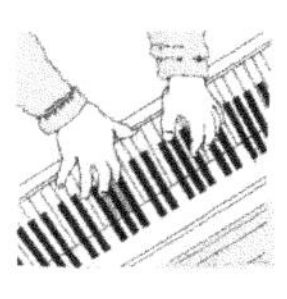  **संगीत श्री शिवाजी चरित्र राग–छंद माला, पुष्प 215**

राग यमन, कहरवा ताल

शिवाजी वंदना

स्थायी

सुंदर मंगल स्मरण शिवाचे, आरती कीर्तन भजन तयाचे ।

♫ पमंगरे ग–गग पमंग रेग–ग–, निरेगगग मंमंमंमं धनिध पमं–ग– ।

अंतरा–1

स्वातंत्र्याचा तो सेनानी, स्वातंत्र्याचा तो सेनानी,

शूर मराठे सैनिक त्याचे ।।

♫ पगप–सां–सां– सां– निधसांनिनि–, पगप–सांनिरेंसां सां– निधसांनिनि– ।

निगंरे सांसांनिधप मंधनिध प–मंग ।।

अंतरा–2

सदाचारमय वर्तन त्याचे, आनंदें करूं वर्णन त्याचे ।।

अंतरा–3

परम शिवाजीची ती लीला, अकथ महा उपकार जयाचे ।।

अंतरा–4

अद्भुत राजा वीर शिवाजी, प्राप्त जयाला कृपा शिवाची ।।

77. साल्हेर विजय, 1672 AD

बंधु अमुचा, सखा शिवाजी, जिजाऊ माता, पिता शहाजी ।।

(साल्हेरची लढाई सुरूच)

ॐॐओवी० सन सोळाशे–बहात्तर । उन्नतीला आला बहर । किल्ले आले शंभरावर । स्वराज्यात ।। 3023 ।। शिवाजी वय बेचाळीस । शत्रु आले मोडकळीस । मुगल नीच पातळीस । पोहचले ।। 3024 ।। मुगलांनी महीना भर । वेढला होता गड साल्हेर । वर्ष सोळाशे–एकाहत्तर । लोटले ते ।। 3025 ।। शत्रूवर ठेओनी डोळा । मोरोपंतांनी केल्या गोळा । मावळ्यांच्या तुकड्या सोळा । हल्ल्यासाठी ।। 3026 ।। प्रतापराव गुजर । शिवाजींचे नौबत–सर । मोरोपंतांच्या बरोबर । कूच झाले ।। 3027 ।। मराठ्यांचे अकस्मात । उठले होते झंझावात । आले नाही अवाक्यात । मुगलांच्या ।। 3028 ।। पेशवे–गुजर मिळून । दुतर्फा पडले तुडून । मुगलांच्या वेढ्यात घुसून । एकाएकी ।। 3029 ।। गुजरांचे घोडदळ । पेशव्यांचे पायदळ । मुगलांची तारांबळ । उडविली ।। 3030 ।। हर हर महादेव! । मुगलांना आला चेव । झाली सुरू देवघेव । तडाख्यांची ।। 3031 ।। युद्ध झाले घनघोर । मराठे चोरांवर मोर । भिओनी पळाले चोर । वाचले जे ।। 3032 ।।

(साल्हेर विजय)

ॐॐओवी० मराठ्यांची फत्ते झाली । हाती खूप लूट आली । जंगी संपत्ति मिळाली । उंट घोडे[205] ।। 3033 ।। शस्त्र, दारूगोळा, तोफखाना । जडजवाहीर खजाना । वस्त्र धान्य वैरण दाणा । अगणित ।। 3034 ।। मग एका मागोमाग । प्रचंड विजय भोग । मिळाले नाना सुयोग । मराठ्यांना ।। 3035 ।। कीर्ति मराठ्यांची भारतात । पसरली सकल जगात । दरारा मुगलांच्या मनांत । घर केले ।। 3036 ।। प्रतिष्ठा वाढली अपार । शिवाजीची सीमे पार । औरंगजेबला विचार । रात्रंदिन ।। 3037 ।। स्वातंत्र्य उत्कर्षावर । शत्रूंचे चाले ना फार । किल्ल्यावर किल्ले सर । होत होते ।। 3038 ।। कराया स्वराज्य विस्तार । स्वांच्यांना आली बहार । हाती आले धन

---

[205] Feb. 1672.

77. साल्हेर विजय, 1672 AD

चिकार । मराठ्यांच्या ।। 3039 ।। यथा रीति नियमां प्रमाणे । लहान-माठे राजघराणें । पाठवूं लागले नजराणे । शिवाजींना ।। 3040 ।। चौथ कर शेतकरी । देऊं लागले, व्यापारी । गुंडगिरी, दंगेखोरी । नरमली ।। 3041 ।। वाढूं लागली दौलत कुंजी । किल्ल्यांची कराया डागडुजी । सक्षम झाले राजे शिवाजी । सत्ताधीश ।। 3042 ।।

कुतुबशहाचा मृत्यु

ॐ ओवी॰ इतक्यात समाचार पावला । अब्दुल्ला कुतुबशहा वारला । मुगलांचा आनंद न मावला । गगनात ।। 3043 ।। आनंदाला आला ऊत । अंगात शिरले भूत । कराया नेस्तनाबूत । कुत्बशाही ।। 3044 ।। मुगलांचा आला लोंढा । जसा माजलेला गेंडा । घेरला गोवळकोंडा । कुतुबांचा ।। 3045 ।। हादरली कुतुबशाही । मार्ग अन्य उरला नाही । किल्यात अडकोनी राही । किती काळ ।। 3046 ।। कुतुबशहा सप्तम[206] । करूं न शके हजम । डोळ्या समोर अंजाम । भयानक ।। 3047 ।। जवळ दिसले मरण । आला मुगलांना शरण । संयम करोनी धारण । तह केला ।। 3048 ।। गोवळकोंड्याचा किल्ला । मुगल सत्तेत गेला । लावोनी मुगल-बिल्ला । छातीवर ।। 3048 ।। अपमान न झाला सहन । स्वाभिमानाचे झाले दहन । हृदयावर घाव गहन । झाला होता ।। 3050 ।। खेदाचे जाहले न निवारण । हृदय विकाराला झाला कारण । थोड्या दिवसांत आले मरण । अब्दुल्लाला ।। 3051 ।। मुलगा अबुल हसन । झाला आठवा सुलतान । कुतुबशाहीचा नवीन । शेवटचा ।। 3052 ।। कट्टर शिया पंथी असून । मनात इच्छा नसून । मुलगी केली सुन्नीची सून । मुगलांची ।। 3053 ।।

(मराठ्यांच्या मोहीमा)

---

[206] **अब्दुल्ला कुतुबशहा :** Qutab Shah (1614-1672), the last and 7th ruler of Golkunda (r. 1626-1672) died on April 21, 1672. He was succeeded by his son-in-law Abul Hasan Tana Shah (1639-1686), the last ruler (r. 1672-1686) as Mughal vassal. Tana Sha's daughter was given to Sultam Mirza (1639-1676), the eldest son of Aurangzeb.

रत्नाकर रचित ओवीबद्ध श्री शवाजी चरित्र

77. साल्हेर विजय, 1672 AD

ॐओवी॰ कोळी, सिद्दी, आदिल, मुगल । चार शत्रू केले असफल । मराठ्यांचे वृद्धिंगत बल ।
अविराम ।। 3054 ।।

(जव्हार–रामनगरचे कोळी)

ॐओवी॰ कोळी अधिप सोमशहा । आणि राजा विक्रमशहा । कैवारी मुगलांचे महा । च्युत
झाले[207] ।। 3055 ।। एक दमनला पळाला । दूजा मुगलांना मिळाला । स्वाऱ्या दोन्हीं आल्या
फळाला । मराठ्यांच्या ।। 3056 ।।

(आदिलशाही)

ॐओवी॰ आदिलशाही अमलदार । जपूं न शकला कारवार । केले त्याला सहज ठार ।
मराठ्यांनी[208] ।। 3057 ।।

(मुगल)

ॐओवी॰ हरिश्चंद्र, मुल्हेर । नाशिक, त्र्यंबकेश्वर । तेलंगणही केले सर । मराठ्यांनी[209] ।। 3058
।। चिडले मग मुगल फार । दिलेरखान त्यांचा सरदार । घुसले पुण्यात घोडेस्वार । मुगलांचे ।।
3059 ।। पुण्यात भारी लूटमार । कत्तल जबरदस्त फार । दिलेरखानाने केली अपार । मुगलाने
।। 3060 ।।

वाणी–दिंडोरीचा सिद्दी हिलाल । मुगलांचा झाला होता दलाल । मराठ्यांनी त्याला केले कंगाल ।
पराभूत[210] ।। 3361 ।। सोडले सिद्दीने मुगलांना । मिळाला पुन्हा तो मराठ्यांना । पूर्वी करायचा
उपासना । शिवाजींची ।। 3062 ।।

(सिद्दी)

(आदिलशहाचा मृत्यु)

---

[207] June 1672.

[208] June 1672.

[209] July 1672.

[210] July 1672.

श्रीओवी० आदिलशहा होता त्रासला । मराठ्यांनी रंजविले त्याला । शेवटी थकोनी तो वारला । सोळाव्या वर्षी[211] ॥ 3063 ॥ मुलगा त्याचा सिकंदर । बसला मग गादीवर । चार वर्षांचा मातबर । बालक तो ॥ 3064 ॥ सिद्दी खवासखान अधीर । झाला विजापुरचा वजीर । शिवाजीचा तो शत्रु जाहीर । सर्वश्रुत ॥ 3065 ॥

YEAR : 1673 AD

78. वीर शिवाजी–43 :

78. पन्हाळगड विजय, 1673 AD

वीर शिवाजी त्रेचाळीस वर्षांचे

संगीत श्री शिवाजी चरित्र राग–छंद माला, पुष्प 216

भजन : राग रत्नाकर, कहरवा ताल 8 मात्रा

स्थायी

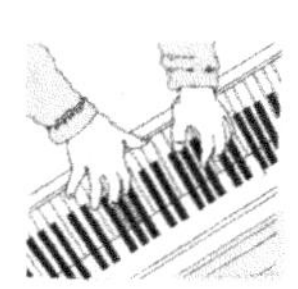

शिव जी तुम किसमें रहते तुम, बताओ श्रवण प्यासे हम ।

प्रभोः भोः! कुत्र तिष्ठसि त्वं, वदतु मां, ज्ञातुमिच्छामि ॥

♪ मग म रेरे! धपम गगम– प–, सांनिधप– मगरे ग–म– रे– ।

सानिसा रे–! प–म ग–रेग म–, पमग रे–, प–मग–रे– सा– ॥

अंतरा–1

---

[211] Adil Shah II (1638-1672, r. 1656-1672) died on Nov. 24, 1672 at Bijapur. He was succeeded by his son Sikandar (1668-1686), the last ruler (r. 1672-1686).

78. पन्हाळगड विजय, 1673 AD

जहाँ पर नाद ब्रह्म का, जहाँ पर राग सरगम का ।

वहाँ पर स्थान है मेरा, अरे! मैं, "तत्र तिष्ठामि" ।।

♪धप– मग– रे–ग म–ग– प–, मग– रेरे– ग–म पपमग रे– ।

सानि सासा– म–ग रे– ग–म–, निध–! प–, ग–ग म–रे–सा– ।।

अंतरा–2

जहाँ पर है दिलों में गम, जहाँ पर बेदिली है कम ।

वहाँ पर वास है मेरा, सुनो! मैं, "तत्र विष्ठामि" ।।

अंतरा–3

कहीं ना देश है ऐसा, कोई ना वेश है ऐसा ।

जहाँ ना अंश है मेरा, अरे! सर्वेषु निवसामि ।।

अंतरा–4

कहीं ना धाम है ऐसा, कोई ना नाम है ऐसा ।

जहाँ ना वास है मेरा, सदा सर्वत्र गच्छामि ।।

अंतरा–5

जहाँ पर पाप का नहीं दम, जहाँ पर पुण्य है हरदम ।

वहाँ आधार है मेरा, सखे! मैं, "भद्ररक्षामि" ।।

(पन्हाळगड विजय)

श्रीओवी॰ सोळाशे–त्र्याहात्तर सन । शिवाजी त्रेचाळीस वयोमान । वृद्धिंगत स्वराज्याची कमान ।। होत होती ।। 3066 ।। खवासखान वागे ना धड । त्याला शिवाजींची होती चीड । त्याच्या सत्तेत पन्हाळगड । किल्ला होता ।। 3067 ।। शिवाजीला हवा होता तो गड । जरी काम ते होते अवगड । मराठ्यांना सर्वच अजड । करावया ।। 3068 ।। पन्हाळगड उत्तुंग फार । स्थित विशाल शिखरावर । अवाढव्य किल्याचा विस्तार । बळकट ।। 3069 ।। प्रचंड फौज किल्यावर । तोफा–दारूगोळा अपार । फार सावध किल्लेदार । गस्त कडक ।। 3070 ।। शिवाजींनी गडी निवडले । जे त्यांच्या मनाला आवडले । कुणां न कधी जे अडले । बेधडक ।। 3071 ।।

78. पन्हाळगड विजय, 1673 AD

(एकदा)

ॐ ओवी॰ शिवाजींनी एका दुपारी । दिली पन्हाळ्याची सुपारी । सहित तलवार दुधारी । अनाजींना ।। 3072 ।। सुरनीस पंत अनाजी । सोबत मोत्याजी, गणाजी । सेनानी फर्जंद कोंडाजी । निवडक ।। 3073 ।। आधी गेले तरबेज हेर । पहाणीला तपशीलवार । कुठे सुरक्षेत आहे कसर । पन्हाळ्याच्या ।। 3074 ।। मध्यंतरी न बसले उगीच । तयारी केली महीने अडीच । जेव्हा झाली सिद्धता सगळीच । निघाले ते ।। 3075 ।।

(मोहीम)

ॐ ओवी॰ विपिन वाट दरडीतून । जिथे कडा पडला तुटून । भेग आहे गडाला तिथून । गस्त नाही ।। 3076 ।। गुप्ततेची करून खात्री । दोन पात्यांची करून कात्री । चढल्या गड मध्यरात्री । दोन टोळ्या ।। 3077 ।। साठ जमा झाले बोळीत । तीस-तीस एका टोळीत । वर जाण्या ओळी-ओळींत । गडावर ।। 3078 ।। गडाची भेग निरुंद ताठ । दोन्हीं बाजूंनी सरळ काठ । उंची भेगेची गज साठ । अदमासे ।। 3079 ।। हातापायांचे टेकण करून । काहीं चढले भींतींना धरून । दोर सोडला मग वरून । चढावया ।। 3080 ।।

(तिकडे)

ॐ ओवी॰ द्वारपाळ ज्यावेळी थकले । द्वार बंद करून टाकले । सर्व निद्रस्थ झाले आंतले । गडावर ।। 3081 ।। गडावर आलेले मावळे । कैंची व्यूह रचून आपले । कच कच मुगल कापले । पेंगलेले ।। 3082 ।। जागा होऊन किल्लेदार । आला घेऊन तलवार । त्याचा केला प्रतिकार । कोंडाजीने ।। 3083 ।। द्वंद्व झाले घनघोर । दोन्हीं वीरांमध्ये जोर । कोण कुणापेक्षा थोर । लढाईत ।। 3084 ।। झाले वारांवर वार । कोंडाजीचा अंत्य प्रहार । किल्लेदार झाला ठार । शिरच्छेद ।। 3085 ।। कोंडाजीची तलवार । केला मानेवर वार । मुंडके उडाले पार । हवेमध्ये ।। 3086 ।।

(फत्ते)

ॐ ओवी॰ किल्लेदार पडला वीर । मुगलांचा खचला धीर । अनेक पळाले अधीर । प्राणप्रेमी ।। 3087 ।। मराठ्यांचे वीर साठ । आदिलाचे शेकडा-आठ । दाखवते झाले पाठ । भीतीग्रस्त ।।

रत्नाकर रचित ओवीबद्ध श्री शवाजी चरित्र

78. पन्हाळगड विजय, 1673 AD

3088 ॥ पळाले ते वाचले । लढले ते कापले । वीर गेले आपले । एक-दोन ॥ 3089 ॥ मराठे आदिलांना जड । जिंकले वीर वरचढ । फत्ते केला पन्हाळगड । मावळ्यांनी[212] ॥ 3090 ॥ आदिल गिळले एका घासात । युद्ध संपविले तीन तासांत । तेव्हांच आला श्वास श्वासात । मराठ्यांचा ॥ 3091 ॥

(आनंद)

ॐओवी॰ रायगडावर आनंद । तुताऱ्या पोवाडे बेधुंद । तोफा-बारूद बार रुंद । गगनात ॥ 3092 ॥ नगारे नौबती वाजल्या । बाया नाचाया न लाजल्या । नारे-ललकाऱ्या गाजल्या । स्वराज्यात ॥ 3093 ॥

इतर स्वाऱ्या April-Dec. 1673

(April 1673)

ॐओवी॰ साताऱ्याचा सर्जेखान । आदिलशाही पठाण । भ्रष्ट हिंसक महान । अपकारी ॥ 3094 ॥ नाना परामर्श घेत । मराठ्यांचे झाले बेत । सरजाखानचे प्रेत । हवे त्यांना ॥ 3095 ॥ मराठ्यांनी केले सर । नंदागिरी, कोल्हापूर । परळी, पावनगड । लगातार ॥ 3096 ॥ तिकडे आदिलाने फटोफट । दरबारात रचला कट । बहलोलखानाला निकट । बोलावून ॥ 3097 ॥ बहलोलखान पठाण । करतो सदा अकल्याण । खून खराबा मारहाण । अत्याचार ॥ 3098 ॥ धिप्पाड, क्रूर, शूर, तूफान । जणु दूजा अफजलखान । आदिलशहा करी सन्मान । पठाणाचा ॥ 3099 ॥ मीरजचा तो सुभेदार । मोहीमेस झाला तयार । शिवाजीला कराया ठार । पकडून ॥ 3100 ॥ प्रसन्न अतीव बिजापूर । मोहीम देऊन शिरावर । बहलोलला बारा हजार । फौज दिली ॥ 31401 ॥ शिवाजींना मिळाली खबर । मोहीम येत आहे जबर । बारूद, शस्त्र, धन गबर । विजापुरी ॥ 3102 ॥

(इकडे, शिवाजी)

---

[212] March 06. 1673.

78. पन्हाळगड विजय, 1673 AD

ॐ ओवी० वीर प्रतापराव गुजर । सेना घेऊन झाले हजर । जय! जय! करीत गजर । निघाले ते ।। 3103 ।। खानाला नाही कळले । नशीब आहे त्याचे वळले । सैन्य त्याचे जाणार दळले । जात्यामध्ये ।। 3104 ।। घेरला गेला अचानक । दोन बाजूंनी भयानक । नौबती, दुंदुभी, आनक । दणाणल्या ।। 3105 ।। मराठ्यांच्या तुकड्या जशा । टोळधाड, गांधिल माशा । उडविल्या झाल्या फडशा । आदिलांचा ।। 3106 ।। छावणीत उडाली धांदल । बहिलोलखानाची तारांबळ । आदिलांची झाली धवपळ । हाहाकार ।। 3107 ।। लढाई चालली काहीं तास । एक प्रहर जवळपास । आदिलांचा झाला सर्वनाश । हारले ते ।। 3108 ।। आदिलांचा झाला चोळामोळा । पळाले सोडून दारूगोळा । मराठ्यांनी माल केला गोळा । फुकटचा ।। 3109 ।।

(July 1673)

ॐ ओवी० सातारा आदिलांचा सुभा । सरजाखान तिथे उभा । अत्याचाराची त्याला मुभा । प्राप्त होती ।। 3110 ।। सातारा मराठ्यांचा देश । तसेच बाजूचे प्रदेश । केले आहेत परदेश । आदिलांनी ।। 3111 ।। मराठ्यांचा होता बेत । अंबेची शपथ घेत । सरजाखानाचे प्रेत । पाडूं आम्हीं ।। 3112 ।। शिवाजींनी केले काबीज[213] । मराठवाड्याचे काळीज । सातारा घेओनी, समाज । मुक्त केला ।। 3113 ।।

(Oct. 1673)

ॐ ओवी० शिवाजींनी घेतला सातारा । आजूबाजूंचा मुलूख सारा । वाढला मराठ्यांचा दरारा । चहूंकडे ।। 3114 ।। उमरावी, वाई-लक्ष्मेश्वर । चंदनवंदन, कारवार । अथनी, कन्हाड केले सर । मराठ्यांनी ।। 3115 ।। मग लूटले बंकापूर । आणि गाठले चांदगड । सरजाखान केला ठार । मराठ्यांनी ।। 3116 ।।

---

[213] July 27, 1673.

YEAR : 1674 AD

79. वीर शिवाजी–44 :

79. छत्रपति शिवाजींचा राज्याभिषेक : 1674 AD

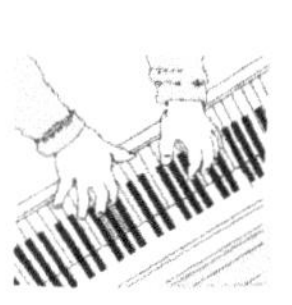

संगीत श्री शिवाजी चरित्र राग–छंद माला, पुष्प 217

शिवाजी राजा

स्थायी

झनक झनक झन् मंगल वाजे, वीणेची झनकार ।

छम् छम् घुंगरूंचा रव ताल, ग! वाजे ... ।।

अंतरा–1

आज शिवाजी राजा झाला, उत्सव हा रंगदार, ग बाई! ।

फूल मोगरा चाफा उधळूं, घालूं गुलाब हार ग! ।

गाऊं त्याचा जय जयकार, ग! ।। वाजे ...

अंतरा–2

गीत लावण्या अन् पोवाडे, वाजत डफ दमदार, ग बाई! ।

ललना गाती सुंदर गीतें, ताल जयां रसदार, ग! ।

कवि शाहिर गातीं दणकट, छत्रपति जयकार, ग! ।।

अंतरा–3

राजा सजला श्री शिवराया, इन्द्र जसा सुकुमार, ग बाई! ।

देश देशचे नृपवर आले, इंग्रज ही सरकार, ग! ।

बाधा मुळीं न घालूं शकले, सुलतानी सरदार, ग! ।।

अंतरा–4

विजय पताका किल्ले सजले, सजले पहरेदार, ग बाई! ।

79. छत्रपति शिवाजींचा राज्याभिषेक : 1674 AD

आशिष देतीं गुरुजन सगळे, काशी-पंडित चार, ग! ।
कधी न झाला असा सोहळा, महाराष्ट्र खुश फार, ग! ।।

वीर शिवाजी चौरेचाळीस वर्षांचे

(शिव छत्रपति)

ॐ ओवी॰ सन सोळाशे-चौऱ्याहत्तर उगवले । सौभाग्य स्वराज्याचे उजळले । वर्ष चौव्वेचाळीसवे उतरले । शिवाजीला ।। 3117 ।। मराठे उन्नतीच्या वाटेवर । आदिल मरणाच्या खाटेवर । मुगल सदा वहिवाटेवर । दगाबाजीच्या ।। 3118 ।।

(तिकडे)

ॐ ओवी॰ शिवाजींच्या नजरेच्या आड । येत होती विजापुरी धाड । सरदार त्यांचा उनाड । बहलोल ।। 3119 ।। महाराजांना कळले विधान । आदिलशाही बहलोलखान । घेओनी पठाणी सैन्य तूफान । येत आहे ।। 3120 ।। हाच तो बहलोल खान । गत वर्षी[214] चेंदून छान । दिले ज्याला जीवन दान । मराठ्यांनी ।। 3121 ।। शिवाजीने निवडला वीर । प्रतापराव गुजर धीर । ज्याला स्वराज्याची फिकीर । जीवापाड ।। 3122 ।। गुजर निघाला घेओनी गडी । बरोबर सेना फारच थोडी । तुरळक मावळ्यांची तुकडी । महावीर ।। 3123 ।। नेसरीच्या डोंगरात । केली वीरांनी भिडंत । लढले मरेपर्यंत । रणावर ।। 3124 ।। मग आला आनंदराव । कराया खानावर घाव । दे माय धरणी ठाय । आदिलांना ।। 3125 ।। वाटेत त्याने लूटले पेंच । खानाचे खास गाव तेंच । मराठ्यांचा हा डावपेच । कामी आला ।। 3126 ।। येथोनी तो आनंदराव । लूटता झाला सांपगाव । बंकापूर पुढला घाव । होता त्याचा ।। 3127 ।। मराठे आले, खानाला कळाले । ऐकानी त्याचे धैर्य गळाले । आदिल रण सोडोनी पळाले । विजापुरला ।। 3128 ।। रावाला मिळाली लूट भारी । आणली रायगडाच्या द्वारी । बैलांवर लादोनी ती सारी । तीन हजार ।। 3129 ।।

---

[214] April 1673, Battle of Umrani.

79. छत्रपति शिवाजींचा राज्याभिषेक : 1674 AD

(मुगल)

ॐॐओवी॰ कोंकणघाटचा दिलेरखान । दमगावचा कुतुबखान । पेडगावचा बहादुरखान । मुगल हे ।।
3130 ।। मुगल सेनानी समस्त । सुलतानाचे लांब हस्त । मराठ्यांनी केले परास्त । जागोजागी
।। 3131 ।। सुलतानांचा सिलसिला । उत्तरेकडून इथे आला । तीन शतकें स्थायी झाला ।
दक्षिणेत ।। 3132 ।। रक्तशोषित इतिहास तो । आम्हां भयानक भासतो । बघोनी सुलतान हासतो
। विना लाज ।। 3133 ।। आला होता सुलतान । खिलजी अलाउद्दीन । आपला धर्म घेऊन ।
दक्षिणेत ।। 3134 ।। यादवांना केले नष्ट[215] । देवगिरी केली भ्रष्ट । गुलामीत महाराष्ट्र ।
राबविला ।। 3135 ।। मग तालीकोटची लढाई । पाच[216] सुलतानांची चढाई । विजयनगरची
सफाई[217] । केली त्यांनी ।। 3136 ।। कत्तल केली भीषण । नायकांचे लूटले धन । विजापुर
झाले संपन्न । आदिलांचे ।। 3137 ।। होऊनी सुलतानी गुलाम । हिंदूंनी विकला स्वाभिमान ।
गुलामीत वाटे अभिमान । मराठ्यांना ।। 3138 ।। मराठे सुप्त झाले गाफील । गणले गेले हीण
काफीर । फक्त सेवकांत सामील । होण्याजोगे ।। 3139 ।। त्यांच्या जीवाला शून्य दाम । करतां
सुलतानचे काम । स्वेच्छेने बनलेले गुलाम । पथभ्रष्ट ।। 3140 ।।

ॐॐओवी॰ लोटली शतकें पावणेचार । हिंदू विसावले, मानोनी हार । खुशीने पत्करला अत्याचार ।
दास झाले ।। 3141 ।। बाटली भाषा, धर्म, समाज । आया–बहिणीं–मुलींची लाज । परिवर्तनदिन
आला आज । मराठ्यांचा ।। 3142 ।। स्थिति ही पालटण्याची । स्वराज्य पुन्हा थाटण्याची ।
वैभवशाली वाटण्याची । घडी आली ।। 3143 ।। एक आई धैर्यशाली । निद्रेतून जागी झाली ।
तिला सद् बुद्धि आली । स्वातंत्र्याची ।। 3144 ।। तिने जागृत केला पुत्र । देओनी स्वराज्याचे
सूत्र । ज्याला गुलामी वाटली क्षुद्र । विदेशींची ।। 3145 ।। सुलतानांशीं करोनी द्रोह ।

---

[215] March 1307.

[216] **पाच सुलतान :** **1.** Husain Nizam Shah of Ahmadnagar (r. 1554-1565), **2.** Ibrahim Qutub Shah
of Golkunga (r. 1550-1581), **3.** Burhan Imad Shah of Achalpur (r. 1560-1568); **4.** Ali Barid
Shah of Bidar (r. 1538-1582) and **5.** Ali Adil Shah of Bijapur (r. 1557-1580).

[217] January 23, 1565.

79. छत्रपति शिवाजींचा राज्याभिषेक : 1674 AD

स्वराज्याचा ठेऊनी मोह । आसा वीर पुरुष लोह । जन्मला हा ।। 3146 ।। ज्याने करूनी प्रयत्न । परास्त केले सपत्न । जन कराया संपन्न । स्वाभिमानी ।। 3147 ।। जाणोनी त्यांची अवदशा । लोकांना दाखविली दिशा । त्याने पालटविली दशा । स्वराज्याची ।। 3148 ।। सुलतानांस ज्याने हरविले । आपले वर्चस्व दर्शविले । स्वराज्य ज्याने ध्येय ठरविले । शिवाजी तो ।। 3149 ।। औरंगजेबास चकविले । आदिलांस ज्याने थकविले । इंग्रजांस पाणी दाखविले । शिवाजी तो ।। 3150 ।। श्रद्धा-वैखरी-संस्कृति त्रय । धर्मास ज्याने दिला आश्रय । पीडितांस सदय हृदय । शिवाजी तो ।। 3151 ।।

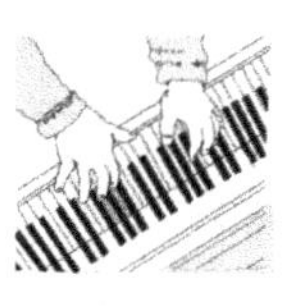 

संगीत श्री शिवाजी चरित्र राग-छंद माला, पुष्प 218

राग : यमन कल्याण

(शिवाजीची सुटका)

स्थायी

चंचल रे! हा शिवाजी, पकडूं शका ना ह्याला ।

धुंडोनी मुगल हे थकले, चार ही दिशांनी ह्याला ।।

♪ ग-रेरे सा-! नि- रेग-ग-, गमॅप- पमॅं- ग- रे-सा- ।

नि-रे-ग- मॅंमॅंमॅं प- धपमॅं-, प-मॅं ग- रेग-मॅं- गरेसा- ।।

अंतरा-1

ह्याचा सखा तान्हाजी, ह्याचा गडी तो बाजी ।

ह्याचे मराठे संगी, देती कटीची लुंगी ।

सर्वस्व अर्पण त्यांचे, मिटवाया संकटाला ।।

♪ गमॅप- निध- प-मॅं-प, गमॅप- मॅंध- प- मॅं-ग- ।

निरेग- मॅं-प-ध- प-मॅं, धप- निध-प- मॅं-प- ।

सा-रे-रे- ग-मॅंप- मॅं-ग-, पपमॅं-ग- मॅंगरे-सा- ।।

अंतरा-2

ह्याची जिजाऊ आई, जी थोर मनाची बाई ।

रत्नाकर रचित ओवीबद्ध श्री शिवाजी चरित्र

79. छत्रपति शिवाजींचा राज्याभिषेक : 1674 AD

जाणुनी वेळ काळाची, उमजुनी उचित ती घाई ।
नीतीचे गूढ जे नाना, दिधले तिने बाळाला ।
अंतरा-3
शिवबाची ठाम ती श्रद्धा, प्रतिकूल काळीं सुद्धा ।
घोडे तूफानी त्याचे, किल्ले पहाडी त्याचे ।
त्याचा गनीमी कावा, तुळणा असे ना ज्याला ।।

(तरी)

ॐ ओवी॰ परंतु काहीं विमूढ षंढ । करते झाले विरुद्ध बंड । गुलामीत ज्यांचे रक्त थंड । झाले होते ।। 3152 ।। अशांचा विश्वास बसेना । गुलामीत पाप दिसेना । अपमानाचे साप डसेना । ह्या मूर्खांना ।। 3153 ।। गुलामगिरीच त्यांचा ठेवा । मराठींना मराठ्यांचा हेवा । करीती सुलतानांची सेवा । आनंदाने ।। 3155 ।। चालले आहे सुखामध्ये । कोण पडेल दु:खामध्ये । हीच वल्गना मुखामध्ये । होती त्यांच्या ।। 3156 ।। परदेशी राजा नसतो का? । हिंदू बादशहा असतो का? । हिंदू तख्तावर बसतो का? । कधी तरी ।। 3157 ।। शिवाजी कालचा छोकरा । पाठीराखे जमवुनी जरा । राजा होऊं बघतो, खरा । वाटे त्यांना ।। 3158 ।। इंग्रज असो, मुगल असो । निजाम असो, आदिल असो । अधम असो, फाजील असो । त्यात काय! ।। 3159 ।। असावे त्यांचेशीं निष्ठ । जाणोनी त्यांना वरिष्ठ । राहावे आपण कनिष्ठ । त्यात लाभ ।। 3160 ।। करावी त्यांचीच चाकरी । खावी देतील ती भाकरी । हीच अक्कल-हुशारी खरी । त्यांना वाटे ।। 3161 ।। नको द्रोह सुलतानांशीं । महाबली ते अविनाशी । राजद्रोह्यास ते विनाशी । विना दया ।। 3162 ।। गैरां समोर झुकणे शिरस् । स्वकीयांप्रति सदा हिरस । घरच्या स्वजनांची किळस । रक्तातच ।। 3163 ।। सुलतानांशीं राहूनी कृतज्ञ । शिवाजीला समजती कृतघ्न । आणती स्वराज्यात नाना विघ्न । आपलेच ।। 3164 ।। माय बहीण लाजा विकते । देशाची अब्रू निघते । आमची पोळी पिकते । आम्हां काय ।। 3165 ।। मोरे, घाटगे, गाढे । सावंत, घोरपडे । ऐसे शत्रु नव्हते थोडे । मराठेच ।। 3166 ।। इतरांशीं हेळीमेळी । आपल्यांशीं गुपचिळी ।

रत्नाकर रचित ओवीबद्ध श्री शवाजी चरित्र

79. छत्रपति शिवाजींचा राज्याभिषेक : 1674 AD

देतीं दगा वेळी-अवेळी । आपल्यांना ।। 3167 ।। मराठींना मराठ्यांचा हेवा । हेच रक्त, हाच
ठेवा । त्यांना सद्बुद्धि देगा देवा! । कधी तरी ।। 3168 ।।

(शिवाजी)

ॐओवी॰ जोखीम चित्तथरारक । पराक्रम नेत्रदीपक । साहस रोमहर्षक । शिवाजींचे ।। 3169 ।।
स्वराज्य वाढले विशाल । किल्ले, सैन्य, धन धमाल । वीर्य, धैर्य, शौर्य कमाल । शिवाजींचे ।।
3170 ।। आता हवे अधिकृत्य । छत्राचेच अधिपत्य । अभिषेकाचे सत्कृत्य । आवश्यक ।। 3171
।। आईने दिला उपदेश । अधिकृत होईल देश । जेव्हां व्हाल तुम्हीं नरेश । शिवराया! ।। 3172
।। लोकांना हवा साक्षात्कार । दैदीप्यमान सुसत्कार । नेत्रदीपक जयकार । स्वराज्याचा ।। 55 ।।
मंत्री मंडळाचा होकार । सर्वा छत्रपतीचा स्वीकार । कोण करील प्रतिकार । बघूं आम्हीं ।।
3173 ।। समारंभ होईल दिव्य । राज्याभिषेक महाभव्य । जेणेकरून भवितव्य । उजळावे ।।
3174 ।। महापंडितांचे आशीर्वाद । सकारात्मक प्रतिसाद । शिवछत्रपति निर्विवाद । मान्य झाले
।। 3175 ।। गीते लिहूं लागले कवीश्वर । रचूं लागले पोवडे शाहीर । शिवचरित्र इतिहासकार ।
विश्ववंद्य ।। 3176 ।।

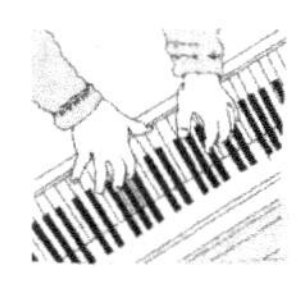  ## संगीत श्री शिवाजी चरित्र राग-छंद माला, पुष्प 219

(शिवाजी छत्रपति)

स्थायी

क्षण हा आनंदाचा, शिवबा आज छत्रपति ।

पहिला भूप मराठा, रे दादा! आज हर्ष अति ।।

♪ पप प- पनिधपम-म-, ममम पमग म-पपनिध- – ।

सांसांसां- सां-सां निधध- ध धधध धध मधनि रेंसांध ।।

अंतरा-1

आज घरो-घरी गुढी उभारा, आज घरो-घरी गुढी उभारा,

"जय जय शिवबा!" करा पुकारा, ग गडे! आज हर्ष अति ।।

79. छत्रपति शिवाजींचा राज्याभिषेक : 1674 AD

♪ मम धनिसांसांसां– धनिरें सांध–पम, मम धनिसांरेंगंरें सांधनि रेंसांध्रपम ।
रेप पप पनिध पम–म । म मप! मग म–प पनिध– – ।।

अंतरा–2

विजयश्रीचे गा पोवाडे, विजयश्रीचे गा पोवाडे ।

उडवा दरूकाम फटाके, रे भाऊ! आज हर्ष अति ।।

अंतरा–3

ध्वजा–पताका तोरण लावा, ध्वजा–पताका तोरण लावा ।

वाटा पेढे लाडू मेवा, ग सखी! आज हर्ष अति ।।

(तयारी)

श्रीओवी॰ राजधानी कराया निश्चित । रायगड केला निर्धारित । उत्तुंग मजबूत खचित । यथोचित ।। 3177 ।। आरंभ झाली तयारी । राज्याभिषकाची सारी । रायगडावर भारी । झपाट्याने ।। 3178 ।। गडावर कारखाने अठरा । निर्माण केले महाल बारा । सजविला दिवणखाना न्यारा । सभेसाठी ।। 3179 ।। झाल्या तपशीलवार याद्या । अतिथीं साठी नरम गाद्या । लाल हिरव्या पिवळ्या ऊद्या । सतरंज्या ।। 3180 ।। कामांच्या वाटण्या खातेवार । पाहुण्यांची नांवें सविस्तार । पहारेकऱ्यांची काटेकोर । नेमणूक ।। 3181 ।। पालख्या, शामीयाने, अंबाऱ्या । चौरंग, मोर्चेले, अब्दागिऱ्या । छाऱ्या, पंचारत्या, घडे, चौऱ्या । शालू-शेले ।। 3182 ।। पुष्प, पर्ण, फळ, दूध । अक्षत, तुळशीदल, मध । सात सरितांचे जळ शुद्ध । पुण्यप्रद ।। 3183 ।। मेवा-मिठाई, दही, तेल-तूप । कापूर, चंदन, केशर, धूप । बुक्का, गुलाल, हळद-कुंकु खूप । समीधादि ।। 3184 ।। हत्ती-घोडे विविध प्रकार । पान-सुपारी गजरे-हार । सुवर्ण-रजत अलंकार । हीरे-मोती ।। 3185 ।। संत-कलावंत छान । थोर सज्जनांचा मान । गोरगरीबांना दान । रेलचेल ।। 3186 ।।

(आणि)

79. छत्रपति शिवाजींचा राज्याभिषेक : 1674 AD

ॐॐओवी॰ साफ करूनी भूमि सपाट । गोल जसे जेवणाचे ताट । उभारला मंडप अफाट । गोलाकार ।। 3187 ।। करूनी चोखट देखरेख । सजविले सर्व लाखांत एक । जैसे रंगीत चित्र सुरेख । कलाश्रेष्ठ ।। 3188 ।।

उत्सव

ॐॐओवी॰ असा न झाला उत्सव कधी । अख्ख्या महाराष्ट्रात आधी । गेल्या कित्येक वर्षांमधी । इतिहासें ।। 3189 ।। कुणबी, ब्राह्मण, तेली । महार, मांग, कोळी । सर्वांनी वंदना केली । उत्सवात ।। 3190 ।। पाहुणे आले जणु नदीचा पूर । विलायती आले साडोनी गरूर । आदिल-मुगल राहिले दूर । नाइलाजें ।। 3191 ।। पहारेकऱ्यांचा कडेकोट **बंदोबस्त** । मावळे चोख घालीत होते गस्त । विघ्नसंतोषींचा तिथे होता अस्त । दूर उभे ।। 3192 ।। आले कुटुंबीय सारे आप्त । येणाऱ्यांची पंक्ति न समाप्त । सर्वांना उचित स्थान प्राप्त । सोहळ्यात ।। 3193 ।। सोयराबाई महाराणी मान । सौभाग्यसंपन्न सजल्या छान । शंभुराजे युवराज प्रधान । राजाराम ।। 3194 ।।

(सोहळा)

ॐॐओवी॰ सोहळ्याचे प्रथम काज । शास्त्रविधीने केली मुंज । शिवबाला क्षत्रिय-द्विज । करावया ।। 3195 ।। मग वैदिक रीतीने लग्न । टाळण्या गृहस्थाश्रम विघ्न । शास्त्रविधीने झाल्या संलग्न । पत्न्या तीन ।। 3196 ।। मग सुवर्णतुला विधि । सोळा सहस्र होन निधि । शिवाजींच्या भारा येवढे । दान केले ।। 3197 ।।

(शुभ मुहूर्त)

ॐॐओवी॰ ज्येष्ठ शुद्ध त्रयोदशी । शुभ मंगल दिवशी[218] । ज्याची तुलना न कशाशीं । अभिषेक ।। 3198 ।। आनंदी आनंद उसळला । चारहीं दिशांत घुसळला । सकळ मनांत मिसळला । ओतप्रोत ।। 3199 ।। पाहुणे, सुहृद, राजदूत । सामंत, जिवलग, पंडित । अधिकारी, वीर

---

[218] शालीवाहन शके 1596, ज्येष्ठ शुद्ध तेरा ।

रत्नाकर रचित ओवीबद्ध श्री शवाजी चरित्र

नामांकित । उपस्थित ।। 3200 ।। उपस्थित होते चारशे । अनुपस्थित नव्हते फारसे । दिवंगतांना विसरावे कसे । सोहळ्यात ।। 3201 ।। त्याने हळहळले शिवाजी । इथे नव्हता तो वीर बाजी । ज्याची आठवण होती ताजी । मनावर ।। 3202 ।। आणि नव्हता मुरारबाजी । सिंहगडचा सिंह तान्हाजी । सोडोनी गेला होता नेताजी । पालकर ।। 3203 ।। नव्हते बाजी पासलकर । आणि प्रतापराव गुजर । सूर्याजी काकडे व इतर । हुतात्मे जे ।। 3204 ।।

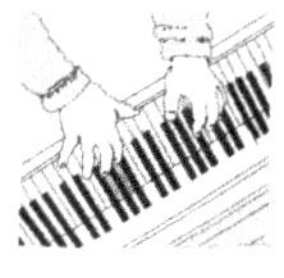 

संगीत श्री शिवाजी चरित्र राग-छंद माला, पुष्प 220

(मरुनी अमर झाले)

स्थायी

छत्रधारी श्री शिवाजी! तुझे सखे रे! तान्हा बाजी ।

मरुनी अमर जाहले, शिवबा! मरुनी अमर जाहले ।।

अंतरा–1

त्या वीरांच्या आठवणींनी, आज अश्रु आणले ।

राया! मरुनी अमर जाहले ।।

अंतरा–2

वीरश्रीच्या अनुपम गाथा, स्मरुनी मन दाटले ।

राया! मरुनी अमर जाहले ।।

अंतरा–3

अर्पण करुनी प्राण आपुले, चार चंद्र लावले ।

राया! मरुनी अमर जाहले ।।

अंतरा–4

स्वातं5याच्या इतिहासाला, स्वर्णपर्ण लागले ।

राया! मरुनी अमर जाहले ।।

(अभिषेक)

79. छत्रपति शिवाजींचा राज्याभिषेक : 1674 AD

ॐॐओवी॰ सात सरितांची उदकें । पूज्य जलाशय नीर तितुके । तीर्थक्षेत्रांची तीर्थोदकें । नामांकित ।। 3205 ।। सप्त स्वर्ण कलश नीर । सात ताम्र तांबे सुंदर । अष्ट प्रधान होते तत्पर । स्नानासाठी ।। 3206 ।। सिद्ध होते स्वर्ण सिंहासन । बत्तीस मण ज्याचे वजन । जडित त्यावर नवरत्न । अमोलिक ।। 3207 ।। पेशवे पिंगळे मोरोपंत । सचिव दत्तो अनाजीपंत । हंबीरराव सरनौबत । सेनापति ।। 3208 ।। आणि त्र्यंबक सुमंत । मंत्री त्रिंबक दत्ताजीपंत । अमात्य रामचंद्रपंत । नीळकंठ ।। 3209 ।। पंडितराव रघुनाथपंत । आणि न्यायाधीश निराजीपंत । इति अष्टप्रधान तंतोतंत । शिवाजींचे ।। 3210 ।।

(क्षीर स्नानम्)

ॐॐओवी॰ प्रथम कलश धेनु क्षीर । मग सात सरितांचे नीर । प्रक्षाळले शिवबाचे शिर । यथा विधि ।। 3211 ।। अष्टप्रधान आठ दिशांस । उभे हातीं धरोनी कलश । सप्तनद्या व सागरांभस । स्नान द्याया ।। 3212 ।।

नीर स्नानम्

१. गंगा जळ

ॐॐओवी॰ प्रथम मान गंगा नदीचा । प्रवाह पावन पुण्य जिचा । इतिहास पुरातन तिचा । अप्रतिम ।। 3213 ।। गंगा सरिता मंगल माता । गुणगान तिचे गाऊं आता । स्निग्ध माउली, तीच दाता । पापहर्ता ।। 3214 ।। शिव जटा तिचे जन्म स्थान । भगीरथ राजाने महान । दिले तिला भूमीवर स्थान । भागीरथी ।। 3215 ।। जन्हू राजाची तू कन्या । म्हणून गंगे! तू धन्या । तरी सरिता अनन्या । जान्हवी! तू ।। 3216 ।। हिमगिरीचे निर्मल नीर । भरती तुझे उभय तीर । माया तुझी आहे चिरस्थिर । तीन्हीं लोकीं ।। 3217 ।। हिमालयातून नद्या निघाल्या । यमुना शरयु तुला मिळाल्या । तुझ्याच कृपेने पवित्र झाल्या । गंगे माते! ।। 3218 ।। तुझ्या तीर्थाची लीला अपार । पापांचा ती करूनी संहार । धार्मिकांचा करितीं उद्धार । जन्मोजन्मी ।। 3219 ।। आज शिवबाचा अभिषेक । विघ्नें जरी धनघोर कैक । दे शुभ वर त्याला अनेक । स्वराज्याचे ।। 3220 ।।

श्लोक

गङ्गा भागीरथी माता हिमकन्या च जाह्नवी ।
त्रिपथगा च वैकुंठी पावना परमेश्वरी ॥

पवित्रा धवला पूज्या निर्मला शीतला शुभा ।
पापघ्ना मोक्षदा वन्द्या पुण्या देवी सनातना ॥

गङ्गाऽग्रजा हिमाद्रेस्तु गौरी मताऽनुजा तथा ।
जटायां जायते शम्भोः-गङ्गा सा शाङ्करी मता ॥

पुराणं स्तौति गङ्गां तां स्कन्दं भागवतं शिवम् ।
देवीभागवतं लिङ्गं मार्कण्डेयं च वामनम् ॥

अग्नि मत्स्यं वराहं च नारदीयं च पद्म च ।
भविष्यं ब्रह्मवैवर्तं ब्रह्माण्डं विष्णु ब्रह्म च ॥

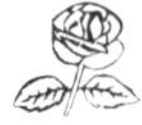 **संगीत श्री शिवाजी चरित्र राग–छंद माला, पुष्प 221**

गंगा मैया

श्लोक

जाह्नवी गोमती गंगा गायत्री गिरिजा च यः ।
भागिरथी नु यो ब्रूयात्–पापात्स मुच्यते नरः ॥

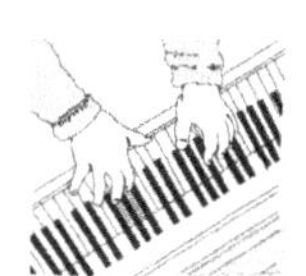

♪ सा–सासा– सा–सासा– ग-रे–, रे-रे-रे– मपम– ग– रे– ।
रे–म–पध– नि ध– प–म–, ध–प–म– प–मग– रेसा– ॥

स्थायी

गंगा मैया! तू मंगल है माता, तेरा अँचल है कितना सुहाना ।
तेरी लहरों में है गुनगुनाता, मैया! संगीत सरगम सुहाना ॥

♪ –मग म–ध– ध– पध्पम म– – ग– म– –प – – – – –,

–गग गसाग– – ग– म–प– ध–प– – म– – म – – ।

–मग ममध– ध– पधप म–ग–म– –प – – – – –,

–गग गसाग–ग– म–प– ध–प– – म – – – – – ।।

अंतरा–1

निकली शंकर की काली जटा से, तुझको भगिरथ ने लाया धरा पे ।

तुझको जन्हू की कन्या है माना, तेरा इतिहास पावन पुराना ।।

♪ –सां–सां नि–रेें सां– निध नि– ध–प– – म – – – – –,

–सां–सां निनिरेें सां– निधनि– ध–प– – म –   – – – – ।

–म–ग म–ध– ध– पधपम–ग– म – –प – – – – –,

–गग गसाग–ग– म–पप ध–प– –म– – म – – ।।

अंतरा–2

तेरे जल में हिमालय की माया, तुझमें जमुना का पानी समाया ।

सरयु को भी गले से लगाया, तूने उनको भी दीन्ही गरिमा ।।

अंतरा–3

तेरा तीरथ है लीला जगाता, सारे पापों से मुक्ति दिलाता ।

है सनातन तेरा मेरा नाता, बड़ी पावन नदी तू मेरी माँ ।।

२. यमुना राणी

ॐओवी० कालिंदी! तू यमुना राणी । गंगेला तू मिळाली, आणि । अमृत झाले तुझे पाणी । भाग्य तुझे ।। 3221 ।। मथुरा नगरी ऐलतीरी । गोकुळ वसले पैलतीरी । कान्हा आला यशोदेच्या घरी । अर्धरात्री ।। 3222 ।। गोप-गोपी तुझ्या तीरी । भरती नीर घागरी । राधा-कृष्ण रास करी । विलसती ।। 3223 ।। कालियाने केले कलुषित । जळ तुझे विष भरित । कृष्णाने केले पुन्हा पुनीत । पाणी तुझे ।। 3224 ।। पूजती तुला व्रजवासी । देवी! तू त्यांची सुखराशि । येती

तहानले तुजपाशी । गाई-गुरें ।। 3225 ।। नर-पशूंचा प्राण तू माते! । व्रजभूमीला जीवन देते । आज मन तुझे गीत गाते । यमुने ग! ।। 3226 ।। आज शिवाजीचा अभिषेक । मराठा वीर तुझा हा लेक । आशीष दे ग! शुभ प्रत्येक । स्नानं स्वहा! ।। 3227 ।।

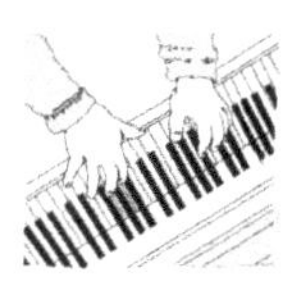

शोकहर छन्द

8, 8, 8, 4 + ऽ

(यमुना नदिया)

जमुनारानी पवित्रपानी राधाकृष्णविलासधरा ।

पापहारिणी तापहारिणी व्रजवासीजनचित्तहरा ।। 1

गिरिविहारिणी हृदयमोहिनी गोकुलभीतिविनाशकरा ।

शुभसुहासिनी मधुरभाषिणी धेनुवत्समनमोदभरा ।। 2

विमलवारिणी कमलधारिणी सीताराघववरग्रहिणी ।

मंगलवदनी चंचलरमणी पूज्यनीरगङ्गाभगिनी ।। 3

अघटनाशिनी अघनिषूदिनी स्वर्गसेउतरी सुरतटिनी ।

गोपमोहिनी गोपिमोदिनी मधुबनदूबहरितकरिणी ।। 4

सुंदरललना मंजुलबैना नरपशुतरुआह्लादखरा ।

गहरापानी अनहदवाणी कर्णमधुरसुरनादभरा ।। 5

३. नर्मदा देवी

श्रीओवी० ॐ ह्रीं श्रीं नर्मदायै नमः । बीज मंत्र पावन महा । जपावा संध्या-सकाळी हा । महामंत्र ।। 3228 ।। नर्म म्हणजे परम सुख । हरविते जे त्रिकाल दुःख । अंध पंगु बधिर मूक । सकळांचे ।। 3229 ।।

79. छत्रपति शिवाजींचा राज्याभिषेक : 1674 AD

बालानंद छन्द[219]

8 + 6, 8 + 6, 8 + 6, 8 + 6, 8 + 6, 8 + 6, 8 + 8, 8 + 8, 8 + 6, 8 + 6

(नर्मदा देवी, हिंदी)

अमृत कहता जग सारा, नदी नर्मदा की धारा ।

विंध्या गिरिवर से निकली, सातपुड़ा से फिर उछली ।

नाम राम का तू कहती, पश्चिम दिश को है बहती ।

राम चरण से, नाम स्मरण से ।

पवित्र जल का फव्वारा, महान नदिया की धारा ।। 1

तीरथ तेरा है न्यारा, देव देवता का प्यारा ।

निर्मल ये नीला पानी, जिसका ना कोई सानी ।

तू नदिया शुभ है गहरी, स्वर्गगंग सी तू नहरी ।

राम चरण से, नाम स्मरण से ।

पावन कहता जग सारा, मंगल सरिता की धारा ।। 2

(नर्मदा देवी, मराठी)

अमृत म्हणतो जग सारा, नदी नर्मदेची धारा ।

विंध्या उजवा हात जिचा, सातपुडा कर वाम तिचा ।।

पूर्व दिशेला योग जिचा, पश्चिमे कडे ओघ तिचा ।

पशिम सागर, सासरचे घर ।

---

[219] **बालानंद छन्द** : हा छंद गाण्याकरिता मधु असतो. ह्यात 14 मात्रा असतात व यति 8-8 वर असतो. सूत्र ।।

।।ऽ।।,।।ऽऽ-ऽऽऽ।।,ऽऽऽ-ऽऽऽ।।,ऽऽऽ-।।ऽ,ऽऽऽ,ऽऽऽ

रत्नाकर रचित ओवीबद्ध श्री शवाजी चरित्र

जय जय देवी ना नारा, निनादतो महीने बारा ।।

पूज्य नर्मदा देवी ती, भक्तांची वज ठेवी ती ।

निर्मळ मंगळ नीर तिचे, तीर्थक्षेत्र मय तीर तिचे ।

पथिकांना मिळतो थारा, गाईंना मिळतो चारा ।

जल शीतल चा फव्वारा, नदी नर्मदे ची धारा ।।

४. तापी देवी

ॐओवी॰ सूर्यकांता जिची ख्याति । तापिका, तापिनी, तापती । तापी, ताप्ति, धर्मदाती । तिला संज्ञा ।। 3230 ।। नर्मदेची अनुजा ताई । तापी नदी पवित्र बाई । सासरी जाण्या तिला घाई । तीव्र ओघ ।। 3231 ।। सरिता वाहते खळखळ । तरीही नीर नाही गढूळ । लहरींचा नाद निनाद मंजुळ । मनोरम ।। 3232 ।। पात्र जिथे फार रुंद । तिथे जळ ओघ मंद । तिथे खळखळ बंद । संथ दिसे ।। 3233 ।। इथे येतात साधुसंत । कवि योगी वीर महंत । कराया यातनांचा अंत । शांतपणे ।। 3234 ।। इथे मिळे मन:शांति । सुदूर पळते भ्रांति । घडते जीवन क्रांति । आत्मतृप्ति ।। 3235 ।। शांत शीतळ निळे जळ । चांदण्यांत दिसते उजळ । स्फटिकां प्रमाणे सोज्ज्वल । काळ्यारात्री ।। 3236 ।। आकाशात टिमटिम तारे । वैकुंठाचे मोती–हीरे । प्रतिबिंब त्यांचे भासे न्यारे । पाण्यावर ।। 3237 ।। असे निर्मळ जिचे नीर । जणु कामधेनूचे क्षीर । शिवाजींचे शिरीं धार । अमृताची ।। 3238 ।। वेद मंत्रांचा गजर । मंत्री ओतती घागर । शिवाजींच्या डोईवर । भक्तिभावें ।। 3239 ।।

श्लोक

सूर्यपुत्री नदी तापी, सूर्यकन्या च नर्मदा ।

तापी देवी महापुण्या पावना खलु पापहा ।। 182

अनुजा पावना तापी भानुकन्या च सा तथा ।

तापहा दुःखहा माता, तापि देवि! नमोस्तु ते ।। 183

79. छत्रपति शिवाजींचा राज्याभिषेक : 1674 AD

त्रयी छन्द[220]

S I S, S I S, S I S, S

(तापी देवी)

सूर्य कन्या कही जो नदी है ।

धर्म दाती कही है सदी से ।। 1

"नर्मदा की," कही "दक्षिणा" भी ।

संग तापी बही सर्वदा ही ।। 2

राग बागेश्री, तीन ताल 16 मात्रा

(चंदा चकोरी)

स्थायी

चंदा चकोरी, चंदा चकोरी, रात चाँदनी,

आसमान में टिम-टिम तारे । चंदा चकोरी, रात चाँदनी ।।

♪ रेसानिध निसा–म– म–प धमगरेसा, रेसानिध निसा–म–, म–प धमगरेसा,

गमधधनिसांसां सां– गग गम गरेसा, रेसानिध निसा–म–, म–प धमगरेसारे ।।

अंतरा-1

नील गगन से मोतियन बिखरे, धरती पर बैकुंठ उतारे ।

♪ गमध निसां सां सां- धनिसांगं रेंसांनिध, धनिसांमं गंरें सां–ग–ग मगरेसा ।

अंतरा-2

---

[220] **त्रयी छन्द** : इस 10 वर्ण, 17 मात्रा वाले छन्द के चरण में तीन र गण एक गुरु वर्ण आता है । इसका लक्षण सूत्र S I S, S I S, S I S, S इस प्रकार होता है । चरणान्त विराम होता है ।

रत्नाकर रचित ओवीबद्ध श्री शवाजी चरित्र

सुंदर सृष्टि, भुवन सुखारे, कण-कण तन-मन मंगल सारे ।

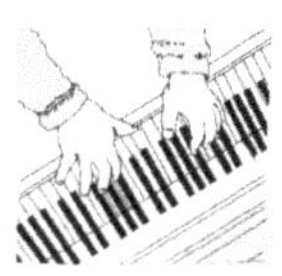

४. गोदावरी माता

श्लोक

गङ्गां च यमुनां तापीं गोदावरीं च नर्मदाम् ।
प्रगे पञ्च नदीः स्मृत्वा सर्वं पापं विनश्यति ।।

♪ म-म- म- पपप- ध्र-प, ध्र-ध्र-धनि- ध्र प-मप- ।

मम- म-म मप- म-ग्-, रे-ग्- म-प- मग्-रेग्- ।।

सह्याद्रिः प्राक्तनो यावत्-तावद्गोदावरी नदी ।
पुरातनतमौ द्वौ तौ गिरिनदीषु भारते ।।

ज्येष्ठा नदी च प्राचीना गोदावरी महानदी ।

स्थूला नव बृहन्नद्यः-तस्या उपनदीषु च ।।

इन्द्रावती मुळा वर्धा धारणा प्रवरा तथा ।

शबरी वैनगंगा च प्राणहिता च कादवा ।।

गोदावर्यास्तिटे सन्ति पुण्यस्थानानि काशिवत् ।

नाशिकं तीर्थक्षेत्रं च प्रतिस्थानं स्थितं तथा ।।

वटवृक्षास्थिता यत्र पञ्च गोदावरी तटे ।

तद्धि पञ्चवटी स्थानम्-आगतो यत्र राघवः ।।

ॐओवी॰ गंगा यमुना नर्मदा । तापी गोदावरी सर्वदा । स्मरूनी सकाळी सश्रद्धा । पापें जाती ।। 3240 ।। गोदावरी प्राचीनतम । सह्याद्रीतून जिचा जन्म । दक्षिणगंगा तिचे नाम । सहाजिक ।। 3241 ।। दक्षिणेत पवित्रतम । उत्तरेच्या गंगेसम । न्हाईला होता श्रीराम । ह्या नदीत ।। 3242 ।। आज तुझ्या तीर्थाने स्नान । शिवरायाला हे पावन । वेदमंत्रांसह पावन । गोदावरी! ।। 3243 ।।

(देवी गोदावरी, दक्षिणगंगा)

स्थायी

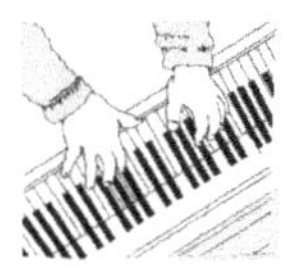

गीत शारद ने मंजुल है गाया, साज नारद मुनि ने बजाया ।

रत्नाकर से है मंगल रचाया, रामायण को है सुंदर सजाया ।।

♪ म–ग म–म– म प–म– ग म–प–, रे–ग म म–म– मध्– प– मग–म– ।

रेगम–म म– म ध्–प– गम–प–, रे–ग–म– म– म ध्–प– मग–रे– ।।

अंतरा-1

नौ नदियों में मानी पुरानी, नद गोदावरी सबकी रानी ।

नीर इसका है तीरथ कहाया, मठ तट पर मुनि ने बनाया ।।

♪ सां– निनिरें– सां ध्–नि– धप–म–, सांसां नि–रें–सांध्– नि–ध्र प–म– ।

म–ग म–म– म प–मम गम–प–, रेग मम म– मध्– प– मग–रे– ।।

अंतरा-2

विंध्या वन से मुनि अगस्त्य धाया, तट गोदावरी पर था आया ।

पाँच वट की जहाँ पर थी छाया, पंचवटी का वो तीरथ बसाया ।।

अंतरा-3

नीर इसका है अमृत की धारा, जिसका दैवी महा गुण है भारा ।

इसका तीरथ, चलाय कर माया, पूज्य "दक्षिण की गंगा" कहाया ।।

(सिंधु नदी)

ॐओवी॰ शिवाचे चरणी वंदन । करूनी पार्वती नमन । निघाली कैलासातून । सिंधु नदी ।। 3244 ।। झक्कर प्रथम मिळाली । मग गिलगीट जुळाली । मग सतलज, व्यास आली । मिळावया ।। 3245 ।। रावी तिच्या खाली । चिनाब पुढे मिळाली । झेलम नंतर आली । सात

नद्या ॥ 3246 ॥ आठ सरितांचा सागर । पवित्र पाण्याचे आगर । जणु अमृताची घागर । सिंधु नदी ॥ 3247 ॥ आशिर्वाद देतो सांब । सिंधु रुंद सर्वांत लांब । इंद्रधनूची जशी लांब । वर्तुळाकार ॥ 3248 ॥ सिंधुसभ्यता प्राचीनतम । हिंदुसंस्कृतीचा उगम । आर्य लोकांची देवी सुगम । भारतात ॥ 3249 ॥ आज शिवाजीचा अभिषेक । आशीष दे तू त्याला अनेक । स्वातंत्र्याचा स्थापक तो एक । भारतात ॥ 3250 ॥ सफल करो तुझे नीर । यशस्वी होईल तो वीर । आज राजा होईल सुधीर । छत्रपति ॥ 3251 ॥

५. सिंधु नदी

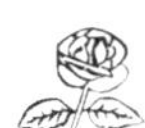

संगीत श्री शिवाजी चरित्र राग–छंद माला, पुष्प 222

सिंधु देवी

गीत, दादरा ताल

स्थायी

सात नदियों में रानी है सिंधु, सात नदियों में दीदी है सिंधु ।
सात नदियों में वायव्य सिंधु । सारी नदियों की सिंधु है इंदु ॥

♪ म–ग ममम– म प–म– ग म–प–, रे–ग ममम– म ध–प– म ग–म– ।
रेगम ममम– म ध–प–ग म–प–, रे–ग– ममम– म ध–प– म ग–रे– ॥

अंतरा–1

निकली कैलाश पर्बत शिखा से, शिव शंकर के चरणों को छू के ।
होके पावन तू आयी धरा पे, तू ही आर्यों का है मान बिंदु ॥

♪ सांसां निसांनि धधनि धप–म–, सांसां निसांसां नि धधनि ध प–म– ।
रे–ग म–मम म प–मग रेग–म–, सा– रे ग–म– प म– ग–म गरेसा– ॥

अंतरा–2

तुझको आकर वो सतलज मिली है, तुझको बियास रानी मिली है ।
तुझको चीनाब, झेलम मिलीं हैं, पाँच नदियों का तू नीरसिंधु ॥

अंतरा–3

तेरे तीरथ की मंगल है माया, तेरे जल में जो देही समाया ।

उसने साक्षात है स्वर्ग पाया, तू है भारत के माथे का सिंदूर ।।

अंतरा–4

तेरे तट पर सिकंदर खड़ा था, उससे पोरस घमासाँ लड़ा था ।

हार कर शत्रु लौट पड़ा था, तेरी किरपा से जीते थे हिंदू ।।

अंतरा–5

तेरे जल की सुमंगल वो धारा, आज हमरा करेगी उद्धारा ।

आज शिवबा है राजा दुलारा, प्रिय भारत का जो भारतेंदु ।।

(कावेरी नदी)

ॐॐओवी॰ सह्याद्रीत ब्रह्मगिरी प्रचंड । त्यात अति पवित्र ब्रह्मकुंड । ब्रह्मकुंडातुनी वाहते अखंड । कावेरी नदी ।। 3252 ।। कवेर मुनीने दिला जन्म । ज्याचे आशीष तिला आजन्म । कवेर मुनीची कन्या धन्य । अवखळ ।। 3253 ।। खळखळ कावेरीचे पाणी । धबधबे तिचे गातीं गाणीं । कुठे घोर, कुठे मंद वाणी । प्रवाहांची ।। 3254 ।। घनदाट वनें तिच्या पाठी । सुंदर निसर्ग तिचे काठीं । भक्तजन येती तीर्थासाठी । तिच्या तिरी ।। 3255 ।। तीर्थक्षेत्रें चिदंबरम, शिवसमुद्रम । तंजाऊर, तिरुवैयार, कावेरीपट्टम । श्रीरंगपट्टम, श्रीरंगम, कुंबकोणम । तिच्या काठीं ।। 3256 ।। असे पवित्र कावेरी चे नीर । स्पर्श करूनी शिवाजींचे शिर । धुते छत्रपतींचे शरीर । आनंदाने ।। 3257 ।।

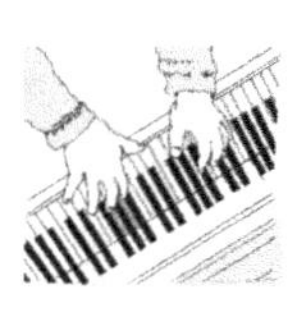

संगीत श्री शिवाजी चरित्र राग–छंद माला, पुष्प 223

स्थायी

कावेरी नदी, पावन ग! जल धारा ।

♪ गमध- प-म-, प-पप निध पमग- ।

79. छत्रपति शिवाजींचा राज्याभिषेक : 1674 AD

अंतरा–1

कवेर मुनींची कन्या, कृष्णेची ताई ।

दोघींना पूर्व उतार ।।

♪ मधनि- सांसां-सां- नि-सां-, सां-धसां नि-ध- ।

नि-नि-नि सांनिध पमग- ।।

अंतरा–2

सासरी जाण्या तिला, आहे ग! घाई ।

खळखळ जळ तिचे फार ।।

अंतरा–3

अभिषेक शिवाजींचा, आज ग! बाई ।

सात नद्यांचे शुचि नीर ।।

राज्याभिषेक

गंगा च यमुना चैव, सिंधु: तापी च नर्मदा ।

गोदावरी च कावेरी, दद्युर्भाग्यं च सागरा: ।।

ॐओवी॰ स्वर्ण-ताम्र घागरी सुमंडित । सात सरितांचे नीर सांडित । सिंधुजळ आनंद ओसंडत । मंडपात ।। 3258 ।। अभिषेक झाला आरंभ । वेदमंत्रानी शुभारंभ । गागाभट्टांनी वाहिले अंभ । शिवचरणीं ।। 3259 ।। रत्नजडित सिंहासन । महाराज सजले छान । करूनी सर्व परिधान । राजचिन्हें ।। 3260 ।। शिवाजी झाले विराजमान । सिंहासनधारी सन्मान । मराठा छात्रपति महान । दीप्तिमान ।। 3261 ।। तुडुंब भरली राजसभा । झळकत शिवाजींची आभा । प्रखर देशनिष्ठेची प्रभा । मंडपात ।। 3262 ।। कडाडला टाळ्यांचा निनाद । करा रामराज्य निर्विवाद । मातोश्रीने दिला आशीर्वाद । शिवराया! ।। 3263 ।। मराठी जनगणमनीं हर्ष । गदगद झाला भारतवर्ष । बघुनी मराठ्यांचा उत्कर्ष । जग हृष्ट ।। 3264 ।। जिजामातेचा बाळ प्रसिद्ध । करता झाला मनोरथ सिद्ध । मराठ्यांनी जिंकले युद्ध । स्वातंत्र्याचे ।। 3265 ।। मराठ्यांचा अधिकृत

रत्नाकर रचित ओवीबद्ध श्री शवाजी चरित्र

राजा । छत्रपति बघा ताजा ताजा । नगारे-चौघडयांचा वाजागाजा । देशभर ।। 3266 ।। अष्टप्रधानांची फारसी नावें गेली । त्यांना संस्कृत नवीन नावें दिली । राज्यकारभारातही रूजू केली । नवी नावें ।। 3267 ।। राजव्यवहारकोश केला सिद्ध । सुवर्ण ताम्र नाणीं झाली प्रसिद्ध । "राजा शिवछत्रपति" स्वयंसिद्ध । अक्षरांनी ।। 3268 ।। उज्ज्वळ करूनी भवितव्य । निघाली मिरवणूक भव्य । हत्त्यावर अंबारीत, दिव्य । छत्रपति ।। 3269 ।। हत्ती चालला रुबाबदार । स्वराज्यध्वज भगवा समोर । मागे लवाजमा घोडेस्वार । मंद गति ।। 3270 ।। रस्त्यांच्या दोहोंतर्फे उभे जन । फेकत लाह्या गुलाल प्रसून । वंदती पंचारत्या ओवाळून । शिवाजीला ।। 3271 ।। सर्वत्र विखुरला आनंद । पृथ्वी मेघ ब्रह्मांड सबंद । देव-देवता-गंधर्व वृंद । हर्षविला ।। 3272 ।।

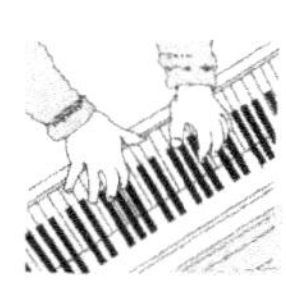

संगीत श्री शिवाजी चरित्र राग-छंद माला, पुष्प 224

राग बिलावल, तीन ताल

शिवाजी राजा झाला

स्थायी

आज शिवाजी राजा झाला, अभिनन्दन घ्या मंगल त्याला ।

धनिसांरेंसांनि धपमगमरे गपनि– सां–सां–, गगमरेगप नि– सां–गंरेंसां निधप– ।

अंतरा-1

देश स्वतंत्र जयाने केला, घालूं तयाला चंपक माला ।

ग–प पप–नि धसां–सां– सांरेंसां–, सां–गं मंगंरेंसांनि धनिसांरें सांरेंसंनिधपमग ।

अंतरा–2

धर्म परायण शीलवान हा, राजा ऐसा कधी न झाला ।

अंतरा–3

गातीं स्तोत्रें त्याच्या स्तुति ची, नर नारी जन बालक बाला ।

79. छत्रपति शिवाजींचा राज्याभिषेक : 1674 AD

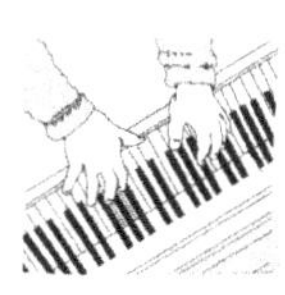

राग पीलू, तीन ताल

शिवाजी राज्याभिषेक

स्थायी

जय जय गरजा, शिवबाची, नाचत थैया तान्हाजी ।

♪ गरे सानि सासारेप गरेसानि सा– – –, मपनिनि सां–निधप रेमधप गरेसा– ।

अंतरा-1

आज गजावर स्वार शिवाजी, अंबारीमध्ये मातोश्री ।

पंखा देतो संभाजी ।।

♪ सा–ग मप–पप ग मनि पगरेसा–, ग–ग–म–म–रेम धपगरेनिसा ।

मपनि– सां–निधप रेमधपगरेसा– ।।

अंतरा–2

भव्य मिरवणुक सजली त्यांची, वाजंत्री ढोलक–करण्यांची ।

वर्षा आशिष पुष्पांची ।।

अंतरा–3

नारद शंकर बघती नभातुनी, प्रसन्न झाली देवी भवानी ।

देते मंगल वर अंबा जी ।।

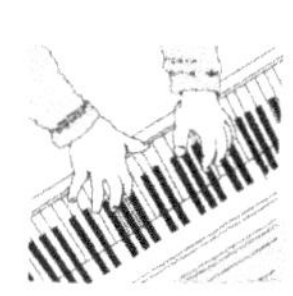

 संगीत श्री शिवाजी चरित्र राग–छंद माला, पुष्प 225

राग बिलावल

शिवाजी राज्याभिषेक

स्थायी

आज शिवाजी राजा झाला, हार्दिक अभिनंदन द्या त्याला ।

♪ सां–ध पमगमरे गपमग मरेसा–, सागमरे गपनि–सांसां रेंसां निधप– ।

अन्तरा-1

रत्नाकर रचित ओवीबद्ध श्री शवाजी चरित्र

धन्य जिजाबाई मातोश्री, छत्रपति सुत ज्यांचा झाला ।

♪ प–प पसां–सां–सां– सां–सांरेसां–, सांगंमंगरेंसां धप गपमग मरेसा– ।

अंतरा–2

सुत प्रताप राणा संगाचा, ध्वज उज्ज्वळ भगव्या रंगाचा ।

अंतरा–3

कर तान्हाजी–बाजी ज्याचे, वंदन लाख करावे त्याला ।

हो! जी जी जी, जी जी, जी ।।

मातोश्री जिजाबाई

ॐॐओवी॰ शिवबाचे दैवत आई । त्याचे सर्वस्व जिजाबाई । गोंजारूनी गोड अंगाई । रोज गाई ।। 3273 ।। बाळाला ती देई स्फूर्ति । शिकवोनी त्याला नीति । तिने दिली त्याला कीर्ति । जगामध्ये ।। 3274 ।।

माता

श्लोक

**माता या सर्वजीवानां बलदा च शुभप्रदा ।
तां धेनुं शिरसा वन्दे पूज्याममृतदां सदा ।। 184**

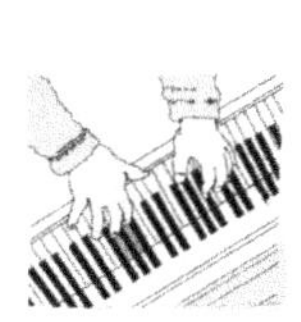

♪ ध–ध- ध- <u>नि</u>-धप-ध-<u>नि</u>-, सांनिध- प- गम-पध- ।

<u>नि</u>- ध-प- गमप- म-ग-, ध-प-म-गमग- रेसा- ।।

स्थायी

हमें जनम जो देती वो माता है, अरु दूध पिलाती वो माता है ।

♪ पप प<u>ध</u><u>नि</u> <u>ध</u> प-ग म रे-ग- म–, पप सां-<u>नि</u> <u>ध</u>प-<u>ध</u> <u>नि</u> <u>ध</u>-प- म– ।

अंतरा-1

पेट में पाले, लोरी गा ले, प्यार उसी का भाता है ।

♪ सां-<u>नि</u> <u>ध</u> <u>नि</u>-सां-, <u>नि</u>-<u>ध</u>प म- प-, प-म <u>ग</u>रे- म- <u>ग</u>-रे- म- ।

अंतरा-2

गोद में ले ले, साथ में खेले, भार सहे भू माता है ।

अंतरा-3

कामधेनु बन, मन की मुरादें, पूरी करे गौ माता है ।

अंतरा-4

गौरी लछमी, सिया शारदा, जनम-जनम का नाता है ।

अंतरा-5

जनम की भूमि, धेनु जननी, स्वर्ग से ऊँची माता है ।

अंतरा-6

कर्मभूमि जो, धर्मभूमि वो, प्यारी भारत माता है ।

(स्वर्गवास)

श्रीओवी॰ त्या मातेचा आशीर्वाद । दिला स्वातंत्र्याचा नाद । आज देओनी प्रसाद । धन्य झाली ॥ 3275 ॥ राजा झाला तिचा बाळ । गो-ब्राह्मण प्रतिपाळ । जसा राजा तसा काळ । तुकाम्हणे ॥ 3276 ॥ सरला जेव्हां सोहळा । बघूनी प्रयत्न आले फळां । दाटोनी आला मातेचा गळा । बोलली ती ॥ 3277 ॥ इथे संपले आमुचे काम । आता गाठावे स्वर्गचे धाम । घेओनी त्या भवानीचे नाम । लोटली ती ॥ 3278 ॥ अंग पडले तिचे थंड । श्वास झाला तिचा मंद । डोळे दोन्हीं तिचे बंद । हळुहळु ॥ 3279 ॥ ज्येष्ठ वद्य बुधवार । नवमीची मध्यरात्र । सोळाशे-चौऱ्याहत्तर । अंत्यश्वास ॥ 3280 ॥ प्राण पांखरू उडाले । श्वास शांतीने बुडाले । अंत्य प्रयाण घडले । स्वर्गाप्रति ॥ 3281 ॥

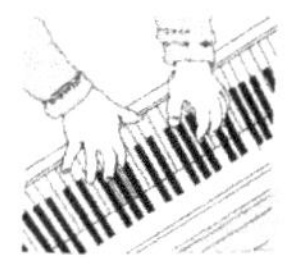  **संगीत श्री शिवाजी चरित्र राग-छंद माला, पुष्प 226**

जिजाबाईंचा स्वर्गवास

105. अभिनंदन, 1675 AD

छंद : चौपाई

स्थायी

हमें छोड़ ना जाओ, माता! ।

हिरदय हमरा है कलपाता ।।

अंतरा–1

छिना गया है छत्र पिता का, बिरहा हम से सहा न जाता ।

अंतरा–2

स्वराज्य का तुम सूत्र पिरोया, आगे यश दे, हमें विधाता ।

अंतरा–3

महाराष्ट्र में दु:ख समाया, वियोग में मन सबका रोता ।

अंतरा–4

स्वप्न आप का पूर्ण करेंगे, हमें शक्ति दें, शिवजी दाता ।।

YEAR : 1675 AD

105. वीर शिवाजी–45 :

105. अभिनंदन, 1675 AD

(शिव छत्रपति)

श्रीओवी॰ सोळाशे-पंचाहत्तर आले । राजे पंचोचाळीस चे झाले । जगत छत्रपति म्हणाले । शिवाजींना ।। 3282 ।। शिवराया छत्रपति झाले । मुगल दुराग्रही राहिले । आदिलांनी दूरून पाहिले । समारंभ ।। 3283 ।। करोनी समारंभ सफळ । मराठ्यांना आले नवे बळ । चेतला महाराष्ट्र सकळ । लढावया ।। 3284 ।। निर्बळ ते सबळ झाले । हजारों येओनी मिळाले ।

105. अभिनंदन, 1675 AD

विरोधी दूर पळाले । मराठे जे ।। 3285 ।। मोहीमांना आला ऊत । सेनापति मजबूत । अंगी स्वार झाले भूत । मराठ्यांच्या ।। 3286 ।।

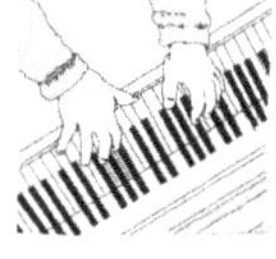  **संगीत श्री शिवाजी चरित्र राग-छंद माला, पुष्प 227**

राग बिलावल, तीन ताल

शिवाजी राज्याभिषेक

स्थायी

आज शिवाजी राजा झाला, अभिनंदन द्या त्याला ।

♪धनिसांरेंसांनि धपमगमरे गपनिनि सां-सां-, सागमरेगप नि- सां-रेंसां निधप- ।

अंतरा-1

धन्य जिजाबाई मातोश्री, छत्रपति सुत ज्यांचा झाला ।

♪प-प पसां-सां सांसां-सां- सांरेंसां-, सां-गं रेंसांनिधप गमपग मरेसा- ।

अंतरा-2

सुत प्रताप राणा संगाचा, ध्वज उज्ज्वळ भगव्या रंगाचा ।

अंतरा-3

कर तान्हाजी-बाजी ज्याचे, वंदन लाख करावे त्याला ।

पेडगावची लढाई, April 1675

ॐओवी॰ काढून दिलेरखान पठाणास । दख्खनचा सुभेदार खास । बहादूरखान कोकलताश । झाला नवा ।। 3287 ।। त्याची छावणी पेडगाव । बहादूरगड ज्याचे नांव । मांडत होता गुप्त डाव । मोहीमेचा ।। 3288 ।। इकडे शिवाजी ही तयार । कराया मुगलावर वार । सोडले दोन सरदार । दोन सैन्य ।। 3289 ।। एक दळ लहान फार । आले हुल द्याया समोर । दूजे मोठे, महान घोर । लपलेले ।। 3290 ।। बघोनी सेना उभी दूर । सामोरा गेला बहादूर । माघारी फिरली चौखूर । छोटी सेना ।। 3291 ।। मागे लागला तो नाग । करावया पाठलाग । सेना ती झाली पांगापांग

105. अभिनंदन, 1675 AD

दूर जातां ।। 3292 ।। गेला दूर जेव्हां तो काग । छोट्या सेनेच्या मागं । दूज्या सेनेने लावली आग । छावणीला ।। 3293 ।। न सोसतां मराठ्यांचा मार । पळाले मुगल घोडेस्वार । लूटपाट केली मग फार । मावळ्यांनी ।। 3294 ।। बहादूरखान कोकलताश । तेथून पळाला तो बदमाश । औरंगाबादला हताश । छावणीत ।। 3295 ।।

(औरंगाबाद, May 1675)

🚩ओवी० औरंगाबादची लढाई महान । तिकडे मुगल बहादूर खान । इकडे मोरोपंत पंतप्रधान । मराठ्यांचे ।। 3296 ।। मोरोपंत त्र्यंबक पिंगळे । शस्त्र-शास्त्र जाणते सगळे । राज्यव्यवस्था नेता आगळे । फत्ते झाले ।। 3297 ।। मोरोपंत त्रिंबक पिंगळे । शिवाजींचे विश्वासू चांगले । शत्रु ह्यांचे पुढे न थांबले । सुलतानी ।। 3298 ।।

(लासूर, May 1675)

🚩ओवी० पुन्हा पळाला बहादूर । सरळ गाठले लासूर । लपोनी बसला असुर । छावणीत ।। 3299 ।। मागे हंबीरराव[221] लागले । त्यांनी बहादूरला गाठले । भाग बहादूरला पाडले । तहासाठी ।। 3300 ।। आले औरंगजेबचे फरमान । भीमेच्या उत्तरेची जमीन । सतरा किल्ले कराया स्वाधीन । शिवाजींना ।। 3301 ।। अशी झाली मुगलांची हार । आता आदिलांवर प्रहार । कराया जागोजागी बेजार । दक्षिणेत ।। 3302 ।। शिवाजींचे वीर अजेय । मराठे निघाले अभय । कराया दक्षिण-विजय । जिंजीपर्यंत ।। 3303 ।।

दक्षिणेत : अंकोला, शिवेश्वर, काद्रा, कोकण किनारा, May 1675

🚩ओवी० मराठ्यांनी जिंकले शिवेश्वर । काद्रा, अंकोला, कारवार । लढाया आदिलांचा सरदार । आला पुन्हा ।। 3304 ।। अंकोल्याचा सरदार । आदिलांचा किल्लेदार । मराठ्यांनी केला ठार ।

---

[221] **हंबीरराव मोहिते** : सरनौबत. मूळ नांव हंसराज मोहिते.

लढाईत ।। 3305 ।। कोकण किनाऱ्याचा सिद्दी । हबशी होता फार जिद्दी । मोहीम होती त्याची रद्दी । हारला तो ।। 3306 ।।

(कोल्हापुर, फोंडा, पुनगिरी, सातारा, April 1675)

श्रीओवी॰ सचिव अनाजी दत्तोपंत । तीन मोहीमा विना उसंत । आदिलशाहीचा केला अंत । कोल्हापुरी ।। 3307 ।। किल्लेदार मोहामदखान । फोंड्याचा बळकट पठाण । बिजापुरी बहलोलखान । त्याचा गडी ।। 3308 ।। फोंड्याच्या किल्याला पडला घेर । गडी न पोहचला वेळेवर । शिवाजींनी सहज केला सर । फोंडागड ।। 3309 ।। मग झाला बहलोल हजर । सेना घेओनी पंधरा-हजार । शिवाजींची होती पूर्ण नजर । खानावर ।। 3310 ।। वाटेत अडविले त्याला । म्हणून उशीर झाला खानाला । शिवाजींच्या पकडीत तो आला । कैद झाला ।। 3311 ।।

YEAR : 1676 AD

80. वीर शिवाजी–46 :

80. जाणता राजा : 1676 AD

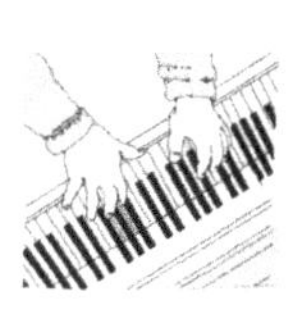

♪ संगीत श्री शिवाजी चरित्र राग–छंद माला, पुष्प 228

छंद : भुजंगप्रयात

जाणता शिवाजी राजा

स्थायी

सदा ओळखोनी उचित काळ-वेळ ।

शिवाजी गनीमी करी युद्ध खेळ ।।

अंतरा–1

धरी धैर्य ध्यानी-मनी ताळमेळ ।

80. जाणता राजा : 1676 AD

अटळ धैर्य अंगी कधी ना अवेळ ।।

अंतरा–2

शिवाजी मराठा जरी वीर योद्धा ।

सदा सभ्य सुकृत जनीं तो कृपाळ ।।

अंतरा–3

जयाने घडविला शुभ पुन्हा सुकाळ ।

जिजा मातुचा श्री शिवा तोच बाळ ।।

अंतरा–4

शिवाजी नृपाने परम पेरले बी ।

तयाते उगविली सुखाची सकाळ ।।

(एकोजी राजे)

ओवी॰ शहाजी राजे भोसले । ह्यांचे सुपुत्र धाकले । शाही सेवेत लागले । श्री व्यंकोजी[222] ।। 3312 ।। व्यंकोजी राजेची आई । शहाजींची सुखदाई । दूजी पत्नी तुकाबाई । दक्षिणेत ।। 3313 ।। शिवाजींचे भाऊ सावत्र । ख्यात दक्षिणेत सर्वत्र । शिवाजीसमान पवित्र । नीति त्यांची ।। 3314 ।। एकोजींनी करूनी तयारी । तंजावूरवर केली स्वारी । नायकाला[223] हरविले भारी । मदुरेच्या ।। 3315 ।। तंजावूरचे राजे भोसले । इतिहासाने उपभोगले । आदिलशहाचे ते दोगले । जरी होते ।। 3316 ।। मराठ्यांचे राज्य स्थापले । वाढविले कुळ आपले । दोन शतक व्यापले । दक्षिणेत ।। 3317 ।।

(शिवाजींचा दक्षिण विजय)

(अथनी, बेळगाव, Aug 1676)

---

[222] **व्यंकोजी भोसले :** Also known as Ekoji Bhosle (1631-1685), the ruler of Tanjavur (r. 1676-1686). This Maratha dynasty of 10 kings ruled for 180 years.

[223] **चोक्कन्नाथ नायक.** (r. 1670-1685), the 15th Nayak ruler of Madura.

81. जिंजी विजय : 1677 AD

ॐ ओवी॰ वीर बकाजी फरजंद । ह्यांनी अथनी केली बंद । आदिल सरदार मंद । नम्र झाला ।। 3318 ।। मग बेळगावचा पठाण । आदिलशाही अनुखान । शिवाजींनी केला त्याचा छान । पराभव ।। 3319 ।।

(दमण, परनेर, रामनगर, Aug 1676)

मोरोपंतांचे निघाले स्वार । प्रथम दमण-परनेर । मग जंजीरा-रामनगर । लागोपाठ ।। 3320 ।। जंजीऱ्याचा कासमखान । शौर्याचा त्याला अभिमान । पण झुकविली त्याने मान । पंतांपुढे ।। 3321 ।।

(हेळगेंदळ)

हेळगेंदळचा हुसेनखान । आदिलशाही विक्रमी पठाण । हंबीररावांना आला शरण । मुकाट्याने ।। 3322 ।। मराठ्यांची वाटचाल । स्वातंत्र्याची धरूनी मशाल । करीत सतत कमाल । दक्षिणेत ।। 3323 ।।

YEAR : 1677 AD

81. वीर शिवाजी–47 :

81. जिंजी विजय : 1677 AD

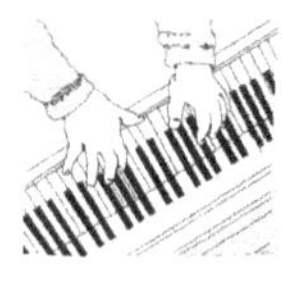

संगीत श्री शिवाजी चरित्र राग–छंद माला, पुष्प 229

शिव लीला

स्थायी

ह्या वीरांची अमर ही गाथा, इथे गाइली रत्नाकर ने ।

♪ पध म–ग–रेसा सासाग ग पम–म–, गमप– प–धसां निधपममध पमग ।

अंतरा–1

रत्नाकर रचित ओवीबद्ध श्री शिवाजी चरित्र

81. जिंजी विजय : 1677 AD

ह्या शूरांनी, दीप जाळिला, अखंड अविरत, कीर्ती ने ।
♪ गमध निसां-सां-, नि-सां रेंनिसांनिध,
निनि-नि सांसांसांसां, पनिसांरें निसां-नि-धप ।
अंतरा-2
तान्हा, बाजी, अमर शिवाजी, ह्याच्या मंगल मूर्ती ने ।
अंतरा-3
वाचुनी त्यांचे, चरित्र अमुचे, जीवन सार्थक, स्फूर्ती ने ।

(दक्षिण विजय)

ॐओवी॰ सन सोळाशे-सत्याहत्तर । यश-वर्षा छत्रपतीवर । सत्तेचाळीसचा महावीर । शिवराया ।। 3324 ।। कर्णाटक घेतां हाती । आदिलांची केली माती । स्वाच्या पुढे-पुढे जातीं । दक्षिणेत ।। 3325 ।।

हंबीरराव मोहीते

ॐओवी॰ हंबीरराव सरनौबत । प्रबळ झाले कर्णाटकात । हुसेनखानला शह देत । पुढारले ।। 3326 ।। हुसेनखान मियाना । अब्दुरहीम मियाना । आदिलाने योजिले यांना । बंधु दोघां ।। 3327 ।। गडगचा संग्राम विख्यात । मियाना हारले त्यात । हुसेन पडला हातात । मराठ्यांच्या ।। 3328 ।। अरणीचा किल्लेदार । व्यंकोजी प्रख्यात फार । आदिलांचा सरदार । अभिमानी ।। 3329 ।। व्यंकोजी युद्धात हारला । अरणी सोडोनी पळाला । पण कुठेच न मिळाला । थारा त्याला । 7 ।। त्याच्या सत्तेत कोलाट । चिदंबर, हसकोट । वलंगड, शिरकोट । देवगड ।। 3330 ।। सत्ता जिथे, तिथे तो गेला । सर्वच जागीं तो हारला । शेवटी तो गेला मारला । सत्ता गेली ।। 3331 ।। हंबीररावांचा पराक्रम । अरणी ते वरुणाचलम । माराठ्यांनी केले हजम । स्वराज्यात ।। 3332 ।।

(मोरोपंत त्रिंबक पिंगळे)

81. जिंजी विजय : 1677 AD

ॐओवी॰ उलनूरचा अजाण । किल्लेदार शेरखान । तूफान लोदी पठाण । भांबावला ।। 3333 ।। मोरोपंतांनी गाठले त्याला । मराठ्यांना बघोनी तो भ्याला । किल्ला सोडोनी धूम पळाला । दक्षिणेला ।। 3334 ।।

(दादोजी रघुनाथ)

ॐओवी॰ आदिलशाही दास मराठा । यशप्रभु स्वाभिमानी मोठा ।। शिवाजी विरुद्ध त्याचा ताठा । सर्वश्रुत ।। 3335 ।। बेळवाडी हे त्याचे ठाणे । गुलामगिरीचे टिपुनी दाणे । आदिलशाहीचे गाई गाणे । विना लाज ।। 3336 ।। रघुनाथांची आली स्वारी । त्रेधा त्याची उडाली भारी । मिळाला न त्याला कैवारी । च्युत झाला ।। 3337 ।।

(शिवाजींच्या स्वाऱ्या)

ॐओवी॰ शिवाजी निघाले घेओनी सेना । सोबत सैनिक पुढारी नाना । दक्षिणविजय संधान ज्यांना । वीर नेते ।। 3338 ।। हंबीरराव मोहिते । रघुनाथ हणमंते । जनार्दन हणमंते । बंधु दोघे ।। 3339 ।। सूर्याजी मालुसरे । नानाजीपंत मोरे । बाबाराव ढमढेरे । पालकर ।। 3340 ।। बाळाजी आवजी । कंक येसाजी । पंत दत्ताजी । सर्जेराव ।। 3341 ।। शिवाजी सह मोरोपंत । आदिलांचा कराया अंत । पोहचले जिंजी पर्यंत । दक्षिणेत ।। 3342 ।। वेल्लोरचा किल्ला प्रचंड । पारतंत्र्यात होता अखंड । आदिलांनी केला उदंड । सुरक्षित ।। 3343 ।। अब्दुलखान किल्लेदार । हबशी तो चिवट फार । वाटाघाटींत हुशार । ऐनवेळी ।। 3344 ।। त्याच्या किल्याला पडला घेरा । आला जेव्हां शिवाजींचा फेरा । झाला आरंभ तोफांचा मारा । धडाधड ।। 3345 ।। किल्याला तटामागे तट । अनेक बुरुज बळकट । समोर खंदक अफाट । फार खोल ।। 3346 ।। वेल्लोरचा गड दृढतर । मारा करावा कसा त्यावर । सुचला उपाय बरोबर । शिवाजीला ।। 3347 ।। आजूबाजूला बांधले दोन । छोटे किल्ले करोनी त्रिकोण । आता थांबवेल कसा, कोण । तोफ मारा ।। 3348 ।। किल्यांना नांवें साजरा-गोजरा । वर चढला तोफांचा गजरा । दोन दिशांनी अकरा-अकरा । पुढे-मागे ।। 3349 ।। सरबत्ती केली सुरू ।

रत्नाकर रचित ओवीबद्ध श्री शवाजी चरित्र

81. जिंजी विजय : 1677 AD

तरीही मानीना अब्दुल्ला गुरु । परंतु काही शके ना करूं । किल्लेदार[224] ।। 3350 ।। इथे वेळ लागेल फार । करावया किला तो सर । तरी केला असा विचार । शिवाजींनी ।। 3351 ।। किल्ल्याचा वेढा ठेओनी स्थिर । निघावे पुढे स्वारीवर । करूं श्रीरंगपट्टण सर । ताडतीने ।। 3352 ।। पट्टणचा रांझा सरदार । आदिलशाही चाकरीकार । झाला लढाईसाठी तयार । पण व्यर्थ ।। 3353 ।। पडले श्रीरंगपट्टण । मराठ्यांपुढे चटकन । करूं न शकला जतन । सरदार ।। 3354 ।।

(मग)

ॐओवी॰ मग भुवनगिरी पट्टन । किल्लेदार लोदी शेरखान । पूर्वी पळाला होता सोडून । उलनूर ।। 3355 ।। त्याची सत्ता वलिंगपुरम । बाळदूर, तेवेनापट्टम । अरुलुआर्यम । तिरुवाडी ।। 3356 ।। एकामागे एक नगर । शिवाजींनी केले सर । आता भुवनगिरीवर । झाली स्वारी ।। 3357 ।। भुवनगिरी पट्टन । इथे होता शेरखान । बसला होता लपून । आरामात ।। 3358 ।। शिवाजीने घेरले पट्टण । शेरखान आला शरण । आणि पुत्र इब्रहीमखान । शिवाजींना[225] ।। 3359 ।। आता अंतिम टप्पा उरला । जबरदस्त कराया हल्ला । सर कराया जिंजीचा किल्ला । दक्षिणेत ।। 3360 ।। जिंजीचा आदिल किल्लेदार । नासीरखान समजदार । शिवाजींचे आले जेव्हां स्वार । तह केला ।। 3361 ।। घेओनी मुकाट्याने उपहार । पन्नास हजारी जागीरदार । दिला त्याने किल्ल्याचा अधिकार । मराठ्यांना ।। 3362 ।। जिंजीचा किल्ला बळकट गेंडा । त्यावर लावला भगवा झेंडा । जिंजी पर्यंत स्वराज्याचा शेंडा । दक्षिणेत ।। 3363 ।।

---

[224] May, 1667.

[225] **साजरा, गोजिरा** = (मराठी) सुंदर.

YEAR : 1678 AD

82. वीर शिवाजी–48 :

82. संभाजी राजे : 1678 AD

(परत, रायगड)

श्रीओवी॰ सन सोळाशे–अठ्याहत्तर । शिवाजींनी जिंजी करोनी सर । परतले रायगडावर[226] । सुखरूप ॥ 3364 ॥ दीड वर्ष दक्षिणेत वास । करावया आदिल खलास । वय आता अट्ठेचाळीस । शिवाजींचे ॥ 3365 ॥

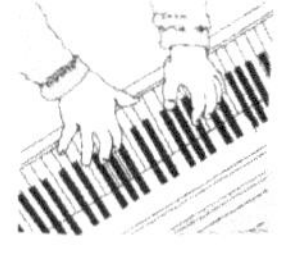  संगीत श्री शिवाजी चरित्र राग–छंद माला, पुष्प 230

शिवाजी राजा

स्थायी

पैंजण खण खण वाजत पायीं, कंगण रुण झुण करतीं हातीं ।

सुंदर ललना गातीं ॥

अंतरा–1

गंभीर रव हा रणशिंगांचा, गूंजत गूंजत पडतो कानीं ।

अंतरा–2

आनंदोत्सव मंगलकारी, भट वीरांची फुगली छाती ।

अंतरा–3

शंकर भोला, देवी भवानी, करती सदा दुष्टांची माती ।

(वेल्लोर)

---

[226] June 1678.

82. संभाजी राजे : 1678 AD

ॐओवी॰ वेल्लोरचा गराडा सतत । चालला चौदा मास पर्यंत । विना दिरंगाई किंचित । अहोरात्र ।। 3366 ।। शेवटी सिद्दी अब्दुल्ला । किल्लेदार जेरीस आला । किल्ल्याचा कबजा दिला[227] । मराठ्यांना ।। 3367 ।।

(बंकापुर)

ॐओवी॰ बंकापुरचा खान । जमशीद त्याचे नाम । दाखवी फुकट शान । मराठ्यांना ।। 5 ।। जमशीदखान गाई । आदिलशाही बढाई । शिवाजींनी केली चढाई । नरमला ।। 6 ।।

(शिवनेरी)

ॐओवी॰ मुगल अब्दुल अजीज खान । शिवनेरीवर आला चालून । कराया भयानक नुकसान । पण व्यर्थ ।। 3368 ।। मराठ्यांची स्थिति दृढ । मुगलांपेक्षा वरचढ । लष्करी डावपेच गूढ । होते त्यांचे ।। 3369 ।।

संभाजी राजे प्रकरण

ॐओवी॰ शिवाजींची पहिली दार । सईबाई निंबाळकर । भाग्यवान ती बाई फार । महाराणी[228] ।। 3370 ।। तिचा पुत्र शूर संभाजी । जसा वीर पिता शिवाजी । जशी साहसी त्याची आजी । जिजाबाई ।। 3371 ।। पण विरुद्ध झाला काळ । दोन वर्षांचा जेव्हां बाळ । आई त्याची झाली अकाळ । स्वर्गवासी ।। 3372 ।। संभाजीची सावत्र आई । राजकारणी सोयराबाई । स्वपुत्र व्हावा उत्तरदाई । तिला वाटे ।। 3373 ।। जेव्हां झाला तिला पुत्र । बदलले तिचे सूत्र । दिवा पाजळे त्याचे मुत्र । सोयराचा ।। 3374 ।। विना मंथरा, ही कैकेई । स्वार्थभावें निर्णय घेई । महत्वाकांक्षा तिला नेई । हानीकडे ।। 3375 ।।

(पुत्र राजाराम)

---

[227] July 1678.

[228] **सईबाई :** Married May 14, 1648. Son Sambhaji born May 14, 1656.

82. संभाजी राजे : 1678 AD

ॐ ओवी० तिचा पुत्र राजाराम[229] । प्रकृति त्याची, जसे नाम । सौम्य होते त्याचे काम । सदाचारी ।। 3376 ।।

(एकदा)

ॐ ओवी० संभाजीला सावत्रवास । देत होता मनाला त्रास । चिडखोर आणि उदास । झाले राजे ।। 3377 ।। यद्यपि शूर अनुभवी । खोड लागली त्याला नवी । उग्र वचन अरेरावी । बंडखोरी ।। 3378 ।। शास्त्र ज्ञान होते त्यास । संस्कृताचा होता ध्यास । पत्नी चीड देई त्यास । यशवंती ।। 3379 ।। नव्हती ती दूरदर्शी । देशहित जाणेल कशी । नवऱ्याला झाली सरशी । हट्ट केला ।। 3380 ।। तिला बोचला सासुरवास । तिने दिला पतीला त्रास । म्हणे करूं आपण निवास । दूर कुठे ।। 3381 ।। जेव्हां वारल्या जिजाबाई । राज्यसत्तेची तिला घाई । बिघडूं गेली तिच्या पाई । परिस्थिति ।। 3382 ।। शिवाजींना पडली चिंता । काय बरें करावे आता । कोण समजावेल ज्ञाता । संभाजीला ।। 3383 ।। चिन्हें दिसली विपरीत । जमत नव्हते गणित । कुठे पाठवावे त्वरीत । ह्या पोराला ।। 3384 ।। एकदा सासूने भांडण केले । शिवाजी होते दक्षिणेत गेले । तेच अनायसे निमित्त झाले । कलहाला ।। 3385 ।। येशूबाई मोठी चतुर । संभाजींना केले फितुर । म्हणाली चला येथून दूर । ह्याच क्षणी ।। 3386 ।। पत्नी येशू होती गर्भार । वेडेपणा तिच्यात फार । करायला वेगळा संसार । उतावळी ।। 3387 ।। पतीला करून मजबूर । केले पत्नीने त्याला फितुर । आणि गाठले श्रृंगारपूर । एकाएकी[230] ।। 3388 ।। शिवाजी होते मोहीमेवर । त्यांना ह्याची काही न खबर । संभाजीने सोडले घर । पत्नीसह ।। 3389 ।। राहतां इथे महीने तीन । येशूस जन्मले कन्यारत्न[231] । ठेवले तिचे भवानी नाम । भक्तिभावें ।। 3390 ।।

(सज्जनगड)

---

[229] **राजाराम (1670–1700) :** Born Feb 24, 1670.

[230] November 1676.

[231] **भवानी :** Born Sept 04, 1677.

82. संभाजी राजे : 1678 AD

बघूनी संभाजीचे मित्र । व त्याचे वर्तन विचित्र । नियोजिले स्थान पवित्र । शिवाजींनी ।। 3391 ।। सारासार करूनी विचार । द्यावया मुलाला सुविचार । केले आयोजन तयार । पावन जे ।। 3392 ।। शिवाजींनी आदेश देऊनी । धाडले सभाजीराजेंना झणी । रामदास स्वामींचे चरणीं । सज्जनगड ।। 3393 ।। स्थळ हे फार पवित्र । इथे शांतता सर्वत्र । धार्मिक इथले तंत्र । जप-तप ।। 3394 ।। रोज कीर्तनें-प्रवचनें । सदुपदेशांची वचनें । कडक शिस्तीने वागणे । लागे इथे ।। 3395 ।। संभाजीला इथे करमेना । त्याचे मन जरा रमेना । येसूबाईचे सूत्र जमेना । शिस्तीमध्ये ।। 3396 ।। येसूबाई झाली बेचैन । ती राहूं शकली न मौन । नवऱ्याची हरविली चैन । अहोरात्र ।। 3397 ।। जावे तर कुठे जावे । बाई-पोर कसे न्यावे । आश्रयाला कुणा घ्यावे । प्रश्न होता ।। 3398 ।। नको हा सज्जनगड । नको होता रायगड । समजेना काही धड । कुठे जावें ।। 3399 ।।

(तेव्हां)

ॐओवी॰ मग एकदा घडला प्रकार । संभाजी सपत्नी झाले फरार । दिलेरखान मुगलाचे द्वार । गाठावया[232] ।। 3400 ।। औरंगजेब आनंदात । शिवाजींवर वज्राघात । महाराष्ट्र अविश्वासात । थक्क झाला ।। 3401 ।। काहींही न करतां कावा । हाती आला मराठा छावा । आता ह्याचा फायदा घ्यावा । सत्तेसाठी ।। 3402 ।। संभाजींना मान राजासम । काढोनी मनसबीचे फरमान; । धर्मपरिवर्तनाची रसम । बाकी होती ।। 3403 ।। "शिवाजीपुत्र पडला हाती । हिंदू कुळांची होईल माती । येतील हजारों नाती-गोतीं । त्याच्यामागे ।। 3404 ।। "हिंदू राजपुत्र सोडोनी धर्म । करील आमच्या धर्माचे कर्म" । मुगलांना न कळले वर्म । संभाजींचे ।। 3405 ।।

YEAR : 1679 AD

83. वीर शिवाजी-49 :

---

[232] Dedember 1678.

83. वाईट संगत, घोर आघात : 1679 AD

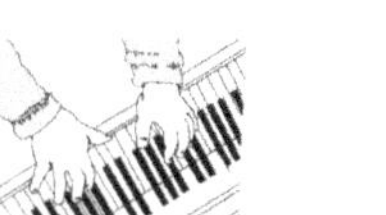

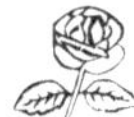 **संगीत श्री शिवाजी चरित्र राग-छंद माला, पुष्प 231**

भगवा ध्वज

स्थायी

भगव्या झेंड्या! तुला नमन रे! तू निष्ठे चा, दाता, रे!

♪ पधम-ग-रेसा! सासाग गपम म–, गम प–प– धसां, निधपम, मधपमग! ।

अंतरा–1

घोर संकटें आली गेली, तूच संस्कृति–, त्राता, रे!

♪ गमध निसांसांसां– नि–सांरें निसांनिध,

नि–नि निसांसांसां–, पनिसांरें, निसां–नि–धप ।

अंतरा–2

तूच कपिध्वज! गरुडध्वज तू! तुला शरण मी, आता, रे!

अंतरा–3

धन्य जाहली, तुझ्या कांति ने, पावन भारत माता, रे!

(परत, रायगड)

श्रीओवी॰ मनावर प्रहार प्रचंड । राजकारण पडले थंड । मोहीमांना पडला खंड । शिवाजींच्या ।। 3406 ।। बसला होता गंभीर धक्का । तरी करोनी विचार पक्का । क्रोध गिळला, मारोनी फक्का । शिवाजींनी ।। 3407 ।। सन सोळाशे-एकोणअंशी । पोराने लावली गळ्यास फाशी । शिवाजींची झाली स्थिति कशी । सांगवेना ।। 3408 ।। वय झाले एकोणपन्नास । लागला मोठा घाव मनास । बोलूं शके ना कुणा जनास । मनस्थिति ।। 3409 ।।

(भूपाळगड, संभाजी राजे)

83. वाईट संगत, घोर आघात : 1679 AD

ॐओवी॰ भूपाळगड व त्याचा तट । शस्त्र-धान्य सामग्रीसकट । शिवाजीनी केला बळकट । सातान्याचा ।। 3410 ।। <u>फिरंगोजी नरसाळा</u> । त्या किल्ल्याचा प्रतिपाळा । मुगलांवर घालोनी आळा । दृढ होता ।। 3411 ।। असा किल्ला भूपाळगड । किल्लेदार वरचढ । मुगलांना अवघड । झाला होता ।। 3412 ।। मुगलांना मिळतांच संभाजी । महत्वाकांक्षा त्यांची झाली ताजी । संभाजीला त्यांनी करोनी राजी । स्वारी केली ।। 3413 ।। सातान्याच्या भूपाळगडाला । मुगलांचा गराडा पडला । संभाजीचा उघड घडला । देशद्रोह ।। 3414 ।। तोफ मारा दणकट । किल्ला फार **बळकट** । त्यांहूनी धडधाकट । किल्लेदार ।। 3415 ।। फिरंगोजीने धरला किल्ला । दिलेर करूं शके ना हल्ला । पंधरा दिन करोनी सल्ला । थलका तो ।। 3416 ।। चालली न जेव्हां शक्ति । खानाने काढली युक्ति । संभाजींना केली उक्ति । "आपण जा!" ।। 3417 ।। संभाजींना करोनी समोर । राहिला मागे हरामखोर । पेच पाडला नैतिक घोर । मराठ्यांना ।। 3418 ।।

(मराठे)

ॐओवी॰ बघोनी समोर स्वामी भोळे । मराठ्यांचे थबकले डोळे । विराम केले तोफांचे गोळे । आदराने ।। 3419 ।। न करतां विलंब विशेष । संभाजीनी धाडला आदेश । किल्यात आम्हां द्यावा प्रवेश । सुखरूप ।। 3420 ।। फिरंगोजीने केला विचार । कसा मी करावा प्रतिकार । कैसा करूं मी शस्त्र प्रहार । स्वामीवर ।। 3421 ।। जैसा अर्जुन रणावर । किंकर्तव्यविमूढ नर । सोडूं धजला नाहीं शर । गुरूंवर ।। 3422 ।। फिरंगोजीने सोडला गड । खुले करोनी किल्ल्याचे द्वार । मुगलांनी केला किल्ला सर । मुफतचा ।। 3423 ।। सहाशे मराठे गडावर । शरण, करोनी हात वर । कापले त्यांचे उजवे कर । कृतघ्नांनी ।। 3424 ।। बघोनी अन्याय आप्तांवर । दिलेरखानेचे कृत्य घोर । संभाजी कापले थरथर । शिसारीने ।। 3425 ।। स्वगत म्हणाले, दुःख स्वर । सुलतानी काय हा प्रकार । अन्याय शरणागतांवर । अमानुष ।। 3426 ।। ज्यांनी आम्हां देओनी आदर । किल्ला ह्यांना करूं दिला सर । त्यांचेच कापले गेले कर । अनर्थ हा ।। 3427 ।। ही न मराठ्यांची रीत । हीन मनस्थिति तीत । हिंसा कराया न भीत । मुगल हे ।। 3428 ।।

(शिवाजी)

ओवी॰ ऐकोनी हा वृत्तांत सारा । शिवाजींचा चढला पारा । लढण्या सर्व किल्लेदारां । बजाविले ॥ 3429 ॥

तिकोट्याचे दुष्कर्म

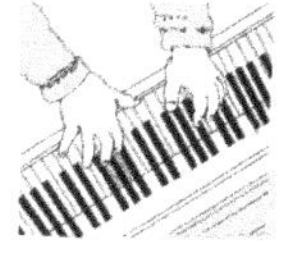
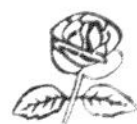

संगीत श्री शिवाजी चरित्र राग-छंद माला, पुष्प 232

तिकोटा धाम

स्थायी

काय पुंण्याच ग बाई! तिकोटा म्हणावे धाम ।

अंतरा

इथे ब्रह्म विष्णु शिव, इथे कृष्ण दत्त राम । 1

इथे भजन कीर्तन, इथे भक्तिभाव काम । 2

इथे नित्य आराधना, इथे हरि! हरि! नाम । 3

इथे मुनि साधु संत, करिती प्रणाम । 4

इथे जन गण मनीं, चिंतनाचा परिणाम । 5

इथे ध्यान मग्न ऋषि, यति योग्यांचा मुक्काम । 6

इथे मूर्त्या देवलयें, इथे पूजा अविराम । 7

इथे शिल्पकला छान, सौंदर्याला न विराम । 8

इथे यात्रेकरु भीड, वैभवाला न लगाम । 9

इथे शांति समाधान, सुखावतो आत्माराम । 10

तीर्थक्षेत्र काशी सम, पावन तिकोटा ग्राम । 11

ओवी॰ बळकावूनी भूपाळगड । दिलेर आला तिकोट्यावर । संभाजी होते बरोबर । मोहीमेत ॥ 3430 ॥ तिकोटे असुरक्षित ग्राम । विविध इथे पवित्र धाम । जिथे तिथे हरि! हरि! नाम । गरजत ॥ 3431 ॥ मुगलांनी केली लूट मार । पूज्य लोकांना छळले फार । बाया-पोरीं वर

83. वाईट संगत, घोर आघात : 1679 AD

अत्याचार । सुलतानी ।। 3432 ।। शेकडो हिंदूंचे धर्मांतर । गुलामी लादली लोकांवर । बघितला हा सर्व प्रकार । संभाजींनी[233] ।। 3433 ।। बघुनी तसा सुलतानी । नीच दुराचार तो हैवानी । आला वीट मनापासोनी । संभाजींना ।। 3434 ।।

(संभाजी राजे)

ॐ**ओवी**॰ जरा घेओनी अवकाश । डोक्यात पडला प्रकाश । कळून आले सावकाश । चूक झाली ।। 3435 ।। डोक्यात उठले वादळ । विचार करोनी प्रांजळ । द्रोह-भाव झाला सादळ । क्रोधाग्नीचा ।। 3436 ।। महाराष्ट्राचा मी युवराज । सुसंस्कृत माझा समाज । गलत रस्त्यावर मी आज । आलो आहे ।। 3437 ।। शिवछत्रपतींचा मी छावा । स्वातंत्र्यध्वज मी हातीं घ्यावा । भावी छत्रपति मीच व्हावा । मराठ्यांचा ।। 3438 ।। संभाजींचे मन बिघडले । डोळे प्रस्तावोनी उघडले । दिलेरखानावर चिडले । राजे आता ।। 3439 ।।

(दिलेरखान)

ॐ**ओवी**॰ दिलेरखान बिचकला । रोष बघोनी दचकला । गर्व त्याचा पिचकला । संभाजींनी ।। 3440 ।। विश्वास त्याचा खचला । मनी कोलाहल मचला । त्याला जवाब न पचला । संभाजींचा ।। 3441 ।। सरदार तो सुलतानी । पाप कराया अभिमानी । त्याला नाही दिसली हानि । अन्यायात ।। 3442 ।। काही दिवसांच्या आंत । दाखविली त्याने जात । नेहमीचा जो प्रघात । सुलतानी ।। 3443 ।। खानाने रचले षड्यंत्र । संभाजींना धाडण्या तत्र । दिल्लीला पाठविले पत्र । गुप्तपणे ।। 3444 ।। कैद करोनी संभाजीला । पाठवितो मी दिल्लीला । वाचूं नये तो ह्या खेपेला । पूर्वी जसा ।। 3445 ।। संभाजींना कळला कट । केली तयारी फाटोफट । निसटण्या बघोनी फट । सुरक्षेत ।। 3446 ।। विचार करोनी अनेक । घेऊनी बायको व लेक । गवसली सुसंधि एक । पळावया[234] ।। 3447 ।। पस्ताओनी ओशाळले मनी । स्वराज्याचा व्हावया धनी । संभाजी आले पितृचरणीं । पन्हाळ्याला[235] ।। 3448 ।।

---

[233] November 1679.

[234] November 30, 1679.

[235] December 04, 1679.

रत्नाकर रचित ओवीबद्ध श्री शवाजी चरित्र

YEAR : 1680 AD

84. वीर शिवाजी–50 :

84. छत्रपति श्री शिवाजी महाराजांचे स्वर्गारोहण : 1680 AD

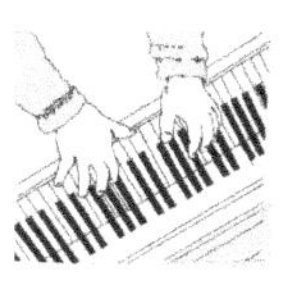 **संगीत श्री शिवाजी चरित्र राग–छंद माला, पुष्प 233**

शिवाजी

स्थायी

सगळ्यांत श्रेष्ठ राजा, शिवबा महान माझा ।

कोणी तसा न ह्या जगात, रे! ।।

♪ निनिध–नि सा–सा रे–ग–, रेरेग– गमंधप मं–ग– ।

ग–मं– पध– प, मं– गरे–सा नि– ।।

अंतरा–1

सात्त्विक बुद्धि त्याची, श्रवणीय उक्ति ज्याची ।

राजा तसा न ह्या जगात, रे! ।।

♪ ग–मं– पध– प मं–ग–, मंप ध–नि सां– निध–प– ।

गगमं– पध– प, मं–ग रे–सा नि– ।।

अंतरा–2

कान्हा समान लीला, चकवी सदा अरीला ।

शिवबाच एक, जगात, रे! ।।

अंतरा–3

अवतार श.कराचा, अद्भुत प्रभाव ज्याचा ।

झाला झकास, ह्या जगात, रे! ।।

रायगड

ॐ॰ ओवी॰ इसवी सन सोळाशे-अंशी । शिवाजींना लागली पन्नाशी । पाच-शतकें गेली कशीं । भराभरा ।। 3449 ।। घोड्यावर येणे-जाणे । घोड्यावर खाणे-पीणे । घोड्यावरच झोपणे । जशी वेळ ।। 3450 ।। किल्लेकिल्लीं धावपळ । दाखविणे रणीं बळ । हाडे झाली खिळखिळ । शरीराची ।। 3451 ।। ना धड खाणे-पीणे । न आरामाचे जीणे । संकटांना न भीणे । जीवापाड ।। 3452 ।। पन्नास वर्षे एकच ध्यास । मुलाने दिला गळफास । आधिव्याधि आल्या पास । शिवाजींच्या ।। 3453 ।। आजाराने जकडले । हात-पाय अकडले । अंथरूण पकडले । विसावले ।। 3454 ।। स्वास्थ्य झाले चोळामोळा । पोटामध्ये आला गोळा । दवादारू आणे- सोळा । सर्व व्यर्थ ।। 3455 ।। स्वातंत्र्याचे रोऊनी बीज । अवताराचे झाले चीज । नीज बाळा! आता नीज! । अंबा म्हणे ।। 3456 ।। अंगात उरला न त्राण । जात आहे वीराचा प्राण । जवळ जवळ निर्वाण । येत आहे ।। 3457 ।। सुरू होते वैद्य उपचार । प्रकृतीत पडेना उतार । ज्वराचा कोणता हा प्रकार । उमगेना ।। 3458 ।। आप्त सर्व होते जवळ । आणि जिवलग सकल । सर्वांची मनें तळमळ । होत होतीं ।। 3459 ।। आला दिवस निर्वाणाचा । चैत्र शुद्ध पौर्णिमेचा । हनुमान जयंतीचा । शनिवार[236] ।। 3460 ।। जिथे गेली होती आई । जिथे होती सईबाई । जिथे गेले वीर लई । स्वर्गधामी ।। 3461 ।। प्रयाण करीती तिथे आज । शिवाजी मराठे महाराज । पूज्य छत्रपति शिवराज । सह्याद्रीचे ।। 3462 ।।

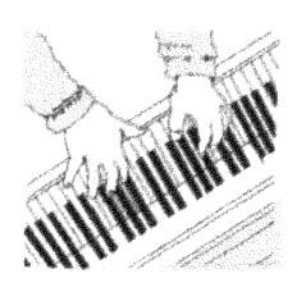  **संगीत श्री शिवाजी चरित्र राग-छंद माला, पुष्प 234**

शिवाजी राजे

स्थायी

महावीर राजा, शिवाजी मराठा, जगी कोण दूजा, असा शूर झाला ।

♪ रेनि॒-रे-ग रे-ग-, पर्म-ग- रेग-मं-, मंप- मं-ग रे-ग-, मंग- रे-नि॒ सा-सा- ।

---

[236] April 03, 1680.

84. छत्रपति श्री शिवाजी महाराजांचे स्वर्गारोहण : 1680 AD

अंतरा–1

महाराष्ट्र अमुचा, स्वतंत्र कराया, पारतंत्र्याची, गुलामी हराया ।

मावळा शिवाजी, पुत्र जिजाचा, शिवशंकराचा, अवतार झाला ।।

♪ रेसा–रे–रे गरेग–, धप–मं– गमं–प–, सां–निध–नि–सां–, निरें–गं– रेंनि–सां– ।

निनिधप मंध–प–, प–मं गरेग मं–, पमंगरे–ग–, मग–रेनि सा–सा– ।।

अंतरा–2

नवयुग–निर्माता, जाणता राजा, तीन जगीं ज्याचा, वाजतो बाजा ।

प्रभो! शंभु भोले! गिरजा भवानी! खूप छान धावे, वरदान त्याला ।।

ॐ ओवी० विचार करोनी जो बोले । बोले तैसा तो चाले । त्याची वंदती पाउलें । देशप्रेमी ।। 3463 ।। लावोनी लळा मावळ्यांना । देओनी जोड मोडक्यांना । लावोनी वेड म्होरक्यांना । स्वातंत्र्याचे ।। 3464 ।। न करी तो अपमान । स्त्रीचा तो करी सम्मान । तरी जाणला महान । शिवराजा ।। 3465 ।। शिवराय प्रेमळ कनवाळू । रयतेशीं तो दीनदयाळू । नाठाळांशीं नव्हाता अश्रुढाळू । जाणता तो ।। 3466 ।। शत्रुविरुद्ध फंदफितुर । उग्र, निश्चयात्मक, कठोर । सामर्थ्यवान, आत्मनिर्भर । शिवराया ।। 3467 ।। स्वप्रयत्नांनी यशवंत । कीर्तिमान वरदवंत । नीतिनियत, पुण्यवंत । मानाचा तो ।। 3468 ।। सत्पुरुषांत महापुरुष । महापुरुषांत तो आदर्श । आदर्शांत तो युगपुरुष । शिवरूप ।। 3469 ।।

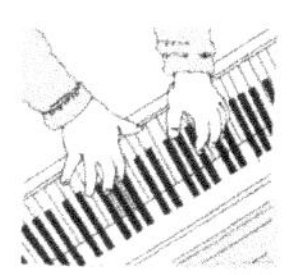

श्रद्धांजलि

संगीत श्री शिवाजी चरित्र राग–छंद माला, पुष्प 235

छंद : भुजंगप्रयात

। ऽ ऽ, । ऽ ऽ, । ऽ ऽ, । ऽ ऽ

राग : कलावती, ताल : खेमटा

स्थायी

शांति पाठ

जया दंभ नाही, तमो छंद नाही ।

असा एक जाणा, शिवाजीच राजा ।।

♫ मप– – सां–नि निपपम– –, मगम प––मग म–मग– ।

सासारे– – ग–रे सा–रे– –, साम– –ग–ग प–प– – ।।

अंतरा–1

मरोनी उरे जो, जगी धन्य राया ।

शिवाची जयाला, अलौकीक माया ।

सदा ही तयाचा, सखाभाव ताजा ।।

♫ पमपम–– ममप– प––, पपध नि–ध पधध–– ।

पपनिपम– पपसांसां––, निसांगरेंगरें सां–रें–सां–– ।

धध–– निसां– निधपप––, पसाम––ग–ग प–प–– ।।

अंतरा–2

सदा जो शहाणा, सदा जाणता जो ।

सदा जो सहारा, सदा आसरा जो ।

समाधान देतो, सदा तो समाजा ।।

शांति पाठ

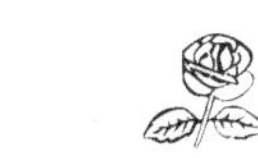

संगीत श्री शिवाजी चरित्र राग–छंद माला, पुष्प 236

प्रार्थना

स्थायी0

देना प्रभो! शांति इस आतमा को ।

तुमको हमारी, यह वंदना है ।।

♫ सारेग– पम– रेसानि गग रे–सासा–सा– ।

पपप– पपनिधपमरे रेम ध–पग– रे–सा– ।।

अंतरा–1

आत्मा मिले ये परमात्मा से ।

लेना चरण में, यह प्रार्थना है ।।

♪ पधनि– रेंसां– निधसांनिधनिध प– ।

सारेग– पमम रेसानि–, निग, ग–रेसा– सा– ।।

अंतरा–2

सारे जगत के, आनंद दाता ।

गोविंद! देना, सुख आतमा को ।।

अंतरा–3

हे कृष्ण! दामोदर! चक्रपाणि! ।

इसे मोक्ष देना, यह अर्चना है ।।

अंतरा–5

इसे पुण्य की तू, घनी छाँव देना ।

तुझसे भवानी! यही माँगना है ।।

अंतरा–6

नीति सदाचार का ये पुजारी ।

आजन्म इसकी, हृद् स्पंदना है ।।

379